गुजराती, हिंदी आणि इंग्रजी भाषांत एकाच वेळी प्रकाशित झालेली सरदार पटेलांवरील कादंबरी 'महामानव सरदार'

वैविध्यपूर्ण माहिती, संदर्भसामग्री, विविध प्रसंग, वास्तव घटना इत्यादींच्या समन्वयात साहित्यिक कल्पनाविलासाचे रंग भरून दिनकर जोषींसारखे प्रतिभावंत कादंबरीकार कादंबरीची रचना करतात आणि परिणामस्वरूपी 'महामानव सरदार'सारखी सुंदर कलाकृती आपल्याला प्राप्त होते.

सरदार पटेलांच्या जीवनाच्या उत्तरार्धातील केवळ पाच वर्षांच्या कालावधीतील – १९४५ ते १९५० – प्रसंग केंद्रस्थानी ठेवून, त्यातून प्रगटणाऱ्या सरदारांच्या 'महामानवत्वा'चे या कादंबरीतील हृदयस्पर्शी चित्रण वाचताना काही वेळा डोळ्यांच्या कडा पाणावल्याशिवाय राहत नाहीत.

५६२ संस्थानांच्या विलीनीकरणासाठी सरदारांनी केलेले भगीरथ प्रयत्न जगभरातील राजकीय इतिहासात अजोड आहेत. त्या संस्थानिकांना सरदारांनी वार्षिक तनख्याचे वचन दिले होते व ते अमलातही आणले होते. अवघ्या वीस वर्षांतच सरदारांच्याच काँग्रेसने ते वचन मोडले असता, सरदारांच्या आत्म्याला किती क्लेष झाले असतील! लेखकाने पुस्तकाच्या अर्पणपत्रिकेत हीच गोष्ट अधोरेखित केली आहे.

– डॉ. मनोज जोशी
बुक एक्स-रे

सरदार पटेलांविषयी बोलायचे झाले तर एवढेच म्हणता येईल, की अनेक वर्षे उलटून गेली, परंतु सरदारांच्या जीवनपटाबाबत अजूनही आपल्याला फारसे काही माहीत नाही. राजेरजवाड्यांच्या ५६२ संस्थानांचे त्यांनी स्वतंत्र भारतात विलीनीकरण करवून दिले हे एक आणि पंधरापैकी बारा प्रदेश समित्यांनी पंतप्रधानपदासाठी सरदारांचे नाव सुचवले असतानाही, त्यांना बाजूला सारून गांधीजींनी जवाहरलाल नेहरूंची निवड केली हे दुसरे – आपल्याला फक्त एवढेच माहिती आहे.

हा इतिहास आहे हे खरेच; परंतु असे का घडले, त्याला कोणत्या घटनांची पार्श्वभूमी होती, ती तशी का होती, इत्यादी गोष्टींची समग्र भारताला, अगदी गुजरातलाही, म्हणावी तितकी माहिती नाही, हेही खरे!

ती उणीव दूर केली आहे सुपरिचित लेखक दिनकर जोषी यांनी! यापूर्वी त्यांनी 'प्रकाशाची सावली' या आपल्या पुस्तकाद्वारा गांधीजींचे पुत्र हरिलाल यांच्याविषयीच्या आजवर प्रकाशात न आलेल्या गोष्टी आपल्यापुढे मांडल्या होत्या. महंमदअली जीना इतके उग्र जातीयवादी का आणि कसे बनले, त्यांचा जीवनप्रवास या दिशेने होण्यास कोणत्या विवक्षित घटना कारणीभूत ठरल्या, हे 'प्रतिनायक' या जीनांच्या जीवनगाथेद्वारा जोषींनी तपशीलवार वर्णन करून आपल्यापुढे आणले आहे.

यानंतर आता सरदार पटेलांच्या जीवनातील आजपर्यंत अदृश्य राहिलेले पैलू ते आपल्यासमोर घेऊन आलेले आहेत.

– (गुजराती पुस्तक-परीक्षणातील काही भाग)

इतिहासाचे वस्तुनिष्ठ आकलन करणारे चरित्रचित्रण 'महामानव सरदार'

गुजराती साहित्यरसिकांना दिनकर जोषी हे नाव अपरिचित नाही. अर्धशतकाच्या कालपटावर विस्तारलेल्या त्यांच्या साहित्यप्रवासादरम्यान गुजराती वाचकांना दीडशेहून अधिक वैविध्यपूर्ण पुस्तकांचा लाभ झाला आहे. चरित्रात्मक कादंबऱ्यांच्या त्या मानाने कमी काम झालेल्या क्षेत्रात दिनकरभाईंनी मोलाची कामगिरी केली आहे.

दिनकरभाईंच्या भाषेचा पोत कसदार आहे. घटनांचा गाढा अभ्यास, स्थलनिरीक्षण यासोबतच वेगवात कथनशैलीच्या ओघात वाचकालाही वाहून नेण्याची लेखनक्षमता त्यांच्या लेखणीत आहे. इतिहासाशी संबंधित अगदी अलीकडच्या काळातील व्यक्तींविषयी लिहिताना वस्तुनिष्ठ असणे फार महत्त्वाचे असते. इतिहासाचे तटस्थपणे आकलन करणे आवश्यक असते. त्यात तर्क लढवणे,

समज करून घेणे, वैयक्तिक राग-द्वेष बाळगणे अशा गोष्टींना स्थान असू शकत नाही; परंतु हे तत्त्व अलीकडच्या काळात सोयीस्करपणे वळवले जाताना दिसते. दिनकरभाई मात्र त्याला अपवाद आहेत.

इतिहासातील काही परिचित तर काही अपरिचित गोष्टी 'महामानव सरदार' पुस्तकात नव्याने प्रकाशात आल्या आहेत. ही कादंबरी असली तरी तीत काल्पनिकतेला फारसा वाव नाही. इतिहासाशी इमान राखत जरूर तेथे थोडीफार कल्पना करून लेखकाने कथन पुढे नेले आहे; परंतु आपल्यातील कादंबरीकाराला दिनकरभाईंनी इतिहासावर स्वार होऊ दिलेले नाही.

सरदारांच्या आयुष्यातील अंतिम पाच वर्षांच्या कालावधीचे चित्रण या कादंबरीत आहे. हा कालखंड भारताच्या आणि जगाच्याही इतिहासाला वळण देणारा आहे. या काळात अनेकविध घटना घडताना इतिहासाने पाहिल्या. महामानव सरदार कादंबरीत दिनकरभाईंनी गांधीजी, सरदार, नेहरू, राजाजी, माऊंटबॅटन, चर्चिल इत्यादी मुख्य पात्रांसोबतच मोरबीचे संस्थानिक, श्रीप्रकाशांचे पुत्र तपोवर्धन, लाला बनवारीलाल अशा अल्पपरिचित पात्रांचाही परिचय करून दिला आहे. राजकोटचे दिवाण वीरवाळा, जुनागढचे नबाब, हैदराबादचा कासीम रझवी अशा विस्मरणात गेलेल्यांच्या कारवायांचे यथायोग्य मूल्यमापन दिनकरभाईंनी केले आहे.

कोमल असूनही कठोर, तत्त्वनिष्ठ, पाय सदैव जमिनीवरच ठेवणारे, दीर्घदृष्टीचे नेता, काँग्रेस संघटनेवरील त्यांची विलक्षण पकड, प्रामाणिकपणा, पारदर्शकता या सरदारांच्या गुणवैशिष्ट्यांचे दर्शन या कादंबरीत घडते.

— राजुल दवे
बुक रिव्ह्यू

अभिप्राय

इतिहासाशी प्रामाणिक राहूनच दिनकर जोषींनी सरदारांच्या जीवनातील महत्त्वाच्या कालखंडाचं प्राधान्याने चित्रण करणारी ही चरित्रात्मक कादंबरी वाचनीय आणि अभ्यसनीय आहे. वल्लभभाई पटेलांच्या चरित्राच्या निमित्ताने भारतीय इतिहासातील एका महत्त्वाच्या कालखंडाविषयी ससंदर्भ माहिती मिळते. सुषमा शाळिग्राम यांनी केलेला अनुवाद उत्तम.

दैनिक शिवनातीर, शुक्रवार, १ डिसेंबर, २०१७

रसिक साहित्य, जानेवारी, २०१८

महामानव सरदार पटेल

लेखक
दिनकर जोषी

अनुवाद
सुषमा शाळिग्राम

मेहता पब्लिशिंग हाऊस

Please contact us at **Mehta Publishing House,** Pune 411030.
✆ +91 020-24476924 / 24460313 / Mob. No. 9545000513
Email : production@mehtapublishinghouse.com
Website : www.mehtapublishinghouse.com

- *या पुस्तकातील लेखकाची मते, घटना, वर्णने ही त्या लेखकाची असून त्याच्याशी प्रकाशक सहमत असतीलच असे नाही.*

MAHAMANAV SARDAR PATEL by DINKAR JOSHI
Originally Published in Gujrathi

Translated into Marathi Language by Sushama Shaligram

महामानव सरदार पटेल / अनुवादित कादंबरी

अनुवाद : सुषमा शाळिग्राम
Email : author@mehtapublishinghouse.com

मराठी अनुवादाचे व प्रकाशनाचे हक्क : मेहता पब्लिशिंग हाऊस, पुणे.

प्रकाशक : सुनील अनिल मेहता, मेहता पब्लिशिंग हाऊस,
१९४१, सदाशिव पेठ, माडीवाले कॉलनी, पुणे ४११०३०.

अक्षरजुळणी : इफेक्ट्स, २१/६ब, आयडिअल कॉलनी, कोथरूड, पुणे - ३८

मुद्रक : पार्कसन्स ग्राफिक्स

मुखपृष्ठ : चंद्रमोहन कुलकर्णी

प्रथमावृत्ती : नोव्हेंबर, २०१७

किंमत : ₹ ३६०

P Book ISBN 9789386888518
E Book ISBN 9789386888525
E Books available on : amazonkindle Apple Books Google Play Books

---

स्वातंत्र्योदयाच्या प्रारंभकाळी
सरदारांवर श्रद्धा ठेवून
ज्यांनी आपलं अस्तित्व संपुष्टात आणलं
आणि ज्यांना सरदारांनी दिलेलं
तनख्याचं पवित्र वचन
केवळ दोनच दशकांत निरर्थक करून टाकलं
प्रजा म्हणून आपल्या त्या सामूहिक पापाच्या प्रायश्चित्तार्थ
हे पुस्तक देशी संस्थानिकांच्या इतिहासाला
अर्पण करत आहे.

इतिहासाचे जर-तर

गुजराती भाषेत चरित्रात्मक कादंबऱ्या त्यामानाने कमीच लिहिल्या गेल्या आहेत. मराठीसारख्या अन्य भारतीय भाषांत अथवा इंग्रजीसारख्या युरोपीय भाषांत या प्रांतात बरेच काही झाले आहे. म्हणायचेच झाले तर असे म्हणता येईल की वर्गीकरणापुरते पाहिले तर चरित्रात्मक कादंबऱ्या या ऐतिहासिक कादंबरी या प्रकारातच मोडतात. ढोबळमानाने हे जरी खरे असले तरी खोलात शिरले असता त्यांतला फरक लगेच पारखता येतो. ऐतिहासिक कादंबरीत प्रमुख पात्र असते, कादंबरीला विशिष्ट असे कथानक असते. त्या काळातल्या घटना असतात, तत्कालीन युग हाच तिचा केंद्रबिंदू असतो; आणि एकप्रकारे या सगळ्यातून त्याकाळाचे सामाजिक आणि वैचारिक दर्शन घडत असते.

चरित्रात्मक कादंबऱ्यात कथानायक केंद्रस्थानी असतो; एवढेच नव्हे तर समाजाच्या अथवा घटनांच्या पार्श्वभूमीवर कथानायकाचे चरित्रदर्शन हाच उद्देश असतो. ज्याप्रमाणे, एखाद्याचे चरित्र लिहिणाऱ्या लेखकाने आपल्या कथानायकाबद्दल आदरभाव अथवा पूर्वग्रह ठेवून त्यानुसार त्याच्या जीवनकथेचा आलेख मांडला तर त्या कथनातला सच्चेपणा उणावतो, त्यातून प्रगट होणारे सत्य 'बावनकशी' न राहता 'चौदा कॅरेट'चे होते, त्याप्रमाणेच कथनात्मक कादंबरीचेदेखील लेखकाने चरित्रकथनाच्या परीघावर राहूनच आलेखन केले पाहिजे. केंद्रस्थानी असलेला कथानायक आणि त्याचा कालखंड त्यातील एकूण एक घटनांसह 'अतीत' होऊन चुकला असल्याने आता स्थिर झालेला असतो. अशावेळी लेखकाने परिघाच्या वेगवेगळ्या बिंदूंवरून तो भूतकाळ निरखला आणि पारखला पाहिजे आणि मग जे जसे आहे, जे जसे दिसते आहे तसेच ते चित्रित केले पाहिजे.

अशा कादंबऱ्यांच्या घटनांचे जे दस्तऐवज, जी कागदपत्रे, जे पुरावे सापडतात ते कधी कधी परस्परविरोधी असतात. अशावेळी लेखकाच्या विवेकबुद्धीचा कस लागतो. कोणी म्हटले, कोणत्या परिस्थितीत म्हटले, त्यामागे वैचारिक भूमिका काय होती याचे मोजमाप करून मगच लेखकाला पुढे जावे लागते. अशी सर्वांगीण आणि संभाव्य छाननी केल्यानंतरही कथानायकाचे कोठेच लिहून न ठेवलेले मनोव्यापार

त्याला अनुमानाने ओळखावे लागतात. कथानायकाच्या संपूर्ण व्यक्तिमत्त्वातील सातत्य विचारात घेऊनच असे तर्क करावे लागतात, करायला हवेत. सरदार पटेलांचे गांधीजींशी मतभेद झाले तर 'नवजीवन', 'यंग इंडिया' अथवा 'हरिजन बंधू' यापैकी एखाद्या ठिकाणी लेख लिहून गांधीजी त्यातून आपल्या मनातील विचार व्यक्त करतील, पण सरदार असे काहीच करणार नाहीत. अशावेळी सरदारांच्या मनात जी काय खळबळ झाली असेल ती त्यांच्या कुठल्या तरी एकट्यादुकट्या पत्रातूनच शोधावी लागते.

माझ्या प्रत्येक चरित्रात्मक कादंबरीच्या प्रकाशनप्रसंगी मी सांगत आलो आहे की, यात ऐतिहासिक तथ्ये (facts) असली तरी मुळात ती कादंबरी आहे. कादंबरीच्या आकृतिबंधात अनिवार्य असणारी कलात्मक काल्पनिकता मिसळूनसुद्धा तिच्यातील पात्रे, घटना वा परिस्थिती यांचे सातत्य राखले जाईल अशा पद्धतीने संपूर्ण रचनेचा घाट रचला जाईल, हे बघणे हा रचनाकाराचा धर्म आहे. एखाद्या निष्ठावान माणसाला, मग तो लेखक असो वा नसो, एकवेळ आपले अधिकार सोडावे लागले तरी हरकत नाही, परंतु तो आपला धर्म, आपले कर्तव्य सोडू शकत नाही. सर्वसामान्य कर्तव्यापेक्षाही 'सृजन-धर्म' विशेष जास्त आहेत. माझ्या सृजन-प्रक्रियेत हे सर्व सतत लक्षात ठेवत असल्याचा दावा करतानाच मी एवढे मात्र अवश्य कबूल करतो, की धर्माचे अनुशीलन करण्याची माझी ही शिस्त 'कुराणा'ची नाही, तर ज्या 'भगवद्‌गीते'तून कर्मयोग, ज्ञानयोग, भक्तियोग असं काय हवं ते श्रद्धापूर्वक वेगळं काढता येतं त्या भगवद्‌गीतेची आहे.

चरित्रकथनात्मक कादंबरीच्या आकृतिबंधाबद्दलच्या आणि स्वरूपाबद्दलच्या माझ्या सृजनात्मक दृष्टिकोनाबाबत इतके सांगितल्यानंतर आता या 'महामानव' कादंबरीबद्दलही थोडेसे सांगणे आवश्यक आहे. महंमदअली जीनांच्या जीवनावर आधारित कादंबरी 'प्रतिनायक' २००२ मध्ये प्रकाशित झाली. त्या वेळी प्रकाशकमित्र श्री. गोपालभाई पटेलांनी सुचवले होते, "आता सरदार पटेलांवर अशीच एक नवी कादंबरी लिहा." केवळ सूचना करून ते थांबले नाहीत, तर आपली सूचना त्यांनी ताबडतोब अमलात आणली. सरदार पटेलांवर लिहिलेली काही पुस्तके त्यांनी माझ्याकडे पाठवून दिली. पुस्तकासंदर्भात प्राथमिक तयारी सुरू केली. काही नोंदी काढून ठेवल्या आणि पुस्तकाच्या आराखड्याबाबत सुरुवातीच्या टप्प्यावर चर्चादेखील सुरू केली. काय झाले कुणास ठाऊक, पण एवढे होऊनही काम पुढे सरकेना. दरम्यान गुरुदेव टागोर तसेच भगवान बुद्ध, दोघांवर माझा अभ्यास सुरू होता. त्यातूनच 'अ-मृतपंथाचा यात्री' आणि 'प्रश्नप्रदेशापलीकडे' या दोन कादंबऱ्या लिहून झाल्या. काही अनपेक्षित घटना – त्या सुखदही असू शकतात म्हणा – अशा काही अचानक जुळून येत असतात! त्यांच्याकडे दूरवरून पाहिले तर परमेश्वराच्या अगम्य लीलेचा साक्षात्कार

होतो. २००६ मध्ये महाभारताच्या सर्व श्लोकांच्या अनुवादाचा महाप्रकल्प माझ्याकडे अगदी अलगद चालत आला. चौदा हजार पानांचा म्हणजेच वीस खंडांचा विराट प्रकल्प! चार एक वर्षे त्यातच निघून गेली. ईश्वरकृपेने कार्य संपन्न झाले.

त्यानंतर 'प्रकाशाची सावली' या कादंबरीच्या बंगाली अनुवादाच्या प्रकाशनानिमित्ताने कलकत्त्याला जायचा योग आला. बंगाली साहित्यिक आणि साहित्यप्रेमींच्या उपस्थितीत त्या पुस्तकाचा लोकार्पण सोहळा बंगाली अनुवादक आणि प्रकाशक दोघांनी न्यू थिएटर्स बिल्डिंगमध्ये आयोजला होता. माझे बालपणीचे मित्र आणि इमेज पब्लिकेशन्सचे मालक श्री. नवीनभाई दवे यांनी त्यांचे परममित्र कलकत्त्यातील उद्योगपती श्री. नरहरिभाई कोया यांना माझ्या कलकत्ताभेटीबद्दल कळवले. श्री. नरहरिभाई अतिशय सौजन्याने माझ्या भेटीला आले. कलकत्त्याच्या गुजराती क्लबमध्ये त्यांनी एके सायंकाळी माझे व्याख्यान ठेवले. सभागृहात पहिल्या रांगेत बसलेले एक सद्गृहस्थ व्याख्यानातल्या माझ्या एक-दोन मुद्द्यांसंदर्भात बोलण्यासाठी नंतर माझ्याकडे व्यासपीठावर आले. माझ्याशी हस्तांदोलन करून म्हणाले, "माझं नाव दिनेश त्रिवेदी." नुसते नाव ऐकून काहीच आठवेना. नेमक्या त्याचवेळी व्यासपीठावर माझ्या शेजारी बसलेल्या नरहरिभाईंनी माझे लक्ष वेधत म्हटले, "दिनेशभाई केंद्र सरकारमध्ये आरोग्यखात्याचे राज्यमंत्री आहेत." दिनेशभाई त्या वेळी तिथे असे काही अचूक आणि मार्मिक बोलले, की मला आश्चर्य तर वाटलेच; पण आनंदही झाला. एखाद्या वर्तमान राजकारण्याने इतके तर्कशुद्ध, निखळ बोलण्याचे धाडस करावे ही घटनाच मुळी आनंददायक होती. त्यानंतर आम्ही – मी, नरहरिभाई आणि दिनेशभाई – एकत्र जेवलो. त्या वेळीसुद्धा मनमोकळेपणाने बरेच बोलणे झाले.

दुसऱ्या दिवशी सकाळी नरहरिभाईंनी मला फोन केला व म्हणाले, "आज रात्रीसुद्धा आपण एकत्रच जेवू. तुम्ही, मी आणि दिनेशभाई." त्यांच्या आमंत्रणाचा स्वीकार करत मी म्हटले, "आणि गोपालभाईपण असतील माझ्यासोबत!"

अशा रीतीने त्या रात्री आम्ही ताजमहाल हॉटेलमध्ये जमलो, जेवलो. पूर्ण दोन तास गप्पा सुरू होत्या. सुरुवातीलाच नरहरिभाई म्हणाले, "तुम्ही सरदार पटेलांवर एक पुस्तक लिहावं असं मला आणि दिनेशभाईंना – आम्हाला दोघांनाही वाटतं. सरदार पटेलांच्या व्यक्तिमत्त्वाचे 'सरदार' म्हणून सर्वांत अधिक तेजस्वी पैलू त्यात उजळून निघावेत. ते ऐकताच 'आंधळा मागतो एक अन् देव देतो दोन' अशी अवस्था झाली गोपालभाईंची! असे एखादे मोठे काम हाती घ्यायला तेव्हा माझे मन काहीसे बिचकत होते. पंच्याहत्तरी गाठली होती. यापुढे आता अशा कामासाठी दस्तऐवज शोधा, कागदपत्रे तपासा, पुस्तकांच्या नोंदी करा, मुलाखती, भेटी घ्यायला जा, त्यासाठी प्रवास करा... प्रत्येक गोष्टीसाठी प्रत्येकवेळी ऊर्जा लागते. आवर्जून करावे असे काम तर होते, पण माझ्या मर्यादा आड येत होत्या. दिल्लीतील

अर्काइव्ह्ज, पार्लमेंट हाऊसचे ग्रंथालय, अहमदाबादचे सरदार स्मारक भवन या सर्व ठिकाणी ये-जा करून तिथले दस्तऐवज तपासणे हे सगळे अवघड वाटत होते. माझी अडचण लक्षात येताच दिनेशभाईंनी लगेच तोडगा सुचवला. म्हणाले, ''दिल्लीतील तुमची सगळी व्यवस्था करायचं काम माझ्याकडे लागलं.'' नरहरिभाईंनी माझी काळजी कमी करत म्हटले, ''या कामासाठी तुम्हाला जे काय लागेल ते पुरवायची जबाबदारी माझी!'' पाठोपाठ गोपालभाईंनी भर घातली, ''पुस्तक प्रकाशित करायची जबाबदारी मी घेतलीच आहे!''

त्यांचे म्हणणे मी तेवढ्यापुरते मान्य करून टाकले खरे; पण मनातील चलबिचल अजून तशीच होती. बहुदा, शारीरिक आणि मानसिक अशा दोन्ही प्रकारच्या माझ्या मर्यादा मनात घर करून बसल्या होत्या. सहा एक महिन्यांनंतर नरहरिभाई कलकत्त्याहून मुंबईला आले. त्या वेळी आधीच ठरलेल्या एका व्याख्यानासाठी मी लोणावळ्याला नवीनभाई दवेंच्या बंगल्यावर होतो. मी लोणावळ्याला आहे हे कळताच नरहरिभाई मुंबईहून तडक लोणावळ्याला आले. पुन्हा एकदा दोघे मिळून माझी उलटतपासणी घेऊ लागले, ''कुठवर आलंय काम?'' मी काहीतरी उडवाउडवी केली, पण हे काम हाती घेतल्यावाचून चालणार नाही हे समजून चुकलो.

२०१२ सालच्या जानेवारी महिन्यात मुंबईच्या भाईदास सभागृहात माझ्या पंच्याहत्तराव्या वाढदिवसानिमित्ताने एक कार्यक्रम झाला. त्यात नवीनभाई दवेंनी जाहीर करून टाकले, ''सध्या सरदार पटेलांवर एक नवे पुस्तक लिहिले जात आहे. श्रोत्यांपैकी कोणाकडे, सरदारांबद्दल काही साहित्य असेल, तर त्यांनी ते दिनकरभाईंकडे अवश्य पाठवावे.''

दुसऱ्या दिवसापासून माझ्या ऑफिसच्या पत्त्यावर कित्येक सरदारप्रेमींनी पाठवलेल्या साहित्याचा ओघ सुरू झाला. जुनी वर्तमानपत्रे, नियतकालिके, पुस्तके, फोटो अशा अनेक गोष्टी येऊ लागल्या. अजूनपर्यंत मी काठावरच होतो, पण आता मात्र जलाशयाच्या मध्यावर सापडलो होतो. हातपाय मारून पोहल्याविना गत्यंतर नव्हते.

दुसरी सगळी कामे बाजूला सारून पुढील एक वर्षभर सरदार पटेलांच्या जीवनाचे वेगवेगळे पैलू शोधून गोळा करण्याचे काम केले. वल्लभविद्यानगर – आणंद, सरदार स्मारकभवन – अहमदाबाद, पार्लमेंट हाऊस तसेच इंडिया इंटरनॅशनल सेंटर – नवी दिल्ली इत्यादी ठिकाणांच्या समृद्ध ग्रंथालयांतून माहिती गोळा केली. दिल्लीभेटीत दिनेश त्रिवेदींखेरीज विख्यात पत्रकार शीला भट्ट यांचे साहाय्य लाभले, त्याचा उल्लेख करायला हवा.

आजवर मी लिहिलेल्या चरित्रात्मक कादंबऱ्यांमध्ये कथानायकाचे साद्यंत जीवन घटनाक्रमांना अनुसरून लिहिले होते. सरदार पटेलांवरील या कादंबरीत हा पारंपरिक क्रम राखलेला नाही. १९१८ साली वयाच्या बेचाळीसाव्या वर्षी राजकारणात प्रवेश

करणारे बॅरिस्टर वल्लभभाई झवेरभाई पटेल 'सरदार' बनले १९२८ साली, पूर्ण एका दशकानंतर! १९२८च्या बारडोली लढ्याने त्यांना सरदार बनवले आणि याच लढ्याने त्यांना राष्ट्रीय स्तरावर नेऊन ठेवले. त्यानंतर जणू ते वल्लभभाई उरलेच नाहीत. संपूर्ण देशात ते सरदार म्हणून ओळखले जाऊ लागले. १९२८ पासून त्यांच्या सरदारत्वाची ओळख देशातल्या राजकारणींना आणि शासनव्यवस्थेला पटली होती, पण १९४५ पासून इतिहासाने एक वळण घेतले आणि त्यांचे सरदारत्व चहूअंगांनी फुलून आले. १९४५ ते १९५० पर्यंत म्हणजेच त्यांच्या निधनापर्यंत त्यांनी केलेली कामगिरी देशभरातच नव्हे तर जगभरात अजोड आहे. सरदारांबद्दल लिहिणाऱ्या कोणाही तटस्थ इतिहासकाराला अतिशयोक्तीचा आरोप सहन करूनदेखील म्हणावेच लागेल की, या पाच वर्षांच्या काळात जर सरदार नसते तर त्यांनी केलेले कार्य दुसरे कोणीही करू शकले नसते. एकवेळ पंतप्रधान किंवा राष्ट्राध्यक्ष दुसरे कोणी होऊ शकले असते; परंतु सरदार नसते, तर त्यांच्या जागी कोणीच नसते.

कादंबरी लिहायचा विचार मनात पक्का झाला तेव्हा असेही ठरवून टाकले की, सरदारांबद्दल लिहायचे ते त्या संपूर्ण विकसित सरदारत्वाबद्दल! वर म्हटल्याप्रमाणे हा कालावधी होता १९४५ ते १९५० चा. त्यामुळे या कादंबरीत १९४५ ते १९५० दरम्यानच्या सरदारांच्या आयुष्यातल्या घटनांचा मुख्यत्वे अंतर्भाव आहे. तरी, अधूनमधून पार्श्वभूमीदाखल इतर काही घटनांची त्यात भर आहे. सरदारांना समजून घेण्यासाठी तसेच, जिथे त्यांच्याबद्दल संदिग्धता वाटली तिथे कधी कधी अशा १९४५ पूर्वीच्या घटना चित्रित केल्या आहेत.

१९२९ मध्ये सरदार काँग्रेसचे अध्यक्ष होऊ शकले असते. तसे घडले असते तर लाहोरला रावी नदीच्या काठी संपूर्ण स्वराज्याचा ध्वज सरदारांच्या हस्ते फडकला असता. १९३६ मध्ये पुन्हा एकदा सरदार काँग्रेसाध्यक्ष होण्याची शक्यता होती. १९४६ मध्ये ते काँग्रेसाध्यक्ष होऊन स्वतंत्र भारताचे पहिलेवहिले पंतप्रधानही झाले असते... या सर्व वेळी काठोकाठ भरलेला प्याला सरदारांच्या ओठाशी आला होता पण – सरदारांनी घोट घेतला नाही, प्याल्याजवळून ओठ काढून घेतले. त्याचे परिणाम काय झाले त्यावर आता 'जर आणि तर'च्या भाषेत बोलून काही निष्पन्न होणार नाही. नकोसे विचार तेवढे घेरून टाकतील. असे जर-तरच इतिहास घडवतात. घटकाभरापूर्वी रस्त्यावर घडलेली एखादी घटना प्रत्यक्ष आपल्या डोळ्यांनी बघणाऱ्या दोन माणसांनी त्या एकाच घटनेचे वेगवेगळ्या प्रकारे केलेले वर्णन ऐकले की 'इतिहास म्हणजे तरी काय' असे मनात आल्यावाचून राहत नाही. विनोबाजी म्हणतात त्याप्रमाणे इतिहास म्हणजे इति+ह+आस म्हणजे 'असे खरोखर घडले,' की इतिहास म्हणजे असे हसण्यासारखे (झाले)!

१९४५ ते १९५०च्या काळातील सरदारांचे योगदान लक्षात घेतले तर स्वातंत्र्योत्तर काळात (आणि स्वातंत्र्यपूर्व काळातही) सरदारांवर अन्याय झाला आहे, अशी भावना निर्माण झाल्याविना राहत नाही. सरदारांवर अन्याय झाला आहे अशी ज्यांची समजूत आहे, त्यांना अनुकूल वाटण्याजोगी काही ऐतिहासिक तथ्ये (facts) कादंबरीत गुंफली गेली आहेत, परंतु ही गुंफण कोणत्याही समाजाचे समर्थन करण्याच्या उद्देशाने केलेली नाही. 'प्रकाशाची सावली' (प्रकाशनो पडछायो) मध्ये गांधीजी आणि हरिलाल यांच्यातील घटना निव्वळ तथ्यांच्याच आधारे मांडल्या होत्या आणि त्याद्वारे सत्यावर दृष्टी खिळवण्याचा प्रयत्न केला होता, तरीसुद्धा कित्येक असमंज गांधीभक्तांमध्ये त्यावरून असंतोष माजला होता. महामानव कादंबरीचा पाया शक्य तेवढ्या ऐतिहासिक तथ्यांवरच रचला आहे. कादंबरीत कालक्रमाचे कुठे उल्लंघन झाले आहे किंवा कादंबरीच्या आकृतिबंधासोबतच तिचे कलात्मक स्वरूप लक्षात घेता कधी पत्रव्यवहाराला संवादरूप दिले आहे तर कधीमधी एखाद्या विवक्षित घटनेचा अकारण विस्तार टाळण्यासाठी ती पुढेमागे करून घेतली आहे. या सगळ्यामागचा एकमेव उद्देश सरदारांचे सर्वांगीण व्यक्तिमत्त्व उलगडून दाखवणे, प्रकाशात आणणे एवढाच आहे. या व्यक्तिमत्त्वात गगनाला गवसणी घालण्याची प्रतिभा आणि क्षमता आहे, तद्वतच जन्माला आलेल्या प्रत्येकाला असतात त्या मर्यादाही आहेत.

उदाहरणार्थ, देशाची फाळणी करावी आणि शक्य तेवढ्या लवकर मुस्लीम लीगला पाकिस्तान देऊन मोकळे व्हावे असे मत चक्रवर्ती राजगोपालाचारींनी १९४१ सालीच व्यक्त केले होते. आपल्या म्हणण्यात अर्थ आहे असा ते आग्रह धरत होते. त्या वेळी नाराज होऊन सरदार म्हणाले होते, ''राजा तर आग ओकतोय!'' विठ्ठलभाईंच्या इच्छापत्र संदर्भात ज्याप्रकारे सुभाषचंद्रांवर कायदेशीर कारवाई करावी लागली, तीसुद्धा खेदकारकच होती. १९३३ मध्ये लिहिलेले विठ्ठलभाईंचे इच्छापत्र थेट १९३७-३८ पर्यंत सरदारांनी निरपेक्षपणे मान्य केले होते, परंतु नंतर त्रिपुरी काँग्रेसच्या अधिवेशनात गांधीजी आणि सुभाषचंद्र यांच्यात चांगलीच 'जुंपली' होती ते लक्षात घेता सरदारांनी विठ्ठलभाईंच्या इच्छापत्राबाबत वारंवार शंका का व्यक्त करावी याचे उत्तर सापडत नाही.

अर्थात, इतिहासातील प्रत्येक घटना 'जर-तर'ने व्यापलेलीच असते. या सगळ्या 'जर-तर'ची कोडी उलगडणे शक्य होत नसते. अशा या न सुटलेल्या कोड्यांबद्दलच्या अनुमानांमुळे कधीकधी पूर्वग्रहप्रेरित विकृत भावना जागवल्या जातात. प्रत्येक सहृदय, सुज्ञ आणि शुद्ध अभ्यासकाने अशाप्रकारच्या भयस्थानांपासून स्वत:ला दूर ठेवले पाहिजे.

एखाद्याला माझ्या या म्हणण्यात अविनयाची अथवा अहंकाराची छाया दिसण्याचे भय मला आहेच. म्हणूनच सांगावेसे वाटते की, या संपूर्ण लिखाणात मी वर

सांगितलेला अभिगम (approach) अजिबात नजरेआड होऊ दिलेला नाही.

आधी म्हटल्याप्रमाणे, ही कादंबरी सरदारांच्या आयुष्याची शेवटची पाच वर्षे केंद्रस्थानी ठेवून लिहिली आहे; त्यामुळे सरदारांचे समग्र व्यक्तिमत्त्व इतिहासाच्या परिप्रेक्ष्यात उपलब्ध न होण्याची शक्यता आहे. असे होऊ नये म्हणून या कादंबरीत पुस्तकाच्या प्रारंभी प्रस्तावनावजा एक लेख सादर केला आहे. खरे तर तो लेख म्हणजे एक व्याख्यान आहे. वल्लभविद्यानगर, आणंद, राजकोट आणि सुरत येथे हे व्याख्यान क्रमश: आयोजित केले होते. त्यानंतर एका स्वतंत्र पुस्तिकारूपाने ते प्रसिद्ध झाले. या कादंबरीची प्रस्तावना म्हणून ते व्याख्यान सादर करण्यामागचा उद्देश असा की, त्यात सरदारांचा समग्र कालखंड इतिहासाच्या परिप्रेक्ष्यात पाहिला आहे, तपासला आहे.

'मुंबई समाचार' या दैनिकाच्या साप्ताहिक पुरवणीत ही कादंबरी क्रमश: प्रसिद्ध होत होती. आज ती पुस्तकरूपाने प्रसिद्ध होत असताना कोणाची आठवण करू आणि कोणाची नको असे झाले आहे. अजिबात ओळख नसलेल्या वाचकांनी १९४५ ते ५० दरम्यानच्या वृत्तपत्रांतील कात्रणांपासून ते सरदार स्मारक ग्रंथांपर्यंत जे जे साहित्य उपलब्ध करून दिले, त्यांचा आवर्जून उल्लेख करायला हवा. आदरणीय नरहरिभाई कोया, नवीनभाई दवे तसेच दिनेशभाई त्रिवेदी यांचा प्रेमळ अत्याग्रह नसता तर अजूनही हे लेखन अपूर्णच राहिले असते. कादंबरीची प्रकरणे लिहीली जात होती तेव्हा रोजच्या रोज स्वत: चौकशी करणाऱ्या महेशभाई शाह यांचेही स्मरण करतो. प्रकाशक मित्र गोपालभाई तर सदैव सोबत असतातच! कादंबरीलेखनादरम्यान एकूण एक संदर्भ क्षणार्धात सादर करून मदत करणाऱ्या चि. पल्लवीला विसरून चालणार नाही.

गुजरातीखेरीज हिंदी आणि इंग्रजी भाषांतदेखील आज ही कादंबरी एकाचवेळी प्रकाशित होत आहे, त्याचाही आनंद आहे.

१० जून २०१३ **– दिनकर जोषी**

सरदार – एक स्वप्न

आपण ज्याला अखंड हिंदुस्थान म्हणत होतो तो देश १५ ऑगस्ट १९४७ रोजी दोन भागांत विभागला गेला. इतिहासात आपल्याला असेच शिकवले गेले. १९४७ आधी विशेषत: १८५७ ते १९४७ या काळातल्या देशाचा नकाशा पाहिला तर एक गोष्ट चटकन नजरेत भरते, की देश त्याकाळीही दोन भागांत विभागलेलाच होता. देशाच्या १८५७ ते १९४७ पर्यंतच्या एकूण एक नकाशांमध्ये दोन रंग दाखवले जात असत. 'ब्रिटिश इंडिया' म्हणवल्या जाणाऱ्या देशाचा ६० टक्के भाग म्हणजेच जवळपास अकरा लाख चौरस मैलांचा प्रदेश त्यातल्या प्रांतांसह एका रंगात दाखवला जात असे आणि सुमारे पाच लाख चौरस मैल म्हणजे जवळपास ४० टक्के भाग पिवळ्या रंगात चित्रित केलेला असे. हा पिवळा रंग देशी संस्थानांचा होता. ५६२ संस्थानिक आणि त्यांच्या साडेआठ कोटी प्रजेची गणना ब्रिटिश इंडियात होत नव्हती. हिंदुस्थान आणि पाकिस्तान अशा दोन भागांत जेव्हा देश विभागला गेला त्या वेळी जवळपास, साडेसात लाख चौरस मैलांचा प्रदेश आणि अठ्ठावीस कोटी लोकसंख्या हिंदुस्थानच्या वाट्याला आली. आठ कोटी लोकसंख्या आणि पावणेचार लाख चौरस मैलांचा प्रदेश पाकिस्तानच्या वाट्याला आला होता. अशा रीतीने वस्तीच्या प्रमाणात हिंदुस्थानला कमी आणि पाकिस्तानला जास्त भूभाग मिळाला होता.

पाकिस्तान अलग झाल्यानंतर हिंदुस्थानला जे राष्ट्र उभे करायचे होते, त्याच्यापुढे अनेक कठीण समस्या होत्या. १५ ऑगस्ट १९४७ पूर्वीच्या नकाशातील स्वतंत्र म्हणता येतील अशी ५६२ राज्ये आपापल्या सीमांच्या आत मुटकुळे करून पडून होती; परंतु या राज्यांच्या सीमा मात्र जणू चहूबाजूंनी स्वतंत्र हिंदुस्थानला आवळत होत्या. स्वतंत्र झालेला हिंदुस्थान संस्थानांच्या सरहद्दींच्या विळख्यातून मुक्त झाला नसता तर ब्रिटिश शासनाचा

अंत होण्याला कोट्यवधी जनतेच्या दृष्टीनं काही अर्थ उरला नसता. खेरीज, पाकिस्तान निर्माण होत असताना लाखो लोकांची कत्तल झाली होती. चारही बाजूंनी हिंदुस्थानात निर्वासितांचे लोंढे येत होते. जातीयवादाचे विष देशभर पेरले जात होते. अविश्वासाच्या अशा घोर अंधकारात स्वातंत्र्याचा सूर्य उगवला होता, पण लोकांची मने शंकाकुशंकांनी भरली होती. स्वातंत्र्याचे आपले स्वप्न साकार करण्यासाठी जनतेची ज्या एका व्यक्तीवर दृष्टी खिळली होती त्या व्यक्तीचे नाव होते वल्लभभाई झवेरभाई पटेल उर्फ सरदार पटेल!

परतणाऱ्या ब्रिटिश शासनाने विभाजित हिंदुस्थानच्या शासनाची धुरा स्वाभाविकपणे काँग्रेसकडे सोपवली होती. तत्कालीन काँग्रेसच्या जवळजवळ ८० टक्के सभासदांनी, स्वतंत्र हिंदुस्थानचे सुकाणू सरदार पटेलांच्या हाती द्यावे, अशी एकमुखाने घोषणा केली होती.

गांधीजीप्रमाणेच त्यावेळच्या काँग्रेसचे सर्व अग्रणी नेते बव्हंशी सरळ, त्यागी, देशाभिमानी, देशासाठी कोणताही त्याग करायला तत्पर आणि प्रतिभाशाली होते. जवाहरलाल, सरदार, राजेंद्रप्रसाद, राजाजी, कृपलानी यांसारख्या अनेकांचा यात समावेश होता. असे असूनसुद्धा देशाच्या फाळणीसोबत आलेल्या विक्राळ समस्यांना सरदारांखेरीज दुसरा कोणीच खंबीरपणे तोंड देऊ शकणार नाही, असे ८० टक्के काँग्रेसजनांना वाटत होते. गांधीजी काँग्रेसचे सर्वेसर्वा होते. ८० टक्के काँग्रेसजनांशी गांधीजी सहमत होऊ शकले नाहीत. ज्या गोष्टींशी गांधीजी सहमत नसतील त्या गोष्टींशी आपणही सहमत नसणार, असा राजकारणात प्रवेश करतानाच ज्यांनी मनोमन निश्चय करून टाकला होता, त्या सरदारांनी आयुष्याच्या संध्याकाळी आणि स्वातंत्र्याच्या उदयकाळी या गोष्टींचा स्वीकार केला. गांधीजींचा ठोकताळा आणि त्या ८० टक्के लोकांचे अनुमान यात फरक असू शकतो, विवादाला अवकाश असू शकतो; परंतु स्वातंत्र्यानंतरच्या या पासष्ट वर्षांच्या अखेरीस आता, ज्यांचा जन्मच स्वातंत्र्यप्राप्तीनंतर झाला आहे अशा असंख्य लोकांच्या तोंडून, अगदीच गळ्याशी आले की कधी कधी निघून जाते, की 'सरदार पंतप्रधान झाले असते तर...'

या झाल्या जर-तरच्या गोष्टी. आजच्या भाषणात हे 'जर-तर' कुठेतरी दर्शन देईलसुद्धा; पण सरदार नसते तर जे स्वप्न साकारच झाले नसते अशा स्वप्नाविषयी आज आपण मुख्यत्वे बोलायचे आहे. सरदारांना आणखी थोडी वर्षे लाभली असती तर त्या स्वप्नांमध्ये कोणकोणते आणि कसे कसे रंग भरले गेले असते, त्याबद्दल बोलायचे आहे.

पश्चिमेच्या पायपुसण्याकडेदेखील मोठ्या आदराने बघायची सवय जडलेले

आपले काही इतिहासकार, विचारवंत, विद्वान, राजकारणी पंडित आणि पत्रकार वारंवार आपल्या मनात एक गोष्ट ठासून भरायचा प्रयत्न करतात की सरदार पटेल 'बिस्मार्क' होते. सरदारांना बिस्मार्कच्या बरोबरीला नेऊन ठेवून आपण त्यांचे ऊर्ध्वमूलन करत आहोत, असा एक भ्रामक समज ते बाळगून आहेत. बिस्मार्कने जर्मनीचे एकीकरण केले आणि सरदारांनी भारताचे एकीकरण केले एवढ्या उघड साम्याच्या आधारावर ते भोळेभाबडे लेखणीबहाद्दर निष्कर्ष काढून मोकळे होतात. जर्मनी जेमतेम दोन-तीन डझन राज्यांमध्ये विभागलेले होते. एकच धर्म आणि एकच भाषा असूनसुद्धा या राज्यांमध्ये नेतृत्वासाठी रक्तरंजित हमरातुमरी सुरू होती. अशा परिस्थितीत त्यांच्यातल्याच पर्शिया राज्याचा सर्वसत्ताधीश असलेल्या बिस्मार्कने अत्यंत घातकी विजय मिळवला, मोठ्या प्रमाणावर कत्तली केल्या आणि एकीकरणाच्या नावाखाली तो स्वत:च सम्राट होऊन बसला. सरदारांनी यापैकी काहीच केले नाही. सरदारांसमोर ५६२ राजे होते. त्यांच्याशी संघर्ष करावा असा पुसटसाही विचार नव्हता. जुनागढ आणि हैदराबादमध्ये नाइलाजापोटी थोडेबहुत रक्त सांडले, परंतु सरदारांनी प्राप्त केलेली एकीकरणाची सिद्धी जगाच्या इतिहासात अशी काही अजोड आहे, की बिस्मार्क त्यापुढे लहानसे पोर वाटावे! बिस्मार्ककडे डोळे विस्फारून पाहून सरदारांशी त्याची तुलना करण्यापेक्षा पत्रकारांनी आणि राजकीय पंडितांनी, त्या स्वयंघोषित लष्करप्रमुखाने शेजारच्या ऑस्ट्रियावर आक्रमण करतेवेळी केलेले निवेदन लक्षात ठेवण्यासारखे आहे. "या काळातले निर्णय आता भाषणांच्या वा बहुमताच्या आधारे नव्हे, तर पोलाद आणि रक्त यांच्या बळावर घेतले जातील."

१९१८ मध्ये गोधरा येथे भरलेल्या गुजरात राजकीय परिषदेला ४३ वर्षांचे सरदार एक सर्वसामान्य जागरूक नागरिक म्हणून उपस्थित राहिले होते. अहमदाबादच्या म्युनिसिपालिटीत दाखल होऊन त्यांनी यापूर्वीच राजकारणात प्रवेश केला होता, पण स्वातंत्र्यासाठी त्या वेळी चाललेल्या लढ्याची ते थट्टा करत असत. गांधींचे नाव आणि कार्य दोन्ही, सरदारांना माहीत होते; परंतु ते त्या कार्यामुळे अजिबात प्रभावित झाले नव्हते. उलट, गांधीजींच्या कार्यपद्धतीची ते थट्टाच करत असत. चंपारणमध्ये जायला ब्रिटिशांनी गांधीजींना मनाई केली. गांधीजींनी तेव्हा 'मी तेथे जाणारच, वाटल्यास सरकारने मला अटक करावी' असे बेधडक म्हटले. चंपारणच्या न्यायालयातील गांधीजींचे निवेदन वाचल्यावर मात्र सरदार खूपच प्रभावित झाले. "याला म्हणतात खरा मर्द गडी" असे उद्गार त्यांनी काढले. सरदार स्वत: 'मर्द' होते आणि मर्दानगीची उणीव असणारे काहीच त्यांना खपत नसे. इतिहास वळणे घेत

असतो. अशाच एका वळणावर गोधरा परिषदेत सरदारांसारखा मर्द मस्तक नमवून गांधींसारख्या महामर्दाच्या पायाशी लीन झाला. त्यानंतरची उणीपुरी तीस वर्षे त्यांनी गांधीजींचे आदेश सर्वोपरी मानले. अर्थात, यामुळे काही प्रमाणात देशाची हानी झाली, कारण दोन मर्द भल्याभल्यांना पुरून उरतील अशी परिस्थिती होती, पण दोन मर्द मिळून बावीस होणे तर दूरच, ती बेरीज दोनसुद्धा झाली नाही. फक्त एकच उरले... फार फार तर सव्वा! राजकोटच्या वीरावाळांशी लढा असो, खिलाफत चळवळ असो किंवा मग पंतप्रधानपद मिळणे असो, सरदारांनी गांधीजींसाठी समर्पण केले. या समर्पणामुळे देशाचा जेवढा लाभ झाला तो 'शुभ' कमी होता याला इतिहास साक्षी आहे.

पहिले महायुद्ध संपले. जगभरातल्या मुसलमानांचे धार्मिक आणि राजकीय अशा दोन्ही दृष्टींनी नेता समजल्या जाणाऱ्या खलिफांना युद्धविजेत्या ब्रिटिशांनी पदच्युत केले. जगभरातल्या मुसलमानांनी ते वास्तव म्हणून स्वीकारले. ज्या तुर्कस्तानात बसून हे खलिफा मुसलमान जगावर शासन करत होते त्या तुर्कस्ताननेदेखील खलिफांकडे पाठ फिरवली; पण हिंदुस्थानातले मुसलमान मात्र खलिफांना निरोप द्यायला राजी झाले नाहीत. धर्माच्या नावाखाली संघटित होऊन त्यांनी चळवळ उभारली. गांधीजींनी त्या चळवळीचे नेतृत्व केले. आपल्या मुसलमान बांधवांवर धार्मिक संकट कोसळले आहे, अशावेळी आपण त्यांच्या खांद्याला खांदा लावून त्यांना साथ दिली पाहिजे, असे गांधीजींनी जाहीर केले. सरदारांनी स्वत:ला गांधीजींना वाहून घेतले असल्यामुळे, त्यांनीही गांधीजींसोबत राहून मुसलमानांच्या त्या प्रश्नाबाबत खिलाफतीच्या पुनर्स्थापनेच्या चळवळीत भाग घेतला. इंदुलाल याज्ञिकांनी 'The 1921 Movement' या आपल्या पुस्तकात सरदारांशी झालेल्या खासगी संभाषणातील भाग म्हणून असे लिहिले आहे की, "आपल्या स्वत:च्या धरतीवर संगिनीच्या जोरावर इंग्रज आपल्याला गुलामगिरीत जखडून ठेवत असताना अरबस्तान, पॅलेस्टाईन, मेसोपोटेमिया इथल्या अरबांसाठी आपण लढा द्यावा, हे तर्कविसंगत आणि गैरवाजवी आहे." (या ठिकाणी एक गोष्ट नमूद करणे गमतीचे ठरेल. सरदारांनी वरील शब्दांत आपल्या भावना व्यक्त केल्या. त्याच मुद्द्यावर महंमद अली जीनांनीसुद्धा खिलाफत चळवळीला विरोध दर्शविताना म्हटले होते, "आपल्याला आपल्या स्वातंत्र्याशी मतलब आहे. खलिफा राहिले किंवा न राहिले याच्याशी आपल्याला काय देणे-घेणे?") इंदुलाल याज्ञिकांखेरीज आचार्य कृपलानींपाशीही सरदारांनी हीच भावना व्यक्त केली होती आणि कृपलानींनीदेखील आपल्या आत्मकथेत 'खिलाफत प्रश्नावर गांधीजींच्या सोबत असूनसुद्धा वैचारिक भूमिकेतून सरदार गांधीजींशी सहमत नव्हते,' असे

म्हटले आहे. इतिहासातील त्यानंतरच्या घटना पाहिल्या तर त्या आधारे असे म्हणता येईल, की खिलाफत चळवळीमुळे मुस्लीम जातीयवाद अधिक बळकट झाला आणि अंतत: जातीयवादानेच देशाचे विभाजन घडवून आणले. त्या वेळीच सरदारांना ते जाणवले असेल, त्यांना समजलेही असेल; परंतु वैयक्तिक समजापेक्षा गुरूचा आदेश त्यांनी शिरोधार्य मानला असेल!

१९२९ मध्ये लाहोर येथे रावी नदीच्या काठी भरलेल्या काँग्रेसच्या अधिवेशनात संपूर्ण स्वराज्याचा ठराव संमत झाला. हा ठराव सरदारांच्या अध्यक्षतेखाली संमत व्हावा यासाठी देशातल्या अकरापैकी आठ प्रांतिक काँग्रेस समित्यांनी सर्वानुमते प्रथम गांधीजींचे आणि त्याखालोखाल सरदारांचे नाव सुचवले होते. गांधीजींनी अध्यक्षपद नाकारले, एवढेच नव्हे; तर त्यासाठी जवाहरलालांचे नाव सुचवले. पत्रकारांनी त्या वेळी सरदारांना विचारले होते, "काँग्रेस समित्यांनी दुसऱ्या नावासाठी तुमची निवड केली आहे. तुम्ही अध्यक्षपद स्वीकाराल का?" उत्तरादाखल सरदार म्हणाले होते, "सेनापती गांधींचा मी सैनिक आहे. जे पद ग्रहण करायला खुद्द सेनापती नकार देतात, ते पद मी कसे स्वीकारू?" अशाप्रकारे या प्रसंगीसुद्धा सरदारांनी गांधीजींप्रती आपली समर्पण भावना प्रगट केली आहे.

देशी संस्थानातल्या प्रजा आंदोलनात पडायची सरदारांची स्वत:ची इच्छा नव्हती. गांधीजींनी त्यांना संस्थानिकांकडे पाठवले म्हणून ते गेले. राजकोटचा लढा त्यांच्यापुढे येऊनच उभा राहिला म्हणून ते लढले आणि त्यांनी वीरावाळांसारख्या कावेबाज आणि कपटी दिवाणाला समेट करायला भाग पाडले. सरदारांनी या लढ्याचे पुढारीपण हाती घेतले. त्यावेळच्या तिथल्या ब्रिटिश रेसिडेंटने राजकोटच्या प्रजापरिषदेच्या नेत्यांना प्रश्न विचारला, "राजकोटचा मामला आपला आपसातला मामला आहे. तुम्ही बाहेरच्याला कशाला बोलावताय?" सरदार राजकोटचे रहिवासी नाहीत याकडे ब्रिटिश अधिकाऱ्यांचा इशारा होता. त्याला सरदारांनी खणखणीत, फटकळ शब्दांत उत्तर दिले होते, "अरे बेट्या, बाहेरचा कोण रे? मी की तू? खरा बाहेरचा तर तू आहेस. मला बाहेरचा म्हणणारा तू रे कोण?"

समेट झाला तेव्हा गांधी स्वत: लढ्यात उतरले आणि त्यांनी सरदारांना काँग्रेस महासमितीच्या बैठकीसाठी जाण्याचा आदेश दिला. सरदारांना फसवणे राजकोटच्या वीरावाळांना शक्य झाले नव्हते, पण आता त्यांच्यासमोर गांधी होते. झालेल्या समेटाकडे त्यांनी पाठ फिरवली. सरदारांना फसवणे सोपे नव्हते. गांधीजींना फसवणे सोपे होते. गांधीजी शत्रूच्याही मांडीवर सुखाने निजणारे, तर शत्रू जागा असेल तोवर निजणारच नाहीत असा सरदारांचा

स्वभाव. राजकोटचा लढा गुंडाळला गेला.

सरदारांनी गांधीजींचे नेतृत्व मान्य केले होते हे खरेच, पण ज्या लढ्यामुळे त्यांना देशाने 'सरदार' बनवले तो बारडोलीचा लढा गांधीजींच्या गैरहजेरीत सरदार एकट्या हाती लढले होते. सरदार त्या लढ्याची माहिती गांधीजींना पुरवत होते. त्यांचे मार्गदर्शन घेत होते, परंतु लढ्याचे सुकाणू त्यांच्याच हातात होते. खेडा जिल्ह्यातल्या गावागावात ते फिरले. तिथले पटेलच (पाटील) काय, पण वाणियांपासून (व्यापारी) वाणोतऱ्यांपर्यंत (गुमास्ते) एकजात साऱ्यांनाच त्यांनी या लढ्यात गुंतवून घेतले. स्थानिक ग्रामीण भाषेत बोलून त्यांनी जप्ती, धरपकड, दंड इतकेच नव्हे तर फाशीचे देखील भय लोकांच्या मनातून समूळ उडवून लावले. मुख्य म्हणजे एवढे होऊनही कुठेच हिंसाचरण झाले नव्हते.

सरदारांविषयी बरेच काही बोलले आणि लिहिले गेले आहे, पण त्यांचे थोरले बंधू विठ्ठलभाई यांच्याशी असलेल्या संबंधांकडे किंवा त्यांच्याशी निगडित घटनांकडे फारसे लक्ष वेधले गेलेले नाही. इंग्लंडमध्ये बॅरिस्टर होण्याचे शिक्षण घेण्यासाठी सरदारांनी सगळी तजवीज करून ठेवली होती. त्या तजवीजींचा लाभ सरदारांऐवजी विठ्ठलभाईंनी घेतला हे आपल्याला सगळ्यांना माहीत आहे. तीन वर्षे विठ्ठलभाई इंग्लंडला राहिले. त्या काळात विठ्ठलभाईंची पत्नी आणि मुले वल्लभभाईंच्या घरी राहत असत. त्यांचे मेहुणे आणि मेहुण्यांची पत्नी यांना वल्लभभाईंनी बोलावून घेतले होते. आपल्या कुटुंबीयांप्रमाणेच त्यांना सांभाळले होते.

विठ्ठलभाईंनी काँग्रेसच्या आघाडीच्या पुढाऱ्यांमध्ये स्वत:साठी स्थान निर्माण केले होते. केंद्रीय संसदेचे अध्यक्ष म्हणून त्यांची नेमणूक झाली होती. तरीसुद्धा काँग्रेसच्या अध्यक्षपदापासून त्यांना दूरच ठेवले गेले होते. विठ्ठलभाईंना अध्यक्षपद हवे होते, पण सुभाषचंद्र बोस यांच्याशी असलेल्या त्यांच्या वैचारिक जवळिकीमुळे काँग्रेसचे काही नेते त्यांना अध्यक्षपदापासून दूर ठेवू पाहत होते. गांधीजींच्या काही कार्यपद्धतीशी आणि विचारांशी विठ्ठलभाई पूर्णपणे सहमत नव्हते. अशा परिस्थितीत त्यांनी वैद्यकीय उपचार करवून घेण्यासाठी १९३२ मध्ये देश सोडून व्हिएन्नाला जायचे ठरवले. देशातच उपचार होऊ शकले असते, परंतु आता असे वाटते की मनातल्या रोषाच्या आणि हताशपणाच्या भरात त्यांनी काही काळ इथून दूर निघून जायचे ठरवले असावे. विठ्ठलभाईंचे वल्लभभाईंवर अतिशय प्रेम होते. वल्लभभाईंनाही विठ्ठलभाईंबद्दल अपार प्रेमादर होता. मणिबेननी म्हटले आहे की, विठ्ठलभाई जेव्हा जेव्हा वल्लभभाईंकडे असत, तेव्हा त्यांच्या सर्व सोयींकडे लक्ष

पुरवण्याचे काम वल्लभभाई स्वत: करत.

विठ्ठलभाई व्हिएन्नाला असताना सुभाषचंद्र बोस त्यांना भेटले होते. काँग्रेसची धोरणे आणि गांधीजींच्या नेतृत्वाची निष्फळता यावर टीका करणारे एक संयुक्त वृत्तपत्रीय निवेदन त्यांनी प्रसिद्ध केले होते. त्या निवेदनाबद्दल फारशी चर्चा झालेली दिसत नाही, पण काँग्रेसच्या तत्कालीन पुढाऱ्यांवर त्या निवेदनाचा विधायक परिणाम झाला नसणार हे उघड आहे. दीड एक वर्षांनंतर दुर्दैवाने जिनीव्हामध्ये विठ्ठलभाईंचा मृत्यू झाला. त्यानंतर सुभाषचंद्र हिंदुस्थानात परतल्यावर घडलेल्या घटना म्हणजे गांधी-सुभाष संघर्ष होता. जिनीव्हामध्ये अखेरचे दिवस कंठत असताना विठ्ठलभाईंनी केलेल्या मृत्युपत्रामुळेही सुभाष आणि सरदार यांच्यात कटुतेची बीजे पेरली गेली. विठ्ठलभाईंनी आपल्या मृत्युपत्राद्वारे सुमारे सव्वा लाख रुपये एवढी रक्कम सुभाषांच्या वाट्याला दिली होती. भारताबाहेरच्या भारतीयांमध्ये राजकीय जागृती आणण्यासाठी या रकमेचा विनियोग करायचा होता. दुर्दैवाने या मुद्द्यावर सुभाष आणि सरदार यांच्यात विसंवाद निर्माण झाला. आणि पुढे तो हायकोर्ट आणि सुप्रीम कोर्टापर्यंत खेचला गेला. सरदार जिंकले. आपल्या कुटुंबीयांच्या संमतीने सरदारांनी ती रक्कम काँग्रेस महासभेकडे सोपवली. महासभेने वेगळा विठ्ठलभाई पटेल मेमोरिअल ट्रस्ट करावा आणि त्या ट्रस्टने विठ्ठलभाईंचे उद्देश पूर्ण करण्यासाठी तो निधी वापरावा अशी सरदारांनी त्यासोबत अट घातली.

विठ्ठलभाईंचे मृत्युपत्र अमलात आणण्याची अनिष्ट घटना आणि सुभाषचंद्रांशी हातमिळवणी करून विठ्ठलभाईंनी गांधींवर आणि काँग्रेसवर टीका करणारे निवेदन प्रसिद्ध केल्यामुळे काँग्रेसच्या बिनीच्या पुढाऱ्यांमध्ये – ज्यात सरदारांचाही समावेश होऊ शकतो – असंतोष निर्माण झाला असेल तर तो मनुष्यस्वभावाला अनुसरून, साहजिकच आहे. विठ्ठलभाई मृत्यू पावले होते, त्यामुळे त्यांच्यासमोर नाराजी व्यक्त करणे शक्यच नव्हते. सुभाषचंद्र परत आल्यानंतर काँग्रेसमध्ये जे काही घडले ते फारसे सुखद नव्हते. गांधींची इच्छा नसतानाही सुभाषचंद्र काँग्रेसाध्यक्ष झाले खरे, परंतु त्यांना काँग्रेसाध्यक्ष म्हणून काम करताच येऊ नये यासाठी सरदारांसह काँग्रेस कार्यकारिणीच्या सर्व नेत्यांनी सुभाषांना एकटे पाडून संवैधानिक आणीबाणी निर्माण केली. परिणामी, सुभाषचंद्रांनी राजीनामा दिला. काँग्रेस सोडली आणि देशही सोडला. त्यानंतरचा इतिहास सगळ्यांना माहीत आहेच आणि येथे तो अप्रस्तुतही आहे.

१९३७ मध्ये देशात नव्या सुधारणांखाली झालेल्या निवडणुकांमध्ये काँग्रेस पक्षाने सरदारांकडे सुकाणू सोपवले. उमेदवारांची निवड, त्यांचे यश

तसेच सर्व आर्थिक जबाबदाऱ्या या सगळ्याचा भार सरदारांनी उचलला. त्या वेळी झालेल्या निवडणुकांनी जीनांच्या नेतृत्वाखालील मुस्लीम लीगचे काही विशेष स्थान नसल्याचे सिद्ध केले. अकरापैकी आठ प्रांतांत काँग्रेसचे सरकार आले. पंजाब आणि बंगालमध्ये जीनांचे विरोधक फजलूल हक आणि सिकंदर हयातखान यांनी हिंदूंच्या आणि शिखांच्या सोबतीने संमिश्र सरकार स्थापले. दोन वर्षे असे सुरळीत चालले. १९३९मध्ये दुसरे महायुद्ध पुकारले गेले. ब्रिटनने भारताला त्या युद्धात सामील करून टाकले. काँग्रेसने त्याचा निषेध केला. नुसता निषेध करून काँग्रेस थांबली नाही, तर तो निषेध अमलातही आणला गेला. देशातल्या विशाल बहुमताच्या आधारे काँग्रेसला सत्ता मिळाली होती. काँग्रेसने त्या सत्तेचा त्याग केला. ब्रिटनच्या युद्धप्रयासात साथ न देण्याच्या मुद्द्यावर काँग्रेस कार्यकारिणीने एकूण एक काँग्रेसी मंत्रिमंडळांना राजीनामे देण्याची सूचना केली. व्यूहात्मकदृष्ट्या ही सूचना चुकीची होती हे त्यानंतर घडलेल्या घटनांनी सिद्ध केले आहे. काँग्रेसच्या असहकारामुळे जीना आणि मुस्लीम लीग व्हाइसरॉयांचे लाडके बनले. कोणी सांगावे, पाकिस्तानचा पाया इथेच रचला गेला असेल. राजीनाम्याच्या आदेशपत्राशी सरदार सहमत नव्हते, असे सरदारांचे अधिकृत चरित्र लिहिणाऱ्या श्री. यशवंत दोशींनी लिहून ठेवले आहे. सरदारांची स्वभावप्रकृती बघता काँग्रेस कार्यकारिणीच्या त्या ठरावाशी ते सहमत व्हावेत अशी शक्यता तशी कमीच आहे.

इथे पहिल्यांदाच सरदार गांधीजींच्यासमोर विरोधी पक्षात उभे राहिलेले दिसतात. युद्धाला विरोध केला तरी नैतिकदृष्ट्या आपण ब्रिटन आणि फ्रान्सच्या पक्षाचे समर्थन केले पाहिजे एवढेच नव्हे तर अहिंसेची आपली भावना साकार करण्यासाठी 'स्वतंत्र भारतात लष्कर असणार नाही' असेसुद्धा आपण जाहीर करावे असा गांधीजींनी आग्रह धरला. सरदारांसहित, कार्यकारिणीने गांधीजींचे म्हणणे अमान्य केले. गांधीजींना आपल्या मतानुसार वर्तन करण्याचे स्वातंत्र्य देण्यात येत आहे' असा ठरावही केला. सरदारांचा अभिगम (approach) गांधीजींपेक्षा वेगळा असल्यामुळे त्यांच्यात बऱ्यापैकी विवादही झाले. आपल्या एका लेखात गांधींनी लिहिले, "सरदार आपणहून माझ्याकडे परत येतील." त्यावर सरदारांनी म्हटले, "मी तर गांधीजींना सांगितले आहे की, माझ्या मागोमाग ये अशी तुम्ही आज्ञा करत असाल तर, माझी त्यांच्यावर इतकी श्रद्धा आहे, की डोळे मिटून मी धावत येईन, पण त्यांनीच म्हटले आहे की मी म्हणतो म्हणून नव्हे तर तुम्हाला स्वतःला मनापासून वाटत असेल तरच त्या मार्गाने चला. त्यांच्यासोबत जाताना तुमच्या कोणापेक्षाही मला स्वतःला अधिक आनंद होईल, पण जे मला मनापासून जाणवत नाही,

मी ते मला वाटते आहे असे कसे म्हणू? मी काय किंवा अन्य कोणीही काय, बापूंशी कधीच बेईमानी करू नये.''

जवाहरलालांशी सरदारांचे वैचारिक मतभेद होते, ही गोष्ट अधूनमधून उघड होत होती. सरदार धरणीमातेच्या अंगाखांद्यावर खेळले होते, धरतीच्या मातीशी त्यांचे थेट नाते होते. जवाहरलालांनी पायाच्या तळव्यालासुद्धा मातीचा स्पर्श होऊ दिला नव्हता. देशात तसेच केंब्रिजमध्ये विकसित झालेल्या जवाहरलालांच्या विचारधारेत देशप्रेम भरपूर होते; परंतु तिच्यात देशाच्या मातीपेक्षा आंतरराष्ट्रीय क्षितिजांचे दर्शन अधिक घडत होते. या कारणामुळे काँग्रेसमध्ये असलेल्या समाजवादी गटाशी जवाहरलालांचा अधिक मेळ बसत असे. जयप्रकाश नारायण, आचार्य नरेन्द्र देव, अच्युत पटवर्धन, युसुफ मेहेरअली, राममनोहर लोहिया वगैरे सगळे समाजवादाबद्दलच्या पुस्तकी गप्पा करत, त्या सरदारांना केवळ शिळोप्याच्या गप्पांप्रमाणे वाटत. स्वातंत्र्य मिळाल्यानंतरच्या काळात एकदा तर सरदारांनी असेही म्हटले होते, की 'हे समाजवादी आपले विचार प्रत्यक्ष व्यवहारात उतरवू शकत असतील, तर देशाचा एक संपूर्ण प्रांत मी त्यांच्या हवाली करायला तयार आहे.' मोठमोठे लांबलचक विश्लेषणात्मक लेख आणि ग्रंथ लिहिणारे समाजवादी कालांतराने जिथे आणि जेव्हा सत्तेवर आले आहेत तिथे आणि तेव्हा ते काही करू शकले नाहीत, अगदी निष्फळ ठरले आहेत हे आपण पाहतच आहोत. त्या समाजवाद्यांनी सरदारांना सदैव भांडवलवादीच म्हटले आहे. आपल्यावरच्या आक्षेपाला उत्तर देताना त्यांनी म्हटले होते, ''समजा, भांडवलशाहीला विरोध करणाऱ्या या सगळ्या समाजवाद्यांच्या हाती खरोखरच भांडवल लागले, तर त्या वेळी ते भांडवलशाहीला विरोध करतील का? हे सगळे समाजवादी एक गोष्ट विसरतात की भांडवलशाहीला विरोध करण्यासाठी तरी आधी आपण सगळ्यांनी मिळून या देशात भांडवल निर्माण करण्याची गरज आहे.''

पृथ्वीच्या पोटातून वर येऊन बारडोलीच्या धरतीवर रुजून आलेल्या सरदारांच्या 'सरदारपणा'च्या रोपट्याचा, सरदारांच्या आयुष्याच्या अंतिम पाच वर्षांत म्हणजेच १९४५ ते ५० सालादरम्यान वटवृक्ष झालेला दिसून येतो. एका दृष्टीने १९४० ते १९४५ हा काळ एक प्रकारे अनिश्चिततेचा अंधकारमय काळ होता. जागतिक महायुद्ध अत्यंत विनाशकारी टप्प्यावर आले होते. जगाचा नकाशा बदलला होता. भारत हे एक राष्ट्र नाहीच अशा अघोरी समजुतीचे वादळ देशात माजले होते. अविश्वास, हिंसा आणि द्वेष यांचा महापूर लोटला होता. १९४५मध्ये युद्ध संपले आणि आता भारताचे स्वातंत्र्य अगदी हातातोंडाशी आले आहे असे जाणवू लागले होते. क्रिप्स मिशन,

कॅबिनेट मिशन, सिमला परिषद अशा अनेक चक्रव्यूहातून मार्ग काढण्यासाठी लंडनच्या शासकांपासून सर्वजण धडपडत होते. चक्रवर्ती राजगोपालाचारींसारख्यांनी तर १९४२ मध्येच 'पाकिस्तान' मान्य करून शेष हिंदुस्थानातून इंग्रजांना घालवून द्यावे असा सल्ला दिला होता. त्याची भरपूर टिंगल झाली होती. या मुद्द्यावरून सरदारांनीदेखील राजाजींवर कडक शब्दांत टीका केली होती.

१९४६ च्या प्रारंभी मुंबईच्या समुद्रकिनारी नांगरलेल्या भारतीय नौदलाच्या जहाजावर हिंदी सैनिकांनी बंडाचे शिंग फुंकले होते. त्या वेळी प्राणांची पर्वा न करता सरदारांनी त्या बंडात जी भूमिका पार पाडली त्याची विशेष दखल घेतली गेलेली नाही. नौदलाच्या हिंदी सैनिकांशी – मग ते हिंदू असोत की मुसलमान – गोरे अधिकारी अपमानजनक वर्तन करत. गोरे नाविक आणि बिनगोरे नाविक यांच्याशी वागण्यात भेदभाव करत. त्यांच्या अन्याय्य वागणुकीमुळे हिंदी नाविकांच्या मनात असंतोष धुमसत होता. आतल्या आत धुमसणारा असंतोष एके दिवशी उफाळून वर आला. त्यांनी बंदुका हातात घेतल्या आणि तोफांची तोंडे फिरवून टाकली. सैनिकांचा क्रोध उचित असला तरी त्या क्रोधाचे निदर्शन उचितच नव्हते. एकीकडे ब्रिटिश सरकारपाशी संपूर्ण नौदल तसेच हवाईदल आणि दुसरीकडे मूठभर सैनिक आणि त्यांची तुटपुंजी शस्त्रसामग्री! अरुणा असफअलींसारख्या समाजवादी नेत्यांनी आगीत तेल ओतले आणि त्यातून जो काय भडका उडाला त्यात मुंबईतल्या अनेकांनी जीव गमावले. काही झाले तरी जहाजावरचे नाविक शरण यायला तयार नव्हते आणि ब्रिटिश सेनापती तर हवाईदलाच्या मदतीने ते जहाज उडवून लावायच्या तयारीत होते. तसे झाले असते तर संपूर्ण मुंबई पेटून उठली असती आणि स्वातंत्र्याच्या अगदी काठावर आलेली देशाची नौका पार बुडाली असती. ब्रिटनमध्ये झालेल्या निवडणुकीत युद्धखोर चर्चिलांचा पक्ष पराभूत झाला होता आणि भारताला स्वातंत्र्य देण्याची तरफदारी करणाऱ्या अॅटलींचा पक्ष विजयी झाला होता. अशाप्रकारे देशाची फाळणी होवो न होवो, ब्रिटिश शासनाची गच्छन्ति अटळ होती. अशा परिस्थितीत कोणत्याही प्रकारच्या लष्करी बंडामुळे स्वातंत्र्य दूर लोटले जाऊन हिंसेचे साम्राज्य माजले असते. नाविक भडकले होते. हत्यारे टाकायला मुळीच तयार नव्हते. सरदार उत्तेजित झालेल्या, भडकलेल्या नाविकांमध्ये घुसले. त्यांनी नाविकांचे म्हणणे ऐकून घेतले. त्यांच्या म्हणण्यातील सत्यता मान्य करूनसुद्धा त्यांनी नाविकांची समजूत घातली आणि त्यांना शस्त्रे टाकायला भाग पाडले. सरदार या कामात यशस्वी झाले नसते तर कोणती परिस्थिती उद्‌भवली असती, त्याची कल्पना न केलेलीच बरी!

१९४६ सालची दुसरी महत्त्वाची घटना म्हणजे सार्वत्रिक निवडणुका! देशभरात जातीयवाद बोकाळला होता. हिंदू आणि मुसलमान दोन जाती, दोन राष्ट्रे आहेत ही गोष्ट जवळजवळ निश्चित होऊन चुकली होती. सार्वत्रिक निवडणुकीत जवळपास सगळ्या मुस्लीम जागा मुस्लीम लीगला मिळाल्या होत्या आणि बिगरमुस्लीम जागा काँग्रेसने मिळवल्या होत्या. या निवडणुकीच्या वेळी देखील सरदार गांधींपासून वेगळे पडले. आपल्या सेवेच्या आणि कार्याच्या आधारावर काँग्रेसने लोकांची मते मिळवावीत, निवडणुकीसाठी निधी जमवू नये अशी गांधीजींची इच्छा होती. निवडणुकीच्या मामल्यात सरदारांचा अनुभव दांडगा होता. निवडणुकीसंदर्भात सरदार काँग्रेसचे सर्वोच्च पुढारी होते. उमेदवारांच्या निवडीपासून ते निधी जमवण्यापर्यंतची सर्व व्यवस्था ते बघत होते. काही मुस्लीम मतदारक्षेत्रात खर्च करणे व्यर्थ आहे हे माहीत असूनसुद्धा मौलाना आझादांच्या आग्रहाखातर सरदारांनी काँग्रेसच्या कोणाही उमेदवाराला निधीचा अभाव जाणवू दिला नाही. धनिकांकडून देणग्या गोळा करून निवडणुका जिंकण्याच्या सरदारांच्या धोरणाबद्दल गांधीजींनी नाराजी व्यक्त केली. सरदार त्या वेळी म्हणाले, "हे त्यांचे काम नाही. ते महात्मा आहेत, मी नाहीये! मला हे काम तडीला न्यायचे आहे."

१९४६ सालीच निवडणुकीनंतर लगेच काँग्रेसाध्यक्षांच्या नियुक्तीचा प्रश्न समोर आला. आता जो कोणी काँग्रेसाध्यक्ष म्हणून निवडला जाईल तोच नंतरच्या मध्यावधी केंद्रीय सरकारचा पंतप्रधान होणार हे निश्चितच होते. काँग्रेसाध्यक्षाच्या नेमणुकीबाबतच्या नियमांनुसार प्रांतिक समित्यांनी सुचवलेल्या नावांपैकी ज्याला बहुमताने समर्थन मिळेल त्याची अध्यक्षपदी नेमणूक व्हावी अशी परंपरा होती. १९४६ मध्ये एकूण पंधरा प्रांतिक समित्या अस्तित्वात होत्या. त्यापैकी बारा प्रांतिक समित्यांनी नवे काँग्रेसाध्यक्ष म्हणून आणि त्यायोगे देशाचे पहिले पंतप्रधान म्हणून सरदारांचे नाव सुचवले होते. त्यांच्यातल्या एकाही समितीने जवाहरलालांचे नाव सुचवले नव्हते. गांधीजी बहुमताशी संमत झाले नाहीत. गांधीजी आणि सरदार यांच्यात भावाभावांसारखे नाते होते. गांधीजी जवाहरलालांना आपला वारस मानत होते. जणू, धाकटा भाऊ आणि पुत्र यांच्यात निवड करायचे काम गांधीजींच्या माथी आले होते.

देशाचे पहिले पंतप्रधान म्हणून गांधीजींची पसंती जवाहरलालांना होती, परंतु पंधरापैकी बारा प्रांतिक समित्यांनी सरदारांचे नाव सुचवावे आणि जवाहरलालांचे कोणीच सुचवू नये अशा परिस्थितीत जवाहरलाल पंतप्रधान व्हावेत कसे? प्रांतिक समित्यांनी सुचवलेल्या नावाखेरीज कार्यकारिणीतल्या एखाद्या सभासदाला स्वतंत्रपणे नाव सुचवता येईल अशी काँग्रेसच्या घटनेत

तरतूद होती. अशी एखादी सूचना पुढे आली तर बव्हंशी, इतर उमेदवारांनी आपली नावे मागे घेऊन निवडणूक बिनविरोध व्हावी अशी प्रथा होती. गांधीजींनी कार्यकारिणीच्या बैठकीत कृपलानींमार्फत जवाहरलालांचे नाव सुचवले आणि गांधीजींच्या इच्छेनुसार, कार्यकारिणीच्या सभासदांनी सही करावी असा आग्रह धरला. कार्यकारिणीचे सभासद या नात्याने या प्रस्तावावर सरदारांनाही सही करावी लागणार असा त्याचा उघड अर्थ होता. बैठकीच्या सुरुवातीला गांधीजींनी सर्वांत आधी जवाहरलालांना उद्देशून म्हटले, "एकाही प्रांतिक समितीने तुमचे नाव सुचवलेले नाही. कार्यकारिणीत कृपलानींनी तुमचे नाव सुचवले आहे. यावर तुमचे काय म्हणणे आहे?" जवाहरलालांनी काहीच उत्तर दिले नाही. मग गांधीजींनी सरदारांकडे वळून म्हटले, "सरदार, पंधरापैकी बारा प्रांतिक समित्यांनी तुमचे नाव सुचवले आहे. कार्यकारिणीत जवाहरलालांच्या नावाचा प्रस्ताव आला आहे. तुम्हाला काय म्हणायचे आहे?" सरदारदेखील एकही शब्द बोलले नाहीत. त्यांनी कृपलानींच्या प्रस्तावपत्रावर ताबडतोब सही करून टाकली. अशाप्रकारे जवाहरलाल काँग्रेसाध्यक्ष आणि देशाचे पहिले पंतप्रधानसुद्धा झाले.

गांधीजींनी जवाहरलालांची निवड केली आणि विरोधाचा एकही शब्द न उच्चारता सरदार बाजूला झाले. गांधीजींनी असे का करावे हा वेगळ्या चर्चेचा विषय आहे. त्याबद्दल अनेक तर्क लढवले गेले आहेत, अनेक विवादही झाले आहेत. मनात आणले असते तर सरदार अध्यक्षपद निश्चितच मिळवू शकले असते. याआधी त्यांनी गांधीजींना विरोध केला नव्हता असे नाही. कदाचित सरदारांनी असाही विचार केला असावा की या आधीचे विरोध विचारांना आणि देशाला अनुलक्षून होते. या वेळी विरोध केला असता तर तो व्यक्तीला अनुलक्षून केलेला विरोध ठरला असता. अर्थात, येथे प्रश्न उपस्थित होतोच की जवाहरलालांऐवजी सरदारांनी पंतप्रधान व्हावे हा मुद्दा देशाला अनुलक्षून नव्हता का? या प्रश्नाचे उत्तर त्यानंतर घडलेल्या घटनांच्या आधारेच शोधावे लागेल. सरदारांनी गांधीजींची इच्छा डावलली असती तर काही वर्षांपूर्वी सुभाषचंद्रांसमोर गांधीजी पराजित झाले होते, तसेच या वेळी पण सरदारांसमोर गांधीजींच्या इच्छेची अवगणना झाली असती!

देशव्यापी निवडणुकांनंतर मध्यावधी केंद्र सरकार स्थापन करण्यासाठी प्रचंड उलथापालथ सुरू होती. असे सरकार स्थापन झाले नसते तर निवडणुका निरर्थकच ठरल्या असत्या. केंद्रीय मंत्रिमंडळात मुसलमानांच्या प्रतिनिधित्वाच्या मुद्द्यावर महंमद अली जीनांची भूमिका अधिकाधिक ताठर होत चालली होती. मंत्रिमंडळात मुसलमानांची नेमणूक करणे काँग्रेसच्या हाती असू नये,

असा त्यांचा आग्रह होता. मंत्रिमंडळातल्या मुसलमानांसाठी ठरवलेल्या जागा मुस्लीम लीग म्हणजे जीना स्वत:च भरतील असा त्यांचा दुराग्रह होता. काँग्रेसने त्यांची ही अट मान्य केली तर 'काँग्रेस देशातल्या सर्व वर्गांचे प्रतिनिधित्व करते' हा दावा फोल ठरत होता आणि देशातल्या सर्व मुसलमानांचे प्रतिनिधित्व मुस्लीम लीगच्या म्हणजेच जीनांच्या मुठीत आहे हे मान्य केले असे ठरत होते! ही निरगाठ उकलण्यासाठी 'जीनांच्या नेतृत्वाखाली नवे केंद्रीय सरकार स्थापले तरी ते आपल्याला मान्य असेल' असे व्हाइसरॉयांना भेटून गांधीजींनी सांगितले. पंतप्रधानपदाच्या मुद्द्यावर गांधीजींच्या विरुद्ध अवाक्षरही न काढता त्यांचे म्हणणे निमूटपणे मान्य करणाऱ्या सरदारांनी जीनांना पंतप्रधान करण्याच्या गांधीजींच्या म्हणण्याला कडाडून विरोध केला. अर्थात, काँग्रेसच्या इतर पुढाऱ्यांनीही – त्यात जवाहरलालही आले हे उघडच आहे – या गोष्टीला विरोध केला. परिणामी, तो मुद्दा पुढे सरकला नाही. (मुळात असा प्रस्ताव खुद्द जीनांनाच मान्य नव्हता. त्याला कारणही होते. जीना पंतप्रधान झाले असते तरीसुद्धा केंद्रीय संसदेत बहुमत काँग्रेसचेच असणार होते. त्या संसदेकडे सत्ता सोपवून ब्रिटिश निघून गेले असते तर पंतप्रधान जीनांना काँग्रेसच्या बहुमतावरच अवलंबून राहावे लागले असते. बहुमतातील काँग्रेसने जीनांचा निभाव लागू दिला नसता. संभाव्य संसद लोकशाही तत्त्वांना अनुसरून बहुमताच्या धोरणानेच शासन करेल असे काँग्रेसाध्यक्ष जवाहरलालांनी एका जाहीर निवेदनाद्वारे यापूर्वीच सांगून टाकले होते.)

त्यानंतर दीर्घकाळ वाटाघाटी चालल्या. अखेरीस जवाहरलालांच्या पंतप्रधानपदाखाली काँग्रेस आणि मुस्लीम लीग यांचे संयुक्त सरकार स्थापन झाले खरे, परंतु विसंवादाने नखशिखांत भरलेल्या या विजोड जोडप्याच्या संसारात 'मधुचंद्रा'चा काळच लिहिला नव्हता. सरकारात असलेल्या मुस्लीम लीगच्या मंत्र्यांनी जवाहरलालांना आपला पंतप्रधान मानायलाच नकार दिला. सरकार तोडण्यासाठीच आम्ही त्यात सामील झालो आहोत अशी निर्लज्ज घोषणा जाहीरपणे करायला त्यांनी मागेपुढे पाहिले नव्हते. सरदार गृहमंत्री होते. गृहमंत्रीपद मुस्लीम लीगला मिळावे म्हणून जीनांनी सगळे प्रयत्न करून पाहिले होते. 'मला गृहमंत्रीपद सोडायला सांगितले, तर मी राजीनामा देऊन टाकीन आणि या मंत्रिमंडळात राहणार नाही,' असे सरदारांनी जवाहरलालांना आणि व्हाइसरॉय वेव्हेलांना अत्यंत ठामपणे बजावले होते. पंतप्रधानपद सोडायला तयार होणारे सरदार गृहमंत्रीपद सोडायला अजिबात तयार नव्हते, हे लक्षात घेतले पाहिजे. जातीयवादामुळे देशातले वातावरण अतिशय तंग

झाले होते. अशा बेबंदशाहीला आळा घालण्याचे अवघड काम सरदारांखेरीज अन्य कोणीच पार पाडू शकले नसते. गृहखात्याचा कारभार मुस्लीम लीगच्या हाती दिला असता, तर लीगने सुऱ्हावर्दींना हाताशी धरून कलकत्त्यास केलेल्या कत्तलीसारख्या देशभरात कत्तली केल्या असत्या. सरदारांनी खंबीरपणे गृहखाते राखले; परंतु बदल्यात मुस्लीम लीगने अर्थखाते मिळवले. अर्थखात्याचे मंत्री या नात्याने लियाकत अली खानांनी काँग्रेसकडे असलेल्या खात्यांना, विशेषतः गृहखात्याला निधीची चणचण भासेल अशा योजना हाती घेतल्या. नव्या वर्षाच्या अर्थसंकल्पात यू.पी.च्या मुसलमान जमीनदारांचा फायदा होईल आणि काँग्रेसला मदत करणाऱ्या उद्योगपतींचे नुकसान होईल अशा योजना त्यांनी आखल्या. लीगचे इतर मंत्री जवाहरलालांना पंतप्रधानच मानत नसल्यामुळे आपापल्या खात्याचा अहवाल ते जवाहरलालांऐवजी लियाकत अली खानांना देत. हे सगळे अर्थातच असह्य होते.

परिणामी, व्हायचे तेच झाले. आता एकमेकांसोबत राहणे अशक्य असल्याचे ब्रिटिश सरकारनेच नव्हे, तर काँग्रेस पुढाऱ्यांनी देखील मान्य केले. देशाची फाळणी जाहीर झाली आणि त्यासोबतच नकाशात अलग पिवळ्या रंगात दाखवल्या जाणाऱ्या ५६२ संस्थानिकांवरच्या ब्रिटिश सार्वभौमत्वाचाही अंत झाला. केंद्रीय शासन बदलल्यानंतर नव्या सरकारला, आंतरराष्ट्रीय कायद्यानुसार जुने करार यथावत पाळावे लागले असते किंवा प्रदेश ताब्यात घ्यावे लागले असते. देश सोडून जाणाऱ्या ब्रिटिश सरकारने ५६२ राजांवरच्या आपल्या सार्वभौमत्वाचा हक्क नव्या सरकारकडे सुपूर्द केला नव्हता. देशातील बहुतेक सर्व राजेरजवाडे '१८५७ सालापूर्वी होतो तसे आता आपण स्वतंत्र राजे होणार' असा अर्थ काढून मोकळे झाले होते. संस्थानिकांचे हे स्वप्न मूळ धरू लागले असते तर हिंदुस्थान आणि पाकिस्ताननंतर लवकरच हा देश शेकडो तुकड्यांत विभागला गेला असता. हिंदुस्थानच्या मधोमध असणारी हैदराबाद, भोपाळ, जुनागढसारखी राज्ये लीगच्या बाजूने होती आणि वेळ आली तर पाकिस्तानात सामील व्हायला तयार होती. जेसलमेर, बिकानेर आणि जोधपूरसारख्या राजस्थान-पाकिस्तानच्या सीमेवरील राज्यांना पाकिस्तानात सामील होण्यासाठी जीनांनी लालूच दाखवली होती. सौराष्ट्रातल्या राज्यांचा एक स्वतंत्र संघ स्थापून स्वतः त्याचे प्रमुख होण्यासाठी तिथल्या जामसाहेबांच्या हालचाली सुरू होत्या. त्यासाठी एक कोटी रुपयांचा निधी देण्याची त्यांनी तयारी ठेवली होती. म्हैसूरने तर ब्रिटिशांनी जप्त केलेला आपला प्रदेश परत मागितला होता आणि त्रावणकोरने आता आपण स्वतंत्र होत असल्याची घोषणा करून टाकली होती. अशा अतिशय बिकट

परिस्थितीत १९४७ सालच्या जुलै महिन्यात सरदारांनी सर्व राज्यांच्या विलीनीकरणासाठी निर्माण केलेल्या स्वतंत्र खात्याचा कारभार हाती घेतला.

एकेका राजाशी झालेल्या चर्चा, त्यातून उद्‌भवलेले प्रश्न, त्या प्रश्नांवर शोधलेले तोडगे... यांची कहाणी खूप लांबलचक आहे. स्वतंत्र भारतात राजेमहाराजांना स्थान असणार नाही अशी घोषणा जवाहरलालांनी आधीच केली होती. त्यांच्या निवेदनाने संस्थानिक भयचकित झाले होते. नवीन सरकारबाबत साशंक झाले होते. स्टेट्स डिपार्टमेंटचे मंत्री या नात्याने सरदारांनी व्हाइसरॉयांच्या उपस्थितीत सगळ्या संस्थानिकांना आश्वस्त करत म्हटले होते, "राजेमहाराजांच्या देशप्रेमाबद्दल माझ्या मनात कोणतीही शंका नाही. स्वातंत्र्याची फळे त्यांच्या प्रजेलाही चाखायला मिळायला हवीत अशी व्यवस्था आपण सर्वांनी मिळून करायची आहे." व्हाइसरॉय लॉर्ड मॉऊंटबॅटननी देखील सर्व संस्थानिकांना असाच धीर दिला.

इन्दूर आणि उज्जैन यांच्यात मोठेपणाबद्दल खूपच अहमहमिका होती. त्रावणकोर आणि कोचीन यांच्यात अबोला होता. 'नेहरू आपल्या मुळावर उठले आहेत, जीना आपली राज्ये स्वतंत्र ठेवायला तयार आहेत, तर आपण जीनांसोबत का जाऊ नये?' असे म्हणण्यापर्यंत जामसाहेबांची मजल गेली होती.

वयाची बहात्तरी गाठली असताना, प्रकृती ढासळत असताना, अखंड परिश्रम केल्यानंतरही गांधी, जवाहरलाल, समाजवादी, तथाकथित धर्मनिरपेक्ष या सगळ्यांचे फटकारे सहन करून अत्यंत त्रस्त झाले असतानाही सरदारांनी ही परिस्थिती अभूतपूर्व शांतपणे हाताळली. सदैव बदलत राहणाऱ्या, विकसित होत राहणाऱ्या सामाजिक अवस्थेत 'राजे आणि त्यांची राज्ये' हीसुद्धा प्रस्थापित झालेली आणि स्वीकारली गेलेली एक परंपरा होती. शेकडो वर्षांपासून राज्य उपभोगणाऱ्या राजांच्या मनात अन्यायाची अथवा अपमानाची भावना निर्माण न व्हावी अशा तऱ्हेने ती परंपरा नव्या परिस्थितीत सहजपणे मिसळली जावी अशी सरदारांची इच्छा होती. सरदारांचे ते वैशिष्ट्यच होते. ब्रिटिशांच्या शासनकाळात शासनव्यवस्थेतील लीगच्या बाजूचे अथवा काँग्रेसविरोधी असणाऱ्या सनदी अधिकाऱ्यांना स्वातंत्र्यप्राप्तीनंतर अपमानित करून दूर लोटण्याऐवजी त्यांचा अनुभव आणि त्यांची कार्यपद्धती यांचा देशाला जास्तीत जास्त लाभ व्हावा अशी यंत्रणा त्यांनी निर्माण केली. राजांच्या मामल्यातही त्यांनी हेच धोरण स्वीकारले. आजवर उपभोगलेले वैभवशाली जीवन एकाएकी हिसकावून घेण्याऐवजी त्यांचे जीवनमान हळूहळू कमी करत आणून काही दशकांनंतर ते सर्वसामान्य जनतेसारखे व्हावे, अशा प्रकारच्या वर्षासनांची

व्यवस्था त्यांनी योजली. राज्यांच्या वार्षिक उत्पन्नावर आधारित वर्षासनाची रक्कम वेगवेगळ्या राज्यांसाठी वेगवेगळी ठरवली. प्रसंगी आवाज चढवला, डोळे वटारले, क्वचित हातही उगारले आणि अगदीच निरुपाय झाला तेव्हा जुनागढ, हैदराबाद येथल्या मुसलमान शासकांचा समाचारही घेतला.

संस्थानांच्या विलीनीकरणाच्या संदर्भात, सरदारांनी वर्षासन देण्याचे मान्य केले त्यावरून काँग्रेसमधील काही तथाकथित 'प्रगतीशील' नाराज झाले. ५६२ राज्यांच्या एकूण पाच लाख चौरस मैल भूभागाच्या बदल्यात निश्चित केलेल्या वर्षासनांची एकूण रक्कम साडेपाच कोटी रुपये होत होती. त्या सगळ्या राज्यांचा खजिना आणि त्यांचे वार्षिक उत्पन्न जमेस धरता वर्षासनाची रक्कम एकूण मुद्दलाच्या व्याजाइतकीच होत होती. 'प्रगतिशीलां'चा विरोध पाहून राजेलोकांच्या शंका बळावत चालल्या होत्या. वर्षासन म्हणजे खरेदी-विक्रीचा एखादा करार नव्हे, राजांनी केलेल्या त्यागाच्या स्वीकारार्थ त्यांना वाहिलेली ती अंजली आहे; त्यामुळे एखादा सौदा म्हणून नव्हे तर पवित्र कर्तव्य म्हणून आपण संविधानात ते दाखल करून घेतले पाहिजे. पुढील काळात येणाऱ्या एखाद्या सरकारने आपल्या लहरीप्रमाणे वर्षासने रद्द करून वचनभ्रष्ट होऊ नये एवढ्यासाठी वर्षासने चुकती करण्याची तरतूद सरदारांनी संविधानातच करून ठेवली. "स्वातंत्र्यप्राप्तीच्या तोंडावरच हे ५६२ राजे असंख्य अडथळे निर्माण करू शकले असते; परंतु त्यांनी तसे केले नाही. म्हणूनच आपणही त्यांना सौजन्य दाखवून परतफेड केली पाहिजे." असे सरदारांनी त्या वेळी म्हटले होते.

सरदार ज्याला सौजन्य आणि आपले पवित्र कर्तव्य मानत होते त्या वर्षासनाचा विचार पंचवीस वर्षांतच आपल्या देशाच्या सरकारने गुंडाळून ठेवला. वंशपरंपरेने प्रत्येक पिढीत कमी होत जाणारी रक्कम १९७१ मध्ये केवळ चार कोटी रुपये होती. आज २०१० मध्ये ती जेमतेम एक-दोन कोटी रुपये राहिली असती. मोजता येऊ नयेत इतकी शून्ये असणाऱ्या जबरदस्त रकमांच्या सरकारी घोटाळ्यांच्या बेसुमार संख्येमध्ये आज एखाद-दोन कोटींची रक्कम जेवणातल्या चटणी-मिठाइतकीसुद्धा नाही. १९७१ मध्ये इंदिरा गांधींनी आणि त्यांच्या सरकारने केवळ राजकीय कारणांमुळे, राजांचे तनखे बंद करणारी घटनादुरुस्ती केली. आपल्या प्रतापी पूर्वजाने देशाच्या ऐक्यासाठी दिलेले पवित्र वचन आपण पाळले नाही. आपण आपला शब्द फिरवला. १९२९ मध्ये सरदारांना काँग्रेसाध्यक्ष होण्यापासून रोखले गेले. १९४६ मध्ये पुन्हा एकदा काँग्रेसाध्यक्ष आणि त्यानुसार पंतप्रधान होण्याचा अधिकार असतानासुद्धा त्यांना त्यापासून वंचित ठेवण्यात आले.

त्यांना भांडवलशहा म्हटले गेले, जातीयवादी म्हटले गेले आणि गांधीहत्येच्या संदर्भात देखील त्यांच्यावर हलगर्जीपणाचा आरोप करण्यात आला. या सगळ्याहूनही अधिक, सरदारांनी दिलेल्या पवित्र वचनाचा संवैधानिक अस्वीकार केल्यामुळे त्यांच्या आत्म्यावर मोठा अन्याय झाला आहे. इतर अन्याय सरदार हयात असताना झाले आहेत; पण हा अन्याय त्यांच्या निधनानंतर त्यांच्या आत्म्यावर झाला आहे. इथे राजेमहाराजांची बाजू घेण्याचा अजिबात उद्देश नाही, परंतु घाणेरड्या राजकारणाच्या तत्कालीन नगण्य लाभासाठी देशाने पूर्वजांशी एवढा मोठा द्रोह केला आहे, तो कलंक विसरता येणार नाही.

'तारा पातकने संभार मोरी माँ, रे हिंद मोरी माँ!' ('तुझे पातक आठव माझ्या माते, गे माझ्या हिंदमाते') असे राष्ट्रकवी मेघाणींचे एक गीत आहे. त्यात सामाजिक, राजकीय तसेच सांस्कृतिक क्षेत्रांत पाप म्हटले जाण्यासारख्या अनुचित घटनांची त्यांनी आठवण करून दिली आहे. भविष्यकाळात कुणी नवा मेघाणी जन्माला आला आणि त्याने नव्याने हे गीत लिहिले तर त्यात वर्षासने रद्द करण्याच्या घटनादुरुस्तीच्या पातकाचा समावेश होईल, असे प्रस्तुत लेखकाला वाटते.

हिंदू-मुसलमानांमधील जातीय तेढ म्हणजे या देशात आपले आसन बळकट करण्यासाठी ब्रिटिश शासकांनी निर्माण केलेली समस्या आहे की मुसलमान शासकांच्या काळातच निर्माण झालेली शेकडो वर्षे जुनी परंपरा आहे यावर बराच वाद होऊ शकेल. विसाव्या शतकात जातीयवादाने मर्यादा ओलांडली होती, ही गोष्ट नाकारता येणार नाही; परंतु आज फाळणी झाल्यानंतरही या एकविसाव्या शतकात जातीयवाद संपला आहे असे म्हणता येणार नाही. हा जातीयवाद म्हणजे नेमके काय ते सांगता येणे कठीण आहे. जगातल्या कोणत्याही देशात हिंदुस्थानातल्यासारखा जातीयवाद अस्तित्वात नाही. जगात वर्णभेद आहे परंतु धर्माबर आधारित जातीयवाद नाही. नखशिखांत जातीयवादी मानल्या गेलेल्या जीनांनी आपल्या राजकीय कारकिर्दीच्या आरंभी म्हटले होते, "I am first Indian and then Muslim." पाकिस्तान मिळवल्यानंतर आपल्या राजकीय कारकिर्दीच्या अखेरीस त्यांनी म्हटले होते, की पाकिस्तानात ना कोणी मुसलमान असेल, ना कोणी हिंदू असेल! कोणी शीख पारशी वा ख्रिस्ती नसेल. या देशात सर्वजण एकसमान पाकिस्तानी नागरिक असतील. आपल्या देशात गेल्या एखाद शतकापासून जातीयवाद हा राजकारण्यांसाठी मोठा सोयीस्कर शब्द बनला आहे.

सरदार जातीयवादी होते असा आरोप अधूनमधून त्यांच्यावर झाला आहे. मौलाना अबुल कलाम आझादांपासून ते जयप्रकाश नारायण किंवा महात्मा

गांधींसहित अनेकजण शंका बाळगून होते. अर्थात, कालांतराने महात्मा गांधींना तशी संधी लाभली नसली तरी मौलाना आझाद आणि जयप्रकाश नारायण यांनी 'सरदारांना समजून घेण्यात आपली चूक झाली' असे कबूलनामे प्रसिद्ध केले होते म्हणा! हा कबूलनामा प्रसिद्ध करायला इतका विलंब झाला, की तो सरदारांपर्यंत पोहोचण्याचा संभवच नव्हता.

ज्या प्रसंगांमुळे आणि निवेदनांमुळे सरदारांचे विरोधक त्यांना जातीयवादी ठरवतात ते प्रसंग आणि ती निवेदने आपण येथे बघू या.

१९३७ सालच्या निवडणुकांच्या वेळी निवडणूक निधीसंबंधी कारभार सरदारांच्या हातात होता. मुसलमान मतदारसंघात अधिक रक्कम खर्च करावी या मौलानांच्या आग्रहाशी सरदार जरी सहमत नव्हते, तरीसुद्धा त्यांनी आवश्यक तेवढा निधी पुरवला होता, हे आपण आधी पाहिलेच आहे. 'मुसलमान मतदारसंघात अशाप्रकारे पक्षपात केला गेला तर इतर संघांत असंतोष निर्माण होईल; एवढेच नव्हे, तर मुसलमान मतदारसंघातील काँग्रेस उमेदवारांमध्ये अधिकाधिक निधी मिळवण्याची स्पर्धा माजेल आणि अशा स्पर्धेला तोंड देणे शक्य होणार नाही,' या सरदारांच्या विचारसरणीला जातीयवादी कसे म्हणता येईल? मुसलमान मतदारसंघात काँग्रेसच्या मुसलमान उमेदवारासाठी अधिक पैसे खर्च केले तर मुसलमान मतदार काँग्रेसला मत देतील हे दिवास्वप्न आहे, जास्त खर्च करूनसुद्धा त्या जागा मुस्लीम लीगच्याच वाट्याला जातील हे सरदारांनी चांगले ओळखले होते. सरदारांच्या या सुस्पष्ट विचारधारेत तर्कदोष दिसतो का?

फाळणीनंतर दिल्लीतच राहिलेल्या मुसलमानांना असुरक्षित वाटत असल्याची त्यांची भावना पंतप्रधान जवाहरलालांपर्यंत पोहोचली. दिल्लीत विखुरलेल्या मुसलमानांना एकत्र करून मुसलमानबहुल वस्तीत आणावे म्हणजे आपण सुरक्षित असल्याची भावना त्यांच्यात निर्माण होईल अशीही एक मागणी पुढे आली होती. सरदारांनी या मागणीला विरोध केला. असे केले तर संपूर्ण दिल्ली शहर जातीयतेच्या मुद्द्यावर विभागले जाईल असा स्पष्ट इशारा त्यांनी दिला. पुढे जाता ही मागणी रद्द करण्यात आली; पण या विचारात कुठे आणि किती दोष आहे, याचा निर्णय कोणीही तटस्थ आणि बुद्धिमान माणूस करू शकेल.

फाळणीनंतर येथेच राहिलेल्या मुसलमानांच्या मनात येथे सुरक्षित असल्याची भावना निर्माण व्हावी आणि त्यांचे देशप्रेम टिकून राहावे यासाठी पंतप्रधान जवाहरलाल नेहरू म्हणाले होते, "सरकारने आणि त्याचबरोबर देशातल्या बहुसंख्यांकांनी मुसलमानांमध्ये अशा भावना निर्माण होण्यासाठी विशेष प्रयत्न

केले पाहिजेत. मुसलमानांच्या मनात कोणत्याही प्रकारचे भय अथवा उणेपणाची जाणीव राहणार नाही हे बघणे सरकारचे आणि बहुसंख्यांकांचे कर्तव्य आहे.'' यावर सरदारांनी जवाहरलालांना उत्तर दिले असे जरी म्हटले नाही तरी त्यांनी आपले विचार व्यक्त केले होते. ते म्हणाले होते, ''ज्यांना पाकिस्तान हवे होते त्यांना ते मिळाले. द्विराष्ट्रवादावर ज्यांचा विश्वास असेल त्यांनी तिकडे जावे आणि तिथे सुखाने राहावे. इथेच राहावे असे ज्यांनी ठरवले त्या मुसलमानांनी या देशाशी आपण एकनिष्ठ आहोत हे आपल्या कृतीद्वारे देशातल्या बहुसंख्याकांना पटवून द्यावे. त्यांचे हे कर्तव्यच आहे.'' वर वर पाहता, सरदारांना मुसलमानांच्या निष्ठेविषयी शंका आहे असे एखाद्याला वाटेल. देशातल्या नव्वद टक्के मुसलमानांनी पाकिस्तानच्या बाजूने मतदान केले होते. मुंबई, अहमदाबाद, लखनौ अथवा मद्राससारखे जे प्रदेश कधीच पाकिस्तानात जाणार नव्हते त्या प्रदेशातल्या मुसलमानांनीसुद्धा मुस्लीम लीगला पाठिंबा दिला होता. अशा परिस्थितीत कोणाही सर्वसामान्य बुद्धिमान माणसाच्या मनात शंका उत्पन्न झाली आणि त्या शंकेचे निर्मूलन होण्यासाठी निष्ठा दाखवण्याचा त्याने आग्रह धरला तर त्यात दोष कसा काढता येईल?

हैदराबादच्या कासीम रिझवीने धमकीवजा भाषेत सरकारला सुनावले होते, ''हैदराबाद विरुद्ध लष्करी कारवाई केलीत, तर हैदराबादमधील हिंदूंची काय गत होईल याचा विचार करावा.'' उत्तरादाखल सरदारांनी म्हटले होते, ''हिंदुस्थानातही कोट्यवधी मुसलमान राहतात हेदेखील तुम्ही लक्षात ठेवा.'' यात सरदारांचे काय चुकले?

अखंड हिंदुस्थानाच्या घटनासभेचे फाळणीनंतर दोन भाग झाले. पाकिस्तानी प्रदेशातील सभासद पाकिस्तानच्या संविधान सभेत गेले आणि हिंदुस्थानचे सभासद देशातल्या संविधान सभेत राहिले. ज्या मुस्लीम लीगने पाकिस्तान घडवला त्या मुस्लीम लीगच्या मुंबई, अहमदाबाद, मद्रास वगैरे भागातून निवडून आलेले सभासद आता भारतीय घटनासभेत होते. कालपरवापर्यंत जे पाकिस्तानची मागणी करत होते ते दुसऱ्या दिवसापासून हिंदुस्थानाचे संविधान घडवायला निघाले होते. लीगच्या अशाच एका सभासदाने एक मागणी केली. फाळणीकडे घेऊन जाणाऱ्या अलग मताधिकाराच्या मागणीसारखीच अलग मताधिकार आणि मुसलमानांसाठी आरक्षण विभाजित हिंदुस्थानाच्या घटनेत समाविष्ट करावे अशी ती मागणी होती. मागणीच्या समर्थनार्थ त्यांनी म्हटले, ''हिंदू वडीलभाऊ आहेत आणि मुसलमान लहान भाऊ आहेत. धाकट्या भावाचे म्हणणे ऐकले तर मोठ्या भावाला त्याचे प्रेम लाभेल अन्यथा धाकट्या भावाच्या प्रेमाला आपण पारखे होऊ.'' सरदारांनी यावर

उत्तर दिले, "धाकट्या भावाचे प्रेम गमावायची माझी तयारी आहे. तुमचे प्रेम आम्ही पाहून घेतले. तुम्ही आपल्या स्वभावात परिवर्तन घडवून आणायला हवे, नाहीपेक्षा मोठ्या भावाच्या प्राणावरच बेतणार आहे. आता ही चर्चा पुरे झाली. तुम्हाला सहकार्य करायचे आहे की तोडफोडीच्या युक्त्या वापरायच्या आहेत? भूतकाळ विसरून भविष्य सांभाळायची वेळ आली आहे. जे हवे होते ते तुम्हाला मिळाले आहे. पाकिस्तान होण्याला तुम्ही जबाबदार आहात. चळवळीच्या अग्रभागी तुम्हीच होतात, हे लक्षात ठेवा. आता तुम्हाला हवे तरी काय आहे? पुन्हा एकदा देशाचे तुकडे व्हावेत अशी आमची मुळीच इच्छा नाही."

१९४६ मध्ये अस्तित्वात आलेल्या मध्यावधी केंद्रसरकारात गझनफरअली खान मुस्लीम लीगचे मंत्री होते. "महंमद बिन कासीमच्या आणि महंमद गझनीच्या नेतृत्वाखाली आपण मूठभर सैनिकांद्वारे हिंदूंवर विजय मिळवला होता. अजूनसुद्धा आपण अल्पसंख्य असलो, तरी खुदाची मर्जी असेल तर करोडो हिंदूंना शिकस्त देऊ शकतो," असे त्यांनी म्हटले होते. हिंसेच्या धमकीने भरलेल्या या भाषेला प्रतिसाद देताना सरदारांनी जे निवेदन दिले, त्या निवेदनामुळे नाराज होऊन गांधीजींनी सरदारांवर ठपका ठेवला होता. ते निवेदन असे होते – "हिंसेने कोणताही प्रश्न सोडवला जात नाही. हिंसा केवळ हिंसेलाच जन्म देते. त्यामुळे हिंसेला हिंसेनेच उत्तर दिले जाणे हे स्वाभाविकच आहे."

सरदारांना जातीयवादी म्हणणाऱ्यांनी हे लक्षात ठेवले पाहिजे, की माहिती आणि प्रसारणमंत्री असताना सरदारांनी आकाशवाणीवरील उर्दू कार्यक्रम पुन्हा सुरू केले होते. उर्दू भाषेतील खास नियतकालिक सुरू करण्यासाठी जोश मलिहाबादी या मुसलमान कवीची संपादक म्हणून नेमणूक केली होती. हे जोश मलिहाबादी थोड्याच काळानंतर सरदारांशी द्रोह करून पाकिस्तानात गुपचूप निघून गेले.

भोपाळच्या नबाबांचा अखेरपर्यंत पाकिस्तानच्या बाजूने कल होता. मुस्लीम लीगला आणि पाकिस्तानला त्यांनी आर्थिक मदत केली होती. त्यांची कन्या म्हणजे पतौडीच्या नबाबाची बेगम ज्या वेळी दिल्लीच्या दंगलग्रस्त भागात अडकून पडली होती, त्या वेळी याच नबाबांनी सरदारांना विनंती केली होती, आणि सरदारांनी त्या महिलेला लष्कराच्या मदतीने सुरक्षितरीत्या विमानाने भोपाळला पाठवून दिले होते.

सरदार जातीयवादी नव्हते, परंतु स्वतःच्या थोबाडीत मारून घेऊन रस्त्यावरच्या गर्दीला खूश करणाऱ्या 'भागाबाई माकडिणी'सारखे निधर्मीदेखील नव्हते.

थेट १९४८-४९ मध्ये जवाहरलाल ज्या वेळी 'हिंदी चिनी भाई भाई'च्या घोषणा आळवत होते, त्या वेळी सरदारांनी उच्चारलेली सावधगिरीची वाणी आता जगजाहीर आहे. तिबेटवरचे चीनचे आधिपत्य जवाहरलालांनी मान्य केले तेव्हा सरदारांनी त्याला कडवा विरोध केला होता. चीन असा जर आपल्या सीमांवर येऊन ठेपला तर भविष्यकाळात चीन पाकिस्तानपेक्षाही विशेष धोकादायक ठरू शकेल ही गोष्ट सरदार पाहू शकत होते. जवाहरलाल आणि चिनी पंतप्रधान चाऊ-एन-लाय यांच्यातला पत्रव्यवहार वाचून सरदारांनी नेहरूंना सावध करताना म्हटले होते की, 'चिनी पंतप्रधानांची या पत्रातील भाषा एखाद्या मित्राच्या भाषेसारखी नाही.' युनायटेड नेशन्समध्ये चीनच्या सभासदत्वासाठी नेहरू उतावळे झाले होते, त्या वेळी थोडा धीर धरून जागतिक प्रवाहांचे नीट निरीक्षण करण्याचा सल्ला सरदारांनी दिला होता. (येथे एक गोष्ट ध्यानात घेण्याजोगी आहे. १९४५-४६ मध्ये चीन माओ त्से तुंग आणि चिआंग कै शेक या दोघांच्या सैन्यातल्या यादवी युद्धात सापडला होता. भारतीय सैन्याच्या इंग्रज सेनापतीने त्या वेळी म्हटले होते, "चीन तूर्त यादवीत अडकला आहे तोवरच भारताने तिबेटवर ताबा मिळवला पाहिजे. असे झाले नाही तर मग चीनच ते करेल.")

७-११-१९५० रोजी नेहरूंना लिहिलेल्या पत्रात सरदारांनी म्हटले आहे, "चिनी सरकार आक्रमणाचीच तयारी करत आहे. तिबेटशी ते ज्या प्रकारे वागत आहेत, ती शुद्ध लबाडी आहे. तिबेटवासियांनी आपल्यावर विश्वास ठेवला, आपण मात्र त्यांच्याशी द्रोह करत आहोत." या पत्राला १८-११-१९५० रोजी नेहरूंनी उत्तर दिले. "चीन आपल्यावर खरोखरच लष्करी हल्ला करेल हे मला तरी अशक्यप्राय वाटते. याप्रकारची शक्यताच मी नाकारतो."

सरदारांची दीर्घदृष्टी किती दूरवरचे बघू शकत होती, हे नंतर घडलेल्या घटनांनी सिद्ध करून दाखवले आहे.

सरकारतर्फे 'भारतरत्न' हा किताब देऊन अत्यंत विरळा आणि असामान्य व्यक्तींचे राष्ट्रीय स्तरावर ऋण मान्य केले जाते. असे किताब देणे ही ब्रिटिश परंपरा आहे. त्याचे विशेष मूल्य नसते.

ब्रिटिशशाहीत 'परंपरेशी त्या व्यक्तीची असलेली निष्ठा' या गोष्टीला त्या व्यक्तीच्या असामान्यत्वापेक्षा अधिक महत्त्व असे. भारत सरकारने असा काही निकष स्वीकारला नसला, तरी १९५० मध्ये दिवंगत झालेल्या, आपला वर्तमान राष्ट्रीय नकाशा घडवणाऱ्या सरदार पटेलांना 'भारतरत्न' सन्मान थेट १९९१ मध्ये राजीव गांधींसोबत देण्यात आला. तमिळ अभिनेता

आणि राजकारणी एम.जी. रामचंद्रन यांना त्याआधीच हा सन्मान प्राप्त झाला होता. १९५४ मध्ये चक्रवर्ती राजगोपालाचारी आणि १९५५ मध्ये जवाहरलाल नेहरू यांना त्यांच्या हयातीतच या सन्मानाने विभूषित केले गेले. मृत्यू झाल्यानंतर ४१ वर्षांनी 'भारतरत्न' सन्मान मिळवणारे सरदार या परंपरेत मृत्यूनंतर ४९ वर्षांनी हा सन्मान मिळवणाऱ्या गोपीनाथ बारडोलोई यांच्या खालोखाल दुसऱ्या क्रमांकावर आहेत.

सरदारांचे स्मारक तर जाऊच द्या, पण सरदारांची स्मृती जपण्यातही आपण किती कमी पडलो, त्यासंबंधी एका छोट्याशा गोष्टीने या स्मरणांजलीचे समापन करूया.

१९५४ मध्ये मौलाना आझाद यांचे निधन झाले. त्यांच्या मृत्यूनंतर दुसऱ्या-तिसऱ्या महिन्यातच संसदेच्या दालनात त्यांचे तैलचित्र लावण्याबद्दल जवाहरलालांनी संसदेला सुचवले. ग्वाल्हेरचे राजे शिंदे त्या वेळी तेथे उपस्थित होते. १९५० मध्ये निधन पावलेल्या सरदार पटेलांचे तैलचित्र अद्याप लावले गेले नसल्याचे त्यांच्या लक्षात आले. राष्ट्रपतींची भेट घेऊन त्यांनी सरदारांचे तैलचित्र संसदेत लावण्याची व्यवस्था केली. आपल्या स्वत:च्या खर्चाने त्यांनी अत्यंत तातडीने सरदारांचे चित्र काढवून घेतले. तेवढ्याच त्वरेने राष्ट्रपती राजेंद्रप्रसादांनी ते संसद भवनात लावले. त्या प्रसंगी सरदारांना श्रद्धांजली अर्पण करताना शिंदेंनी म्हटले होते, "Here is the man whom I once hated. Here is the man of whom I was afraid. Here is the man whom I admire and love!"

एक

"देशाची फाळणी होईल ती माझ्या मृतदेहावरूनच..." गांधीजींच्या या घोषणेनं देशाच्या दूरवरच्या, कानाकोपऱ्यात राहणाऱ्या कोट्यवधी हिंदूंच्या मनातील काळजी मिटली होती. या आपल्या मातीत रुजलेली मुळं उखडली जाणार नाहीत असा त्यांना धीर वाटू लागला होता.

नेत्यांनी मान्य केलेल्या फाळणीवर जेव्हा काँग्रेस महासमितीनं शिक्कामोर्तब केलं, तेव्हा मात्र याच कोट्यवधी लोकांचा धीर सुटला होता. फाळणी आता अटळ आहे, उंबरठ्याशी येऊन ठेपली आहे आणि केवळ अंगावरच्या कपड्यांनिशी बाहेर पडायचं म्हटलं तरी इथून सुरक्षितपणे निसटणं अशक्यवत आहे याची चाहूल सर्वांना लागली होती. काँग्रेस महासमितीच्या सभासदांना मतदानापूर्वी खुद्द गांधीजींनी म्हटलं होतं, "फाळणीला माझा व्यक्तिश: विरोध आहे. देशाची फाळणी केल्यानं हिंदू-मुसलमानांचा प्रश्न सुटेल असं मी मानत नाही, परंतु आता परिस्थितीच अशी आहे, की मला काय वाटतं याचा विचार करण्यापेक्षा वस्तुस्थिती काय आहे याचा विचार करून निर्णय घ्यायला हवा. तुमच्या नेत्यांनी फाळणी मान्य करून टाकली आहे. तुमच्यापुढे आता केवळ दोनच पर्याय उरले आहेत. जे तुमच्या नेत्यांनी मान्य केलं आहे ते अमान्य करून राष्ट्रीय आणि आंतरराष्ट्रीय स्तरावर त्यांना तुम्ही खोटे ठरवा आणि त्यामुळे होणाऱ्या परिणामांना सामोरं जायची तयारी ठेवा किंवा मग तुमच्या नेत्यांच्या निर्णयाचं समर्थन करा आणि फाळणी स्वीकारा."

गांधीजींच्या या उद्बोधनानंतर काँग्रेस महासमितीनं मोठ्या बहुमतानं फाळणी स्वीकारली. फाळणी मान्य झाली त्या क्षणी सभादालनातल्या एका कोपऱ्यात बसलेले सव्वासहा फूट उंच बादशहाखान – सरहद्द गांधी – हमसाहमशी रडत होते. बापूंनी त्यांच्या पाठीवर हात ठेवला तसं बादशहाखानांनी वर बघितलं. त्यांच्या त्या भल्यामोठ्या दाढीचा केस न् केस अश्रूंनी भिजला होता. त्यांच्याच्यानं बोलवतही नव्हतं. कसेबसे फक्त एवढंच म्हणाले, "बापू, आम्हाला लांडग्यांच्या तावडीत

दिलंत तुम्ही!'' झालं ते कमीच म्हणायचं. कॉंग्रेस महासमितीच्या बैठकीनंतर गांधीजी बाहेर येतात तोच, तिथे वाट पाहत बसलेल्या पत्रकारांच्या जमावानं त्यांना विचारलं, ''बापू, तुम्ही म्हणताय फाळणीला तुमची संमती नाही, मग आता तुम्ही एकटेच उपवास करणार का?''

बापू क्षणभर जागीच थबकले. शून्य नजरेनं त्यांनी चहूकडे पाहिलं. मग म्हणाले, ''सगळं बदलून गेलंय. कोणाविरुद्ध उपोषण करू? माझ्यासोबत आता कोणीच नाही. अगदी एकटाच उरलोय मी.''

बापूंपासून जरासं दूर उभ्या असलेल्या सरदार वल्लभभाई पटेलांनी बापूंचे व्यथित उद्‌गार ऐकले. त्यांना अधिक काळ तिथे उभं राहवेना. त्यांनी तोंड फिरवलं. कोणाच्या दृष्टीस पडणार नाही अशा बेतानं खांद्यावरच्या उपरण्याच्या शेवानं झटकन डोळे पुसून टाकले.

१९४६च्या उत्तरार्धात व्हाइसरॉय लॉर्ड वेव्हेल उरलेसुरले दिवस घालवत होते. दुसऱ्या जागतिक महायुद्धात पराजयाला टेकलेल्या ब्रिटनला विजयाच्या मार्गावर आणून सोडणाऱ्या पंतप्रधान विन्स्टन चर्चिलांना ब्रिटिश प्रजेनं एव्हाना निरोप दिला होता. युद्धकाळात चर्चिल चालतात; पण शांततेच्या काळात मात्र चालत नाहीत, असं काहीतरी विचित्र शहाणपण ब्रिटिश जनतेनं दाखवलं होतं आणि चर्चिलांना पदभ्रष्ट करून मजूर पक्षाचे प्रमुख असलेल्या क्लेमंट ॲटलींनी १०, डाऊनिंग स्ट्रीटवरून सगळी सूत्रं आपल्या हाती घेतली होती.

नवं सरकार लंडनपाठोपाठ दिल्लीतही सत्तेची सगळी सूत्रं लवकरच हाती घेईल, याबद्दल कोणाच्याही मनात शंका उरली नव्हती. मावळते व्हाइसरॉय वेव्हेल यांनी दिल्लीत नवीन केंद्रीय सरकार रचलं होतं. या मध्यावधी सरकारचं गृहखातं सरदार वल्लभभाई पटेलांकडे सोपवण्यात आलं होतं. संविधानानुसार स्वत: व्हाइसरॉयच या केंद्रीय प्रधानमंडळाचे नेता होते, परंतु प्रत्यक्षात मात्र 'पंतप्रधान' अशी उपाधी मिळाली नसली तरी पंतप्रधानपद जवाहरलाल नेहरूंनी सांभाळलं होतं.

राजधानीतल्या सर्वांत जास्त महागड्या भागात बंगले वाटून टाकून लूट माजवायची प्रथा जशी तोपर्यंत सुरू झाली नव्हती, तशीच स्मारकनिधीच्या नावानं राजधानीतील सर्वाधिक मूल्यवान जमीन कौटुंबिक ट्रस्टच्या मालकीची करून टाकण्याची लबाडीसुद्धा अजून सुरू व्हायची होती.

केंद्रीय गृहमंत्री झालेल्या वल्लभभाई पटेलांकडे दिल्लीत स्वत:चं घरच नव्हतं. खरं सांगायचं तर दिल्लीतच काय, पण गुजरातेत, अहमदाबादेत, बारडोलीत... फार काय, करमसदसारख्या लहान गावातसुद्धा स्वत:चं म्हणावं असं खासगी मालकीचं एकही घर त्यांच्यापाशी नव्हतं. दिल्लीत असताना

सरदार नेहमी घनश्यामदास बिर्लांचे पाहुणे म्हणून बिर्लाहाऊसमध्ये राहत. अहमदाबादला गेले की ते डॉ. कानूगा या आपल्या जिवलग मित्राच्या बंगल्यात उतरत तर कधी दादासाहेब मावळंकरांकडे राहत. कधी कधी तर साबरमती आश्रमाच्या किंवा गुजरात विद्यापीठाच्या एखाद्या खोलीत ते आपले दोन जोड कपडे असलेली पत्र्याची पेटी आणि हातचरखा एवढं सामान ठेवून देत. बारडोलीत असले की स्वराज्य आश्रमात त्यांचा उतारा असे. मुंबईत डाह्याभाई पटेल जिथे राहत असतील तिथे ते राहत. डाह्याभाई पटेलांचं घर आधी स्टँडहर्स्ट रोडवर होतं, त्यानंतर ते ऑपेरा हाऊसला राहायला गेले होते आणि शेवटी मरीन ड्राइव्हवर राहत होते. स्वातंत्र्योत्तर काळातल्या आपल्या अखेरच्या दिवसात मग मुंबईत असतानासुद्धा डाह्याभाईंच्या घरी राहण्याऐवजी बिर्लांचा पाहुणा म्हणून राहणं त्यांना अधिक आवडत होतं.

इंग्रज सरकारशी लढा देतेवेळी दिल्लीत घनश्यामदासांच्या बिर्लाहाऊसमध्ये राहणं वेगळं आणि ज्या सरकारविरुद्ध लढत होतो ते सरकार दूर करून झाल्यावर त्याच जागी कार्यभार सांभाळणं आणि तरीही बिर्लाहाऊसचा पाहुणचार घेत राहणं वेगळं! घनश्यामदासांच्या घरी राहून गृहमंत्री म्हणून कामकाज पाहण्यात औचित्य नव्हतं आणि सरकारतर्फे योग्य जागेची व्यवस्था तोवर झाली नव्हती.

सरदारांच्या मनाची अशी घालमेल होत असतानाच बनवारीलालांनी बोलता बोलता सहजच एक गोष्ट सुचवली. बनवारीलाल हे मुळात दिल्लीतले एक आघाडीचे उद्योगपती. अलीकडे राजकारणाची गोडी लागल्यानं काँग्रेसच्या त्यावेळच्या काही नेत्यांमध्ये त्यांची ऊठबस होऊ लागली होती. मैत्रीचे संबंध जुळले होते, त्यात सरदारांचे थोरले बंधू विठ्ठलभाई पटेल मुख्य होते. विठ्ठलभाई केंद्रीय संसदेच्या वरिष्ठ सभागृहाच्या स्पीकरच्या पदावरून कार्यभार सांभाळत होते. या काळात त्यांनी पुष्कळदा बनवारीलालांकडे पाहुणचार घेतला होता. विठ्ठलभाईंमुळे सरदारांचा बनवारीलालांशी संपर्क आला होता. बनवारीलालांच्या मनात जो आदर आणि सद्‌भाव विठ्ठलभाईंबद्दल होता तोच वल्लभभाईंबद्दलही होता. आदरणीय वाटणारे सरदार गेल्या काही वर्षांदरम्यान बनवारीलालांना जवळजवळ पूजनीय वाटू लागले होते. डॉक्टरी इलाज करवून घेण्यासाठी जिनीव्हाला जाताना विठ्ठलभाईंनी आपलं खासगी सामानसुमान, फायली, कागदपत्रं, पुस्तकं असं सर्व काही बनवारीलालांना सोपवून दिलं होतं. तेच बनवारीलाल आता सरदारांच्या मनातील बेचैनी दूर करण्याचा उपाय सुचवत होते.

"सरदार, बिर्लाहाऊसमध्ये राहून सरकारी कारभार पाहणं म्हणजे एकाच वेळी दोन घोड्यांवर स्वार होण्यासारखं आहे. आपली हरकत नसेल तर..."

"तर काय बनवारीलाल?"

"औरंगजेब रोडवरचा माझा बंगला आपल्याला सर्वस्वी अनुकूल होईल, असाच आहे. दुसरी आणखी चांगली काही तजवीज होईपर्यंत आपण त्या बंगल्यात राहावं!"

'१, औरंगजेब रोड' म्हणून प्रसिद्ध असलेला हा बंगला राजधानीच्या विशाल राजमार्गावरचा ऐन महत्त्वाचा समजला जात होता. विस्तीर्ण बगीचा आणि इतर सर्व सोयींनी संपन्न असलेला हा बंगला केंद्र सरकारचे गृहमंत्री सरदार पटेलांचे नवीन निवासस्थान बनला.

बंगल्यात राहायला येण्याच्या दोन दिवस आधी सरदारांची कन्या मणिबेन बंगला बघायला आल्या होत्या. सोबत थोडंफार सामान आणलं होतं. बंगल्याच्या दारात उभ्या असलेल्या चौकीदारांनी त्यांना पाहिलं. त्यांना मोठं नवल वाटलं. जीर्ण म्हणता येईल अशी अत्यंत साधी पांढरी साडी नेसलेल्या मणिबेन सरदारांच्या थोड्याशा सामानासकट मोटारमधून उतरल्या. पत्र्याच्या दोन पेट्या, तसलेच दोन-चार डबे आणि क्षुल्लक वाटावं असं इतर काही सामान ड्रायव्हरनं उतरवलं. चौकीदारांनी मणिबेनना यापूर्वी कधीच पाहिलं नव्हतं. 'सरदारांचं सामान घेऊन आज मणिबेन येतील आणि बंगल्यात सामान लावून घेतील,' एवढीच सूचना त्यांना मिळाली होती. सरदारांसारख्या महापुरुषाचं सामान त्यांची कन्या अशाप्रकारे स्वत: आणेल – तेही असलं आणि इतकंच – अशी कल्पनाही ते चौकीदार करू शकत नव्हते. तेवढ्यात त्यांनी जे पाहिलं, त्यामुळे तर ते हबकलेच. स्वत: मणिबेन एका हातात पेटी आणि दुसऱ्या हातात डबा घेऊन येत होत्या. धावत जाऊन त्यांनी मणिबेनना नमस्कार केला आणि त्यांच्या हातातलं सामान घेतलं.

सोबत आणलेलं सगळं सामान मणिबेननी बंगल्याच्या आतल्या बाजूच्या एका खोलीत ठेवून घेतलं अन् त्या बंगला पाहायला निघाल्या. पायऱ्या चढून गेल्यावर गोल व्हरांड्यासारखी मोकळी जागा होती. उजव्या अंगाला बाहेरच्या बाजूला काही खोल्या होत्या. प्रत्येक खोलीची मणिबेननी बारकाईनं पाहणी केली. कसल्याशा विचारात त्या बुडून गेल्या. 'इतक्या साऱ्या खोल्यांचं आम्ही काय करणार' हाच विचार सर्वप्रथम त्यांच्या मनात आला. बापूंच्या कचेरीसाठी एक खोली, एक त्यांच्या साहाय्यकांसाठी, भेटायला येणाऱ्यांसाठी एक खोली, एक बापूंची निजायची खोली आणि फारच झालं तर एखादी पाहुण्यांसाठी! पाच-सहा खोल्या खूप झाल्या. यापेक्षा जास्त खोल्या वापरायच्या म्हणजे तेवढ्या खोल्यांची साफसफाई करण्यात वेळ आणि शक्ती व्यर्थ घालवायची! बंगल्याच्या खोल्यांचा वापर कसा करावा याची साधारण रूपरेषा त्यांनी मनात योजून ठेवली. सरदार इकडे आले की त्यांच्याशी बोलून घ्यावं आणि जास्तीच्या खोल्या बंद करून ठेवाव्यात असं त्यांनी ठरवून टाकलं.

झालंही तसंच. दुसऱ्या दिवशी सरदार बंगला बघायला आले. अवाढव्य मोठा बंगला पाहून त्यांनी म्हटलं, "मणिबेन, अगं इतक्या भल्या मोठ्या बंगल्याची व्यवस्था तू पाहायला लागलीस, तर माझं काम केव्हा करशील गं?"

मणिबेन हसल्या. मुलीच्या अंतरीचा भाव पित्यानं अचूक जाणला होता. परम संतोषानं त्यांचा चेहरा खुलला.

"बापू," मणिबेन म्हणाल्या, "तुमची कामं करण्यापुरत्याच खोल्या मला हव्यात. आपण इथं खोल्या सांभाळत बसायला नाही आलो." असं म्हणून आदल्या दिवशी मनात योजून ठेवलेलं सगळं त्यांनी सरदारांच्या कानावर घातलं. मग म्हटलं, "हा सोपाच केवढा मोठा आहे बघा ना, पंचवीस-तीस माणसं अगदी सहज बसू शकतील इथे."

अशाप्रकारे '१, औरंगजेब रोड'ला ज्या दिवशी सरदार पटेलांचं अधिकृत निवासस्थान अशी मान्यता मिळाली, त्या दिवसापासून त्या बंगल्याच्या बहुतांश खोल्या केवळ साक्षीभावानं पुढील चार-एक वर्षांच्या काळाकडे बघणार होत्या.

या '१, औरंगजेब रोड'च्या असंख्य खोल्यांना साक्षीभावानं बघायला लावण्यानं मणिबेनचं काम संपत नव्हतं. बंगल्यातल्या वास्तव्याच्या पहिल्याच रात्रीतून मणिबेन तीन-चार वेळा जाग्या झाल्या. साधारणपणे दहा वाजायच्या सुमाराला सरदार निजायला जात आणि पहाटे चारच्या सुमाराला उठत. सरदारांना झोप लागेपर्यंत मणिबेन त्यांच्या सोबत असत. त्यानंतर त्या खोलीतलं टेलिफोन कनेक्शन शेजारच्या खोलीत घेऊन जात. सरदारांच्या हालचालींचा अंदाज लागेल अशा बेतानं मणिबेन त्या दोन खोल्यातलं दार किंचितसं उघडं ठेवत.

त्या रात्रीच मणिबेननी पाहिलं, वेगवेगळे रंगीत प्रकाश देणाऱ्या विजेच्या गोळ्यांनी बंगल्याभोवतालची बाग रात्रभर झगमगत होती. पहिल्यांदा जाग आली तेव्हा त्यांना वाटलं चौकीदार दिवे उशिरा बंद करत असतील. पहाटे चार वाजता सरदार उठले तशा मणिबेनपण जाग्या झाल्या. रात्री इतकीच आताही बाग दिव्यांच्या प्रकाशानं उजळलेली होती. रात्रभर बागेतले इतके सारे दिवे जळत ठेवण्यामागचं कारण त्यांना उमगेना. उठल्याबरोबर सरदारांचा दिनक्रम सुरू झाला होता. त्यामुळे मनातला विचार मणिबेनना बोलून दाखवता आला नाही. दिवस मावळल्यानंतर त्यांना थोडीशी फुरसत मिळाली. त्या वेळी दारापाशी उभ्या असलेल्या रखवालदारांना त्यांनी आपल्याजवळ बोलावलं.

"का रे बाबांनो, या बागेतले सगळे दिवे रात्रभर का बरं जळत ठेवता तुम्ही?" त्यांनी विचारलं.

असा काही प्रश्न पडू शकतो, हेच मुळात त्या रखवालदारांच्या कल्पनेपलीकडचं होतं. मणिबेनचा भाबडेपणा त्यांच्या लक्षात येईना. तरीसुद्धा अदब राखत त्यांनी

उत्तर दिलं, "बहेनजी, रात्रीच्या वेळी रंगीबेरंगी प्रकाशात बागेची शोभा जास्तच खुलून दिसते."

"पण रात्रीच्या वेळी ती शोभा बघायला येणार कोण? विजेचा खर्च मात्र उगाच वाढतो."

अशा बंगल्यात राहायला येणाऱ्या माणसांनी विजेच्या खर्चासारख्या किरकोळ खर्चाची चिंता करावी याचं रखवालदारांना फारच नवल वाटत होतं. विजेचा खर्च तो किती असणार आणि असलाच तरी अशा जागी राहणाऱ्यांनी त्याची चिंता करायची असते? मणिबेनच्या काळजीवर उत्तरादाखल रखवालदारांना शब्द सुचेनात.

रखवालदारांच्या मनातला गोंधळ लक्षात आल्यासारखं मणिबेन हलकेच हसून म्हणाल्या, "हे बघा, आजपासून बागेतले सगळे दिवे रात्री मालवून टाका. कोणी आलं गेलं तर कळावं एवढ्यापुरते अधलेमधले दोन-तीन दिवे सुरू ठेवा म्हणजे झालं. बाकी, रात्रीच्या वेळी बागेची शोभा बघायला कोण येतंय?"

रात्री झोपण्यापूर्वी नऊ वाजायच्या सुमाराला आपले खासगी चिटणीस शंकर आणि रियासती खात्याचे (States Departme) सेक्रेटरी मेनन या दोघांना सरदार भेटून घेत. दिवसभरात काय काय घडलं, कोणती कामं झाली, त्या अनुषंगानं उद्या काय करायचं यावर थोडावेळ बोलणं होई. मग त्यानुसार सरदार दोघांना आवश्यक त्या सूचना करत. सरदारांनी केलेल्या सूचना मुकाट्यानं जशाच्या तशा स्वीकारण्याऐवजी त्यावर स्वत:चं स्पष्ट मत नि:संकोचपणे व्यक्त करायची त्या दोघांना मोकळीक होती. त्यांचं म्हणणं सरदार ऐकून घेत. वाटलं तर एखाद-दुसरा प्रश्न विचारत आणि नंतर आपला आधीचा निर्णय कायम ठेवायचा की त्यात काही किरकोळ बदल करायचा ते ठरवत. त्यानंतर सविस्तर चर्चेला वाव उरत नसे. त्या वेळी मणिबेन त्या ठिकाणी हजर असल्या तरी काही न बोलता एका कोपऱ्यात चरख्यावर सूत कातत बसत. एरवीसुद्धा सरदार कोणाशी बोलत असतील तर मणिबेन क्वचितच मधे बोलत. संभाषणादरम्यान सरदारांनी एखादी गोष्ट मागितली तर मणिबेन ती क्षणात हजर करत.

शंकर आणि मेनन दोघं निरोप घेऊन गेले की, गरज भासली तर एखाद्या राज्याच्या मुख्यमंत्र्याला सरदार टेलिफोन करत. त्यानंतर मात्र ते फारसे कोणाला भेटत नसत. अपवाद आजचा. फाळणीनंतर पाकिस्तानचे पहिले हायकमिशनर म्हणून नियुक्त झालेले श्रीप्रकाश सकाळीच कराचीहून दिल्लीला आले होते. दिवसभराच्या भरगच्च कार्यक्रमामुळे सरदारांना भेटायला त्यांना फुरसत मिळाली नव्हती. तरीसुद्धा, काही महत्त्वाचं बोलण्यासाठी आपण रात्री साडेनऊनंतर भेटायला येऊ, असं त्यांनी सरदारांना फोनवर सांगून ठेवलं होतं. दुसऱ्या दिवशी सकाळी सात

वाजताच्या विमानानं ते कराचीला परतणार होते.

श्रीप्रकाशांना भेटायला सरदार उत्सुक होते. पाकिस्तानच्या दोन्ही भागातून चिंताजनक बातम्या येत होत्या. हजारो निर्दोष आणि असाहाय्य बिगरमुसलमानांची अगदी ठरवून निर्घृणपणे कत्तल होत होती. काश्मीर गिळंकृत करण्याच्या इराद्यानं टोळीवाल्यांचं निमित्त करून पाकिस्तान सरकारनं युद्ध आरंभलं होतं. श्रीप्रकाशांना याबद्दल काय माहीत आहे हे सरदारांना जाणून घ्यायचं होतं.

ठरल्यानुसार श्रीप्रकाश अगदी वेळेवर आले. नेहमीप्रमाणे बैठकीच्या खोलीत भेटण्याऐवजी सरदारांनी त्यांना आपल्या शयनकक्षातच बोलावून घेतलं. सरदार पलंगावर तक्क्याला रेलून पहुडले होते. श्रीप्रकाश त्यांच्यासमोर मोकळेपणानं सैलावून बसले.

"श्रीप्रकाश," सरदारांनी विचारलं, "लियाकत सरकार दंगे रोखण्यासाठी प्रामाणिक प्रयत्न करतंय असं वाटतं का तुम्हाला?"

"अजिबात नाही," श्रीप्रकाश म्हणाले, "तुम्हाला ठाऊक आहे सरदार, लियाकत आणि अब्दुल रब निश्तार दोघंही अगदी हाडाचे खोटारडे आहेत. सत्ता हाती येण्याआधी त्या दोघांवर जीनांचा तरी अंकुश होता, आता तोही उरला नाहीये."

"आपल्या सहकाऱ्यांमध्येसुद्धा जीनांनी विष पेरून ठेवलंय, त्याची फळं भोगण्यावाचून गत्यंतर नाहीच."

"तसंच झालंय. जीनांच्या प्रकृतीबद्दल पाकिस्तानात खासगीत तऱ्हतऱ्हेचं वेगवेगळं बोललं जातंय आणि त्यामुळेच जीना आणि लियाकत यांच्यात जास्तच अंतर पडत चाललंय." श्रीप्रकाशांनी माहिती पुरवली.

"असं असेल तर मग काश्मीर प्रश्नावर जीनांनी जे युद्ध पुकारलंय, त्याबद्दल तुम्हाला काय वाटतं?"

"काय वाटेल ते झालं तरी आपला अंकुश टिकवून ठेवण्यासाठी जीना प्रसंगी कोणताही धोका पत्करायला मागेपुढे पाहणार नाहीत. काश्मीर मिळवण्यापेक्षासुद्धा हिंदुस्थानला जास्तीत जास्त अडचणीत आणण्यात जीनांना अधिक स्वारस्य आहे."

"ते तुम्हाला कसं कळलं श्रीप्रकाश?" मिटून घेतलेले डोळे खाडकन उघडत सरदारांनी विचारलं.

"मी भेटलो होतो जीनांना. मुळातच रोड असलेले जीना आता तर निव्वळ हाडांचा सापळा बनलेत. लियाकत आणि त्यांचे साथीदार, त्या सगळ्यांबद्दल जीनांच्या मनात अपार असंतोष दाटलाय. मुंबईतल्या मलबार हिलवरच्या त्यांच्या बंगल्याची काळजी घ्यायला त्यांनी मला खास सांगितलं आहे."

"हं!" सरदारांनी सुस्कारा सोडला. श्रीप्रकाशांवर नजर रोखली. "हे सगळं तुम्ही पंतप्रधान जवाहरलालांना सांगितलंत?"

"हो!" श्रीप्रकाश उत्तरले, "पण जवाहरलाल मुळी हे मान्य करायलाच तयार नाहीत. काश्मीर प्रकरणात सगळं काही आपल्या नियंत्रणाखाली आहे आणि पाकिस्तानच्या अल्पसंख्यांकांचं रक्षण करायला लियाकत सक्षम आहेत, असंच त्यांना वाटतं." श्रीप्रकाश क्षणभर थांबले. मग किंचित कडवटपणे म्हणाले, "माफ करा सरदार, पण मला वाटतं जवाहरलाल खोटारडे आहेत, खोटं बोलतात ते!"

"तसं नाहीये श्रीप्रकाश," अतिशय जड आवाजात सरदार म्हणाले, "जवाहरलाल खोटारडे (liar) नाहीत, तर चुकीचं (untrue) बोलणारे आहेत."

सरदारांचं बोलणं न समजल्यागत श्रीप्रकाशांनी डोळे विस्फारले. त्यांच्या विस्फारल्या डोळ्यांमागचं मर्म उलगडल्यागत सरदारांनी पुढे म्हटलं, "ज्या माहितीच्या आधारावर जवाहरलाल आपलं मत बनवतात, ती माहिती मुळात चुकीची असते आणि अशी चुकीची माहिती पुरवणाऱ्यांवर त्यांचा अतिशय विश्वास आहे. मौलाना आझाद, अहमद किडवाई, व्ही.के. कृष्णमेनन आणि सरदार पणीक्कर हे सगळे जवाहरलालांचे माहिती पुरवणारे विश्वासाचे स्रोत आहेत. ज्या निर्णयाचा पायाच मुळात चुकीचा असतो, तो निर्णयही चुकीचाच ठरतो. म्हणून म्हणतो, जवाहरलाल खोटं बोलत नाहीयेत, ते चुकीचं बोलताहेत."

सरदार पहिल्यांदाच एवढं सविस्तर बोलले.

दोन

मणिबेननी एक नियम करून टाकला होता. भेटायला येणाऱ्या प्रत्येकाला ठरावीक वेळाची मुदत ठरवून दिलेली असे. ठरलेल्या मुदतीएवढा वेळ उलटून गेला की आधी त्या आपल्याजवळच्या घड्याळाकडे अशी काही नजर टाकत की भेटायला आलेल्या माणसाचं तिकडे लक्ष वेधलंच जावं! तरीसुद्धा त्यानं आपलं बोलणं तसंच रेटत नेलं, तर मणिबेन सरळ त्या माणसाच्या पुढ्यातच घड्याळ नेऊन ठेवत. त्यावरही भागलं नाही, तर मग त्या नाइलाजानं तेच घड्याळ वल्लभभाईंसमोर धरत. सरदारांच्या सगळ्या वेळा नीट सांभाळल्या जाव्यात आणि त्यांच्यावर कामाचा अधिक ताण पडू नये एवढाच त्यामागचा उद्देश असे. अर्थात, प्रत्येकवेळी मणिबेनना त्यात हमखास यश मिळे, असे नाही. मणिबेनचे हे सूचक 'समयदर्शन' सरदारांच्या ध्यानात येत असे, पण पुष्कळदा ते त्याकडे दुर्लक्ष करत.

आज तसंच झालं. मणिबेननी घड्याळसमोर धरलं, पण उत्तरादाखल सरदारांनी उजवा तळवा किंचितसा उंच केला. निजायची वेळ टळून गेली हे ठाऊक असूनही त्यांनी श्रीप्रकाशांशी संभाषण सुरू ठेवलं. श्रीप्रकाशसुद्धा कोणी नवखे नव्हते. पिता-पुत्रीमधला केवळ इशाऱ्यानं चाललेला संवाद त्यांच्या ध्यानात आला होता. सरदारांशी त्यांचं आगळंच नातं होतं. ते सरदारांचे अनुयायी नव्हते, सोबती होते. केवळ स्वयंसेवक वा कार्यकर्ता नव्हते, तर सरदारांशी बरोबरीनं बोलू शकण्याइतकी त्यांची जवळीक होती. मणिबेनच्या इशाऱ्यामागचं इंगित ओळखून जरासं हसत त्यांनी म्हटलं, "तुमची निजायची वेळ टळून चालल्यानं मणिबेन अस्वस्थ झाल्या आहेत ते मला माहीत आहे, पण आज मला तुमचा थोडा जास्त वेळ घ्यावाच लागेल. कराची आणि काश्मीर यांच्याइतक्याच महत्त्वाच्या एका गोष्टीकडे मला तुमचं लक्ष वेधायचं आहे."

लोडाला टेकून काहीसे सुस्तावलेले सरदार चटकन सावरून बसले.

"काय झालंय, श्रीप्रकाश?"

श्रीप्रकाशांनी स्वत:जवळच्या फाईलमधून एक छोटा कागद काढला. सरदार पाहत होते. श्रीप्रकाशांनी काळजीपूर्वक बाहेर काढलेला कागद म्हणजे कुठल्याशा वर्तमानपत्राचं कात्रण होतं. कराचीतल्या एखाद्या वर्तमानपत्रात छापून आलेली एखादी गोष्ट श्रीप्रकाशना आपल्या नजरेला आणून द्यायची असावी असं त्यांना वाटलं.

"सरदार," श्रीप्रकाश म्हणाले, "तसं पाहिलं तर जरा खासगी बाब आहे; परंतु प्रत्यक्ष नसला तरी अप्रत्यक्षपणे आपला सगळ्यांचा त्याच्याशी संबंध पोहोचतो म्हणून तुमच्या नजरेला आणून देतोय. कदाचित तुम्ही त्याबद्दल काही सांगू शकाल."

श्रीप्रकाशांनी कात्रण पुढे केलं. सरदारांनी हातात घेऊन त्यावर नजर टाकली. लोडापाशी ठेवलेला चश्मा उचलून घेतला. चश्म्याची एक काडी सैल झाल्यानं हलत होती त्यामुळे तो नाकावर नीट बसत नव्हता. सरदारांनी चश्म्याच्या दोन्ही काड्या दोन हातांनी धरून चश्मा नाकावर दाबून नीट बसवला. मग ते वाचू लागले. भारतीय हवाईदलाकडून पायलट-भरती करण्यासाठी संरक्षणखात्यातर्फे प्रसिद्ध करण्यात आलेली ती एक जाहिरात होती. सर्वसाधारणपणे कोणत्याही भरतीसाठी एखाद्या खात्याकडून जशी जाहिरात दिली जाते तशीच ती होती. उमेदवाराचं वय, शैक्षणिक पात्रता, शरीरस्वास्थ तसंच प्रशिक्षणाचा कालावधी, पगार, नोकरीसंबंधीच्या अन्य अटी इत्यादी गोष्टी नेहमीप्रमाणेच छापलेल्या होत्या. कात्रण दाखवण्यामागचा श्रीप्रकाशांचा हेतू सरदारांच्या ध्यानात आला नाही. नाकावरचा चश्मा जरा खाली करून त्यांनी श्रीप्रकाशांकडे पाहिलं. सरदारांच्या प्रश्नार्थक दृष्टिक्षेपाची श्रीप्रकाश जणू वाटच बघत होते. ते म्हणाले, "एकोणीसशे बेचाळीस साली आणि त्याआधी एकोणीसशे तीस-एकतीसमध्ये आपण देशातल्या तमाम विद्यार्थ्यांना इंग्रजी शिक्षण सोडून राष्ट्रीय शाळांत भरती होण्याचं आवाहन केलं होतं. संपूर्ण देशभरातल्या विद्यार्थ्यांसाठी आपल्यापाशी राष्ट्रीय शिक्षणाची किंवा राष्ट्रीय शाळांची सोय नव्हती. आणि तरीसुद्धा आपल्यावर विश्वासून लाखो तरुणांनी आपलं शिक्षण अर्धवट सोडून स्वातंत्र्यसंग्रामात जमेल तसा सहयोग द्यायला सुरुवात केली होती..."

"हे सगळं ठाऊक आहे मला श्रीप्रकाश!" सरदारांनी त्यांचं बोलणं अर्ध्यातच तोडत म्हटलं, "आज त्या गोष्टींची आठवण करून देऊन तुम्ही मला ही वर्तमानत्रातील जाहिरात कशासाठी दाखवत आहात?"

"त्याकडे येतोच," श्रीप्रकाश म्हणाले. "आपण सगळे तेव्हा तुरुंगात होतो. माझा मुलगा तपोवर्धन तेव्हा अठरा वर्षांचा होता. आपल्या आवाहनाला मान देऊन त्यानं कॉलेजचं शिक्षण अर्ध्यावरच सोडलं आणि प्रभातफेऱ्या, पिकेटिंग अशा तेव्हाच्या चळवळीत भाग घ्यायला सुरुवात केली. आज तो तेवीस वर्षांचा आहे. त्याला भारतीय हवाईदलात पायलट व्हायचं आहे. हवाईदलाच्या या जाहिरातीनुसार

पायलट होऊ इच्छिणाऱ्या भारतीय युवकांनी किमान पदवीधर तरी असलं पाहिजे अशी शैक्षणिक पात्रतेची अट आहे. तपो पदवीधर नाही. आज ही जाहिरात माझ्या हातावर ठेवून त्यानं माझ्यापुढे मोठा प्रश्न उभा केला आहे. तपोवर्धन पायलट व्हायला पूर्णपणे पात्र आहे, केवळ एक गोष्ट सोडून! तो पदवीधर नाही!''

जाहिरातीच्या कात्रणाचा तो क़ागदाचा तुकडा हातात धरून सरदार श्रीप्रकाशांचं बोलणं एकाग्रतेनं ऐकत होते.

''हे कात्रण देताना तपोनं मला एक प्रश्न विचारला सरदार. म्हणाला, तुमच्या सांगण्यावरून आम्ही कॉलेजं सोडली. आम्ही पदवीला मुकलो त्याला कारण तुम्ही. तुमच्यामुळे ज्यांची पदवीधर होण्याची संधी हिरावून घेतली गेली, त्यांना आज तुमचं सरकार असताना आता तुम्ही पदवीधर व्हायला सांगता यात कितपत औचित्य आहे?'' श्रीप्रकाशांनी दीर्घ श्वास घेतला. मग हलकेच आपलं बोलणं पूर्ण करत म्हणाले, ''तपोच्या प्रश्नात तथ्य आहे असं मला वाटतं सरदार. त्याच्या प्रश्नाचं मला उत्तर सापडत नाहीये, तेवढं हे उत्तर शोधायला तुम्ही मला मदत करावी अशी माझी विनंती आहे.''

सरदारांनी पापण्या जराशा वर उचलल्या. नाकावरचा चश्मा काढून घेतला. मनात कसला तरी हिशोब मांडत असल्यासारखे क्षणभर त्यांनी ओठ आवळून घेतले. मग म्हणाले, ''श्रीप्रकाश, तपोला म्हणावं दोन दिवसांनी मला भेट. आता हा प्रश्न केवळ तुमचा उरला नाही, माझाही आहे.''

श्रीप्रकाशांच्या चेहऱ्यावर विस्मय आणि संतोष दोन्ही भाव एकाचवेळी दाटून आले.

गुजरात विद्यापीठाची स्थापना व्हायला आता केवळ काही दिवसांचाच काय तो अवधी होता. राष्ट्रीय शिक्षण आणि राष्ट्रीय शाळा म्हणजे काय याबद्दल गांधीजींच्या मनात विलक्षण उलघाल होत होती. शिक्षणाबाबतचे आपले विचार कार्यान्वित करण्यासाठी त्यांनी गुजरात विद्यापीठाची संपूर्ण योजना आखली होती. या योजनेत काका कालेलकर, महादेवभाई देसाई, जीवतराम कृपलानी, किशोरलाल मश्रुवाला, रविशंकर महाराज आणि सरदार वल्लभभाई पटेल यांची त्यांना साथ होती. पाठ्यक्रम, शिक्षणपद्धती इत्यादी गोष्टी निश्चित केल्यानंतर विद्यापीठांच्या शिक्षकांच्या नेमणुकीचा प्रश्न चर्चेला आला, तेव्हा ही नवी शिक्षणपद्धती यशस्वीपणे कार्यान्वित करू शकणारे आचार्य म्हणून कोणाची निवड करावी या मुद्द्यावर चर्चा केंद्रित झाली. वेगवेगळी नावं पुढे येऊ लागली. त्या सर्व नावांच्या समर्थनपर तसंच विरोधात असणाऱ्या विविध मुद्द्यांवर विचार होऊ लागला. कोणत्याच नावावर सगळ्या नेत्यांचं एकमत होत नव्हतं.

चर्चेदरम्यान संपूर्ण काळात सरदार एखाद्या मूक प्रेक्षकाप्रमाणे बसून राहिले होते. पाठ्यक्रमाबद्दल अथवा शिक्षकांच्या नेमणुकीबद्दलसुद्धा त्यांनी कसलंच मत प्रदर्शित केलं नव्हतं. आचार्यांची निवड करताना सगळे नेते गोंधळून गेले आहेत असं वाटल्यावर मात्र ते हळूच म्हणाले, "तुम्हाला अधिक योग्य आचार्य सापडत असेल तर उत्तमच आहे, अन्यथा आचार्यपदावर तुम्ही माझी नेमणूक केलीत तर मी आपली सेवा रुजू करायला तयार आहे."

सरदारांचा हा अत्यंत अनपेक्षित प्रस्ताव ऐकून काहींना अतिशय आश्चर्य वाटलं, तर कोणी अगदी थक्क झाले. एक-दोघांना हसू फुटले. विद्यापीठाच्या आखणीविषयी जेव्हा केव्हा चर्चा होत होती, तेव्हा सरदारांनी क्वचितच सक्रिय रुची दाखवली होती. आता ऐन शेवटच्या क्षणी एकाएकी आचार्यपदासाठी त्यांनी स्वत:चं नाव सुचवावं ही गोष्ट बुचकळ्यात टाकणारी होती. लाखभर माणसांच्या सभेला सरदार समजावू शकतील, इंग्रज अधिकाऱ्यांना आपलं म्हणणं पटवून देऊ शकतील; पण विद्यापीठाच्या वर्गात बसलेल्या पाच-पन्नास विद्यार्थ्यांना फळा-पुस्तकाच्या मदतीनं काही समजावून देऊ शकतील हे गांधीजींसह कोणाच्याच पचनी पडत नव्हतं.

"विद्यापीठाचे आचार्य म्हणून नियुक्त झाल्यावर तुम्ही विद्यार्थ्यांना काय शिकवाल ते तरी सांगा वल्लभभाई!" तिथे उपस्थित असलेल्या सगळ्यांच्या मनात घोळत असलेल्या प्रश्नाचा पडसाद उमटावा त्याप्रमाणे गांधीजींनी विचारलं.

"विद्यापीठाचा आचार्य या नात्यानं मला विद्यार्थ्यांना काही शिकवायचंच नाहीये." सरदार शांतपणे उत्तरले. "नवी पिढी जे काही शिकली आहे, ते त्यांना विसरायला लावायची गरज आहे. हे काम मी करीन. आजवरचं शिकलेलं एकदा का त्यांना विसरायला लावलं, की त्यानंतर जे काय शिकवायचं असेल त्यासाठी या जीवतरामसारख्या नव्या आचार्यांची मी नेमणूक करीन." खोलीतले एकजात सगळे जण खळखळून हसले. त्यांच्या हास्याचे पडसाद कितीतरी वेळ खोलीत निनादत होते.

दुसऱ्या दिवशी सकाळी सरदारांनी आपले खासगी चिटणीस शंकर यांना बोलावून घेतलं. श्रीप्रकाशांनी आदल्या रात्री दिलेलं वर्तमानपत्राचं कात्रण सरदारांनी त्यांच्या हाती ठेवलं. शंकरांनी निमिषार्धात त्यावरून नजर फिरवली आणि सरदारांकडे पाहिलं.

"शंकर," सरदार म्हणाले, "हवाईदलाच्या पायलटसाठी भरतीच्या नियमांविषयी संरक्षणखात्याच्या कचेरीतून थोडी माहिती मिळवायची आहे."

"जी."

"या भरतीसाठी पदवीधर असणं ही किमान शैक्षणिक पात्रता असल्याचं म्हटलं

आहे. यात काही धोरणात्मक अपवाद आहे का याची माहिती काढायची आहे. हा नियम केव्हा अमलात आला. अमलात आणल्यानंतर त्यात कधी काही अपवाद केला गेला असेल तर त्याचे तपशील तातडीनं हवे आहेत.''

शंकर काय ते समजले. त्यांनी कात्रण आपल्या पोर्टफोलिओत ठेवून दिलं.

त्याच दिवशी रात्री दिवसभराच्या कामकाजाचा अहवाल दिल्यावर सरतेशेवटी शंकर सरदारांना म्हणाले, ''भारतीय हवाईदलाच्या पायलटभरतीत पदवीधरांखेरीज कोणालाच घेता येणार नाही असा नियम पुष्कळ वर्षांपासून अमलात आणला जात आहे.'' बोलता बोलता त्यांनी कात्रणाचा कागद सरदारांसमोर धरला. ''या नियमात कधीही कोणताही अपवाद करण्यात आलेला नाही, पण...''

''पण काय शंकर?''

''पण पदवीधर असण्याची अट असली तरी इतर सर्व गोष्टींच्या पात्रतेची व्यवस्थित पूर्तता होत असेल, तर इंडियन एअरलाइन्समध्ये मात्र थोडीफार सूट दिली जाते.''

सरदारांनी ते कात्रण आपल्याकडे घेतलं.

''शंकर, श्रीप्रकाशांच्या तपोवर्धनला पायलट व्हायचं आहे. हवाईदलात आपल्याला त्याच्यासाठी अपवाद करायला लावता येणार नाही. ते नियमांचं उल्लंघन करणं ठरेल, पण इंडियन एअरलाइन्समध्ये नियमाला अनुसरून जर अपवाद करणं शक्य होत असेल, तर आपण त्याची शिफारस करू. मी त्याला तुमच्याकडे पाठवीन. यथोचित काय ते तुम्ही करा.''

शंकरनी मान डोलावली.

त्यानंतर तपोवर्धन सरदारांना भेटला. सरदारांनी त्याला शंकरकडे पाठवून दिलं. शंकरनी आवश्यक ती सर्व व्यवस्था केली. पुढच्याच महिन्यात तपोवर्धन इंडियन एअरलाइन्सचा प्रशिक्षणार्थी पायलट म्हणून रुजू झाला.

तपोवर्धन शिक्षणार्थी पायलट झाल्यानंतर थोड्याच दिवसांत श्रीप्रकाश पुन्हा एकदा दिल्लीला आले. या वेळीही त्यांनी नेहमीच्या प्रथेनुसार सरदारांची भेट घेतली. महत्त्वाच्या गोष्टींबद्दल आणि इतर किरकोळ तपशीलाबद्दल चर्चा झाल्यावर सरदारांनी अचानकच विचारलं, ''तुमचा तपो इंडियन एअरलाईन्समध्ये लागल्यावर खूश आहे ना?''

बोलणं आटोपलं असं समजून जाण्यासाठी उठलेले श्रीप्रकाश पुन्हा खाली बसले. सरदारांकडे एकटक पाहत म्हणाले, ''हाच प्रश्न मी तपोला विचारला होता तेव्हा त्यानं म्हटलं होतं, खूश असण्याबद्दल तुम्ही मला विचारताय डॅडी? मी श्रीप्रकाशांचा मुलगा असल्यामुळे माझ्याबाबतीत हे सर्व घडू शकलं, परंतु ज्यांचे वडील श्रीप्रकाश नाहीत आणि ज्यांची व्यथा सरदारसाहेबांच्या कानांपर्यंत पोहोचत

नाही अशा लाखो तरुणांचं काय? त्यांनीसुद्धा तुमच्या सांगण्यावरूनच शिक्षण सोडलं होतं...''

सरदार आणि श्रीप्रकाश दोघंही एक क्षण गप्प झाले.

''खरंय तपोचं म्हणणं!'' सरदार उद्‌गारले. ''स्वातंत्र्य मिळताक्षणीच ताबडतोब अशा मूलभूत प्रश्नांवर उपाय शोधण्याऐवजी आपण वेगळ्याच वाटांनी निघालो आहोत. असंच होत राहिलं, तर येत्या काळात लोक असंही म्हणतील, की यापेक्षा तर इंग्रजांचं राज्य बरं होतं!''

''इंग्रज शासनाविरुद्धच्या लढ्यातून आपण आता मुक्त झालोय, सरदार!''

''होय, पण त्याहूनही अधिक कठीण लढाईची आता कुठे सुरुवात झाली आहे.'' सरदार म्हणाले. ''इंग्रजी शिक्षण आणि जातीयवाद या दोहोंचा नागपाश संपूर्ण देशाला विळखा घालून गिळंकृत करून टाकेल अशी चिन्हं दिसत आहेत. त्याविरुद्ध लढणं अजून बाकी आहे.'' दीर्घ श्वास घेत सरदारांनी बोलणं पूर्ण केलं.

सहा एक महिने लोटले असतील. एके दिवशी शंकरनी रोजच्याप्रमाणे महत्त्वाचं टपाल सरदारांकडे दिलं. मद्रासहून आलेली श्रीप्रकाशांची तार सर्वांत वर होती. मद्रासला एका विमान अपघातात तपोवर्धनचा मृत्यू झाल्याची दु:खद बातमी त्यांनी कळवली होती.

तारेच्या कागदाकडे सरदार बघत राहिले.

कित्येक वर्षांपूर्वी तरुण बॅरिस्टर वल्लभभाई झवेरभाई पटेल आणंदच्या न्यायालयात आपल्या अशिलाच्या वतीनं युक्तिवाद करत असताना त्यांना अशीच एक तार मिळाली होती. कामा इस्पितळात ऑपरेशन दरम्यान त्यांची पत्नी झवेरबा यांचं अवसान झाल्याचं मुंबईहून विठ्ठलभाईंनी कळवलं होतं. वाचून झाल्यावर मुकाट्यानं तार खिशात सरकवून बॅरिस्टर वल्लभभाईंनी युक्तिवाद करण्याचं आपलं काम आधीच्याच आवेशात सुरू ठेवलं होतं. संध्याकाळी न्यायालयाचं कामकाज आटोपल्यावर मग लोकांना सरदारांच्या पत्नीच्या मृत्यूचं वृत्त समजलं होतं.

आज मात्र बहात्तर वर्षांचे, 'लोहपुरुष' मानले गेलेले केंद्रसरकारचे उपपंतप्रधान तपोच्या मृत्यूचं वृत्त दोन-तीन वेळा वाचून झाल्यानंतरही तारेचा तो कागद पटकन दूर सारू शकले नाहीत.

...कारण तपोवर्धननं विचारलेल्या प्रश्नाचं उत्तर अजूनही त्यांना सापडलं नव्हतं. तपोवर्धननं विचारलेला तो विराट प्रश्न जणू जबडा वासून या तारेच्या अक्षरांमधून चारही दिशांनी सरदारांवर चालून येत होता!

तीन

एकोणीसशे पंचेचाळीसच्या अखेरीस ब्रिटनमध्ये सत्तापालट घडून आला. युद्ध जिंकणाऱ्या चर्चिलच्या हुजूरपक्षाचा पराभव झाला आणि क्लेमंट ॲटली यांचा मजूर पक्ष सत्तेवर आला. ॲटलीसहित मजूरपक्षाचे सर्व नेते 'हिंदुस्थानला स्वराज्य देण्यासाठी मजूरपक्ष युद्ध संपल्यावर लगेच उचित कार्यवाही करेल' अशी जाहीरपणे ग्वाही देऊन चुकले होते. ॲटलींनी आपलं वचन पाळलं. युद्ध संपलं आणि सत्तेची सूत्रं हाती घेतल्या घेतल्याच हिंदुस्थानचा राजकीय गुंता सोडवण्यासाठी पावलं टाकायला त्यांनी सुरुवात केली.

सर्वांत पहिलं पाऊल उचललं ते निवडणुकीचं. मध्यवर्ती कायदेमंडळ आणि प्रांतिक कायदेमंडळ पुनर्जीवित करण्यासाठी हिंदुस्थानात निवडणुका जाहीर करण्यात आल्या. या निवडणुका म्हणजे सार्वत्रिक मताधिकार नव्हता. हे सभासद निवडायचा अधिकार देशातल्या सर्वच प्रौढ नागरिकांना नव्हता. देशभरातल्या एकूण प्रौढ नागरिकांपैकी केवळ चौदा टक्के मतदार मतदान करू शकतील अशीच व्यवस्था होती. शैक्षणिक पात्रता, आर्थिक पात्रता या आणि अशाच तऱ्हेच्या इतर पात्रतांच्या अटी अशा काही पद्धतीनं घालण्यात आल्या होत्या, की केवळ साडेतीन कोटी मतदारच मतदान करू शकले असते.

असं असूनही देशातल्या जवळपास सर्वच राजकीय पक्षांनी या निवडणुकीत भाग घेतला. निवडणुकीचा निकाल लागला तो बहुतांशी पूर्वनिर्धारितच होता. जवळजवळ सर्व मुस्लीम जागा मुस्लीम लीगनं जिंकल्या आणि जवळपास सर्वच बिगरमुस्लीम जागा काँग्रेसला मिळाल्या.

सरदार काँग्रेसच्या संसदीय बोर्डाचे मुख्य होते. निवडणुकींचे निकाल जाहीर होताच, एक अत्यंत महत्त्वाची गोष्ट त्यांच्या डोळ्यांत भरली. सिंधच्या साठपैकी सत्तावीस जागा लीगला, बावीस जागा काँग्रेसला, पाच जागा लीगमधून बंड करून फुटून निघालेल्या अल्लाहबक्ष आणि त्यांच्या साथीदारांना मिळाल्या होत्या. इतरत्र

एक-एकटे असे सहा जण निवडून आले होते. सरदारांनी मनातल्या मनात हिशोब केला. सिंध हे मुस्लीम लीगचं महत्त्वाचं कार्यक्षेत्र होतं. पंजाबात आणि बंगालमध्ये जीनांचे विरोधक प्रबळ होते. पंजाबचे सिकंदर हयातखान आणि बंगालचे फजलूल हक या दोघांनी जीनांचं वर्चस्व पूर्णपणे मान्य केलं नव्हतं. सिंधमध्ये लीगला पूर्ण बहुमत मिळालं नसल्यानं इतरांच्या मदतीशिवाय लीगचं सरकार अस्तित्वात येऊ शकत नव्हतं. बंडखोर आणि जीनांना डोईजड झालेले अल्लाहबक्ष आणि त्यांचे साथीदार यांनी जर काँग्रेसला साथ दिली तर मुस्लीम लीगला हरवून तिथे नवं सरकार स्थापन करता येईल. त्यासाठी वाटल्यास अल्लाहबक्ष आणि त्यांचे साथीदार यांना नव्या मंत्रिमंडळात सामावून घ्यावं, समजा अशी काही तोड नाहीच निघू शकली तर अल्लाहबक्षांनी आपल्या साक्षीदारांसह स्वत:चं सरकार आणावं आणि काँग्रेसच्या बावीस सभासदांनी त्यांना बाहेरून पाठिंबा द्यावा! असं घडू शकलं तर जीनांच्या पाकिस्तानचं कराचीत म्हणजे होऊ घातलेल्या राजधानीतच दफन करून टाकता येईल. सरदार तेव्हा मुंबईत होते. तिथूनच त्यांनी अल्लाहबक्षांशी संपर्क साधला.

सरदारांनी आपल्या योजनेला गती दिली, त्याच दिवशी रेडिओवरून प्रसारित झालेली धक्कादायक बातमी त्यांनी ऐकली. बातमी एवढी अनपेक्षित होती की एरवी शांत असणारे सरदार घडीभर अस्वस्थ झाले.

त्या वेळी मौलाना आझाद काँग्रेसाध्यक्ष होते. काँग्रेसपक्ष सिंधमध्ये सरकार रचण्याचा कोणत्याही प्रकारचा दावा करणार नाही, एवढंच नव्हे तर दुसऱ्या कोणत्या पक्षाशी सहकार्यही करणार नाही अशी जाहीर घोषणा त्यांनी काँग्रेसाध्यक्ष या नात्यानं केली होती. बातमी ऐकून सरदारांनी मोठा सुस्कारा सोडला. थोडा वेळ ते तसेच गप्प बसून राहिले. मणिबेन तिथेच होत्या. सरदारांची अस्वस्थता त्यांना कळली.

"काय झालं बापू? देशात बहुतकरून सगळीकडे काँग्रेसचं सरकार येईल अन् केंद्रात संसदेतसुद्धा काँग्रेसलाच मोठं बहुमत मिळालं आहे..."

"मणिबेन," सरदार म्हणाले. "आज वाटतंय, मौलाना आझाद सुरुवातीपासूनच काँग्रेसऐवजी मुस्लीम लीगचे अध्यक्ष झाले असते, तर संपूर्ण देशाचा फार मोठा फायदा झाला असता."

"असं का बरं म्हणता बापू?"

"मौलाना मुस्लीम लीगमध्ये असते तर देशभरातल्या मुसलमानांना त्यांच्या उदारमतवादाचा लाभ झाला असता, कडव्या जातीयवादी मुसलमानांना ते इस्लामचा खरा अर्थ समजावू शकले असते आणि उभा देश असा जातीयवादात भरडून निघाला नसता... आणि काँग्रेसही या माणसापासून बचावली असती." एवढं बोलल्यावर सरदार थोडे थांबले. मग पुन्हा म्हणाले, "साक्षात कराचीत पाकिस्तानची कबर

खोदता आली असती, त्याऐवजी तिथे आता मौलानांनी पाकिस्तानला भक्कम करून टाकलं.''

आता सरदारांच्या हातात काही उरलं नव्हतं. काँग्रेसनं अल्लाहबक्षांना साथ दिली नाही तर काय वाटेल ते करून जीना या बंडखोरांना पुन्हा आपल्याकडे ओढून घेऊन लीगचं सरकार स्थापन केल्यावाचून राहणार नव्हते हे निश्चित!

अल्लाहबक्षांना मुस्लीम लीगमध्ये सामावून घेऊन नवं सरकार रचायचे प्रयत्न जीनांनी केलेच; परंतु त्यांच्या दुर्दैवानं अल्लाहबक्ष फारच बेरकी निघाले. त्यांना जीनांच्या मदतीनं सिंधमध्ये स्वत:चं सरकार आणायचं होतं. वातावरण भलतंच तंग झालं होतं. ओढाताणीच्या या भयंकर वातावरणातच अचानक एक बातमी येऊन थडकली. कोण्या हल्लेखोरानं अल्लाहबक्षांची हत्या केली होती! मारेकरी हत्या करून पळून गेले होते आणि त्यांचा काही माग लागत नव्हता.

काही झालं तरी स्वातंत्र्य मिळणार हे एव्हाना निश्चित झालं होतं. हिंदुस्थानवर युनियन फडकत ठेवण्यात आता ब्रिटिशांना फारसं स्वारस्य उरलं नव्हतं. सतराव्या शतकात मोगल बादशहा जहांगीर याच्या दरबारात हाती नजराणे घेऊन कुर्निसात करत ब्रिटिश ईस्ट इंडिया कंपनीच्या सर थॉमस रोनं व्यापार करण्याची शहेनशाहाकडे परवानगी मागितली होती. शक्य तेवढं जास्तीत जास्त धन गोळा करणं हा एकमात्र हेतू त्यामागे होता. केवळ पैसे गोळा करण्यासाठीच कंपनीला व्यापार करायचा होता. पाच हजार मैलांवरून इथे आलेल्या इंग्रजांना त्या वेळी कोणत्याही भूमीची भूक नव्हती. ढाक्क्याच्या मलमलीपासून थेट मयूरासनापर्यंतच्या विविध संपत्तीनं त्यांचे डोळे दिपले होते. व्यापाराच्या मिषानं त्यांना ही संपत्ती ब्रिटनला न्यायची होती. हिंदुस्थानची शासनधुरा त्यांना कधीच आपल्या हाती घ्यायची नव्हती. ती भेट हिंदुस्थानच्या तत्कालीन राजा-महाराजांनी त्यांना आपणहून अर्पण केली होती. एखादं फळ अलगद, आगरूक गुखी गटानं तसं ब्रिटिश व्यापाऱ्यांना हिंदुस्थानचं मयूरासन तर मिळालंच, जोडीला दिल्लीचं राज्यही हाती आलं. आता मात्र या देशात पाऊंड-शिलींग-पेन्सच्या भाषेत विशेष रस घेण्याजोगं काही उरलं नव्हतं. ब्रिटिश व्हाइसरॉय वेव्हेल ज्याला 'मॅड हाऊस' म्हणत, तसल्या या देशाला व्यर्थ सांभाळत बसण्याचा खटाटोप करण्यात १०, डाऊनिंग स्ट्रीट अथवा बर्मिंगहॅम पॅलेसमधल्या कोणालाही स्वारस्य नव्हतं... एक जण सोडून! एक जबरा माणूस! हिंदुस्थानचं संपूर्ण शोषण करून झाल्यानंतर हाडंसुद्धा चोखण्यात त्याला आनंद मिळत होता. त्याचं नाव विन्स्टन चर्चिल. हिंदुस्थानला स्वातंत्र्य द्यावंच लागणार असेल, तर त्याचे शक्य तेवढे तुकडे करून टाकावेत, असं धोरण लंडनमध्ये विरोधी पक्षात बसल्या बसल्या तो घडवत होता.

ब्रिटिशांची गच्छन्ति आता अटळ आहे असं मानणाऱ्या समस्त हिंदी लोकांना आता समजून चुकलं होतं, की देश फाळणीच्या दिशेनं फरफटला जात आहे. देशभरात अविश्वासाचं आणि हिंसाचाराचं साम्राज्य पसरलं होतं. होऊ घातलेली फाळणी खरोखरच प्रत्यक्षात झाली, तर हिंसाचार बळावणार होता. एवढंच नव्हे, तर नव्यानं निर्माण होणाऱ्या राज्यांमध्ये कलहाची, द्वेषाची आणि हिंसाचाराची शक्यतासुद्धा बळावणार होती. दुसऱ्या महायुद्धाचा भयानक विनाश साऱ्या दुनियेनं नुकताच बघितला होता. युद्धमार्गानं नव्हे तर बुद्धमार्गानेच विश्वशांतीची संभावना आहे, याबद्दल गांधीजींच्या मनात तिळमात्र शंका नव्हती. स्वातंत्र्य मिळाल्यानंतरही अहिंसेच्या मार्गानंच देश पुढे गेला पाहिजे, या एका विचारानं त्यांचं मन व्यापून टाकलं होतं. मनात अपार खळबळ माजली होती. लष्कराचा आपला हिंसक वारसा इंग्रज या देशासाठी सोडून गेले तर ते लष्करही हिंसा आचरल्याविना राहणार नाही. सैन्याचं अस्तित्वच हिंसाचारासाठी असतं हे गांधीजी ओळखून होते. हिंदुस्थान सरकारनं ब्रिटिशांच्या काळातल्याप्रमाणेच सैन्य बाळगलं तर तो हिंसेचा वारसा ठरणारच. हिंसेचा हा वारसा गांधीजी थोपवू बघत होते. स्वतंत्र हिंदुस्थानात अशा तऱ्हेचं सैन्य यापुढे न राखण्याचं धोरण आखून काँग्रेस कार्यकारिणीनं तशी घोषणा केली तर देश शांततापूर्ण मार्गानं प्रगती करू शकेल, असं त्यांना वाटत होतं.

त्यांनी केलंही तसंच. काँग्रेस कार्यकारिणीमध्ये आपलं हे मत त्यांनी मोठ्या आग्रहानं मांडलं आणि स्वातंत्र्य मिळाल्यानंतर येणारं आपलं नवं सरकार विद्यमान लष्कराला मुक्त करून टाकेल आणि यापुढे सैन्य बाळगणार नाही असा ठराव कार्यकारिणीनं करावा अशी मागणी केली.

गांधीजींच्या अहिंसेवरच्या अटळ आणि दृढ निष्ठेबद्दल कोणालाच शंका नव्हती. कोणताही प्रश्न हिंसेद्वारे कधीच सोडवला गेला नाही, सोडवला जात नसतो हेसुद्धा सगळ्यांना समजत होतं. तथापि, हिंसा केल्यावाचून माणसाचं आजवर भागलं नाही, हा माणसाच्या अगतिकतेचा इतिहासही त्यांना ज्ञात होता. आपल्या सहकाऱ्यांची या बाबतीतील द्विधा मनस्थिती गांधीजींना कळत होती. ते म्हणाले, "केवळ मी म्हणतोय, म्हणून तुम्ही मला पाठिंबा दिला पाहिजे असं नाही. तुम्हाला स्वत:ला ते पटलं पाहिजे. माझ्या म्हणण्यात सबळ तथ्य आहे असं तुम्हाला वाटत असेल, त्याची यथार्थता पटत असेल तर उघड्या डोळ्यांनी माझ्यासोबत चला."

बरीच चर्चा झाली. अखेरीस सरदारांनी त्या चर्चेचा समारोप केला, त्या वेळी बहुतेक सर्वांच्याच लक्षात येऊन चुकलं की गांधीजींचं हे अहिंसेचं स्वप्न प्रत्यक्षात स्वीकारता येण्याजोगं नाही. सरदार म्हणाले, "समाजावर अत्याचार करणाऱ्यांशी झुंज द्यायची असेल तर हिंसेचा आधार घेतल्याविना ते शक्य होईल असं मला वाटत

नाही. देशातलं अंतर्गत अराजक असो किंवा देशाबाहेरून होणारी आक्रमणं असोत, हिंसेनं उत्तर देऊन त्यांचा प्रतिकार केल्यावाचून गत्यंतर नाही.''

अहिंसेबद्दलची आपली कल्पना कार्यकारिणीला साधारणत: मान्य होणार नाही याची गांधीजींना जाणीव होतीच; परंतु आपल्या प्रस्तावाला खुद्द सरदारच विरोध करतील हे मात्र त्यांना जरा अनपेक्षित होतं, दु:खदही होतं. सरदारांकडे रोखून बघत त्यांनी विचारलं. ''आता तुम्ही पण माझी साथ सोडलीत असं मी समजू का सरदार?''

''बापू,'' सरदारांनी अत्यंत व्यथित स्वरात म्हटलं, ''तुम्ही आज्ञा केलीत, तर डोळे मिटून तुमच्या मागोमाग येईन; पण तुम्ही स्वत: म्हणताहात, 'केवळ माझ्या सांगण्यावरून नव्हे तर समजून उमजून माझ्या साथीनं या!' आता तुम्हीच सांगा बापू, तुमचं म्हणणं मला नीट उमगतच नसेल आणि तरीसुद्धा मी तुम्हाला साथ दिली, तर मी तुमची फसवणूक केली असं होईल की नाही?''

कार्यकारिणीनं गांधीजींचं म्हणणं मान्य केलं नाही. शेवटी गांधीजींनी कार्यकारिणीला उद्देशून म्हटलं, ''माझं म्हणणं तुम्हाला मान्य होण्यासारखं नसेल, तर तुमचा स्वत:चा जो काय विचार असेल त्यानुसार हव्या त्या मार्गानं जायची तुम्हाला मुभा आहेच! पण मग माझी तुम्हाला विनंती आहे, की कार्यकारिणीच्या नेतृत्वाच्या जबाबदारीतून तुम्ही मला मुक्त करावं!''

खरं तर गांधीजींनी या आधीच काँग्रेसपक्षाचं सभासदत्वसुद्धा सोडलं होतं; तरीही काँग्रेसच्या राजकारणातलं त्यांचं नेतृत्व आणि त्यांची प्रतिष्ठा दोन्ही अबाधित होतं. आता मात्र गांधीजींना स्वत:च्या त्या वडीलकीच्या दबदब्यातून मोकळं करायचं होतं.

सगळे मुकाट्यानं ऐकत होते. आता मार्गच खुंटला होता. गांधीजींचं म्हणणं कार्यकारिणीनं मान्य करून घेतलं. सरदार काहीच बोलले नाहीत... खिडकीबाहेर बघत राहिले.

काही दिवसांपूर्वीची गोष्ट. काँग्रेस पार्लमेंटरी बोर्डाचे अध्यक्ष या नात्यानं निवडणुकीसाठी पैशांची व्यवस्था करण्याची जबाबदारी सरदार पटेलांच्या शिरावर होती. काँग्रेस पक्षाचे कोषाध्यक्ष म्हणून ही जबाबदारी अनेक वर्षांपासून सरदारच पार पाडत आले होते. निवडणूक-निधी असो, की टिळक-स्मारक फंड असो; आवश्यक तेवढी रक्कम गोळा करण्याच्या कामाची धुरा सरदारांनी यशस्वीपणे सांभाळली होती. काँग्रेसपक्षाच्या उमेदवाराचा पैशांच्या अभावी पराजय झाला असं होऊ नये म्हणून कस्तुरभाई लालभाई, धनश्यामदास बिर्ला इत्यादी उद्योगपतींकडून त्याचप्रमाणे काँग्रेसबद्दल आस्था असणाऱ्या इतरांकडून सरदार निधी जमा करत होते. अशाप्रकारे

निधी गोळा केला जात आहे हे कळल्यावर बापूंनी त्याबद्दल धनश्यामदास बिर्लांपाशी आपली नाराजी व्यक्त केली.

"सरदारांची ही एक गोष्ट मला नाही आवडत." बापू म्हणाले. "जे जे उद्योगपती आज अशाप्रकारे देणग्या देत आहेत, निधी पुरवत आहेत, त्या सगळ्या उद्योगपतींचं – त्यांच्या प्रतिष्ठेचं दडपण पुढे जाता नडल्यावाचून राहणार नाही."

"मग निवडणुका लढवायच्या तरी कशा बापू?"

"या आधीच्या निवडणुकांच्या वेळीही मी म्हटलं होतं, की काँग्रेसचे उमेदवार आपापल्या लोकसेवेमुळे निवडून यावेत. निवडणूक लढवायला त्यांना निधीची गरजच असू नये."

बापूंशी बोलणं त्यावेळेपुरतं तिथेच संपलं, पण घनश्यामदासांनी ती गोष्ट सरदारांच्या कानावर घातली. क्षणाचाही विलंब न लावता सरदार ताडकन उत्तरले, "हे काम बापूंचं नाही, माझं आहे आणि... मी सरदार पटेल आहे. महात्मा पटेल नाही!"

बापूंची ही नाराजी त्या वेळीही सरदार समजू शकले नव्हते. घनश्यामदासांना त्यांनी उत्तर देऊन टाकलं, परंतु नंतर मात्र त्यांचं मन विषादानं झाकोळून गेलं. गांधीजी महात्मा आहेत, विश्वमानव आहेत; त्यांचे सगळे विचार, त्यांचं सगळं म्हणणं मानवजातीच्या उच्चतम आदर्शाच्या स्तरावरचं असतं... सगळं खरं! पण त्यांचे ते विचार, ते म्हणणं प्रत्यक्ष अमलात आणायचं कसं? हा सगळा देश – नव्हे हे सगळं जग अशा मोहनदासांनीच भरलेलं असतं, तर गांधीजी म्हणतात ते प्रत्यक्षात उतरवता आलं असतं. पण तसं आहे कुठे? तसं नाही ना! म्हणून तर मग आदर्शांच्या ढगावर स्वार होऊन चालण्यानं फायद्यापेक्षा नुकसानच अधिक व्हायचं!

'आपण गांधीजींपासून दूर तर जाऊ लागलो नाही ना...' सरदारांना कुठेतरी बोचणी लागली.

निव्वळ भाषणबाजी, कृपायाचना केल्यासारखी अत्यंत मवाळ, मृदू शब्दांतील निवेदनपत्रं, सत्याग्रह, उपोषणं असल्या गोष्टींनी इंग्रजी शासनाची मुळं उखडली जाणं अजिबात शक्य नाही असं त्यावेळच्या अहमदाबादच्या अग्रणी बॅरिस्टर वल्लभभाई झवेरभाई पटेलांचं स्पष्ट मत होतं. दक्षिण आफ्रिकेतल्या गोऱ्या सरकारशी लढा देऊन त्या सरकारला दमवून टाकणारे मोहनदास करमचंद गांधी जेव्हा गुजरात सभेत भाषण करायला आले, तेव्हा सरदार म्हणाले होते, "असली मवाळ अन् नरम भाषणं ऐकण्यात मला रस नाही."

... आणि याच गांधींनी चंपारणमध्ये प्रवेश करण्याच्या जिल्हा मॅजिस्ट्रेटच्या मनाई हुकुमाचा भंग करून स्वतःची अटक ओढवून घेतली होती. अवघ्या देशाच्या

दृष्टीनं हे काहीतरी अत्यंत नवीन, विलक्षण होतं. चंपारणच्या न्यायालयातल्या पिंजऱ्यात उभं राहून त्यांनी बजावलं होतं, "या देशात कुठेही शांततापूर्ण रीतीनं हिंडण्या-फिरण्याचा, कोणालाही भेटण्याचा आणि कायद्याला अनुसरून कुठलंही पाऊल उचलण्याचा मला पूर्ण अधिकार आहे. चंपारणमध्ये प्रवेश करणं हा गुन्हा नव्हे."

गांधींचं हे निवेदन अहमदाबादमध्ये वाचत असताना बॅरिस्टर वल्लभभाई पटेलांना वाटलं, 'ह्याला म्हणतात निधड्या छातीचा माणूस!'

... आणि म्हणूनच १९१८ मध्ये गोधरा येथे भरलेल्या गुजरात प्रांतिक राजकीय परिषदेच्या बैठकीला वडील बंधू विठ्ठलभाईंसोबत वल्लभभाई हजर राहिले होते – या गांधींना केवळ बघण्यासाठी! एव्हाना विठ्ठलभाई काँग्रेसमधील एक अग्रणी पुढारी म्हणून नावाजले गेले होते; परंतु वल्लभभाई मात्र अजून या सगळ्यापासून दूर होते. वकिलीत अमाप पैसा मिळत होता आणि त्या पैशातून करमसदला – आपल्या मूळ गावी – असलेल्या आईची, भावांची, त्यांच्या कुटुंबांची व्यवस्थित गुजराण होत राहावी अशी व्यवस्था त्यांनी करून ठेवली होती. सदऱ्यागणिक बदलली जाणारी कॉलर रोजच्या रोज मुंबईहून धुवून येत होती आणि अशा अडीचशे कॉलरी वल्लभभाईंच्या कपाटात होत्या. शिरावर इंग्रजीपद्धतीची साहेबी टोपी आणि ओठात ५५५ ब्रँडची महागडी सिगारेट असे.

गुजरात प्रांतिक राजकीय परिषदेत पहिल्याच दिवशी गांधीजींनी एक सूचना मांडली. यापूर्वी अशाप्रकारच्या प्रत्येक परिषदेत, सभा सुरू होण्याआधीच ब्रिटिश सत्तेप्रती निष्ठा दर्शविणारा शपथनामावजा ठराव मांडण्यात येत असे. या सभेत गांधीजींनी ठरावाला विरोध केला. ते म्हणाले, "खुद्द ब्रिटिश प्रजासुद्धा अशा कुठल्याही सभेत असा ठराव करत नाही. असं असताना आपण असा ठराव करणं हे आपल्याला लांछनास्पद नव्हे का?" सभेचे आयोजक, व्यासपीठावरील नेते आणि मंडपात उपस्थित जनसागर... सारे जण आयुष्यात जणू प्रथमच असं काही ऐकावं, असा काही विलक्षण विचार सुचावा तसे थक्क झाले. साऱ्यांच्या अंगावर रोमांच फुलले. एका कोपऱ्यात बसलेल्या वल्लभभाईंना ते दिसलं, जाणवलं. त्यांच्या तोंडून नकळत उद्गार निघाला, "हा खरा मर्द गडी म्हणायचा!"

सभा आटोपली. ही राजकीय परिषद अशीच सतत कार्यरत राहावी म्हणून परिषदेचं प्रमुखपद स्वीकारण्याची आयोजकांनी गांधीजींना विनंती केली. त्यांची विनंती गांधीजींनी मान्य केली, पण एका अटीवर! "मी जरी गुजरात प्रांतिक परिषदेच्या प्रमुखपदी असलो, तरी माझ्या कार्याची व्याप्ती संपूर्ण देशभर पसरलेली असेल. त्यामुळे गुजरातमध्ये संपूर्ण वेळ देऊ शकेल असं तुमच्यापैकी कोणीतरी एक जण माझ्यासोबत असायला हवं... मुख्य म्हणजे घरादारावर तुळशीपत्र ठेवायला

त्याची तयारी असायला हवी.''

त्या खोलीत विठ्ठलभाईंच्या शेजारी बसलेले वल्लभभाई अचानक ताडकन उभे राहिले. म्हणाले, ''असा एक माणूस म्हणजे मीच आहे समजा. माझी सेवा तुम्हाला मंजूर असेल, तर तुम्ही जे करू पाहत आहात त्या सगळ्यांत मी तुम्हाला साथ देईन, ते सगळं मी करेन!''

नखशिखान्त 'देशी साहेबा'सारख्या दिसणाऱ्या या माणसाकडे गांधीजी बघत राहिले.

''बापू, हा वल्लभभाई! माझा धाकटा भाऊ! बॅरिस्टर आहे. अहमदाबादेत वकिली करतो.'' विठ्ठलभाईंनी त्यांचा औपचारिक परिचय करून दिला.

भेदक नजरेनं गांधीजी बघत होते. त्यांना वाटलं, असा अक्कडबाज दिसणारा हा माणूस! सेवेच्या क्षेत्रात काम करताना जे सहन करावं लागतं, ते याला सहन होईल?... पण दुसऱ्याच क्षणी त्यांना वाटलं, काही असो. या माणसाच्या चेहऱ्यावर एक वेगळीच आतुरता, एक अनोखी अधीरता दिसतेय एवढं खरं. हात पुढे करत त्यांनी म्हटलं, ''या वल्लभभाई, गुजरात प्रांतिक परिषदेचे चिटणीस म्हणून आजपासून मी तुमची नेमणूक करत आहे.''

अशा तऱ्हेनं, बॅरिस्टर वल्लभभाई झवेरभाई पटेलांनी यापूर्वी कोणाचंही मान्य केलं नव्हतं असं नेतृत्व मान्य केलं, स्वीकारलं. यापुढे त्यांचे नेता होते मोहनदास करमचंद गांधी.

चार

व्हाइसरॉय लॉर्ड वेव्हेल सरदारांना अजिबात आवडत नव्हते. लॉर्ड वेव्हेल यांचं धोरण नेहमीच काँग्रेसविरोधी आणि मुस्लीम लीगच्या बाजूने असे. आंतरराष्ट्रीय दबावाला बळी पडून, चर्चिलच्या ब्रिटिश सरकारनं हिंदुस्थानचा प्रश्न सोडवण्यासाठी देशातल्या तमाम नेत्यांना सिमल्याला बोलावून घेतलं होतं आणि सगळी सूत्रं वेव्हेलच्या हाती सोपवली होती. हे लॉर्ड वेव्हेल आपलं कार्य तडीस जाऊ देणार नाहीत हे तत्क्षणीच सरदारांच्या ध्यानात आलं होतं. वेव्हेल ब्रिटनच्या हुजूरपक्षाचे पाठीराखे होते आणि चर्चिलप्रमाणे त्यांचाही हिंदुस्थानला स्वातंत्र्य देण्याला विरोध होता. हिंदू-मुसलमानातील तेढ कायम ठेवणं हा हिंदुस्थानचं स्वातंत्र्य दूर ठेवायचा उत्तम उपाय होता. जीनांना हाताशी धरून लॉर्ड वेव्हेल हे काम पार पाडत होते.

देशाच्या स्वातंत्र्यासाठी लढा देणाऱ्या सैनिकांशी वैर साधण्याच्या भरात या वेव्हेलनी अशी काही घाई केली, की देशातला हिंसाचार रोखायची आणि हिंदू-मुसलमानांमधील दरी कमी करण्याची एक सुवर्णसंधी सरदारांना आढळून आली.

दुसऱ्या महायुद्धाच्या काळात, ब्रिटिश सेनापतींच्या हाताखाली हजारो हिंदी सैनिक आग्नेय आशियात जपान्यांशी लढत होते. सिंगापूरवर आणि त्यानंतर रंगूनवर जपाननं विजय मिळवला होता, अशावेळी पराभूत ब्रिटिश सेनापती स्वत:चा जीव वाचवण्यासाठी आपल्या हाताखालच्या हजारो हिंदी सैनिकांना शत्रूच्या हवाली करून पळून गेले होते. या सैनिकांत हिंदू, मुसलमान, शीख अशा तीनही धर्मांचे लोक होते. ब्रिटिश सरकारच्या हातावर तुरी देऊन निसटलेले नेताजी सुभाषचंद्र बोस त्या वेळी जर्मनी आणि जपान या ब्रिटनच्या शत्रूशी हातमिळवणी करून, भारताला स्वातंत्र्य मिळवून देण्यासाठी प्रयत्न करत होते. जपानने युद्धकैदी म्हणून पकडून ठेवलेले ते हजारो सैनिक आधी रासबिहारी घोष आणि नंतर सुभाषचंद्र बोस यांच्या हवाली करण्यात आले. शस्त्रास्त्रांसह आलेल्या या सैनिकांच्या साहाय्याने सुभाषचंद्राची आझाद हिंद सेना निर्माण झाली. या लष्करी दलांनी ब्रह्मदेशाच्या धरतीवर कूच केलं

आणि आसामच्या एका टोकाला असलेल्या मणिपूर राज्याच्या हद्दीत आझाद हिंद सेनेचा ध्वज फडकावला.

ही सेना फार काळ तग धरू शकण्याइतकी बलाढ्य नव्हती. एव्हाना जर्मनीचा आणि जपानचा जोर ओसरू लागला होता. आझाद हिंद सेनेपेक्षा ब्रिटिशांची लष्करी ताकद फार जास्त होती. अशातच एका विमान अपघातात सुभाषचंद्रांचा मृत्यू झाला आणि शेवटी ब्रिटिशांनी आझाद हिंद सेनेचा पराभव केला. शाहनवाज, सहगल आणि धिल्लाँ हे सेनेचे तीन प्रमुख अधिकारी युद्धकैदी बनले. लष्कराच्या प्रथेनुसार त्या युद्ध-कैद्यांवर कारवाई करून त्यांना मृत्यूदंड ठोठावण्यासाठी वेव्हेल अतिउत्सुक होते. एक खास वटहुकूम काढून त्यांनी लष्करी न्यायालय स्थापलं आणि दिल्लीच्या लाल किल्ल्यात त्या तिघांचं कोर्टमार्शल करण्यात आलं.

ही बातमी समजताच सरदारांचे डोळे चमकले. कोट मार्शलद्वारा ज्यांना मृत्युदंड मिळण्याची शक्यता होती, ते तिघे सेनानी म्हणजे अशी तशी कोणी सामान्य माणसं नव्हती. एवढंच नव्हे, तर त्यांच्यापैकी एक मुसलमान होता... आणि तरीसुद्धा देशाच्या स्वातंत्र्यासाठी हिंदू सेनानींच्या खांद्याला खांदा लावून, हिंदू सेनापती सुभाषचंद्र बोसांच्या नेतृत्वाखाली स्वत:चे प्राण अर्पायला तयार झाला होता! सरदारांना वाटलं, ज्या हिंदू-मुस्लीम ऐक्यासाठी गांधीजी आपल्या प्राणांच्या पायघड्या अंथरायला तत्पर आहेत, तशा प्रकारची ही घटना जनतेसमोर यायला हवी. हे उदाहरण लोकांपुढे ठेवल्याने मुस्लीम लीग आणि जीना दोघांनी मिळून खोदलेली जातीयवादाची दरी भरून काढायचा प्रयत्न करता येईल. त्यांनी मनातल्या मनात एक योजना आखली आणि जवाहरलाल नेहरूंशी ताबडतोब संपर्क साधला. सरदारांची ही आगळी नजर नेहरूंनी अचूक ताडली होती. काँग्रेस कार्यकारिणीची तातडीची बैठक बोलावून त्या तिघा तथाकथित युद्ध-गुन्हेगारांच्या बचावासाठी समिती नेमली गेली. त्या समितीच्या अध्यक्षपदी कार्यकारिणीनं सरदारांना नियुक्त केलं.

सरदारांनी समितीचं कार्यक्षेत्र केवळ त्या तिघा सेनानींच्या बचावापुरतं मर्यादित ठेवलं नाही. आता इतस्तत: विखुरलेल्या आझाद हिंद सेनेतल्या सैनिकांना मार्गी लावण्याचं, हुतात्मा झालेल्यांच्या कुटुंबीयांना आर्थिक मदत करण्याचं कामही त्यांनी हाती घेतलं. थोड्याच कालावधीत बराच मोठा निधी जमला. देशभरातल्या वृत्तपत्रांनी ही संपूर्ण कहाणी देशभक्तीच्या आणि देशप्रेमाच्या खळाळत्या प्रवाहाशी जोडून टाकली. भुलाभाई देसाई, सर तेजबहादूर सप्रू आणि खुद्द जवाहरलाल नेहरू अशा मातब्बरांना अनेक वर्षांनंतर पुन्हा एकदा आपले वकिली डगले चढवायला लावून सरदारांनी लाल किल्ल्यातल्या त्या खास न्यायालयात बचावपक्षातर्फे उभं केलं.

सरदारांचा हिशोब खरा ठरला. वेव्हेलच्या प्रयत्नांवर देशभरातून टीकेची झोड

उठली. तिघा युद्धकैद्यांच्या बचावाच्या मागणीला आणि प्रयत्नांना असा काही पूर आला की, मुस्लीम आम जनता त्यापासून दूर राहू शकली नाही. गोष्ट फक्त सहगल किंवा धिल्लाँपुरती मर्यादित नव्हती. फाशीचा गळफास शाहनवाजांच्या गळ्यात पडण्याची भीती होती. अर्थातच, मुसलमानांनीसुद्धा काँग्रेसच्या बचावसमितीचं मोठ्या प्रमाणात समर्थन केलं.

मुस्लीम लीगचे अध्यक्ष जीना अतिशय धूर्त, कावेबाज आणि चलाख राजकारणी होते. देशातल्या मुसलमानांपैकी एका मोठ्या वर्गाचा सरदारांच्या अध्यक्षपदाखाली असलेल्या बचावसमितीकडे सहानुभूतीपूर्ण कल असल्याचं लक्षात येताक्षणी त्यांनी मुस्लीम लीगची पुढची चाल ठरवून टाकली. शाहनवाजखान पंजाबी होते. पंजाबच्या सिकंदर हयात खानांच्या युनियनिस्ट पार्टीनं बचावसमितीला पाठिंबा जाहीर केला. बादशहाखान आणि सरहद प्रांताचे पठाण तर काँग्रेसच्या बाजूचे होतेच. बंगालच्या मुसलमानांचा ओढा लीगपेक्षाही फजलूल हक यांच्या कृषक प्रजापक्षाकडे अधिक होता. शिवाय आझाद हिंद सेनेचे संस्थापक रासबिहारी घोष आणि सुभाषचंद्र बोस दोघंही बंगाली होते. बंगाली लोकांची प्रादेशिकतेची भावना खूप प्रबळ असते, ते स्वत:ला प्रथमत: बंगाली म्हणवतात, हिंदू किंवा मुसलमान असणं त्यानंतरच असतं, हे आजवरच्या अनेक वर्षांच्या अनुभवानं जीनांच्या लक्षात आलं होतं. त्यामुळे बंगाली मुसलमानांना बचाव समितीबद्दल आपलेपणा वाटणं स्वाभाविक होतं. यावर उपाय एकच होता – राष्ट्रवादाच्या नावाखाली मुस्लीम लीगनंही न्यायालयीन खटल्याचा विरोध करायचा! 'स्वातंत्र्यप्राप्तीसाठी प्रयत्न करणं हा कोणत्याही प्रजेचा हक्कच आहे आणि आपला हक्क बजावणाऱ्यांवर कोर्टमार्शल करता येणार नाही' अशी घोषणा करत इतरांप्रमाणे मुस्लीम लीगनंही बचावाचं समर्थन केलं.

घटना अगदी अनपेक्षित होती. ब्रिटिश सरकारच्या विरोधात कोणत्याही एका मुद्द्यावर काँग्रेस आणि मुस्लीम लीग सहमत होत असल्याचं जवळजवळ दोन दशकांनंतर या वेळी प्रथमच घडत होतं. स्वातंत्र्यासाठी हिंदी जनतेची क्षमता तपासून पाहण्याच्या उद्देशानं १९२७ मध्ये सायमन कमिशननं हिंदुस्थानच्या किनाऱ्यावर पाऊल ठेवलं तेव्हा एकदा काँग्रेसनं आणि मुस्लीम लीगनं एकमुखानं 'सायमन परत जा'च्या घोषणा दिल्या होत्या.

या सर्व गोष्टींचा एकत्रित परिणाम असा झाला की, न्यायालयानं त्या तिन्ही सेनानींना शिक्षा ठोठावली, परंतु शिक्षेची अंमलबजावणी मात्र कधीच झाली नाही. शिक्षेपाठोपाठच एका शाही फर्मानानुसार तिघांची शिक्षा माफ करण्यात आली. तिघांची सुटका झाली.

१९०६ मध्ये मुस्लीम लीगची स्थापना झाल्यापासून ते १९४७ मध्ये देशाची फाळणी होईपर्यंतच्या इतिहासात लीगनं ब्रिटिश सरकारचा विरोध करताना काँग्रेसला साथ देण्याचे एकूण फक्त तीनच प्रसंग सांगता येतील. १९४६ मध्ये आझाद हिंद सेनेच्या सेनानींवर कोर्टमार्शलच्या खटल्यात काँग्रेसनं पुढाकार घेऊन बजावलेल्या भूमिकेला साथ देण्यावाचून लीगला गत्यंतर नव्हतं. मुसलमान आम जनतेनं उत्स्फूर्तपणे बचावाला जो पाठिंबा दिला होता आणि वृत्तपत्रांतून राष्ट्रवादाची जी लाट उसळली होती ती पाहता जीनांच्या दृष्टीनं आझाद हिंद सेनेच्या सेनानींच्या बचावापेक्षाही स्वत:चा बचाव अधिक महत्त्वाचा होता. बंगालमधले आणि पंजाबमधले मुसलमान फझलूल हक आणि सिकंदर हयात खान यांच्या मागून जात होते. अशा परिस्थितीत जीनांचे पाठीराखेसुद्धा या लाटेसोबत वाहत जाऊन त्यांच्या विरोधात गेले असते, तर जीनांच्या व्यक्तिगत महत्त्वाकांक्षेला ते मानवण्यासारखं नव्हतं. त्यांनी मुस्लीम लीगला समर्थक बनवून टाकलं आणि काँग्रेसच्या बचावसमितीचं समर्थन केलं.

१९२७ मध्ये सायमन कमिशनला देशव्यापी विरोध झाला होता. त्या वेळी जीना काँग्रेसला साथ देत अग्रस्थानी राहिले. असा पुढाकार घेऊन अग्रस्थानी राहण्यामागचं अंतस्थ कारण त्या वेळी एक जीना आणि दुसरे लंडनमधले तत्कालीन भारत सचिव (Secretary of State for India) या दोघांनाच ठाऊक होतं. सायमन कमिशनमधील एक सभासद हिंदुस्थानी असावा, अशी काँग्रेसनं केलेली मागणी सर्वश्रुत होती. तोवर जीना स्वत:ला 'लीग'चे म्हणवत असले तरी ते अजून 'हिंदी' होतेच. सायमन कमिशनमधल्या हिंदी सभासदाच्या जागेवर आपली वर्णी लागावी यासाठी त्यांनी भारतसचिवांशी संधान साधून पुरेपूर प्रयत्न केले होते. अजूनपर्यंत त्या प्रयत्नांना यश आलं नव्हतं. त्यामुळे आता सायमन कमिशनला विरोध करून 'देशभक्त' ठरण्यात अधिक फायदा होता. अशाप्रकारे सायमन कमिशनच्या विरोधात काँग्रेसच्या बरोबरीनं मुस्लीम लीगही सामील झाली होती.

याआधी दोन्ही पक्षांचं एका मुद्द्यावर एकमत झालं होतं. ज्या एका मुद्द्यावर दोन्ही पक्षांनी एकमेकांना सहकार्य केलं होतं, तो देशाच्या भवितव्यावर दूरगामी परिणाम करणारा प्रभावी मुद्दा होता. पहिल्या जागतिक महायुद्धात विजेत्या ठरलेल्या ब्रिटिश सरकारनं युद्ध संपल्यावर तुर्कस्थानचं साम्राज्य उधळून लावलं होतं आणि सर्व मुसलमान देशांचा पुढारी म्हणवणाऱ्या खलिफाला पदच्युत केलं होतं. त्या वेळी हिंदुस्थानातल्या मुसलमानांनी गांधीजींच्या नेतृत्वाखाली 'खिलाफत'च्या पुनर्स्थापनेसाठी चळवळ उभारली होती. खिलाफत नेस्तनाबूद झाल्यानं नाराज झालेले मुस्लीम पुढारी गांधीजींना भेटायला आले. गांधीजी त्यांना म्हणाले, ''खिलाफतीच्या बाबतीत मुसलमानांवर अन्याय झाला आहे असं जर तुम्हाला खरोखरच वाटत असेल, तर तुम्ही ब्रिटिश सरकारशी लढा द्यायला तयार झालं पाहिजे.''

"त्यासाठीच तुमच्याकडे आलो आहोत बापू. आम्हाला तुमचं मार्गदर्शन हवं आहे." असं म्हणून मौलाना महमदअलींनी विचारलं, "आता आम्ही काय करू शकतो ते सांगा बापू."

"सरकारशी असहकार पुकारून तुम्ही संघटितपणे निषेध व्यक्त करू शकता." गांधीजींनी सुचवलं. "तुम्ही एकत्र या, जगभरातल्या मुसलमानांना एकत्र आणा, त्यांच्यात जनमत जागृत करा."

"तुम्ही जे म्हणाल ते सगळं काही करायला आम्ही तयार आहोत," मौलाना शौकतअली नम्रपणे म्हणाले, "पण या समग्र चळवळीचं पुढारीपण तुम्ही घ्यायला हवं."

गांधीजींनी खिलाफत चळवळीचं नेतृत्व स्वीकारलं आणि लगेच देशभरात त्याचे संमिश्र पडसाद उमटले. 'अशा प्रकारच्या कोणत्याही धार्मिक चळवळीत देशाला ओढू नका' अशी सावधगिरीची सूचना महंमदअली जीनांपासून ते मोतीलाल नेहरूंपर्यंत अनेक पुढाऱ्यांनी गांधीजींना केली. गांधीजींचं मत वेगळं होतं. त्यांच्या मते हिंदू-मुसलमानांत असलेला एकमेकांबद्दलचा अविश्वास कमी करण्याच्या दृष्टीनं ही गोष्ट अतिशय उपयुक्त ठरणार होती. अखेरीस गांधीजींच्या आग्रहानुसार काँग्रेसनं खिलाफत चळवळीला पाठिंबा जाहीर केला. काँग्रेसमधल्या काही नेत्यांच्या मते मुसलमानांचा हा धर्माशी निगडित असलेला प्रश्न सनातनवादी होता. गांधीजींनी त्यांचीदेखील समजूत घातली. अशा प्रकारच्या जागतिक स्तरावरच्या मुस्लीम प्रश्नात दखल दिल्यामुळे देशांतर्गत मुस्लीम राष्ट्रवाद दुबळा होत जाईल आणि जागतिक मुस्लीमवाद अधिकाधिक मजबूत होत जाईल याची कसलीही कल्पना हे नेते त्या वेळी करू शकले नाहीत.

त्या काळात सरदार पटेलांनी देखील खिलाफत चळवळीचं समर्थन केलं होतं, एवढंच नव्हे तर गांधीजींचे भक्त असल्यानं, खिलाफत प्रश्नावर मुसलमानांचं समर्थन करण्याचं त्यांनी हिंदूंना जाहीर आवाहनसुद्धा केलं होतं. गांधीजींचे आणि आता सरदारांचे सहकारी बनलेले आचार्य कृपलानी आणि इंदुलाल याज्ञिक यांना मात्र खिलाफत चळवळ गांधीजींनी स्वीकारली त्याच पद्धतीनं मनापासून स्वीकारणं शक्य नव्हतं, पण गांधीजींची मनोभूमिका कित्येकदा स्थानिक अथवा राष्ट्रीय पातळीच्या पलीकडे जाऊन नीतीच्या वा तत्त्वाच्या पातळीवर विहरू लागत असते, याची दोघांनाही कल्पना होती. या चळवळीत सरदारांनी ज्याप्रकारे गांधीजींना पाठिंबा दिला होता ते आचार्य कृपलानी आणि इंदुलाल याज्ञिक दोघांनाही मान्य नव्हतं. एके दिवशी तिघेजण कोणत्याशा निमित्तानं एकमेकांना भेटले तेव्हा सरदारांना त्यांनी विचारून टाकलं, "वल्लभभाई, खिलाफत प्रश्नाबद्दल बापूंना जे वाटतं त्याच्याशी तुम्ही खरोखरीच शंभर टक्के सहमत आहात का?"

“बापूंच्या प्रत्येक मताशी शंभर टक्के सहमत असणं अत्यंत कठीण असतं, हे मला माहीत आहे.” सरदार मनमोकळेपणानं म्हणाले.

“तर मग मुस्लीम जातीयवादाला खतपाणी घालणाऱ्या या गोष्टीचं तुम्ही इतकं जोरदार समर्थन कसं काय करता?”

“मी समर्थन करतोय, ते केवळ बापूंच्या सांगण्यावरून! बापूंची जी कोणती गोष्ट मला उमजत नाही, त्याबद्दल मी असं धरून चालतो की, मला ही गोष्ट समजली नसली तर नसो, पण बापूंनी जो विचार केला असेल, जे काही ठरवलं असेल, ते आपल्या सगळ्यांच्या कल्याणासाठीच असेल.”

“ही आंधळी गांधीभक्ती नाही का वल्लभभाई?”

“तुम्हाला तसं वाटत असेल, तर तसं म्हणू शकता!”

“मग मला तुमच्या तोंडून एकदाच शेवटचं ऐकायचं आहे, या खिलाफत प्रश्नाबद्दल तुम्हाला खरंच काय वाटतं?”

“तुर्कस्थानात पुन्हा एकदा खलिफाचं साम्राज्य स्थापणं याचा अर्थ अरेबिया, सीरिया, मेसोपोटेमिया आणि पॅलेस्टाईन यासारख्या देशाचं स्वातंत्र्य कायमचं रोखून धरणं! एकीकडे आपण आपल्या स्वत:च्याच देशात ब्रिटिशांच्या बंदुकांच्या धाकाखाली, गुलाम म्हणून चिरडले जात आहोत आणि दुसरीकडे खलिफासाठी लढा द्यायला निघालो आहोत. एकापरीनं गंमतच म्हणायची!” आपल्या मनातल्या खळबळीला सरदारांनी इंदुलाल आणि कृपालानींसमोर वाट करून दिली.

दुसरं महायुद्ध नुकतंच संपलं होतं. विजेती ब्रिटिश जहाजं मुंबई आणि कराची बंदरापासून थोड्या अंतरावर समुद्रात नांगर टाकून उभी होती. मुंबई बंदरात रॉयल इंडियन नेव्हीचं तलवार नावाचं एक जहाज होतं. नौसैनिकांच्या आणि अधिकाऱ्यांच्यासोबतच नाविक दलातले प्रशिक्षणार्थी सैनिकसुद्धा त्या जहाजावर होते. जहाजाच्या कप्तानानं त्यांची गोरे-बिगरगोरे अशी दोन भागात विभागणी केली होती. गोरे नसलेले म्हणजेच हिंदी असा अर्थ उघड होता. गोऱ्या सैनिकांच्या राहण्याची जी व्यवस्था होती त्यापेक्षा बिनगोऱ्यांची व्यवस्था फार कमी दर्जाची होती. बिनगोऱ्या प्रशिक्षणार्थींनी प्रथम या विषमतेकडे अधिकाऱ्यांचं लक्ष वेधलं, नंतर तोंडी विनंती केली. सरतेशेवटी निवेदनपत्रसुद्धा दिलं. अधिकाऱ्यांना प्रत्यक्ष भेटू देण्याची मागणी केली तेव्हा गोऱ्या कप्तानानं उद्धटपणे ती धुडकावून लावली आणि सगळ्यांना हाकलून दिलं. प्रशिक्षणार्थी सैनिक रागानं धुमसत होते. त्यांनी उपोषण सुरू केलं. जहाजावर मोठ्या संख्येनं हिंदी सैनिक होते. कमांडर खान नावाच्या एका हिंदी नौसैनिकानं कमांडर दत्त नावाच्या बंगाली नौसैनिकाच्या मदतीनं 'तलवार' जहाजावरच्या सगळ्या हिंदी नौसैनिकांना एकत्र आणलं. जहाजावरच्या हिंदी सैनिकांना

मध्यस्थी करण्याची विनंती केली. जहाजावर इंग्रज अधिकारी हाताच्या बोटांवर मोजण्याइतपतच होते. जहाजाच्या कप्तानानं कमांडर खान आणि कमांडर दत्त दोघांचं म्हणणंसुद्धा ऐकून घ्यायची तयारी दाखवली नाही, तसा हिंदी सैनिकांचा तो जमाव संतापानं पेटून उठला. तेवढ्यात तो गोरा अधिकारी सगळ्या हिंदी सैनिकांना ऐकू जाईल इतक्या मोठ्या आवाजात मुद्दाम त्या दोघांवर डाफरत ओरडला, ''यू इंडियन्स! फिल्दी स्वाइन्स!''

झालं! हिंदी सैनिकांच्या सहनशक्तीचा अंत झाला. दोन हिंदी धावत त्या अधिकाऱ्यापाशी आले अन् क्षणार्धात त्याच्या कपाळावर त्या दोघांनी गोळी झाडली. लष्कराच्या भाषेत याला बंडाखेरीज दुसरं नावच नव्हतं. जहाजावरचा सगळा दारूगोळा हिंदी सैनिकांच्या ताब्यात होता. तिथे गोऱ्या अधिकाऱ्यांची संख्या खूपच कमी होती. अधिकाऱ्यांना ही घटना सर्वस्वी अनपेक्षित होती. त्यांनी आपली होती नव्हती ती शस्त्रं हिंदी सैनिकांवर उगारली. जहाजावरून चारी दिशेला बिनतारी संदेश गेले. गोरे अधिकारी एक तर मारले तरी गेले किंवा कैद झाले. हिंदी सैनिकांच्या मनात दाटलेल्या संतापानं इतकं उग्र रूप धारण केलं की त्या भरात सैनिकांनी जहाजावरचा ब्रिटिश युनियन जॅक उतरवून त्या जागी एक काँग्रेसचा आणि एक मुस्लीम लीगचा असे दोन झेंडे फडकावले. कराची बंदरात उभ्या असलेल्या ब्रिटिश जहाजावर बातमी पोहोचली. तेथेही एकच गोंधळ माजला आणि शेवटी हिंदी सैनिकांनी ते जहाजसुद्धा आपल्या ताब्यात घेतलं.

बातमी मुंबईभर पसरताच तेथे खळबळ माजली. आधीचे जातीय दंगे थांबण्याची चिन्हं दिसत नव्हती, त्यात आणखी या नव्या गोंधळाची भर पडली. जागोजागी नवेच दंगे उद्भवले. जाळपोळ, हत्या, लुटालूट यासोबत ठिकठिकाणच्या इंग्रजांच्या मालमत्तेचं नुकसान करत लोकांच्या टोळ्याच्या टोळ्या शहरभर धुमाकूळ घालू लागल्या.

कोणतंही सरकार असो प्रकार चालू देणार नाही हे उघडच होतं. बंडखोर नौसैनिकांना शस्त्रं टाकून शरण येण्याचे आदेश निघाले. उत्तरादाखल सैनिकांनी जहाजावरच्या तोफांची तोंडं जरा दूरवर उभ्या असलेल्या इंग्रजांच्या एका जहाजाच्या दिशेला वळवली. अरुणा असफअली आणि अच्युतराव पटवर्धनांसारख्या समाजवादी नेत्यांनी बंडखोरांना आपलं समर्थन जाहीर केलं. अरुणा असफअली तेवढ्यावर थांबल्या नाहीत. त्या सरदारांना भेटल्या. बंडखोराचं नेतृत्व करण्याची त्यांनी सरदारांना विनंती केली.

सरदार त्या वेळी मुंबईतच होते. झाल्या प्रकाराची त्यांना इत्थंभूत माहिती होती. या घटनेनं जे वळण घेतलं होतं त्यानं ते खूप अस्वस्थ झाले. चिंतेनं त्यांना घेरलं. ब्रिटिश सरकार आपलं चंबूगवाळं आवरून हिंदुस्थानच्या भूमीवरून निघून जाण्याच्या

बेतात होतं. नेमक्या अशावेळी लष्करात बंडाचा भडका उडाला तर सरकार सर्वांत आधी आपलं जाणं रहित करेल, इथंच मुक्काम ठोकेल आणि आपल्या मनातल्या असंतोषाला भलत्या मार्गानं वाट करून देणाऱ्या या मूठभर सैनिकांना चुटकीसरशी चिरडून टाकेल याबद्दल सरदारांना अजिबात शंका नव्हती. असंच घडेल असं त्यांना वाटत होतं आणि असं झालं तर बंडामुळे घडलेल्या एकूण एक दुष्परिणामाचं खापर देशाच्या माथ्यावर फोडलं जाईल. परिणामी, उंबरठ्यापाशी येऊन ठेपलेलं देशाचं स्वातंत्र्य कोण जाणे कुठवर मागे ढकललं जाईल! दुसरं म्हणजे स्वातंत्र्यप्राप्तीच्या प्रारंभीच अशी बेशिस्तीची बीजं पेरली गेली तर स्वातंत्र्याची मधुर फळं जनतेला चाखायला मिळणार कशी? त्यांनी स्पष्ट शब्दांत अरुणा असफअलींना सांगून टाकलं, "अरुणा, तुम्ही आणि अच्युत दोघंही या बंडखोरांचं तर अहित करतच आहात, पण त्यासोबत संपूर्ण देशाचंही नुकसान करत आहात. मी त्यात तुम्हाला साथ देऊ शकत नाही. ब्रिटिश शासनानं हे बंड मोडून काढलं पाहिजे, असं माझं स्पष्ट मत आहे. खरं म्हणजे त्या बंडखोर सैनिकांच्या जहाजावर जाऊन त्यांना एकूण सत्य परिस्थिती समजावून सांगायची माझी इच्छा आहे."

"सरदार," अरुणा म्हणाल्या, "हिंदी सैनिकांच्या अपमानाचा विरोध करण्यात तुम्ही पुढाकार घेतला नाहीत, तर नाइलाजानं मला जवाहरलालांना इथं बोलावून घ्यावं लागेल."

"इथं बोलावून जवाहरलालांना यात पडायला न लावण्यातच सगळ्यांचं भलं आहे. इकडे येऊ नका अशी मी जवाहरलालांना तार करेन." सरदार ठामपणे म्हणाले.

अरुणांनी ऐकलं नाही. बंडाला पाठिंबा देण्यासाठी त्याच दिवशी मुंबईत एक जाहीर सभा भरवली गेली. मुंबईच्या इंग्रज शासनाला ते मान्य होणारच नव्हतं.

सभेत गोंधळ माजला. गोळीबार झाला आणि दोनशे-तीनशे माणसं त्या हत्याकांडात बळी गेली.

दोनच दिवसांत कितीतरी घडून गेलं होतं. येऊ नये असा सरदारांचा सल्ला असला, तरी 'अरुणा असफअलींच्या म्हणण्यानुसार आपण येत आहोत' अशी जवाहरलालांकडून तार आली होती. सरदारांना जवाहरांचं असं येणं आवडलं नाही. ते येऊन पोहोचण्याआधीच सोक्षमोक्ष लावून टाकायचा त्यांनी निर्धार केला. त्यांनी मुंबईच्या गव्हर्नरशी संपर्क साधला. बंडखोरी झालेल्या जहाजावर जाऊन त्या सैनिकांना भेटू देण्याची आणि सर्व गोष्टी मार्गी लावून देण्यासाठी व्यवस्था करून देण्याची त्यांनी गव्हर्नरला विनंती केली. गव्हर्नरनं त्यांची विनंती मान्य केली नाही. त्यांनी म्हटलं, "अशा बिकट परिस्थितीमध्ये सरदारांच्या सुरक्षिततेची काळजी घेणं हे मोठं अवघड आहे. सैनिक बेभान झाले आहेत. न जाणो, सरदारांना कुठे काही अधिक-उणं झालं, तर भलताच पेचप्रसंग उद्भवेल."

सरकारच्या या म्हणण्यावर सरदारांनी उत्तर पाठवलं, ‘‘मला तिथे जाऊ देणं शक्य नसेल, तर सरकारनं बंडखोरांच्या प्रतिनिधींना माझ्याकडे बोलावण्याची मला अनुमती द्यावी. जहाजावरून त्यांना सुरक्षितपणे माझ्याकडे आणण्याची तसंच पुन्हा सुरक्षितपणे जहाजावर पोहोचवण्याची व्यवस्था सरकारनं करावी, अशी माझी विनंती आहे.’’

सरदारांनी सुचवलेली ही गोष्ट सरकारनं लगेच मान्य केली. सरकारवर भरवसा ठेवून सरदारांनी आपल्या विश्वासू माणसामार्फत जहाजावर निरोप पाठवला. सरदारांना भेटून त्यांच्यासमोर आपली कैफियत मांडायची बंडखोर सैनिकांची इच्छा होतीच; परंतु जहाज सोडून शहरात जाणं म्हणजे आपणहून ब्रिटिश सरकारची शिकार बनण्यासारखं होतं. सरदारांकडून त्यांच्या सुरक्षिततेची हमी मिळाल्यानंतर कमांडर खान आणि कमांडर दत्त सरदारांना भेटले. सरदारांनी त्यांचं स्वागत केलं. आरपार बघत असल्याप्रमाणे भेदक नजरेनं त्यांना नखशिखांत निरखलं. मग म्हणाले, ‘‘कमांडरांनो, १८५७च्या बंडात आपण अयशस्वी ठरलो आणि त्याचा परिणाम म्हणून जवळजवळ आणखी एक शतकभर आपण गुलामगिरी वेठली. तुम्हाला त्या चुकीची पुनरावृत्ती करायची आहे का?’’

दोघांना हा प्रश्न अगदीच अनपेक्षित होता. त्यांना वाटलं होतं, आपण विप्लवाचं जे रणशिंग फुंकलं आहे, त्यात सरदारही स्वत:चा सूर मिसळतील! त्यांचा अंदाज साफ चुकला होता. झालं ते अगदी उलट.

‘‘सरदारसाहेब, विजयाची धुंदी चढली आहे या गोऱ्यांच्या डोळ्यांवर! त्यांना वठणीवर आणण्यावाचून दुसरा मार्गच नाही.’’

‘‘अगदी बरोबर.’’ सरदार त्यांच्या खांद्यावर हात ठेवत म्हणाले, ‘‘पण तरुण दोस्तहो, त्यांना वठणीवर आणून सरळ मार्गावर चालायला लावण्याच्या भरात आपण चुकून भलत्याच वाटेला लागत नाही ना, तेसुद्धा बघायला हवं.’’

‘‘म्हणजे?’’ दोघं चगागून म्हणाले.

‘‘असं बघा,’’ सरदार शांतपणे बोलत होते, ‘‘तुमच्या बंडाकडे अवघा देश सहानुभूतीच्या नजरेनं बघतोय, देशातल्या जनतेचा तुम्हाला पाठिंबा आहे; पण तेवढ्यानं भागेल का? जपान आणि जर्मनीसारख्या देशांना पराभूत करणाऱ्या महासत्तेच्या विराट शक्तीसमोर मूठभर सैनिक आणि त्यांची थोडीफार शस्त्रं टिकाव धरू शकतील का? किती काळ तग धराल तुम्ही? आपलं शौर्यच आपल्या नाशाला कारणीभूत झालं असं होऊ नये.’’

बंडखोर सैनिकांचे ते दोघे पुढारी सरदारांची गंभीर भविष्यवाणी ऐकत होते. नंतर मात्र गोष्टी झपाट्यानं घडल्या. सरदारांच्या शब्दातला सच्चेपणा दोघांना जाणवला, समजला. इंग्रजांचं समग्र नौदलच कशाला, फक्त वायुदलाची थोडीफार

बॉम्बफेकदेखील निमिषार्धात जहाजावरच्या तमाम सैनिकांचा निकाल लावायला पुरेशी होती.

"तुम्हाला संपूर्ण न्याय मिळावा आणि बंडखोरांकडे जास्तीत जास्त उदारपणे पाहिलं जावं यासाठी शक्य ते सर्व प्रयत्न मी करेन. तुम्ही आता शस्त्रं खाली ठेवावीत, यातच सगळ्याचं भलं आहे." शेवटचं वाक्य सरदारांनी निर्णयात्मक स्वरात दृढपणे उच्चारलं.

दोघा कमांडरांनी एकमेकांकडे पाहिलं. सरदारांनी उभी केलेली सत्यपरिस्थिती जणू साक्षात समोर बघत असावं, तसे त्यांचे डोळे विस्फारले गेले. माना खाली घालून त्यांनी फक्त एवढंच म्हटलं, "तुमचं मार्गदर्शन आम्ही स्वीकारतो सरदारसाहेब. आम्हाला जहाजावर परत पाठवण्याची व्यवस्था करावी. जहाजावरच युनियन जॅक पूर्वीसारखा फडकू लागेल. आम्ही ते करू."

पाच

दरवर्षी अधिवेशनाच्या वेळी नवीन अध्यक्षाची निवड करायची, अशी काँग्रेसची रूढ परंपरा घटनेला अनुसरून होती. यात पूर्वी कधीतरी अपवाद झाले होते, परंतु १९३९ ते १९४६ दरम्यान झालेला अपवाद मात्र एका दृष्टीनं असाधारण होता. जवळपास सात वर्षांच्या या दीर्घ अवधीत मौलाना आझादच काँग्रेसाध्यक्ष होते. अर्थात, या दरम्यान १९४२ ते १९४५ पर्यंतच्या काळात काँग्रेसचे बहुतेक सर्व अग्रणी पुढारी 'भारत छोडो' चळवळीमुळे तुरुंगात होते.

नंतर पुढाऱ्यांची तुरुंगातून सुटका झाली. महायुद्ध संपलं. ब्रिटनमध्ये सत्तापालट झाला, तश्या हिंदुस्थानच्या राजकीय पेचप्रसंगातून मार्ग काढण्यासाठी निरनिराळ्या प्रस्तावावर चर्चा-मसलती झपाट्यानं सुरू झाल्या. या सगळ्या विचारविमर्शांमध्ये एक समान तर्कसंगत सूत्र सगळ्यांना कळून चुकलं होतं, की काय वाटेल ते झालं तरी ब्रिटिश शासन आता या देशातून युनियन जॅक उतरवून टाकणार! याचाच अर्थ असा की, हिंदुस्थानच्या शासनाची जबाबदारी हिंदी लोकांना सांभाळावीच लागणार. ही शक्यता लक्षात घेता काँग्रेसच्या प्रमुख नेत्यांच्या मनात एक गोष्ट स्पष्ट होत होती, की देशाच्या शासनाची धुरा समर्थपणे पेलण्यासाठी, काँग्रेसचा नवा अध्यक्ष सर्वांत अधिक सक्षम आणि सशक्त असायला हवा.

मौलाना आझाद स्वत: ही गोष्ट पूर्णपणे समजून होते. काँग्रेसच्या अध्यक्षपदी राहण्याची आपली इच्छा असल्याचं त्यांनी स्वत:च गांधीजींना सांगितलं. गांधीजी त्यांना म्हणाले, "मौलाना, कोणत्याही संस्थेत वर्षानुवर्ष एकच अध्यक्ष असेल, तर त्या संस्थेत नव्या योजना, नवे विचार यांना वाव मिळण्याची शक्यता कमी असते. उलट नवे विचार, नव्या योजना खुंटण्याची, त्यांना अटकाव होण्याची शक्यता असते. सात वर्षांच्या प्रदीर्घ कालावधीनंतरसुद्धा तुम्हीच अध्यक्षपदावर असावं, याला मी पाठिंबा देणार नाही."

गांधीजींच्या इच्छेविरुद्ध कोणी काँग्रेसच्या अध्यक्षपदावर विराजमान होऊ शकेल

हे संभवत नव्हतं. मौलाना हे जाणून होते. त्यांनी नाइलाजानं आपली इच्छा सोडून दिली.

दरम्यान, काँग्रेसचा अध्यक्ष म्हणून कोणाची निवड करावी याविषयी गांधीजींचं मत जाणून घेण्यासाठी राजाजी आणि राजेन्द्रबाबू या कार्यकारिणीच्या इतर दोघा सभासदांनी गांधीजींची भेट घेतली होती. गांधीजींनी आपली इच्छा दर्शवताना म्हटलं होतं, "मला वाटतं, नवे अध्यक्ष म्हणून जवाहरलाल सर्वांत योग्य ठरतील. कार्यकारिणीची संमती मिळाली तर आपण जवाहरलालची निवड करू."

... पण घटना वेगळंच सांगत होती.

काँग्रेसच्या अध्यक्षपदासाठी उमेदवार निवडण्यासाठी घटनेच्या शिरस्त्यानुसार आधी काँग्रेसच्या प्रांतिक समित्यांनी नव्या अध्यक्षांचं नाव सुचवणं आवश्यक होतं. १९४६ मध्ये अशा एकूण १५ प्रांतिक समित्या होत्या. नियमाप्रमाणे सगळ्या समित्यांकडून सूचना मागवल्या होत्या. या प्रांतिक समित्यांकडून कार्यकारिणीकडे आलेल्या सूचनांचा निकाल गांधीजींना अगदीच अनपेक्षित होता. १९१८ मध्ये गांधीजींसोबत काम करायला लागल्यानंतर सरदारांनी आपली सर्व कामं गांधीजींच्या म्हणण्याप्रमाणे केली होती. प्रसंगी गांधीजींच्या मताशी सहमत नसताना देखील त्यांनी नेहमीच गांधीजींच्या म्हणण्याला दुजोरा दिला होता. किंबहुना याच कारणामुळे बहुतेक सर्व काँग्रेसजन त्यांना गांधीजींचा 'यस मॅन' असंही म्हणत. या 'यस मॅन' आक्षेपाला सरदारांनी कधी विरोध केला नव्हता, उलट तो मान्य करत त्यांनी म्हटलं होतं, "गांधी माझे गुरू आहेत अन् मी त्यांचा शिष्य आहे.'

असं असूनही गेल्या दोन-तीन वर्षांत विशेषतः तुरुंगातून सुटल्यानंतर ज्या ज्या राजकीय घटना घडत गेल्या होत्या, त्यात सरदारांना गांधीजींशी कधी नाइलाजानं सहमत व्हावं लागलं होतं, तर कधी त्यांच्या विरोधात आपलं मत मांडावं लागलं होतं. अटक होऊन तुरुंगात जाण्याआधी 'अहिंसा ठराव' करण्यासाठी गांधीजींनी आग्रह धरला होता, त्या वेळी सरदार त्यांच्याशी सहमत होऊ शकले नव्हते. देशाला स्वातंत्र्य मिळाल्यानंतर लष्करी दलं विसर्जित करावीत आणि देशाबाहेरून होणारी आक्रमणं किंवा देशांतर्गत अराजक दोन्हीला नव्या सरकारनं अहिंसेच्या मार्गानंच तोंड द्यावं हा गांधीजींचा आग्रह तर त्यांच्या मुळीच पचनी पडला नव्हता. या मुद्द्यावर त्यांनी गांधीजींना सरळ विरोध केला होता. सरदारांच्या पवित्र्यावर नाराज होऊन 'आता सरदारांनी पण माझी साथ सोडली आहे' असे उद्‌गार गांधीजींनी काढले होते.

गांधीजींची व्यथा सरदार समजू शकत होते. 'आंधळा अनुयायी' म्हणवत गेली तीन-चार दशकं ज्यांच्या चरणापाशी काढली होती त्यांनाच अशाप्रकारे विरोध करणं सरदारांना अतिशय खेदजनक होतं, पण सरदारांचे पाय घट्टपणे जमिनीत रोवलेले

होते. गांधीजी विश्वमानव असले; त्यांचे विचार, त्यांची विचारसरणी वैश्विक पातळीवर आदर्श असली, तरी व्यावहारिक दृष्टीनं ती प्रत्यक्ष अमलात आणणं शक्य होणार नाही, असं सरदारांचं ठाम मत होतं.

याच काळात मुस्लीम लीगचे नेते मुस्लीम जातीयवादाला उत्तेजन देत हिंदूविरोधी हिंसक अपप्रचार करण्यात गुंतले होते. ''अल्पसंख्य असूनही तलवारीच्या आणि पराक्रमाच्या जोरावर आपण हिंदुस्थान जिंकला होता, तलवारीच्या जोरावरच आपण आठशे वर्षं राज्य केलं होतं आणि या तलवारीच्या जोरावरच आपल्याला आता पाकिस्तान मिळवायचा आहे.'' अशा तऱ्हेची भाषणं पाकिस्तानवादी मुसलमान नेते करत होते.

या दुष्प्रचाराच्या उत्तरादाखल मीरतच्या एका सभेत सरदार म्हणाले होते, ''मुसलमान मित्रांना माझी विनंती आहे, की त्यांना जे म्हणायचं आहे ते त्यांनी प्रेमानं, समजुतीनं म्हणावं. हिंसेनं तर हिंसाच बळावेल आणि तलवारीचा सामना तलवारीनंच होईल.'' सरदारांच्या या विधानाचं लोकांनी मोठ्या उत्साहानं स्वागत केलं.

गांधीजींना मात्र सरदारांच्या या वक्तव्यानं अपार खेद झाला. 'तलवारीचा सामना तलवारीनं' या सरदारांच्या म्हणण्याचा अर्थ गांधीजींच्या लेखी 'सरदारांनी आता अहिंसेला तिलांजली दिली आहे' असा होत होता. फार काय, सरदार लोकांना हिंसाचाराचं उत्तर हिंसाचारानंच द्या अशी चिथावणी देत आहेत असंच त्यांना वाटलं. सरदारांपाशी त्यांनी आपला असंतोष उघड केला.

''अलीकडे तुमची भाषणं लोकांना एकतर रिझवण्यासाठी असतात, नाहीतर भडकवण्यासाठी असतात सरदार! मला वाटू लागलं आहे, की तुमच्या दृष्टीनं हिंसा आणि अहिंसा यात फरक उरला नाही. 'तलवारीचं उत्तर तलवारीनं' असा न्याय तुम्ही लोकांना शिकवत आहात, फार हानिकारक आहे हे!''

गांधीजींच्या मनात आपल्याबद्दल अशी भावना निर्माण व्हावी, या विचारानं सरदार खिन्न झाले. ज्या सभेत, ज्या परिस्थितीत आपण तलवारीला प्रत्युत्तर देण्याबाबत बोललो होतो, ते आपलं बोलणं गांधीजींपर्यंत विकृत स्वरूपात पोहोचवलं गेलं होतं, मुख्य म्हणजे गांधीजींनीसुद्धा ते जसंच्या तसं स्वीकारलं होतं, ही गोष्ट सरदार समजून चुकले. आपण जणू आरोपी आहोत आणि स्पष्टीकरण देण्यासाठी गांधीजींच्या न्यायालयात आरोपीच्या पिंजऱ्यात उभे आहोत, अशी हीनपणाची भावना त्यांच्या मनात निर्माण झाली. तरीही त्यांनी मोठ्या धैर्यानं आपलं म्हणणं गांधीजींपुढे मांडलं.

''बापू, तलवारीचं प्रत्युत्तर तलवारीनं हा माझ्या संपूर्ण भाषणाच्या संदर्भापासून वेगळा केलेला निव्वळ एक तुकडा आहे. अहिंसा हाच मुख्य मुद्दा आहे आणि

त्यापासून मी कधीच ढळलो नाही. लोकांना मला एवढंच सांगायचं होतं, की एवढ्या-तेवढ्यासाठी सदा न कदा रडत-भेकत पोलीसचौकीकडे धाव घेऊ नका. ज्यांच्या रक्षणाची जबाबदारी आपल्यावर असेल त्याचं खरोखरच रक्षण करण्याचा प्रसंग आला, तर अशावेळी खाटेखाली दडणं किंवा दार लावून घेणं म्हणजे अहिंसा नव्हे. त्यापेक्षा लढता, लढता मरणं ही खरी अहिंसा आहे. कोंडीत सापडलं जर जनावरसुद्धा शिंग उगारतं, मग आपल्या आया-बहिणी संकटात असताना एखाद्यानं अहिंसेच्या नावाखाली पळपुटेपणा केला, तर तो जनावरापेक्षाही हीन ठरेल. अहिंसा म्हणजे भेकडपणा नव्हे, एवढंच मला लोकांना समजावून द्यायचं होतं.''

सरदारांच्या खुलाशानं गांधीजींचं समाधान झालं नव्हतं, पण त्या वेळी त्यांनी बोलणं अधिक वाढवलं नाही; पण जातीयवादाच्या मुद्द्यावर हिंदूवाद्यांनी मुसलमानांची हत्या केली, तर त्याचं सरदारांना फारसं वावडंही नाही, असं चित्र गांधीजींच्या मनात निर्माण झालं.

अशा परिस्थितीत काँग्रेसच्या नव्या अध्यक्षासाठी पंधरापैकी बारा प्रांतिक समित्यांनी सरदार पटेलांचं आणि उरलेल्या तीन समित्यांनी आचार्य कृपलानींचं नाव सुचवल्यानं गांधीजींसमोर मोठाच पेच निर्माण झाला. त्यांच्या मनात जवाहरलालांचं नाव होतं. गांधीजींचा अहिंसेचा आग्रह जवाहरलालांनादेखील मान्य नव्हताच, पण मुसलमानांची नाराजी ओढवेल असं कोणतंच निवेदन त्यांनी कधी केलं नव्हतं. शिवाय, सरदारांपेक्षा जवाहरलाल अधिक निधर्मी आहेत अशी देशभरातल्या मुसलमानांच्या मनावर छाप पडली होती. इच्छा असो वा नसो, स्वातंत्र्य मिळताच लंडनच्या ब्रिटिश सरकारशी नव्या शासनाला अनेक तडजोडी कराव्या लागतील अशी चिन्हं होती. कित्येक अधिकाऱ्यांची सेवा काही काळ सुरू ठेवावी लागणार होती. इंग्रजी पद्धतीच्या वातावरणात जवाहरलाल लहानाचे मोठे झाले होते. या ना त्या कारणानं इंग्रजांशी त्यांचे संबंध आले होते. देशातल्या तसंच ब्रिटनमधल्या कितीतरी उच्चपदस्थ ब्रिटिश राजकारण्यांशी जवाहरलालांची कमीअधिक प्रमाणात मैत्री होती.

सरदारांच्या पारड्यात यातलं काहीच नव्हतं. विद्याभ्यासासाठी लंडनमध्ये झालेलं वास्तव्य सोडलं तर ७१ वर्षांच्या आयुष्यात ते कधीच परदेशी गेले नव्हते. एकमात्र अपवाद रंगूनचा! टिळकस्मारक फंडाच्या निमित्तानं सरदार एकदा रंगूनला गेले होते. गव्हर्नर, मोठमोठे ब्रिटिश सनदी अधिकारी इत्यादींशी संबंध केवळ स्वातंत्र्यचळवळीपुरतेच मर्यादित होते. गव्हर्नर, व्हाइसरॉय, इतर कोणी ब्रिटिश राजकारणी यांपैकी कोणाच्या भेटीला ते कधीच अकारण जात नसत.

या सर्व गोष्टी लक्षात घेता, स्वातंत्र्य मिळाल्यानंतर जवाहरलाल देशाचे पहिले पंतप्रधान झाले तर ब्रिटिशांसोबत आणि मुसलमानांसोबत काम करणं अधिक सोपं आणि सुरळीत होईल असं गांधीजींना वाटत होतं. त्याखेरीज, परराष्ट्रीय नीति-

धोरणांबाबत जवाहरलाल जेवढे जाणकार आहेत तेवढे वल्लभभाई नाहीत, असंही त्यांना वाटत होतं. त्याही पलीकडे आणखी एक गोष्ट होती. जवाहरलाल आणि वल्लभभाई दोघांबरोबरच्या इतक्या वर्षांच्या अनुभवावरून त्यांच्या मनात आणखी एक भीती डोकावत होती, की जवाहरलालांना पंतप्रधानपद मिळालं नाही, तर त्यांचा स्वभाव पाहता ते सरदारांच्या नेतृत्वाखाली सरकारमध्ये काम करायला तयार होणार नाहीत. त्याउलट, जवाहरलाल पंतप्रधान झाले तर त्यांच्या हाताखाली काम करायला सरदार नाही म्हणणार नाहीत, याची त्यांना खात्री होती. कोणत्याही पदाची आस सरदारांच्या स्वभावातच नव्हती. १९२९ मध्ये आणि १९३६ मध्ये जवाहरलालांना काँग्रेसाध्यक्ष करता येण्यासाठी सरदारांनी आपलं नाव मागे घेतलं होतं. सरदारांना वगळून कोणत्याही नव्या हिंदी सरकारचा निभाव लागणार नाही हे गांधीजींना ठाऊक होतं. जवाहरलालांशिवायही सरकार पांगळंच ठरलं असतं, पण पद मिळाल्याखेरीज जवाहरलाल सरकारात सामील होणार नाहीत, कदाचित काँग्रेस सोडून देऊन अडचण उभी करतील अशी शक्यता होती. सरदारांच्या बाबतीत अशी कोणतीच अडचण संभवत नव्हती.

सरदार आणि जवाहरलाल या दोघांच्या व्यक्तिगत मूल्यमापनाखेरीज गांधीजी भविष्यकाळातल्या देशहिताच्या दृष्टीनंही विचार करत होते. सरदारांना ७१वं वर्ष लागलं होतं आणि जवाहरलाल फक्त ५६ वर्षांचे होते.

वेगवेगळ्या आजारांमुळे सरदारांची प्रकृती ढासळत चालली होती, उलटपक्षी छप्पनाव्या वर्षीसुद्धा यौवनसंपन्न जवाहरलाल उत्साहानं उसळत आहेत असं वाटत होतं. सरदारांनी देशाचं सुकाणू आपल्या हाती घेतलं तरी स्वत:च्या कार्यपद्धतीनुसार आपली धोरणं ते किती काळ राबवू शकतील याचं भाकित करणं कठीण होतं. जवाहरलालांची कार्यपद्धती, त्यांची धोरणं सरदारांपेक्षा अनेक बाबतीत वेगळी होती, हे खरं असलं तरी ती प्रत्यक्षात उतरवायला पुढील पुष्कळ वर्षं त्यांच्या हाती असतील असं भाकित करणं त्यामानानं अधिक तर्कसंगत होतं.

या सगळ्या गोष्टींचा विचार करून आगामी काँग्रेसप्रमुखपदी जवाहरलालांची निवड करावी असं गांधीजींनी ठरवलं होतं, पण आता परिस्थिती अशी उद्‌भवली होती की देशातल्या काँग्रेसजनांमधला फार मोठा वर्ग सरदारांना अध्यक्ष करण्यासाठी उत्सुक होता आणि दुसरीकडे जवाहरलालांचं नाव एकाही प्रांतिक समितीनं सुचवलं नव्हतं.

काँग्रेसाध्यक्षाच्या निवडीबाबत संविधानात आणखी एक मार्ग आहे असा विचार गांधीजींच्या मनात आला. प्रांतिक समितीनं सुचवलेल्या नावाव्यतिरिक्त कार्यकारिणीचे सभासदही आणखी एखादं नाव सुचवू शकतील असं घटनेत नमूद केलेलं होतं. सर्वसाधारणपणे, कार्यकारिणी सभासद आणि प्रांतिक समित्या यांनी सुचवलेल्या

नावाबाबत आपसात चर्चा होऊन बाकीचे उमेदवार सर्वसंमतीने आपली नावं मागे घेत आणि अशा तऱ्हेनं एका उमेदवाराची सर्वसंमत निवड होई. प्रांतिक समित्यांच्या सूचनेनुसार सरदारांकडे बारा आणि कृपलानींकडे तीन प्रांत होते. कृपलानी स्वत:च्या नावाचा आग्रह धरू शकणार नाहीत असं गांधीजींना वाटलं. कृपलानी स्वत: कार्यकारिणीचे सभासद होते आणि गांधीजींनी आपली इच्छा राजाजींच्या आणि राजेन्द्रप्रसादांच्या कानांवर यापूर्वीच घातली असल्यानं बहुतांश सभासदांपर्यंत ती पोहोचली होती. अशा परिस्थितीत कृपलानींनी स्वत:ची उमेदवारी मागे घेऊन जवाहरलालांचं नाव सुचवलं तर स्पर्धा टाळण्यासाठी सरदार त्या गोष्टीला विरोध करणार नाहीत अशी गांधीजींची अटकळ होती.

गांधीजींनी कृपलानींना बोलावून घेतलं.

"प्रोफेसर, कॉंग्रेसाध्यक्षपदासाठीच्या उमेदवारीचा शेवटचा दिवस होऊन गेला आहे. तुमच्या मते आता कार्यकारिणीनं काय करावं?" त्यांनी कृपलानींचं मत विचारलं.

प्रांतिक समित्यांचं प्रचंड बहुमत सरदारांना लाभल्यानं आता आपण पाऊल मागे घ्यावं असं गांधीजी सुचवू पाहत आहेत, असा कृपलानींचा समज झाला. बहुमताचा कौल सरदारांच्या बाजूनं असल्यामुळे स्पर्धेत उतरण्याचा कृपलानींचा विचार नव्हताच. ते म्हणाले, "बापू, वस्तुस्थिती अगदी स्पष्ट आहे. आता तुम्ही द्याल तो आदेश मला मंजूर आहे."

"मला वाटतं, तुम्ही आपली उमेदवारी मागे घ्यावी म्हणजे स्पर्धाच संपुष्टात येईल."

"कबूल आहे बापू. आता उमेदवारीच्या स्पर्धेत मी उतरत नाही."

"तर मग प्रोफेसरसाहेब," बापू म्हणाले, "उद्या कार्यकारिणी समितीच्या बैठकीत मांडण्यासाठी तुमचं पत्र तयार ठेवा. आपण त्यावर नजर टाकून घेऊ."

चार ओळींचं असं पत्र लिहिणं कृपलानींच्या दृष्टीनं क्षुल्लक बाब होती. यात कोणताच मोठा धोरणात्मक निर्णय वगैरे घ्यायचा नव्हता. त्यांनी लगेच पत्राचा मसुदा तयार करायला घेतला.

"जरा थांबा प्रोफेसर," गांधीजींनी म्हटलं, "स्वत:ची उमेदवारी मागे घेण्याच्या तुमच्या पत्रासोबतच, कॉंग्रेसाध्यक्षपदासाठी तुम्ही जवाहरलालांचं नाव कार्यकारिणीच्या सभेत सुचवावं असं मला वाटतं."

गांधीजींच्या मनात जवाहरलालांचं नाव आहे याची चाहूल कृपलानींना यापूर्वीच लागली होती. आपण यशस्वी उमेदवार ठरणार नाही हेसुद्धा त्यांना माहीत होतं. त्यामुळे उमेदवारी मागे घेण्याची गांधीजींची सूचना त्यांनी तत्काळ मान्य केली होती; पण जवाहरलालांचं नावही आपणच कार्यकारिणीला सुचवावं या गांधीजींच्या

आदेशाची मात्र त्यांना मुळीच कल्पना नव्हती. आता या मुद्द्यावर गांधीजींशी वाद घालण्यातून काही निष्पन्न होण्यासारखं नव्हतं. कार्यकारिणीकडून आपल्याला हवं तसं करवून घेण्याचा गांधीजींनी निश्चय करून टाकला आहे हे त्यांना दिसत होतं. गांधीजींच्या इच्छेनुसार, आपल्या पत्रात त्यांनी जवाहरलालांचं नाव सूचित करणाऱ्या दोन वाक्यांची भर टाकली.

अध्यक्षाची निवड करण्यासाठी दुसऱ्या दिवशी कार्यकारी समितीची बैठक भरली. सरदार आणि कृपलानी या दोघा उमेदवारांपैकी कृपलानींनी आपलं नाव मागे घेत असल्याचं जाहीर केलं आणि या पदासाठी आपण जवाहरलालांचं नाव सुचवत असल्याचं पत्र सादर केलं. याचा अर्थ असा होत होता, की आता एक तर जवाहरलालांनी कृपलानींची सूचना अमान्य करावी अथवा सरदारांनी तरी आपला अर्ज मागे घेऊन जवाहरलालांच्या नावाला पाठिंबा द्यावा. जवाहरलालांचं नाव सुचवतेवेळी त्यांची निवड सर्वानुमते व्हावी अशी आशा कृपलानींनी व्यक्त केली होती. संकेत अगदी स्पष्ट होता. कागद आपल्या हाती घेऊन गांधीजींनी जवाहरलालांकडे चेहरा वळवून म्हटलं, "कोणत्याही प्रांतिक समितीनं तुमचं नाव सुचवलं नाहीये जवाहर! १५ पैकी १२ समित्यांनी सरदारांचं नाव सुचवलं आहे, हेदेखील तुम्हाला माहीत आहे. तुमचं नाव फक्त कार्यकारी समितीतच पुढे आलं आहे. तुम्हाला याबद्दल काय म्हणायचं आहे?"

समितीच्या एकूण एक सभासदांचे डोळे जवाहरलालांवर खिळले. त्यांची प्रतिक्रिया ऐकण्यासाठी सगळ्यांनी कान टवकारले. दालनात पसरलेला काळ जणू क्षणार्धासाठी थबकला. एक अत्यंत ऐतिहासिक क्षण बाहेरच्या आकाशातून दालनात डोकावून बघत होता.

गांधीजींचं बोलणं जणू आपण ऐकलंच नाही अशा प्रकारे जवाहरलाल ओठ मिटून गप्प बसून राहिले. आपल्यावर रोखलेल्या नजरांकडे बघणं टाळण्यासाठी, आकाशातून उतरून येणाऱ्या त्या ऐतिहासिक क्षणावर दृष्टी खिळवून ते एकटक बघू लागले.

जवाहरलालांच्या पुढे केलेलं पत्र गांधीजींनी पुन्हा आपल्या हातात धरलं. या खेपेला तो कागद त्यांनी सरदारांकडे सारला. क्षणाचाही विलंब न करता सरदारांनी तो कागद आपल्या हाती घेतला. जणू काही घडलंच नाही अशा तऱ्हेनं कागदावरून धावती नजर टाकली.

"वल्लभभाई, तुम्हाला काही म्हणायचं आहे?" गांधीजींनी सरदारांना विचारलं.

सरदार काहीच बोलले नाहीत. पत्रात कृपलानींनी केलेल्या जवाहरलालांच्या प्रस्तावावर त्यांनी सही केली. कागद गांधीजींना परत केला.

नव्या काँग्रेसाध्यक्षाची, पर्यायानं देशाच्या पहिल्या भावी पंतप्रधानाची निवड

होऊन चुकली होती. प्रेयसीला पत्नी म्हणून प्राप्त करण्यासाठी ब्रिटिश साम्राज्याचा वारसा त्यागणाऱ्या आठव्या एडवर्डची कहाणी असंख्य कलमबहाद्दरांनी पुन:पुन्हा आळवली आहे; पण मातृभूमीतला संभाव्य कलह टाळण्यासाठी, तेवढ्याच मोठ्या साम्राज्याचा ओठाशी आलेला भरला प्याला दुसऱ्याच्या ओठी लावणाऱ्या सरदार वल्लभभाई झवेरभाई पटेल नामक दुसऱ्या 'महात्म्या'ची आजपर्यंत जागतिक इतिहासात साधी नोंदसुद्धा नाही.

म्हणायचंच झालं तर फक्त एवढंच म्हणता येईल –

शेकडो वर्षांपूर्वी अयोध्येच्या प्रजेनं आपल्या राजकुमार रामाच्या मस्तकी चढवायला आणलेल्या राजमुकुटावरचा हक्क रामानं आपल्या पित्याच्या सांगण्यावरून सोडून दिला होता... शतकं लोटल्यानंतर काँग्रेस कार्यकारिणीच्या त्या बैठकीत असंच काहीसं घडलं होतं. १२ प्रदेश काँग्रेस समित्यांनी सरदारांच्या मस्तकावर ठेवण्यासाठी आणलेल्या पंतप्रधानपदाच्या मुकुटावरचा हक्क सरदारांनी स्वत: – रामाप्रमाणेच – पिता(तुल्य) गांधींच्या सांगण्यावरून सोडून दिला होता.

सहा

काय वाटेल ते झालं तरी हिंदुस्थानला स्वातंत्र्य देता कामा नये, कारण स्वतंत्रपणे देशाचा कारभार चालवण्याची हिंदुस्थानी लोकांची क्षमताच नाही, असं विन्स्टन चर्चिल यांचं ठाम मत होतं. यदाकदाचित नाइलाजास्तव ब्रिटिशांना हिंदुस्थानाचं शासन सोडावंच लागलं, तर तसं करताना निदान शक्यतो जास्तीत जास्त तुकड्यांत या देशाचं विभाजन तरी करून टाकावं, असं त्यांचं म्हणणं होतं. हिंदुस्थानला स्वातंत्र्य देण्याबाबत अशा प्रकारचं मत असणारे चर्चिल स्वत: ब्रिटनमध्ये नव्यानं झालेल्या निवडणुकीत पराभूत झाले. ब्रिटिश सरकारचे नवे पंतप्रधान क्लेमेंट ॲटली उदारमतवादी होते. आपण सत्तेवर आलो तर हिंदुस्थानच्या स्वातंत्र्याचा प्रश्न सहानुभूतीपूर्वक सोडवण्याचं आपलं धोरण निवडणुका होण्याआधीच त्यांनी ब्रिटिश मतदारांपुढे स्पष्टपणे जाहीर केलं होतं. निवडणुका झाल्या. ॲटली सत्तेवर आले. विसाव्या शतकाच्या प्रारंभापासूनच बहुतांश उच्चपदस्थ ब्रिटिश अधिकाऱ्यांचा कल मुसलमानधार्जिणा होता. यामागचं कारण अगदी सरळ होतं – स्थापन झाल्यापासून ते थेट १९४५ पर्यंत इंडियन नॅशनल काँग्रेसचे बहुतेक सर्व पुढारी हिंदूच होते आणि काँग्रेसच्या राष्ट्रवादाला विरोध करण्यासाठी ब्रिटिश शासनाला मुस्लीम फुटीरतावाद उपयोगी ठरत होता.

युद्ध संपताच व्हाइसरॉय लॉर्ड वेव्हेल यांनी काँग्रेसच्या आणि मुस्लीम लीगच्या नेत्यांना एकत्र आणून विविध प्रश्नांचा गुंता सोडवण्याचा प्रयत्न केला, पण तो फसला. सिमल्याला भरलेल्या या परिषदेत मुस्लीम लीगचे अध्यक्ष महंमदअली जीनांनी परिषदेच्या प्रारंभीच्या बैठकीतच, व्हाइसरॉय उपस्थित असताना, काँग्रेसाध्यक्ष मौलाना आझादांशी हस्तांदोलन करायलासुद्धा नकार दिला. व्हाइसरॉयसह परिषदेचे सर्व पुढारी जीनांच्या त्या अविवेकी वागण्यानं थक्क झाले. मौलाना मुसलमान असूनही काँग्रेसचे अध्यक्ष होते. या वास्तवामुळे 'देशातल्या तमाम मुसलमानांचे आपणच प्रतिनिधी आहोत' हा जीनांचा दावा पोकळ ठरत होता आणि जीनांना ते

अडचणीचं होतं. मौलाना देशद्रोही आहेत – जीनांच्या मते देश म्हणजे पाकिस्तान हाच गर्भित अर्थ होता – आणि ते काँग्रेसच्या हातातलं बाहुलं आहेत, असं जीनांनी जाहीरपणे बोलून दाखवलं. पहिल्या तोंडी झालेल्या या अपशकुनानंतर सिमला परिषदेतून काही निष्पन्न होण्याची फारशी शक्यता नव्हतीच. त्यात भर म्हणून, आगामी नवीन सरकारमध्ये काँग्रेस आणि मुस्लीम लीग दोघांच्या सभासदांची संख्या समान असायला हवी आणि काँग्रेसच्या प्रतिनिधींपैकी कोणीही मुसलमान असता कामा नये, अशी जीनांनी मागणी केली. काँग्रेस केवळ हिंदूंचीच संस्था होऊन राहावी असा त्या अटीचा उघड अर्थ होता.

शेवटी या मुद्द्यावर वाटाघाटी फिसकटल्या.

वाटाघाटींनंतर सरदार दिल्लीला परतले. एके दिवशी सकाळी प्रात:कर्म आटोपून ते नाश्त्यासाठी टेबलाशी बसले होते. सरदारांचे खासगी चिटणीस व्ही. शंकर सिमला परिषद निष्फळ झाल्यासंदर्भात सकाळच्या वर्तमानपत्रात छापून आलेल्या संपादकीय लेखांची त्यांना माहिती पुरवत होते. मणिबेन पदार्थ वाढायला घेतात न घेतात तोच शेजारच्या बैठकीच्या दालनातला टेलिफोन खणखणला. शंकर पुढे वाचत राहिले. सरदार अत्यंत लक्षपूर्वक ऐकत राहिले. टेलिफोन वाजायचा थांबेना. शेवटी वाढता वाढता मणिबेन शेजारच्या दालनात गेल्या. सरदार पहिला घास घेत होते, तेवढ्यात मणिबेन लगबगीनं टेबलापाशी आल्या. सरदारांच्या संभाषणात कधीच व्यत्यय न आणणाऱ्या मणिबेननी आपल्या नियमाला आज अपवाद केला.

"बापू," शंकरांचं वाक्य अर्ध्यातूनच तोडत त्या घाईघाईनं म्हणाल्या, "आगाखानांचा फोन आहे, त्यांना तुमच्याशी बोलायचं आहे." वाचता वाचता शंकर एकदम थांबले. सरदारांना हे सर्वस्वी अनपेक्षित होतं. तोंडातला घास घाईघाईनं संपवून त्यांनी चमचा ठेवून दिला. गळ्याभोवतीची शाल लपेटून घेत ते उठले. बैठकीच्या खोलीत जाऊन त्यांनी रिसीव्हर कानाला लावला.

"युवर होलीनेस आगाखान, मी सरदार पटेल आपलं स्वागत करतो."

"आदाब अर्ज, सरदार!" पलीकडून आगाखानांचा आवाज ऐकू आला.

"आज अगदी सकाळीच आपण माझी आठवण केलीत त्याबद्दल आभारी आहे. मी आपली काय सेवा करू?" सरदारांनी खूप सावधपणे प्रश्न केला.

"सिमला परिषद निष्फळ झाली आहे, सरदार! देशाचं भवितव्य धूसर दिसतंय. मला वाटतं, यातून तुम्हीच देशाला वाचवू शकाल."

"देशाच्या हितासाठी माझ्याकडून जे काही शक्य असेल ते बलिदान मी देईन. वचन देतो आपल्याला." नकळत जरा ताठ होत निर्धारपूर्वक सरदारांनी उत्तर दिलं.

"याच विश्वासानं सरदार, महंमदअली जीनांचा एक निरोप मला तुम्हाला द्यायचा आहे."

"अवश्य!"

"तुम्हाला भेटायची आणि सध्या निर्माण झालेल्या गुंत्यावर दुसऱ्या कोणालाही मधे न आणता व्यवहार्य तोडगा शोधण्याची कायदेआझम जीनांची इच्छा आहे."

क्षणभरात सरदार सगळं काही समजले. सिमला परिषदेत काँग्रेसाध्यक्ष मौलानांशी हस्तांदोलनसुद्धा करायला तयार नसणाऱ्या, काँग्रेसच्या नेत्यांना फक्त हिंदूंचे नेते मानणाऱ्या जीनांना याक्षणी सरदारांशी खासगीत भेटायचं होतं. मुख्य म्हणजे भेटीसाठी मध्यस्थ म्हणून त्यांनी आगाखानांना यात ओढलं होतं. ज्यांच्या धार्मिक आधिपत्यातून सुटका करून घेण्यासाठी स्वत: इस्माईली खोजा असूनदेखील पंथ बदलून जीना अश्ना अशरी बनले होते, त्याच आगाखानांना आता मध्यस्थीसाठी जीनांनी भरीला घातलं होतं.

"युवर होलीनेस," सरदार म्हणाले, "कोणालाही मधे न आणता समोरासमोर बसून प्रश्न सोडवण्याचा प्रयत्न करणं यापेक्षा अधिक चांगलं दुसरं काहीच नाही." निमिषार्धात सगळे हिशोब मांडून सरदारांनी शांतचित्तानं उत्तर दिलं.

"ही तुमची संमतीच आहे असं समजून मी कायदेआझमांना निरोप कळवू तर?" आगाखानांनी आशेच्या स्वरात विचारलं.

"भेटीसठी आपण माझी संमती अवश्य कळवू शकता, पण..." श्वास घेण्यासाठी सरदार मुद्दाम थांबले.

"पण? पण काय?" आगाखानांनी उत्कंठेनं विचारलं.

"पण कायदेआझमांनी अशी भेट एकतर काँग्रेसाध्यक्षांची किंवा मग काँग्रेसचे आणि म्हणूनच देशाचेही सर्वोच्च नेता असलेल्या महात्मा गांधींची तरी घेतली पाहिजे."

"काय म्हणता काय? याचा अर्थ तुम्ही कायदेआझमांचं आमंत्रण नाकारताय!"

"मला वाटतं, कायदेआझमांचं हे आमंत्रण देशाची राजकीय समस्या सोडवण्याच्या उद्देशानं दिलं गेलं आहे. त्यांच्या उद्देशाशी मी सहमतच आहे, परंतु तो उद्देश पूर्ण करण्यासाठी आपण यथोचित पद्धतीनं भेटलं पाहिजे. म्हणूनच मला वाटतं की मुस्लीम लीगच्या अध्यक्षांनी त्यांचे समानकक्ष असलेल्या काँग्रेसाध्यक्षांना भेटावं अथवा आमचे सर्वोच्च नेता असलेल्या गांधींना भेटावं. कायदेआझमांना खरोखरच जर प्रश्न सोडवायचे असतील, तर मी स्वत: अशी भेट जुळवून आणायला नक्की मदत करेन." संभाषण संपवत आणल्यागत शेवटचं वाक्य सरदारांनी अतिशय शांतपणे उच्चारलं... अन् टेलिफोन दोन्ही बाजूंनी शांत झाला.

फसलेल्या वाटाघाटींनी निर्माण झालेली पोकळी भरून काढण्यासाठी ब्रिटिश पंतप्रधान ॲटलींनी पुन्हा एकदा नव्यानं प्रयत्न केला. पेथिक लॉरेन्स ॲटली प्रधानमंडळातले वरिष्ठ सभासद होते. आपल्या उदारमतवादी धोरणापायी त्यांना

आधीच्या ब्रिटिश सरकारकडून तुरुंगवास भोगावा लागला होता. तेराव्या शतकात ब्रिटनच्या राजावर नियंत्रण आणणाऱ्या मॅग्नाकार्टापासून ब्रिटिश लोकशाहीचा प्रारंभ झाला होता. त्यात नंतरची सातशे वर्षं स्त्रियांना कोणतंही स्थान नव्हतं. विसाव्या शतकाच्या सुरुवातीच्या काळात, स्त्रियांना मतदानाचा हक्क मिळाला पाहिजे यासाठी उग्र चळवळ सुरू झाली होती. पेथिक लॉरेन्स यांनी अशा मताधिकारासाठी लढा दिला होता आणि त्यामुळेच त्यांना तुरुंगवासाची शिक्षा भोगावी लागली होती.

हिंदुस्थानातील राजकीय समस्येवर तोडगा शोधण्याचं काम ॲटलींनी पेथिक लॉरेन्सना सोपवलं. सर स्टॅफर्ड क्रिप्स आणि ए.बी. अलेक्झांडर हे दोन मंत्री त्यांचे सहकारी म्हणून नेमले. इतिहासात ही समिती कॅबिनेट मिशन म्हणून ओळखली जाते. ॲटलींनी त्यांना स्पष्ट शब्दांत सांगितलं होतं, ''या आधीच्या पूर्वापार समजुती बाजूला ठेवा. हिंदुस्थानच्या प्रजेमध्ये फार मोठ्या प्रमाणावर अंतर्गत भांडणं आहेत; पण असं असलं तरी इंग्रजी शासनाचा अंत घडवून आणण्याच्या मुद्द्यावर त्यांच्यात एकमत आहे त्यामुळे केवळ चर्चा आणि वाटाघाटी करणं यावर विसंबून राहू नका. आपल्या कार्यात यशस्वी होणं हा मुख्य उद्देश आहे, या निर्धारानंच तुम्हाला जायचं आहे.''

पेथिक लॉरेन्स यांच्याकडे सोपवलेली कामगिरी अवघड होती. काँग्रेस, मुस्लीम लीग आणि देशी संस्थानिक या तिघांमध्ये समतोल साधला जाईल आणि तिघांना मान्य होईल अशी एक राजकीय चौकट त्यांनी शोधली. फाळणी मुस्लीम लीगला हवी होती; पण काँग्रेसला मान्य नव्हती. पाचशेबासष्ट देशी संस्थानिकांनी देशाचा चाळीस टक्के भाग व्यापला होता आणि या सर्वांवर ब्रिटिशांची सार्वभौम सत्ता होती. ज्या क्षणी ब्रिटिश हिंदुस्थान सोडून जातील, त्या क्षणी त्यांची सत्ता संपुष्टात येणार होती. देशभरातले राजेरजवाडे ब्रिटिश सत्तेच्या त्या अंतिम क्षणाची मोठ्या आतुरतेनं वाट पाहत होते. ब्रिटिश साम्राज्याचा अंत होताच संपूर्ण देश अनेक छोट्या छोट्या तुकड्यांमध्ये विभागला जाणार ही सत्यपरिस्थिती होती. अशावेळी पेथिक लॉरेन्स यांनी मांडलेला प्रस्ताव देशातल्या या तीनही पक्षांना थोड्याफार प्रमाणात मान्य होण्याजोगा होता. दिल्लीमध्ये नवनिर्वाचित संसद तसंच काँग्रेस आणि मुस्लीम लीगचे सभासद यांनी मिळून मध्यवर्ती सरकार रचावं आणि प्रांतांना अधिक व्यापक सत्ता मिळावी एवढंच नव्हे तर भविष्यकाळात त्यांना वाटलं तर केंद्रापासून अलग होण्याचा अधिकारही त्यांना मिळावा.

प्रांतांना केंद्रापासून अलग होता येण्याचा अधिकार म्हणजे पाकिस्तान घडवण्याचा राजमार्गच, असं मुस्लीम लीगला वाटलं. त्यामुळे त्यांनी ही शिफारस लगेच मंजूर केली. काँग्रेस मात्र डळमळीत होती. केंद्रापासून अलग होण्याचा प्रांतांना दिलेला अधिकार देशाच्या ऐक्याच्या दृष्टीनं फार धोकादायक होता. पंजाब, बंगाल, सिंध,

सरहद्द प्रांत तसंच आसाम यांना धोका संभवत होता. काँग्रेसनं हा प्रस्ताव जसाच्या तसा मान्य करायला नकार दिला.

सरदार मात्र या सगळ्याकडे वेगळ्याच दृष्टिकोनातून बघत होते. त्यांनी विचार केला, काँग्रेसने हा प्रस्ताव स्वीकारला नाही आणि समजा, केंद्रात मुस्लीम लीगचं सरकार आलं तर देशातील काँग्रेसची अवस्था पार दुबळी होऊन जाईल. प्रांतिक सरकार आणि देशी संस्थानिक केंद्रात सत्तारूढ असलेल्या लीग सरकारकडे मोहरा वळवतील. फार कशाला, देशातल्या राष्ट्रवादी मुसलमानांनासुद्धा कदाचित मुस्लीम लीग तळपत्या सूर्यासमान तेजस्वी भासू लागेल. शिवाय, आसाम, बंगाल आणि पंजाब इथल्या बिगरमुसलमान प्रजेला मुस्लीम लीगच्या ताब्यात देऊन टाकल्यासारखं होईल. पेथिक लॉरेन्सचा प्रस्ताव मंजूर करण्यात यावा असा काँग्रेस कार्यकारिणीच्या बैठकीत सरदारांनी आग्रह धरला.

ह्याबाबतीत गांधीजींचं धोरण सरदारांपेक्षा वेगळे होतं. त्यांनी म्हटलं, "मध्यवर्ती सरकारमध्ये सामील होण्याची आपण घाई करू नये. मला वाटतं, या नव्या प्रस्तावानुसार होणाऱ्या संविधान सभेत आपण सामील व्हावं आणि त्यानंतर ही सभा जे ठरवेल त्याप्रमाणे नवं सरकार बनू द्यावं."

"पण बापू." सरदार म्हणाले, "असं केलं तर केंद्रात मुस्लीम लीगचं सरकार बनण्याची शक्यता आहे."

"केंद्रात मुस्लीम लीगचं सरकार आलं आणि जीना पंतप्रधान बनले तर त्यात मला हरकत घेण्याजोगं काही वाटत नाही. इंग्रज शासकांना इथून घालवून देणं हा आपला मूळ उद्देश आहे."

"आपल्याला नुसतंच इंग्रजांना घालवून द्यायचं नाहीये बापू! देशातल्या कोट्यवधी लोकांपैकी शेवटच्या माणसापर्यंत स्वातंत्र्याची फळं पोहोचवण्याचासुद्धा आपला उद्देश आहे. मुस्लीम लीग फक्त मुसलमानांचीच राहील."

सरदारांचं बोलणं गांधीजींना अजिबात आवडलं नाही. आपली नाराजी मुळीच न लपवता त्यांनी म्हणून टाकलं, "तुम्ही तुमच्या अनुभवाप्रमाणे चला, मी माझ्या! तुम्हाला माहीतच आहे, तुमच्या कित्येक गोष्टी नाही समजत मला!"

सरदार यावर अधिक काही बोलले नाहीत. गांधीजींच्या चेहऱ्यावर अपार वेदना पसरली होती, ती तेवढी सरदार बघत राहिले.

कार्यकारिणीच्या त्या बैठकीत काहीच निर्णय घेतला गेला नाही. दुसऱ्या दिवशी सकाळी पुन्हा या विषयावर सविस्तर चर्चा करायचं ठरलं. परततेवेळी रस्त्यात सरदारांनी गांधीजींना विचारलं, "बापू, माझं काहीतरी चुकलं असण्याची शक्यता आहे, हे मी नाकारत नाही; पण माझ्या ते अजूनही लक्षात येत नाही."

"तुम्ही ज्या पद्धतीनं बोलता ना वल्लभभाई, ते मला नाही आवडत. आपण

दोघं जणू काही वेगवेगळ्या दिशेला चाललो आहोत असं वाटतं.''

''तुम्हाला असं वाटत असलं, तरी मला तुमच्यापेक्षा वेगळ्या मार्गानं जायचं नाही याची खात्री वाटू नये, इतका मी तुमचा विश्वास गमावलाय का बापू?'' सरदारांनी व्यथित होऊन विचारलं.

''सगळंच बदललंय सरदार!'' गांधीजी म्हणाले. ''न जाणो, कदाचित माझंच कुठेतरी चुकत असेल. मला कुठेही प्रकाशाचा किरण दिसत नाहीये. वाटतं अंधारानं मला घेरून टाकलंय चहूकडून...''

''बापू...'' सरदार पुटपुटले, ''हे काय बोलताय तुम्ही?''

''होय.'' आपल्याशीच बोलल्यागत गांधीजी म्हणाले, ''कुठल्यातरी अनाकलनीय भीतीनं माझ्या मनाला घेरलंय. या भीतीचा माझ्याकडे पुरावा काहीच नाही, त्यामुळे तुम्हाला ती सांगून मला तुमचं मन दूषित नाही करायचं.''

मौनाची एक अभेद्य भिंतच जणू दोघांमध्ये उभी राहिली. सरदार काही बोलले नाहीत.

दुसऱ्या दिवशी कार्यकारिणीच्या बैठकीत गांधीजींचा कल जाणून घेण्यासाठी सगळ्यांच्या नजरा त्यांच्याकडे लागून राहिल्या. कॅबिनेट मिशनचा प्रस्ताव मान्य करायला गांधीजी अनुकूल नाहीत हे सगळे जण समजून चुकले होते, परंतु जवाहरलाल आणि सरदार दोघांचाही, याच बैठकीत प्रस्ताव मंजूर व्हावा असा आग्रह होता.

बैठकीच्या आरंभी गांधीजी म्हणाले, ''कालच्या चर्चेतून एक गोष्ट स्पष्ट झाली आहे ती म्हणजे कार्यकारिणी माझ्याशी सहमत नाही. माझ्या मनात काही शंका आहेत, एकप्रकारची भीती आहे; पण ती स्पष्टपणे सांगण्यासाठी माझ्याकडे प्रमाण असं काहीच नाही. अशावेळी तुम्ही केवळ माझ्या म्हणण्याखातर मला साथ द्यावी हे उचित नाही. तुमचा निर्णय तुमच्या स्वत:च्या बुद्धीला अनुसरून घेतलेला असावा.'' एवढं बोलून गांधीजी जरा थांबले. मग पुढे म्हणाले, ''मला वाटतं आता या सभेत माझी गरज नाही. मला निरोप द्या, चलतो मी.''

सभा स्तब्ध झाली. स्तब्धतेचा भंग करत बैठकीचे अध्यक्ष मौलाना म्हणाले, ''आता तुमचं सगळ्यांचं म्हणणं काय आहे? बापूंनी इथे थांबायची आवश्यकता आहे असं तुम्हाला वाटतं का?''

कोणीच काही बोललं नाही.

गांधीजी हलकेच उठले. सगळे बघत होते. गांधीजींनी पाठ फिरवली. सावकाश पावलं टाकत ते दाराबाहेर पडले.

कितीतरी वेळ सरदार त्या उघड्या दाराकडे पाहत राहिले. गांधीजींच्या धीम्या पावलांच्या चालीकडे ते दृष्टी खिळवून बघत होते. जातेवेळी गांधीजींच्या मनात

खळबळ माजली होती. शब्दांत न मांडता येण्याजोगी ती खळबळ त्यांच्या चेहऱ्यावर उमटलेली सरदारांना कळत होती. गांधीजींना त्या व्यथित अवस्थेत पाहणं सरदारांना कठीण जात होतं. आपल्यामुळे तर हा संतपुरुष दुखावला गेला नाही ना, असं त्यांना वाटू लागलं. न जाणो, आपण त्यांच्यापेक्षा वेगळं धोरण पत्करलं आहे, त्यामुळे त्यांचा आत्मा दुखावला गेलाही असेल...

एकाएकी सरदारांच्या डोळ्यांपुढे एक क्षण चमकून गेला. आपणच तर म्हटलं होतं, ''या संतपुरुषाला दुखावणारा कधीच सुखी होणार नाही...''

काठेवाडच्या दोनशेबावीस संस्थानिकांपैकी राजकोटच्या ठाकोरांचं राज्य फारसं दखल घेण्याजोगं म्हणवलं जात नव्हतं. जुनागढ, भावनगर आणि जामनगर यांसारख्या राज्यांच्या तुलनेत राजकोटला फार तर जहागीर म्हणणंच योग्य ठरलं असतं. असं असूनही वेलस्लीच्या सब्सिडिअरी अलायन्स पुढे या सगळ्या राज्यांनी माना तुकवल्यानंतर त्यांच्यावर लक्ष ठेवण्यासाठी – सरदार पटेल ज्यांची 'जमादार' म्हणून संभावना करत – ब्रिटिश रेसिडेंटची राजकोटला नेमणूक करण्यात आली होती. त्या ब्रिटिश रेसिडेंटने राजकोट शहराचाच एक भूभाग वेगळा काढून एजन्सीची सीमा आखून घेतली होती. काठेवाडात राजकोटचं भौगोलिक स्थान विशेष होतं. अगदी मध्यावर असल्यामुळे राजकोटमधून संपूर्ण काठेवाडावर नजर ठेवता येईल असा सरळ हिशोब त्यामागे होता.

गांधीजींच्या आजोबांनी – आणि काही काळ वडिलांनीसुद्धा – राजकोट दरबारचे कारभारी म्हणून आपली सेवा रुजू केली होती. गांधीजींच्या काळात लाखाजीराज हे राजकोटचे ठाकोर होते. गांधीजींचा ते खूप मान राखत. लाखाजीराजांचे आपल्या प्रजेशी अतिशय सलोख्याचे संबंध होते. त्यांनी आवर्जून गांधीजींना राजकोटला बोलावून त्यांचा सन्मान केला होता. आपल्या भावना जाहीरपणे व्यक्त करत त्यांनी म्हटलं होतं, ''बापू, अवघा देश तुम्हाला बापू म्हणत असेल, खुशाल म्हणो; पण मला मात्र तुम्ही खरोखरच पितातुल्य आहात. याचं मुख्य कारण असं की, तुमच्या पूर्वजांनी माझ्या पूर्वजांना साथ देत राजकोटच्या प्रजेची सेवा केली आहे.'' एवढं बोलून गांधीजींकडे चेहरा वळवून त्यांनी पुढे म्हटलं होतं, ''मला नेहमी वाटतं, की वल्लभभाईंसारखा मीसुद्धा तुमचा उजवा हात बनू शकलो, तर किती चांगलं होईल!''

हा असाधारण राजा लाखाजीराज मृत्यू पावल्यानंतर राजकोटचे वारसदार कुमार धर्मेंद्रसिंहजी गादीवर बसले. या धर्मेंद्रसिंहजींच्या शिक्षणासंदर्भात सरदारांनी एकदा म्हटलं होतं, ''ज्या कॉलेजात माणसाला जनावर बनवलं जातं, जिथे तऱ्हतऱ्हेच्या मद्यांची नावं खडाखड तोंडपाठ होतात आणि बेबंदपणे प्यायला शिकवलं जातं अशा

कॉलेजात माणसाचं माणूसपण हरवून तो जनावर न बनला तरच नवल!' गादीवर आल्याबरोबर धर्मेंद्रसिंहांनी सरदारांचं हे मत खरं करून दाखवलं. वारांगनांच्या मैफिली झडू लागल्या, मद्याचे पाट वाहू लागले.

धर्मेंद्रसिंहांच्या दुर्दैवानं त्यांचे धाकट्या पातीच्या चुलतघराण्यातले 'दरबार वीरावाळा' राजकोटहून थोड्या दूर बगसरा नावाच्या गावी राहत होते. तिथली तालुकादारी त्यांना वारशानं मिळाली होती. हे वीरावाळा अत्यंत विचक्षण, कावेबाज आणि महत्त्वाकांक्षी होते. धर्मेंद्रसिंहांचे स्वभावदोष ते पुरते ओळखून होते. त्यांना कमकुवत करणाऱ्या या स्वभावदोषांमध्येच आपल्याला हवं ते करवून घेण्याची संधी लपलेली आहे, हे वीरावाळांच्या नीट लक्षात आलं होतं. बगसरा सोडून त्यांनी राजकोटला धर्मेंद्रसिंहांकडे मुक्काम ठोकला. लवकरच ते राजकोटचे वहिवाटदार बनले. धर्मेंद्रसिंहांना सुरा आणि सुंदरी यांच्या अथांग खाईत लोटून देऊन त्यांनी राज्याची तिजोरी पार रिकामी करून टाकली.

असं कुठवर चालणार होतं? शेवटी अगदीच नाकी दम आल्यावर आर्थिक तंगीतून वर येण्यासाठी, शहरात प्रवेश करणाऱ्या व्यावसायिक मालसामानावरची जकात वीरावाळांनी वाढवून टाकली. काड्यापेट्या, साखर, बर्फ यांसारख्या दैनंदिन गरजेच्या वस्तूंसाठी तोंडाला येईल ती रक्कम वसूल करून ठेके दिले. खेळाच्या नावाखाली लोकांना जुगाराकडे वळवण्यासाठी कार्निव्हल नावाच्या एका संस्थेला खास मक्ता दिला. परिणाम व्हायचा तोच झाला. लोकांचे धंदे-रोजगार बुडू लागले आणि काड्यापेट्या, साखर, बर्फ यासारख्या रोजच्या गरजेच्या वस्तूंसाठी लोक तडफडू लागले.

'काठियावाड राजकीय परिषद' नावाची संस्था त्या वेळी काठेवाडातील प्रजेच्या हक्काबद्दल जगजागृतीसाठी आंदोलन करत होती. उछरंगराय ढेबर तिचे अध्यक्ष होते. ढेबरभाईंनी वीरावाळांना पत्र लिहून शहरातल्या अंदाधुंदीकडे त्यांचं लक्ष वेधलं. एवढंच नव्हे, तर त्यानंतर एका जाहीर सभेत धर्मेंद्रसिंहजी आणि वीरावाळांच्या विरोधात भाषणसुद्धा केलं. वीरावाळांनी त्यांना अटक करून तुरुंगात डांबलं.

ही हकिकत सरदारांना कळली. त्यांनी राजकोटमध्ये प्रजापरिषद बोलवायचं ठरवलं आणि ते स्वतः त्या परिषदेला हजर राहिले. दरम्यानच्या काळात, सरदारांचं राजकोटला आगमन होण्याच्या आधीच वीरावाळांनी ढेबरभाई वगैरे पुढाऱ्यांना तुरुंगातून सोडून दिलं होतं. राज्यात माजलेली अंदाधुंदी, धर्मेंद्रांची त्याबद्दलची उदासीनता आणि वीरावाळांची जुलूमजबरदस्ती या सगळ्यांविरुद्ध लढण्याचं सरदारांनी पहिल्याच दिवशी प्रजेला आवाहन केलं. सरदारांचं तिथे येणं वीरावाळांना मुळात आवडत नव्हतं, परंतु नंतर मात्र 'राजा आणि प्रजा यांच्यातलं वैमनस्य सरदार कमी करू शकत असतील, तर त्यात मला आनंदच आहे,' असं त्यांनी कळवलं.

राजकोटच्या प्रजेची सरदारांना साथ आहे हे एव्हाना वीरावाळा समजून चुकले होते. अशा परिस्थितीत जनजागृती पायाखाली चिरडून टाकायला निघाल्यास आपल्याला थेट सरदारांशीच समोरासमोर सामना करावा लागेल, त्यापेक्षा ब्रिटिश रेसिडेंटला पुढे करून धर्मेंद्रसिंहांची कठपुतळी नाचवण्यात यशाची शक्यता अधिक आहे हे त्यांनी ओळखलं. ठाकोर धर्मेंद्रसिंहांमार्फत त्यांनी ब्रिटिश रेसिडेंटला विनंती केली, "माझी प्रकृती ठीक नसते, त्यामुळे मला या दिवाणपदाच्या जबाबदारीतून ताबडतोब मुक्त करावं आणि एखाद्या हुशार, अनुभवी ब्रिटिश अधिकाऱ्याच्या हाती ही जबाबदारी सोपवावी." त्यासाठी त्यांनी पेट्रिक कॅडल नामक एका निवृत्त ब्रिटिश अधिकाऱ्याचं नाव सुचवलं. ब्रिटिश रेसिडेंटनं ते मंजूर केलं.

वीरावाळांच्या पडद्याआडून हालचाली सुरू झाल्या. प्रजेचं आंदोलन चिरडून टाकण्यासाठी त्यांनी पेट्रिक कॅडलमार्फत पावलं उचलायला सुरुवात केली. काड्यापेटीसारख्या जीवनावश्यक वस्तूचं राज्याकडून थेट कंत्राट दिलं असल्यानं हा कायदा मोडण्यासाठी ढेबरभाईंनी काड्यापेट्या विकायला सुरुवात केली. ठाकोर धर्मेंद्रसिंहजी राज्यकारभारात मुळीच लक्ष घालत नाहीत आणि वीरावाळा म्हणतील त्यावर खुशाल सही करून टाकतात हे ब्रिटिश दिवाण पेट्रिक कॅडल यांच्या नजरेनं टिपलं. आपली ही तऱ्हा बदलून प्रजेशी थेट नातं निर्माण करण्यासाठी दरबारात हजर राहण्याचं त्यांनी ठाकोरांना आग्रहपूर्वक सुचवलं. वीरावाळांना अर्थातच ते आवडलं नाही. त्यांनी कॅडलना म्हटलं, "तुमचं इथं स्थान आहे ते माझी धोरणं राबवण्यासाठी. तुम्ही करत आहात ते खपवून घेतलं जाणार नाही. पेट्रिक कॅडलना ते पटेना. त्यांनी ठाकोरांना पुन्हा एकवार समजावलं, "ठाकोरसाहेब, तुमच्या राज्याबद्दलच्या ज्या काही तक्रारी आहेत त्या तुमच्याच वागणुकीबद्दल आहेत. राज्याच्या उत्पन्नाचा फार मोठा हिस्सा तुम्ही राजाला न शोभेशा मार्गानं उडवून टाकत आहात."

दरबार वीरावालाच्च काय, ठाकोर धर्मेंद्रसिंहजीसुद्धा पेट्रिक कॅडलच्या या बोलण्यानं नाखूश झाले. त्यांनी ब्रिटिश रेसिडेंट मिस्टर गिब्सन यांना ताबडतोब पत्र लिहून पेट्रिक कॅडलना परत बोलावून घेण्याची विनंती केली. ठाकोरांच्या म्हणा की वीरावाळांच्या म्हणा, दुर्दैवानं गिब्सननी ती विनंती फेटाळून लावली. उलट, वीरावाळांनाच त्यांनी राजकोट सोडून बगसरला जाऊन राहायचा हुकूम दिला. वीरावाळांच्या गैरहजेरीतच पेट्रिक स्वतंत्रपणे काम करू शकतील असा खुलासाही त्यांनी केला.

राजकोट शहरापुरतंच मर्यादित असलेलं आंदोलन एव्हाना गावोगावी जाऊन पोहोचलं होतं. स्वयंसेवकांची, कार्यकर्त्यांची रोजच धरपकड होत होती, त्यांना मारझोड केली जात होती. जंगलात नेऊन त्यांचे हातपाय बांधून त्यांना तिथेच टाकून

दिलं जात होतं. क्वचित कधी तर त्यांना विवस्त्र करून सोडलं जात होतं.

आता प्रत्यक्ष तिथेच जाऊन या बाबतीत उपाय शोधल्याविना चालणार नाही, असं सरदारांना वाटू लागलं. संस्थानाच्या अंतर्गत बाबींमध्ये काँग्रेसनं लक्ष घालू नये हे तत्त्व जरी असलं, तरी आता आपण दखल दिली नाही, तर अवघं काठेवाड पेटल्यावाचून राहणार नाही असं त्यांना प्रकर्षानं वाटलं.

सात

राजकोटचा लढा दिवसेंदिवस अधिकच उग्र होऊ लागला होता. राजा आणि प्रजा यांच्यातील अंतर छत्तीसाच्या आकड्यासारखं एकमेकांच्या विरुद्ध दिशेला तोंड करून वाढत होतं. आंदोलन असंच चिघळत गेलं तर काठेवाडच्या इतर राज्यांमध्ये ते पसरायला वेळ लागणार नाही, अशी भीती काठेवाडच्या इतर राजांच्या मनात निर्माण झाली. ते घडू द्यायचं नसेल तर राजकोटप्रश्नी काही ना काही तोडगा निघणं आवश्यक होतं. भावनगरचे दिवाण अनंतराय पट्टणींनी त्यासाठी राजकोटला येऊन प्रयत्न सुरू केले. पेट्रिक कॅडल आणि धर्मेंद्रसिंहजी या दोघांना भेटून त्यांनी समेटासाठीच्या अटी तयार केल्या. या अटींची यादी घेऊन अनंतराय सरदारांना भेटणार, त्याआधीच ब्रिटिश रेसिडेंट मिस्टर गिब्सननी सरदारांना सामील करून घ्यायला आपली नाराजी व्यक्त करत हरकत घेतली. ते म्हणाले, "काँग्रेसमध्ये सरदार सर्वाधिक अविश्वासपात्र व्यक्ती आहेत. शिवाय, हा संपूर्ण मामला राजकोटचा राजा आणि त्याची प्रजा यांच्यातील आहे. बाहेरच्या कोणा माणसाला त्यात ओढण्याची गरज नाही."

गिब्सनचं हे मत सरदारांना समजलं. उत्तरादाखल त्यांनी लगेच आपल्या अस्सल ग्रामीण भाषेत सुनावलं, "मला बाहेरचा म्हणणारा तू रे बेट्या कोण? पाच हजार मैलांवरून येऊन बळजबरीनं आमचा मालक बनून आमच्या बोडक्यावर बसणारा खरा बाहेरचा तर तू आहेस. हा आमचा आपसातला मामला आहे. आमचं आम्ही बघून घेऊ. तुलाच यात नाक खुपसायची गरज नाही."

दरम्यान, अनंतराय पट्टणी सरदारांकडे आले. समेटाचा मसुदा त्यांनी रुजू केला. सरदारांनी त्यात आवश्यक त्या सुधारणा केल्यानंतर अनंतरायांनी तो मसुदा गांधीजींना वाचून दाखवला.

सरदारांचा वरचश्मा राहील अशा मसुद्यातल्या काही गोष्टींमुळे दरबार वीरावाळा नाराज होते. ब्रिटिश रेसिडेंटनं त्यांना राजकोट सोडून कासऱ्यातच राहायचा सल्ला

दिला होता तरी पण ते कासऱ्यात राहूनही वेळोवेळी राजकोटला हेलपाटे घालून धर्मेंद्रसिंहजीचे कान भरवून जात होते.

समेटाचा मसुदा तयार होत आहे आणि त्यात सरदारांची बाजू वरचढ होत आहे, हे दिसल्यावर त्यांनी कारस्थान रचायला सुरुवात केली. त्यांनी विचार केला, "या तोडग्यावर एकदा सहीशिक्के होऊन जाऊ द्यावेत आणि त्यानंतर लगेच दिवाणपदावरून पेट्रिक कॅडलची उचलबांगडी करावी. नाहीतरी कॅडलची नेमणूक वर्षभरापुरतीच होती. एकदा का कॅडलची रवानगी झाली, की आपण पुन्हा राजकोटच्या दिवाणपदी येऊन समेटामध्ये सरदारांचा हात वर राहणार नाही अशी काहीतरी कारवाई करू शकू."

एकीकडे लढ्यानं अत्यंत उग्र रूप धारण केलं होतं. सत्याग्रहींवर होणारे जुलूम वर्णन करण्यापलीकडचे होते. सत्याग्रहींमध्ये आता कस्तुरबा आणि मणिबेनही सामील झाल्या होत्या. त्या दोघींवरदेखील अत्याचार करायला राजकोटच्या शासनानं मागेपुढे पाहिलं नाही. अत्याचारांचे सविस्तर तपशील गांधीजींना समजले तेव्हा त्यांनी ठाकोर धर्मेंद्रसिंहांना पत्र लिहिलं, "अशा अमानुष वर्तनाचे हे तपशील जर खरे असतील, तर ही गोष्ट तुम्हाला अत्यंत लाजीरवाणी आहे. याबाबत प्रत्यक्ष चौकशी करण्यासाठी स्वत: जातीनं राजकोटला येण्याचा माझा विचार आहे."

गांधीजी राजकोटला पोहोचण्यापूर्वीच झालेल्या करारानुसार ठाकोर धर्मेंद्रसिंहजींनी एक जाहीरनामा प्रसिद्ध केला. शासनाच्या कारभारात ठाकोरांना मदत करण्यासाठी दहा सभासदांची एक समिती नेमण्यात आली. पैकी सात सभासदांची नेमणूक सरदारांनी आणि उरलेल्या तिघांची नेमणूक ठाकोरांनी करावी असं ठरलं. ही सगळी व्यवस्था जाहीर झाली तेव्हा लढ्याचा अंत दृष्टिपथात आलाच असं दोन्ही पक्षांना वाटलं. लढ्याचा शेवट होत आहे अशी सरदारांनी घोषणा केली. पकडून ठेवलेल्या कैद्यांची ठाकोरसाहेबांनी सुटका केली आणि कराराप्रमाणे मुदत पूर्ण होताच पेट्रिक कॅडलला कार्यमुक्त केलं. पुनश्च एकदा दरबार वीरावाळा राजकोटचे दिवाण म्हणून धर्मेंद्रसिंहजींच्या महाली येऊन पोहोचले. आल्या आल्याच वीरावाळांनी रेसिडेंट गिब्सनची भेट घेतली. गिब्सनच्या तोंडचं पहिलंच वाक्य ऐकून वीरावाळांना वाटलं, 'चला, फत्ते झाली. गड जिंकला आपण!'

"मिस्टर वीरवाळा, राजकोटचं राज्य राजासाहेबांना आपल्या ताब्यात ठेवायचं आहे की नाही? की सुरळी करून ते काँग्रेसला भेट देऊन टाकायचंय?" गिब्सन यांचा प्रश्न ऐकताच त्यांच्या मनात समेट कराराबद्दल किती कडवटपणा दाटला आहे, हे ताडायला वीरावाळांसारख्या अत्यंत कुटिल राजकारण्याला फारसा वेळ लागणार नव्हताच! त्यांनी अत्यंत चतुरपणे उत्तर दिलं, "गिब्सनसाहेब, आता यातून मार्ग काढणं तुमच्या हाती आहे. तुम्हीच काहीतरी करा. सरदारांशी समेट करून

राजासाहेबांनी चूक करून ठेवली आहे, हे तर उघडच आहे."

"मिस्टर वीरावाळा, त्या कराराची सगळी कलमं तुम्ही अत्यंत बारकाईनं वाचून काढा आणि त्यात जिथे कुठे पळवाटा राहिल्या असतील त्यांचा फायदा करून घ्या."

गिब्सननी सांगण्यापूर्वीच वीरावाळांनी सर्व वाचून काढलं होतं. आता धर्मेंद्रसिंहांना त्यात गोवून कुठे आणि कसं पुढे जायचं, त्याची योजना त्यांनी आखून ठेवली होती.

गांधीजी राजकोटला पोहोचले तोपर्यंत सरदारांनी करारानुसार समितीसाठी सुचवायची सात नावं जाहीर करून टाकली होती. त्या सात नावांपैकी ढेबरभाईंच्या पहिल्याच नावावर वीरावाळांनी फुली मारली. ठाकोरसाहेबांच्या मनात त्यांनी भरवलं, की जो राजकोटच्या प्रजेपैकीच एक नसेल त्याचं नाव या समितीत कसं ठेवता येईल? ढेबरभाई जामनगरचे आहेत. तेव्हा त्यांचं नाव आपण स्वीकारू शकत नाही. ठाकोरसाहेबांनी हा युक्तिवाद ताबडतोब मान्य केला. त्यांच्या मनावर आणखी एक गोष्ट वीरावाळांनी ठसवली. ते म्हणाले, "सरदारांनी सुचवलेली यादी अंतिम यादी मानायची गरज नाही, कारण कराराच्या अटीनुसार सरदारांनी नावांची फक्त शिफारस करायची आहे. त्या शिफारशींमधून अंतिम निवड राजेसाहेबांनीच करायची आहे." राजेसाहेबांच्या नावाने सरदारांना एक पत्र गेलं. राजघराण्यातले चुलत आप्त, मुसलमान त्याचप्रमाणे दलित वर्गातल्या लोकांकडून राजेसाहेबांना अर्ज आले असून, त्यांनाही समितीत प्रतिनिधित्व असलं पाहिजे. तेव्हा या समस्त बाबी लक्षात घेऊन पुन्हा नव्यानं सात नावांची यादी सुचवावी असं या पत्रातून सुचवलं गेलं.

गांधीजींनी राजकोटमध्ये पाऊल ठेवलं आणि स्टेशनवरच त्यांना ठाकोर धर्मेंद्रसिंहजींचा निरोप मिळाला, "राजकोटच्या राजघराण्याशी आपला फार पूर्वीपासूनचा संबंध आहे. हे पाहता आपण राजकोट संस्थानचे पाहुणे म्हणून आमच्यासोबत राहाल, तर खूप आनंद होईल." गांधीजींनी स्टेशनवरूनच उत्तर धाडलं, "राष्ट्रीय शाळेमध्ये माझी राहण्याची व्यवस्था आधीच करण्यात आली आहे."

कराराच्या अटींचा अर्थ लावण्याचा घोळ वाढत गेला, तसं लगेच वातावरण पुन्हा तंग झालं. राष्ट्रीय शाळेत गांधीजींना उतारा दिला होता, त्या ठिकाणी राजघराण्यातल्या इतर जहागिरदारांच्या आणि मुसलमानांच्या झुंडीच्या झुंडी लोटल्या. त्यांच्यापैकी कोणाचंच नाव सरदारांनी समितीमध्ये न सुचवल्याबद्दल त्यांनी तीव्र निषेध प्रदर्शित केला. गांधीजींच्या सुरक्षिततेबद्दल काही पेचप्रसंग उभा राहतो की काय अशी परिस्थिती काही काळ उद्‌भवली. आपल्या सहकाऱ्यांना गांधीजींनी राष्ट्रीय शाळेच्या पायऱ्यांवरच रोखलं. ते म्हणाले, "तुम्ही कोणीच माझ्यासोबत येऊ नका. मी एकटाच त्यांच्यात जाईन. त्यांचं म्हणणं ऐकेन अन् त्यांनी समजा मला मारलंच, तर मरायलासुद्धा तयार होईन."

एवढं म्हणून गांधीजी त्या जमावाच्या दिशेनं निघाले. जमावाच्या अग्रभागी असलेल्या दोघा जणांच्या खांद्यावर हात ठेवत म्हणाले, ''हे बघा, मी आता म्हातारा झालोय. मला आधाराची गरज भासते. तुमचा आधार घेऊन मी चालेन आणि तुम्ही न्याल तिकडे तुमच्यासोबत येईन.''

जमावातल्या सगळ्या लोकांना हे सर्वस्वी अनपेक्षित होतं. नकळतच जमाव दुभंगला आणि गांधीजी बाहेर पडू शकतील, एवढी अरुंद वाट तयार झाली. त्याच दोघांच्या साहाय्यानं गांधीजी त्या अरुंद वाटेनं निघाले. दरवाजापाशी उभ्या असलेल्या मोटारीपाशी पोहोचले. सगळे लोक बघत असताना मोटार सुरू झाली.

... परंतु एव्हाना जातीयतेची आणि सांप्रदायिकतेची बीजं काठेवाडात रुजली होती!

सरदारांना ताबडतोब राजकोटला यायचं होतं, पण गांधीजींनी त्यांना थांबवलं. गांधीजी म्हणाले, ''राजकोटचा प्रश्न मी हाती घेतला आहे, त्याच्याकडे मी बघतो. काँग्रेस अधिवेशनाला हजर राहण्यासाठी तुम्ही निश्चिंतपणे त्रिपुरीला जा.'' या गुंतागुंतीच्या मामल्यात व्हाइसरॉयनं मध्यस्थी करावी म्हणून गांधीजींनी त्यांना पत्र लिहिलं. सरदार आणि ठाकोरसाहेब या दोघांमध्ये समिती रचण्यासंदर्भात झालेला समेट रेसिडेंटला बंधनकारक आहे असं गांधीजींचं म्हणणं होतं. ब्रिटिश रेसिडेंट जर आपलं कर्तव्य पार पाडत नसेल, तर व्हाइसरॉयनं त्यात हस्तक्षेप केला पाहिजे. गांधीजींच्या पत्राच्या उत्तरादाखल व्हाइसरॉयनं लिहिलं, ''समेटाच्या कलमांचा अर्थ लावण्यासाठी हवं तर आपण सुप्रिम कोर्टाच्या मुख्य न्यायमूर्तींचा अभिप्राय मिळवू शकू. मी प्रत्यक्षपणे यात भाग घेणं कठीण आहे.'' गांधीजींचे सगळे मार्ग खुंटले होते एवढंच नव्हे तर अशा समित्यांमध्ये आपले प्रतिनिधी असलेच पाहिजेत अशा जोरदार मागण्या काठेवाडच्या इतर शहरातील मुसलमान, शाही जहागीरदार आणि दलित आवेशानं करू लागले होते.

गांधीजींच्या सांगण्यावरून राजकोटची लढाई सोडून त्रिपुरी काँग्रेस अधिवेशनाला हजर राहण्यासाठी गेलेल्या सरदारांनी 'राजकोटच्या मामल्यात हस्तक्षेप करावा' असं गांधीजींनी व्हाइसरॉयला पत्र लिहिल्याचं वृत्तपत्रात वाचलं. ते अत्यंत व्यथित झाले. त्या पेचप्रसंगात काठेवाड परिषद जवळपास जिंकल्यात जमा होती आणि मुख्य म्हणजे ज्या संघर्षात राजा आणि प्रजा हे दोनच घटक होते, त्या संघर्षात इंग्रजी सत्तेला गोवून गांधीजींनी फार मोठा गुंता निर्माण केला आहे, असं त्यांना वाटलं. दोघा मांजरांच्या भांडणाच्या बालकथेचा दाखला देऊन त्यांनी म्हटलं, ''आता माकडच सगळं लोणी खाऊन टाकणार. जिंकलेला डाव आपण घालवून बसणार आहोत.''

दुसरीकडे, गांधीजींनी आपलं शेवटचं शस्त्र उपसलं. 'या मुद्द्यावर आपण

उपोषण सुरू करू' असं त्यांनी ठाकोरसाहेबांना तसंच ब्रिटिश रेसिडेंटला कळवून टाकलं.

एखादी बातमी ऐकून बेचैन होणं सरदारांच्या स्वभावात बसत नव्हतं, मात्र गांधीजींच्या उपोषणाची बातमी कळल्यावर ते अस्वस्थ झाले. आपण पुढाकार घेऊन ओढवून घेतलेल्या राजकोटच्या लढ्याच्या शेवटच्या टप्प्यावर गांधीजींचा बळी जाऊ शकतो, या नुसत्या कल्पनेनंच त्यांना गलबलून येत होतं. त्रिपुरी काँग्रेसच्या अधिवेशनाला गांधीजी हजर राहू शकले नव्हते आणि त्याच अधिवेशनातून आता सरदार बाहेर निघून येऊ शकत नव्हते. 'राजकोटचे राजा तुम्ही आहात की वीरावाळा?' असा प्रश्न विचारणारं पत्र गांधीजींनी ठाकोरसाहेबांना लिहिलं. एका भेटीत वीरावाळांनी गांधीजींना स्पष्टपणे बजावलं होतं की, "राजकोटच्या रयतेच्या कल्याणाची आणि रक्षणाची जबाबदारी राजेसाहेबांची आहे. त्यात गांधीजींची दबावनीती खपवून घेतली जाणार नाही." समेटाचा शेवटचा प्रयत्न म्हणून उपोषण सुरू असताना ब्रिटिश रेसिडेंट गिब्सनना गांधीजींनी पत्र पाठवलं. त्यांनी लिहिलं, "ठाकोरसाहेबांना एक जबाबदार आणि विचारी राजा म्हणण्यात मी – किंवा असं म्हणू या की आपण सगळेच – ढोंगीपणा करत आहोत. ज्या वीरावाळांना तुम्ही राजकोट सोडून जायचा हुकूम केला होता, तेच वीरावाळा या समेटाच्या जिवावर उठले आहेत, यापेक्षा वेगळं अराजक काय असेल? या एकूण प्रकरणात वचनभंग घडला आहे, त्यामुळे याची संपूर्णपणे नि:पक्षपाती चौकशी व्हाइसरॉयनी केली पाहिजे."

गांधीजींच्या मनातील भावना गिब्सननी ताबडतोब व्हाइसरॉयपर्यंत पोहोचवली. उपोषणाच्या चौथ्या दिवशी व्हाइसरॉयनी गांधीजींना लिहिलं, "तुमचं उपोषण समाप्त करा. तुम्ही म्हणता त्याप्रमाणे ठाकोरसाहेबांचा जाहीरनामा आणि सरदारांशी झालेला त्यांचा करार हे सगळं देशाच्या सर्वोच्च न्यायाधीशांपुढे ठेवण्याचा प्रस्ताव मी करतो. त्या न्यायाधीशांचा निवाडा ठाकोरसाहेबांनासुद्धा मान्य करावा लागेल, याची हमी मी देतो. माझ्यावर विश्वास ठेवून तुम्ही उपोषण संपवलंत तर तुमच्या देहाची कष्टातून आणि तुमच्या मित्रांची चिंतेतून तुम्ही सुटका करू शकाल."

व्हाइसरॉयचं हे पत्र म्हणजेच हमीपत्र असं समजून गांधीजींनी उपोषण संपवलं. त्यानंतर ते संपूर्ण प्रकरण व्हाइसरॉयनं देशाच्या सर्वोच्च न्यायमूर्तींकडे सोपवलं. न्यायाधीशांपुढे दरबार* वीरावाळांनी स्वत:ची बाजू मांडताना लांबलचक युक्तिवाद केले. विरोधी पक्षातर्फे सरदारांनी आपल्यात आणि ठाकोरसाहेबांत झालेल्या समेटाची कागदपत्रं आणि इतर पत्रव्यवहार सादर केला. आपल्या कैफियतीत ठाकोरसाहेबांनी

---

* राजघराण्यातल्या धाकट्या पातीच्या वारसांना 'दरबार' असं म्हटलं जातं.

सरदारांवर आणि गांधीजींवर कपटकारस्थानं आणि दगाबाजी करण्याचे आरोप केले. दोन्ही बाजूंचं म्हणणं ऐकल्यावर न्यायाधीशांनी निकाल दिला. वल्लभभाईंनी ज्या सात जणांच्या नावांची शिफारस केली असेल त्यांनाच समितीत घेतले पाहिजे असं स्पष्ट मत त्यांनी मांडलं.

निकालाची प्रत घेऊन गांधीजी आणि सरदार राजकोटला पोहोचले. पूर्वीच्या करारानुसार कैद्यांची सुटका झाली नव्हती. पुन्हा नव्यानं सत्याग्रह सुरू झाला होता. असंख्य सत्याग्रहींची घरदारं, मालमत्ता राज्यानं जप्त केली होती. दरम्यान, दलितांचे प्रतिनिधी घ्यावेत म्हणून राज्यावर दडपण आणण्यासाठी डॉ. आंबेडकर वीरावाळांना येऊन मिळाले होते. दलितांचे प्रतिनिधी समितीवर घेतले जातील याबाबत वीरावाळांनी त्यांना खात्री दिली होती. मुसलमानांची आणि राजघराण्याशी संबंधित लोकांची गर्दी दिवसेंदिवस वाढत जावी यासाठी वीरावाळा नवनव्या हिकमती लढवत होते. न्यायाधीशांच्या निकालानुसार सरदारांनी गांधीजींच्या संमतीनं सुचवलेल्या नव्या यादीत ढेबरभाईंचं नाव नव्हतं. तरी, नवीन यादीतल्या दोन नावांना वीरावाळांनी हरकत घेतली. ते दोघे राजकोटमध्येच राहत असूनदेखील ते मूळचे इतर राज्यातले असल्याने त्यांना इथली 'रयत' समजता येणार नाही असा आक्षेप वीरावाळांनी उभा केला. भायातांच्या, दलितांच्या आणि मुसलमानांच्या टोळ्याच्या टोळ्या हातात चपलांचे हार घेऊन गांधीजींच्या निवासस्थानाबाहेर जोरजोरानं घोषणा देऊ लागले.

ठरल्याप्रमाणे सरदारांनी दुसऱ्या दिवशी राजकोट सोडलं. त्याच दिवशी वीरावाळा गांधीजींना भेटले. 'रयतेच्या नावाखाली तुम्ही राजा आणि प्रजा यांच्यातलं अंतर वाढवताहात. राजा सद्भावनेनं देतोय, तुम्ही मात्र नाहक त्यात कटुता आणताय,' असा आरोप त्यांनी केला.

गांधीजी थक्क झाले. आपली अहिंसा आणि आपलं उपोषण दोन्ही या ठिकाणी निष्फळ ठरत आहेत असं त्यांना वाटलं. यात दोष ठाकोरसाहेबांचा, वीरावाळांचा किंवा ब्रिटिश रेसिडेंटचा नसून या निष्फळतेमागे आपल्या अहिंसेत, आपल्या उपोषणातच काही उणीव आहे असं त्यांनी मानलं. आपलं उपोषण जर शुद्ध असतं, तर समोरच्याचं नक्कीच हृदयपरिवर्तन झालं असतं. ते तर झालं नाहीच, उलट अविश्वास आणि कटुताच अधिक उसळून आली आहे, त्याअर्थी हे अपयश आपल्यामुळेच आलं आहे असं त्यांना वाटू लागलं. 'मी हरलो' असं जाहीरपणे म्हणत त्यांनी पराजय स्वीकारला आणि ते मुंबईला निघून गेले.

'मी हरलो' या शीर्षकाचं त्यांनी एक जाहीर निवेदन केलं. त्यात त्यांनी केवळ अपयशच नव्हे, तर आपली हृदयविदारक व्यथाही व्यक्त केली. कोणत्याही प्रकारचं आवरण न घालता त्यांनी आपल्या अंतरीचं दु:ख उघड केलं.

''राजकोटनं माझी उमेदच हिरावून घेतली आहे. 'म्हातारपणाची' जाणीव

आजवर मला कधीही झाली नव्हती. आज मात्र आपण अपंग, अक्षम असल्याची जाणीव मला झाली आहे. निराशा म्हणजे काय असतं याची मला ओळख नव्हती. राजकोटमध्ये आज आशेची ज्योत मालवून मी निघालो आहे... रिकाम्या हातानं, खंगल्या देहानं, आशा अन् उमेद गाडून टाकून निघालो आहे. राजकोट ही माझ्यालेखी जीवनाची पाठशाळा ठरली आहे. काठेवाडच्या संस्थानी कारस्थानांनी माझ्या धीराची, माझ्या हिमतीची फार कठीण परीक्षा घेतली आहे.''

गांधीजींचं हे निवेदन वाचून सरदारांना अतोनात दु:ख झालं. उपोषणानंतर हे निवेदन लिहवून घेताना त्यांच्या अंतरात्म्याला किती क्लेश झाले असतील, या कल्पनेनं त्यांचं चित्त व्यथित होत होतं. ते फक्त एवढंच म्हणाले, ''राजकोटमध्ये या संताला क्लेश देणाऱ्याचा इन्साफ परमेश्वर करेलच करेल.''

'या संतपुरुषाला दु:ख देणाऱ्यांना कधीच सुख लाभणार नाही.'

अनेक वर्षांपूर्वी अंत:करणात अगदी नकळत, सहज उमटलेल्या त्या आर्त किंकाळीनं सरदारांना आज, आत्ता या क्षणी थरारून सोडलं. कार्यकारिणीच्या बैठकीतून उठताना जमिनीवर दोन्ही हात टेकवून उभे झालेल्या गांधीजींनी काठी हातात घेतली. पुढे पाऊल टाकण्यासाठी पाय उंचावला, त्या वेळी कार्यकारिणीचे अवघे सभासद त्यांना थांबवण्याऐवजी त्यांच्या निघून जाण्याची प्रतीक्षा करत असावेत, तसे नुसते बघत राहिले.

सरदारही त्यांच्यातलेच एक! त्या वेळी त्यांच्या मनात एकीकडे गांधीजींबद्दलचा भक्तिभाव होता, तर दुसरीकडे कॅबिनेट मिशन अमान्य करण्यानं देशाचे तुकडे होण्याच्या शक्यतेबद्दलची चिंता होती. विभाजनाच्या भयानक संकटातून देशाला वाचवण्याचा हा शेवटचा प्रयास होता. बदल्यात 'गांधीजी' गमवावे लागत होते. सरदारांनी ओठ घट्ट आवळून घेतले.

आठ

भविष्यकाळातल्या हिंदुस्थानचं जे चित्र कॅबिनेट मिशननं रेखाटलं होतं, त्यात फाळणीच्या विषाची बीजं पेरलेली होती हे सरदारांच्या पूर्णपणे ध्यानात आलं होतं. केंद्रामध्ये काँग्रेस आणि मुस्लीम लीग दोन्हींचं मिळून संयुक्त सरकार रचलं जावं आणि पुढे जाता प्रांत सरकारांना केंद्रापासून अलग व्हावं असं वाटल्यास तेही शक्य व्हावं अशी तरतूद त्यात होती. यामुळे बंगाल, पंजाब, सिंध, आसाम, सरहद प्रांत हे सर्वच्या सर्व हिंदुस्थानपासून वेगळे होण्याचं मोठंच भय होतं. सरदारांना ते पूर्णपणे कळून चुकलं होतं, परंतु दुसरीकडे काँग्रेसनं तात्पुरता समेट करून केंद्रातल्या सत्तेत सहभागी होणं मान्य केलं नाही तर ब्रिटिश सरकार संपूर्ण सरकारच मुस्लीम लीगच्या हाती सोपवून देईल अशीही शक्यता होती. ब्रिटिशांना कायमचा निरोप द्यायची सरदारांची इच्छा होती आणि त्याचवेळी मुस्लीम लीगला अधिक बळकट होऊ द्यायचं नव्हतं. गांधीजी मात्र ब्रिटिशांनी भारत सोडून जाण्याला प्राधान्य देत होते. जीनांच्या नेतृत्वाखाली मुस्लीम लीग एकट्यानं केंद्र सरकारची जबाबदारी सांभाळत असेल तर ते सरकारसुद्धा देशाचं राष्ट्रीय सरकारच म्हटलं जावं असं त्यांचं म्हणणं होतं. गांधीजी म्हणत होते ती मुस्लीम लीगची राष्ट्रीयता मनोमन स्वीकारणं सरदारांना जड जात होतं.

कॅबिनेट मिशननं सादर केलेला प्रस्ताव कार्यकारिणीनं गांधीजींच्या इच्छेविरुद्ध मान्य केला तेव्हा त्या गोष्टीचं समर्थन करताना सरदारांना अतिशय दुःख झालं होतं. अहिंसेबाबतचं अथवा मुसलमानांबद्दलचं गांधीजींचं धोरण प्रत्येकवेळी सरदारांना मान्य असायचंच असं नाही, परंतु मान्य नसलं तरी त्या त्या वेळी ते जाहीरपणे गांधीजींच्या धोरणाला पाठिंबा देत आले होते. या वेळी मात्र, गांधीजींना विरोध करणं हे आपलं राष्ट्रीय कर्तव्य आहे असं त्यांना वाटत होतं.

काँग्रेसकार्यकारिणीमध्ये गांधीजींच्या अनुपस्थितीत हा ठराव संमत झाला.

बैठकीहून परतताना मणिबेन सरदारांसोबत होत्या. ओठ मिटून निर्विकार चेहऱ्यानं

सरदार बसून राहिले होते. मणिबेननी ते पाहिलं. वाटेत त्यांनी सरदारांना विचारलं, "बापू, इतके गप्प गप्प का तुम्ही? तुम्ही पार खचून जावं असं कार्यकारिणीच्या बैठकीत काय हो घडलं?'

"मणिबेन," मोठ्या कष्टानं बोलावं तसं सरदार सावकाश म्हणाले, "तीन दशकांचा काळ लोटल्यानंतर बापूंपासून वेगळं होण्याचं मला फार दु:ख होतंय!"

मणिबेन सरदारांकडे पाहत राहिल्या. कार्यकारिणीच्या बैठकीत काय घडलं हे त्यांना फारसं ठाऊक नव्हतं, पण आदल्या दिवशी घडलेल्या गोष्टींबद्दल त्या अगदीच अनभिज्ञही नव्हत्या. त्यांनी हलकेच म्हटलं, "बापू, गांधीजींपासून अलग होण्याचं दु:ख म्हणजे काय याची मला कल्पना आहे, पण असा मुद्दा तरी कोणता निघाला, ज्यानं तुम्हाला हे पाऊल उचलायला भाग पाडलं?"

"असा एखाददुसरा मुद्दा नाही गं मणिबेन" सरदार उद्‌गारले. "गांधीजींचे विचार आता 'राष्ट्र' एवढ्याच स्तरावर थांबत नाहीयेत, त्यांचं मनोगत आता वैश्विक स्तरावर विहार करत आहे. त्यांची ही विचारसृष्टी कितीही आदर्शवादी आणि कल्याणमयी असली, तरी सध्याच्या राष्ट्रीय पातळीवर ती फारशी व्यवहार्य नाही."

"उदाहरणार्थ?" संभाषण पुढे सुरू ठेवावं लागेल असा प्रश्न मणिबेननी प्रथमच विचारला.

"उदाहरणार्थ, भारत स्वतंत्र झाला की सैन्य विसर्जित करावं असं गांधीजी म्हणतात. काँग्रेसनं गांधीजींचं हे म्हणणं ऐकलं तर प्रत्यक्षात आपल्याला कधीच स्वातंत्र्य मिळणार नाही. फार कशाला, लष्करी सामर्थ्याचं पाठबळ नसलेलं स्वातंत्र्य आपण एक दिवसही सांभाळू शकणार नाही." सरदारांचा आवाज जड झाला.

"एक बोलू का?" मणिबेननी अदबीनं म्हटलं, "मागे खिलाफतीच्या मुद्द्यावर, झालंच तर काँग्रेसच्या प्रांतिक सरकारांनी राजीनामा देण्याच्या प्रश्नावर तुम्ही गांधीजींशी व्यक्तिश: सहमत नव्हतात. असं असूनदेखील तुम्ही त्यांना जाहीरपणे पाठिंबा दर्शवलात. मग आत्ताच असं मोठं घडलंय तरी काय की तुम्ही गांधीजींना नाराज करताहात आणि मुख्य म्हणजे स्वत:ही इतका प्रचंड त्रास सोसताहात?"

मणिबेन असा काही प्रश्न विचारतील, असं सरदारांना वाटलं नव्हतं. एका लेकीनं आपल्या पित्याचं बारकाईनं केलेलं निरीक्षण त्यामागे होतं, हे जाणून क्षणभर सरदार भावविवश झाले. बापलेकीमध्ये इतपत मोठं संभाषण क्वचितच व्हायचं. लेकीनं जणू आज आपलं मन मोकळं केलं होतं. पित्याचं अंतरंगच जणू तिला समजून घ्यायचं होतं!

"मणिबेन, पोरी, बरं केलंस विचारलंस. याआधीसुद्धा वारंवार तुला या प्रश्नानं छळलं असेल. आता उत्तर ऐक." इतकं बोलून सरदारांनी एक दीर्घ श्वास घेतला. काही काळ बाहेरच्या धावत्या वाहनांकडे एकटक बघत राहिले. मग म्हणाले,

"गांधीजींनी म्हटलं तर आजसुद्धा मी अगदी डोळे मिटून त्यांच्यामागे जायला तयार आहे, पण माझं म्हणणं पूर्णपणे पटल्याविना माझ्यामागून येऊ नका, समजून-उमजून, सहमत असाल तरच माझा मार्ग अनुसरा असं तेच म्हणतात ना! बापूंच्या अलीकडच्या काही गोष्टी मला समजतही नाहीत आणि मी त्या मान्यही करू शकत नाही. आपलं म्हणणं बापू मला पटवून देऊ शकत नाहीत. अशा परिस्थितीत मी डोळे बंद करून त्यांच्या मागे जाणं, म्हणजे त्यांच्याशी द्रोह करण्यासारखंच आहे मणिबेन, बापूंशी बेइमानी करण्यासारखं आहे ते! बापूंशी कणभरसुद्धा बेइमानी करणं माझ्यानं होणार नाही. त्या सत्पुरुषाची फसवणूक मी कशी काय करू?" सरदारांचा कंठ दाटून आला. मणिबेन स्तिमित होऊन पाहत राहिल्या. सरदारांचे डोळे पाणावले होते का?

मणिबेन काही बोलल्या नाहीत. विचारांत खोल बुडाल्यागत गप्प राहिल्या. सरदारांच्या म्हणण्यातलं तथ्य कोणालाही विचार करायला लावेल असंच होतं. थोडावेळ दोघंही गप्प होते. मग मणिबेननी पुन्हा विचारलं, "बापू, मागे एकदा आगाखानांनी तुम्हाला जीनांना भेटण्यासाठी बोलावलं होतं. ते आमंत्रण तुम्ही नाकारलंत. समजा, तुमची दोघांची तेव्हा भेट झाली असती तर कदाचित फार मोठा फायदा झाला नसता, पण त्यामुळे नुकसान तरी काय झालं असतं?"

"नुकसान?" किंचित चढ्या आवाजात सरदार म्हणाले, "जीनांना मी भेटावं ही घटना हेच एक मोठं नुकसान म्हटलं पाहिजे. वाटाघाटींचा घोळ घालत बसणं मला जमत नाही मणिबेन. मी सरळ दोन हात करणारा माणूस आहे, ते तुला माहीत आहे मणिबेन. शिवाय, मला भेटण्याच्या निमित्तानं जीनांनी काँग्रेसच्या आघाडीच्या नेतृत्वात फूट पाडावी हे नुकसान लहानसहान म्हणण्याजोगं नाही..."

मणिबेन लक्ष देऊन ऐकत होत्या.

"तुला ठाऊक आहे मणिबेन," सरदार बोलत होते, "आगाखानांच्या सांप्रदायिक तावडीतून सुटावं म्हणून हे जीना इस्माइली पंथ सोडून अश्नाअशरी झाले होते, आता याच जीनांनी पुन्हा एकदा आगाखानांचं बोट धरलंय. कसा विश्वास ठेवावा या माणसावर? प्रश्न सोडवणं हा मुळात हेतू नसेलच. माझा एखाद्या पायरीसारखा वापर करून काँग्रेसाध्यक्षांचा आणि गांधीजींचा अपमान करायचा हीच त्यांची इच्छा असणार. जीनांची ही लबाडी मी कशी सफल होऊ देऊ?"

मणिबेन चकित झाल्या. धिप्पाड देहयष्टीच्या आपल्या पित्याचा त्यांना परिचय होता, पण आगाखानांच्या एका साध्या आमंत्रणातील गुंतागुंत आणि त्यातलं नेमकं मर्म टेलिफोनवरच क्षणार्धात ताडणारं त्यांच्या व्यक्तिमत्त्वाचं हे दर्शन मणिबेनना नव्यानंच झालं.

प्रारंभी, कॅबिनेट मिशन प्लॅन काँग्रेसनं स्वीकारला नव्हता. काँग्रेस नेत्यांच्या मनात याबद्दल काही शंकाकुशंका होत्या. त्या शंकांचं निवारण व्हावं एवढ्यासाठी व्हाइसरॉयशी चर्चा सुरू होत्या. दरम्यान, नव्या सरकारी आराखड्यानुसार प्रांतांना केंद्रापासून वेगळं होण्याचा अधिकार आहे एवढंच नव्हे तर बंगाल आणि आसाम हे जोड-प्रांत गणून, बहुमतानं केंद्रापासून अलग होण्याचा अधिकार त्यांना दिला गेला आहे, हे मुस्लीम लीगच्या लक्षात आलं. बंगालमधल्या मुसलमानांच्या बहुसंख्येच्या जोरावर आसामसुद्धा मुसलमानांचा प्रदेश म्हणून घशात घालण्याची जीनांना ही एक सुवर्णसंधी होती. या संधीवर त्यांनी तत्काळ झडप घातली आणि मुस्लीम लीगला कॅबिनेट मिशन प्लॅन मंजूर असल्याचं व्हाइसरॉयला कळवून टाकलं. प्रांतांना केंद्रसरकारपासून वेगळं करणारा हा प्रस्ताव काँग्रेस मान्य करणार नाही आणि काँग्रेसच्या अशा नकारामुळे ब्रिटिश सरकार मुस्लीम लीगचं सरकार स्थापन करेल असा जीनांच्या मनात सरळ हिशोब होता.

...पण तसं झालं नाही. काँग्रेसचा सहभाग नसलेलं कुठलंही सरकार केंद्रात कारभार करू शकणार नाही, हे ब्रिटिश पंतप्रधान क्लेमंट ॲटली ओळखून होते. त्यांनी हिंदुस्थानचे त्यावेळचे व्हाइसरॉय लॉर्ड वेव्हेल यांना खास आदेश दिला. "जोपर्यंत काँग्रेस सरकारी आराखडा मान्य करत नाही तोपर्यंत तो अमलात आणू नका. मुस्लीम लीगचं सरकार प्रजेला मान्य होणार नाही आणि त्यामुळे शांतता आणि सुरक्षितता निर्माण होण्याऐवजी यादवी माजेल."

काँग्रेसला दूर ठेवून स्वत:चं मध्यवर्ती सरकार स्थापन करायला जीना उतावळे झाले होते. केंद्रात लीगचं स्वत:चं सरकार आलं तर बंगाल आणि आसाममधले, तूर्त मुस्लीम लीगमध्ये नसलेले मुसलमानसुद्धा आपणहूनच लीगमध्ये येतील. एवढंच नव्हे, तर काँग्रेसच्या प्रांतांतले स्वत:ला राष्ट्रवादी म्हणवणारे मुसलमानदेखील नरमून मुस्लीम लीगचं आधिपत्य मान्य करतील, असं त्यांना वाटत होतं. पंतप्रधान ॲटलींच्या सूचनेनुसार व्हाइसरॉयनं लीगचं सरकार रोखून धरलं होतं खरं; पण फार काळ असं चालणार नाही याची त्यांना कल्पना होती.

व्हाइसरॉयपुढचा पेच सरदारांच्या लक्षात आला होता. ॲटलींच्या दडपणाचा जोर कमी झाला तर, व्हाइसरॉय आतून लीगच्या बाजूचे होतेच! काय वाटेल ते झालं तरी लीगचं सरकार रोखायचंच असा सरदारांचा दृढनिश्चय होता आणि तेवढ्यासाठीच गांधीजींच्या विरोधात जाऊनसुद्धा त्यांनी कार्यकारिणीला कॅबिनेट मिशन प्लॅन मान्य करायला लावला होता.

काँग्रेसनं प्लॅन मान्य करताच सरकार स्थापनेचा मार्ग मोकळा झाला. काँग्रेसाध्यक्ष जवाहरलाल नेहरूंच्या नेतृत्वाखाली काँग्रेस आणि लीग यांचं संयुक्त सरकार रचण्यासाठी व्हाइसरॉयनं विधिवत आमंत्रणं पाठवली.

मुस्लीम लीगनं दिलेली मान्यता म्हणजे जीनांच्या दृष्टीनं गिळताही येत नाही आणि बाहेर काढता येत नाही असा, 'घशात अडकलेला हाडाचा तुकडा' बनली होती. हा 'हाडाचा तुकडा' अगदी सहज बाहेर काढता येईल अशी सुवर्णसंधी काँग्रेसाध्यक्ष जवाहरलाल नेहरूंनी आपणहून त्यांना मिळवून दिली.

पत्रकारांनी विचारलेल्या एका प्रश्नाला उत्तर देताना जवाहरलाल म्हणाले, की केंद्र सरकारपासून प्रांत वेगळे निघतील अशी संभावनाच नाही, कारण सरकार स्थापन झाल्यानंतर संविधान सभेनं घडवलेले कायदेच अंतिम समजले जातील. त्यामुळे प्रांतातल्या बहुसंख्येच्या मुद्द्याला घटना समितीतील बहुमतानं परस्परच छेद दिला जाईल. नवं सरकार लोकशाहीच्या बहुमताच्या तत्त्वानुसारच काम करेल हे उघड आणि स्पष्ट आहे.

केंद्र सरकारचे प्रमुख होण्यासाठी उतावीळ झालेल्या जवाहरलालांनी उत्साहाच्या भरात ही घोषणा करून टाकली; परंतु सरदारांना मात्र ती वाचून धक्काच बसला. द्वारकाप्रसाद मिश्र या आपल्या जुन्या सोबत्याला त्यांनी आपली मनोव्यथा बोलून दाखवली. ते म्हणाले, "जवाहरलाल चौथ्यांदा काँग्रेसाध्यक्ष झाले आहेत, तरी एखाद्या पोरासारखे भोळसटपणा करताहेत. पत्रकार परिषदेतलं त्यांचं बोलणं म्हणजे मूढपणाचा नमुना आहे. अतिउत्साहामुळे अधीरे होऊन त्यांनी हा अत्यंत हानिकारक वेडेपणा करून ठेवला आहे."

सरदारांना वाटलेली भीती दुसऱ्याच दिवशी खरी ठरली. जवाहरलालांचं हे निवेदन म्हणजे कॅबिनेट मिशन प्लॅनशी केलेला द्रोह आहे असं म्हणून जीनांनी पूर्वी दिलेली मान्यता काढून घेतल्याचं जाहीर केलं. नव्या आराखड्यात शिरकाव करून घेऊन काँग्रेस तो आराखडाच नष्ट करायला निघाली आहे असा त्यांनी अर्थ काढला. त्यातच भर म्हणजे देशातल्या मुसलमानांना उद्देशून त्यांनी अगदी स्पष्टपणे घोषणा केली, "ह्यापुढे आपण सनदशीर मार्गानं जायचं नाही. आजवर आपण आपल्या मागण्या शांततामय आणि सनदशीर मार्गांनी मांडत होतो, पण आजपासून देशभरातले तमाम मुसलमान रस्त्यावर येतील आणि त्यानंतर आपण थेट पाकिस्तान मिळवून घेऊ."

या भयंकर धमकीचा अर्थ अगदी स्पष्ट होता. देशभराच्या जातीय दंगलींना हे सरळ आमंत्रण होतं. सगळा देश भयचकित झाला. भयानक दुःस्वप्नाच्या दडपणाखाली ब्रिटिश सरकार पुढची पावलं काय उचलावीत याचा विचार करू लागलं.

कॅबिनेट मिशन प्लॅननुसार नवीन सरकारच्या स्थापनेची प्रक्रिया सुरू असतानाच्या काळातच काँग्रेसाध्यक्ष म्हणून जवाहरलाल नेहरूंची नेमणूक झाली होती. नेमणुकीची प्रक्रिया पूर्ण झाली नसल्यानं अध्यक्षपदावरून मौलाना आझादच कार्यभार सांभाळत होते. या दरम्यानच सरदार पटेलांना अत्यंत क्षुब्ध करणारी एक घटना घडली.

नव्या सरकारमध्ये मुस्लीम लीग आणि काँग्रेस दोघांचेही मंत्री लोकसंख्येच्या आधारे नेमले जावेत अशी तरतूद होती. तसं झालं असतं तर नव्या मंत्रिमंडळात मुस्लीम लीगच्या वाट्याला तीनपेक्षा अधिक जागा येण्याची शक्यता नव्हती. मंत्रिमंडळाच्या एकूण दहा मंत्र्यांपैकी पाच म्हणजेच निम्मे मंत्री मुस्लीम लीगनं नियुक्त केलेलेच असले पाहिजेत, एवढंच नव्हे; तर काँग्रेसने नियुक्त केलेल्या इतर पाच मंत्र्यांपैकी एकही मुसलमान असता कामा नये, कारण देशाच्या मुसलमानांचं प्रतिनिधित्व करण्याचा हक्क फक्त मुस्लीम लीगलाच आहे, असा आग्रह जीनांनी धरला. काँग्रेस देशातल्या फक्त हिंदूंचंच प्रतिनिधित्व करते असं ठसवण्याचा जीनांनी जणू चंगच बांधला होता.

जीनांच्या दोन्ही मागण्या काँग्रेसला अमान्य होत्या. नव्या मंत्रिमंडळात सामील होण्याची काँग्रेसाध्यक्ष मौलाना आझादांची स्वतःची इच्छा होती, परंतु जीनांचं म्हणणं मान्य केल्यास काँग्रेसनं कोणत्याही मुसलमान व्यक्तीची नियुक्ती करणं आणि मौलाना मंत्री होणं दोन्ही शक्य नव्हतं. ही निरगाठ सोडवण्यासाठी त्यांनी काँग्रेसाध्यक्ष या नात्यानं व्हाइसरॉयना एक खासगी पत्र लिहिलं. काँग्रेसनं मुसलमान व्यक्तीला मंत्रिमंडळात नियुक्त करू नये ही आपली मागणी मागे घ्यायला जीना तयार असतील तर मुस्लीम लीगला निम्म्या म्हणजे पाच जागा द्यायला काँग्रेस तयार होईल, असा प्रस्ताव त्यांनी या पत्राद्वारे व्हाइसरॉयपुढे ठेवला. या प्रस्तावात मुसलमानांचं लोकसंख्येच्या प्रमाणाच्या जवळ जवळ दुप्पट प्रतिनिधित्व मान्य करण्याचे उघड उघड संकेत होते. मौलानांचा प्रस्ताव मुस्लीम लीगनं मान्य केला असता तर फक्त हिंदूंची संघटना असा शिक्का काँग्रेसवर बसला नसता. काँग्रेसनं सुचवलेल्या पाच मंत्र्यांमध्ये मौलानांचा समावेश झाला असता तर काँग्रेस फक्त हिंदूंची संघटना नाही, ही गोष्ट मुस्लीम लीगनं मान्य केली आहे, असा अर्थ झाला असता. शिवाय, मुस्लीम लीगचे स्वतःचे पाच आणि काँग्रेसतर्फे मौलाना अशी एकूण दहा मंत्र्यांपैकी मुसलमान मंत्र्यांची संख्या सहा झाली असती.

व्हाइसरॉयला लिहिलेल्या पत्राबद्दल मौलानांनी काँग्रेसमधल्या कोणालाही काही सांगितलं नव्हतं. सरदारांनी एका विश्वासू साथीदारामार्फत, व्हाइसरॉयच्या खासगी कचेरीत घडणाऱ्या घडामोडींची माहिती मिळवण्याची सोय करून ठेवली होती. त्याप्रमाणे मौलानांचं हे पत्र सरदारांच्या हाती लागलं. काँग्रेसमधील कोणाला न सांगता, अगदी गांधीजींनाही अंधारात ठेवून, मौलानांनी अध्यक्ष म्हणून केलेला हा प्रस्ताव सरदारांच्या मते अत्यंत जोखमीचा होता. लोकसंख्येच्या प्रमाणाच्या दुप्पट जागा लीगच्या प्रतिनिधींना देऊन टाकण्याचा मुद्दा मुळातच सरदारांना मान्य होण्यासारखा नव्हता. काँग्रेसचे प्रतिनिधी म्हणून मौलानांना मंत्रिमंडळात घ्यायला सरदारांचा अजिबात विरोध नव्हता, पण मुस्लीम लीगला निम्म्या जागा कोणत्याही परिस्थितीत

देऊ नयेत, याबद्दल मात्र ते अगदी खंबीर होते. मुख्य म्हणजे काँग्रेसाध्यक्ष मौलानांनी मुस्लीम लीगची पन्नास टक्के भागीदारी मान्य केली, या मुद्द्याला त्यांची सर्वांत जास्त हरकत होती.

खूप विचारांती सरदारांनी ते पत्र गांधीजींच्या हाती ठेवलं. पत्र वाचून गांधीजी फक्त एवढंच म्हणाले, ''उद्या सकाळी मी मौलानांना भेटणार आहे. तुमची काही हरकत नसेल, तर तुम्ही पण हजर राहा.''

सरदारांना हरकत घेण्याजोगं काही वाटलं नाही. दुसऱ्या दिवशी त्या दोघांच्या भेटीच्या वेळी सरदार आधीच तिथे उपस्थित होते.

थोड्या औपचारिक गोष्टी झाल्यानंतर गांधीजींनी मौलानांना विचारलं, ''मौलानासाहेब, मंत्रिमंडळाच्या नेमणुकीसंदर्भात काँग्रेस आणि लीग यांच्यातले मतभेद मिटवण्यासाठी तुम्ही काय मार्ग सुचवता?''

''मला वाटतं बापू, एक तर व्हाइसरॉयशी किंवा मग जीनांशी आपण आणखी एकदा भेटून घ्यावं.''

''मुस्लीम लीगचे अध्यक्ष या नात्यानं जीनांशी संवाद साधायचा असेल तर मग काँग्रेसचे अध्यक्ष या नात्यानं त्यासाठी तुम्हीच पुढाकार घेऊन काही मार्ग सुचवला पाहिले.'' चरखा चालवता चालवता गांधीजी म्हणाले.

''पण सिमला परिषदेत काँग्रेसाध्यक्ष म्हणून तुमच्याशी हस्तांदोलन करण्याइतकादेखील विवेक जीनांनी दाखवला नव्हता, ते तुम्हाला ठाऊक आहेच!''

''ठाऊक आहे मला बापू,'' मौलाना म्हणाले. ''जीना हट्टी आणि दुराग्रही आहेत. व्हाइसरॉयशी बोलण्याचा दुसरा पर्याय आहे आपल्याकडे!''

''या संदर्भात तुमचं मत मांडणारं एखादं पत्रंबित्रं तुम्ही व्हाइसरॉयला लिहिलं आहे का? व्हाइसरॉयला तुम्ही काही सुचवलं असेल तर...'' गांधीजी अतिशय काळजीपूर्वक बोलत होते. सरदार गांधीजींच्या उजव्या हाताला बसले होते. आत्तापर्यंत खाली झुकवून ठेवलेली नजर उंचावून त्यांनी मौलानांच्या चेहऱ्यावर रोखली.

मौलाना क्षणभर गडबडले. जणू उत्तर शोधत असावेत तसे काही काळ दाढीवरून बोटं फिरवत राहिले. मग म्हणाले, ''बापू, तुम्हाला न सांगता मी व्हाइसरॉयला लिहीन का? या पेचावर तुम्हाला काही तोडगा सुचत असेल, तर तुम्हीच सांगा. तसं पत्र मी व्हाइसरॉयला लिहीन.''

इतका वेळ मौलानांवर स्थिर झालेली सरदारांची नजर आता बापूंच्या चेहऱ्याकडे वळली. तकलीच्या धाग्याला नवा पेळू जोडून घेता घेता, काहीच घडलं नसावं तसे बापू सहज म्हणाले, ''काँग्रेसतर्फे तुम्ही व्हाइसरॉयला काही सुचवलं नाहीत, ते एक बरं केलंत. आपण एकत्र बसून एक-दोन दिवसांत त्याबद्दल बोलूच. काय वाटेल ते होवो, इंग्रजांना इथून घालवून कसं देता येईल तेच आपल्याला बघायचं आहे.''

थोडा वेळ शांततेत गेला. बोलणं संपल्यासारखे मौलाना उठले. बापूंना आणि सरदारांना आदाब करून बाहेर पडले. ते गेल्यावर बापूंनी आपल्या समोरच्या बैठ्या मेजाच्या खणात ठेवलेल्या गठ्ठ्यातून ते पत्र ओढून काढलं. पत्रावरच्या मौलानांच्या सहीनं लिहिलेल्या अक्षरांकडे ते बघत राहिले.

"बापू," एवढ्या वेळानंतर सरदार पहिल्यांदाच बोलले, "मौलाना धडधडीत खोटं बोलत होते, हे पत्र तुमच्यासमोर होतं आणि तरीही तुम्ही काहीच म्हटलं नाहीत. का?"

"वल्लभभाई," बापूंनी अर्थपूर्ण स्मित केलं. उजव्या हातातला पेळू खाली ठेवला. मग तोच हात सरदारांच्या खांद्यावर ठेवत म्हणाले, "एखादा माणूस खोटं बोलताना पकडला गेल्यावर पुन्हा एकदा त्याला उघडा पाडून शरमिंदा करणं खरं म्हणजे आपल्याच दृष्टीनं शरमेची गोष्ट नाही का? सत्याचं दर्शन सगळ्यांनी मिळून करावं, पण असत्याचं दर्शन जितक्या कमी जणांना होईल तेवढं चांगलं!"

सरदारांच्या खांद्यावरचा हात गांधीजींनी काढून घेतला. काही झालंच नसावं तसे ते पहिल्याप्रमाणे सूत कातू लागले.

सरदार पाहतच राहिले. या हडकुळ्या माणसाला ओळखणं खरोखर फार कठीण आहे असं त्यांना वाटलं.

नऊ

शेवटी, मुस्लीम लीगविनाच नवीन सरकार स्थापन करण्याचा निर्णय लॉर्ड वेव्हेल यांनी घेतला. काँग्रेसाध्यक्ष म्हणून नव्यानं निवड झालेल्या जवाहरलालांच्या नेतृत्वाखाली हे सरकार स्थापन झालं. व्यावहारिकदृष्ट्या जवाहरलाल जरी पंतप्रधान असले, तरी ज्या कायद्यांतर्गत हे सरकार अस्तित्वात आलं होतं, त्या कायद्यानुसार जवाहरलाल हे व्हाइसरॉयनी नेमलेल्या कार्यकारिणीचे केवळ उपप्रमुख होते. म्हणजेच हे जवाहरलालांचं प्रधानमंडळ नसून सरकारीदृष्ट्या व्हाइसरॉयची कार्यकारी समिती होती आणि स्वत: व्हाइसरॉय या कार्यकारी समितीच्या प्रमुखपदी होते. कायद्याची व्याख्या काही असो, संपूर्ण देशानं मात्र प्रत्यक्षात जवाहरलालांना पंतप्रधान आणि इतर सभासदांना मंत्रिमंडळातले मंत्री म्हणून स्वीकारलं होतं.

मुस्लीम लीगची साथ मिळाल्याविना हे सरकार पूर्ण म्हणता येणार नाही हे सर्वजण जाणून होते. सरकारमध्ये सामील करून घ्यावं म्हणून मुस्लीम लीग नवे नवे पेच उभे करेल, नव्या नव्या अटी घालेल आणि सरकार रचलं जाण्याची प्रक्रिया लांबणीवर पडेल, अशी केंद्रशासनाविनाची पोकळी फार काळ असता कामा नये हेसुद्धा सगळ्यांना कळत होतं. जीनांची समजूत घालण्याचे व्हाइसरॉय वेव्हेल यांचे सर्व प्रयत्न निष्फळ ठरले. शेवटी ते सरदारांना म्हणाले, "ज्या सरकारमध्ये मुस्लीम लीग सामील होणार नाही ते सरकार प्रभावीपणे काम करू शकणार नाही या माझ्या मताशी, सरदार तुम्ही सहमत असाल, नाही का?'

"हे मला नीट ठाऊक आहे; पण त्या पलीकडची एक गोष्ट मला माहीत आहे ती आपल्याला मात्र माहीत नाही, युवर एक्सलन्सी!"

"ती कोणती?"

"मुस्लीम लीगचे सभासद मंत्रिमंडळात सामील होतील हे नक्की; पण इमारत रचण्यासाठी नव्हे, तर इमारत तोडून फोडून टाकण्यासाठी."

व्हाइसरॉय चपापले. सरदारांनी बोलून दाखवलेली गोष्ट त्यांच्याही मनात खोल

कुठेतरी होती, पण सरदार आपल्या तोंडावर इतक्या परखडपणे बोलतील याची त्यांना कल्पना नव्हती.

"काय म्हणता?" व्हाइसरॉय एवढंच म्हणाले.

"मी म्हणतोय ते प्रत्यक्ष बघायला फार वाट पाहावी लागणार नाही."

झालंही तसंच! सरदारांचं भाकीत अचूक ठरलं. महंमदअली जीनांनी मुस्लीम लीगला मंत्रिमंडळात सामील व्हायला संमती दिली आणि त्यासोबतच गृहखातं आणि अर्थखातं ही दोन्ही खाती मुस्लीम लीगलाच मिळाली पाहिजेत, असा व्हाइसरॉयकडे आग्रह धरला. या दोन्ही खात्यांचं आगामी काळातलं महत्त्व कोणालाही समजण्यासारखंच होतं.

मुस्लीम लीग देशभर पद्धतशीरपणे जातीय दंगली भडकावत होती. अलीकडेच, विजय-दिन साजरा करण्यासाठी कलकत्त्यात जीनांनी उघडपणे कत्तली केल्या होत्या. बंगालचे मुख्यमंत्री सुऱ्हावर्दी यांनी जाणूनबुजून तमाम पोलीस ठाण्यांवर मुस्लीम लीगचे पक्षपाती असणारे जातीयवादी पोलीस अधिकारी नेमून ठेवले होते. मुसलमानांनी हिंदूंच्या वस्त्यांवर हल्ले केले तर त्या हिंदूंना कोणत्याही प्रकारचं संरक्षण देऊ नये अशा सूचनाही दिल्या होत्या. चार दिवस चाललेल्या त्या दंगलीत जवळजवळ सहा हजार निर्दोष नागरिक मृत्युमुखी पडले होते. दंगली झाल्या, पण मुस्लीम लीगनं ज्या यशाची अपेक्षा ठेवली होती, ते यश त्यांच्या हाती पडलं नव्हतं. कारण पहिल्या दोन दिवसांनंतर शिखांनी आणि हिंदूंनी केलेल्या जबरदस्त प्रतिकारामुळे अनपेक्षितपणे फार मोठ्या संख्येनं मुसलमानही मारले गेले. मुसलमान मोठ्या प्रमाणात मारले जात आहेत, याची जाणीव सुऱ्हावर्दी सरकारला झाली. त्यांनी केंद्राकडे लष्कराचं साहाय्य मागितलं. शेवटी पाचव्या दिवशी लष्करी दलांनी दंगली काबूत आणल्या.

कलकत्त्यात अपयशी ठरलेल्या मुसलमान दंगेखोरांनी आता नोआखलीत आग भडकवायला सुरुवात केली. नोआखलीत ८० टक्के मुसलमान वस्ती होती. त्या भागातल्या हिंदूंमध्ये बिहारी लोक मोठ्या प्रमाणात होते, पण ते स्वतःचा बचाव करू शकण्याच्या स्थितीत नव्हते. अशा परिस्थितीत गृहखातं मुस्लीम लीगच्या हाती सोपवणं म्हणजे हिंदूंना मृत्यूच्या जबड्यात लोटण्यासारखंच होतं हे सरदारांना कळून चुकलं होतं.

कसंही करून, मुस्लीम लीगला मंत्रिमंडळात आणून व्हाइसरॉयना जीनांची इच्छापूर्ती करायची होती. सरदारांकडून गृहखातं हिसकावून घेऊन ते मुस्लीम लीगकडे सोपवण्याची त्यांनी जवाहरलालांना सूचना केली. जवाहरलाल या मुद्द्यावर ठाम नव्हते. मुस्लीम लीगनं समाधानानं आणि आनंदानं मंत्रिमंडळात सामील व्हावं या व्हाइसरॉयांच्या मताशी ते सहमत होते... आणि या सूचनेला सरदार प्रखर विरोध

करतील हेसुद्धा ते जाणून होते. व्हाइसरॉयची इच्छा त्यांनी व्हाइसरॉयची सूचना म्हणून सरदारांना कळवली. वाटलं होतं तसंच झालं. सरदारांनी अतिशय कडवी प्रतिक्रिया दर्शवली.

"माझ्याकडून तुम्हाला गृहखातं काढून घ्यायचं असेल तर त्यासोबतच माझा राजीनामाही तुम्हाला स्वीकारावा लागेल. सध्याच्या परिस्थितीत गृहखात्याखेरीज दुसरं कोणतंही खातं सांभाळण्याची माझी इच्छा नाही." सरदारांनी अत्यंत ठामपणे म्हटलं.

जवाहरलालांनी प्रतिवाद केला नाही. प्रतिकार त्यांना अपेक्षित होता तरीसुद्धा व्हाइसरॉयच्या नावानं जीनांचं म्हणणं सरदारांच्या कानी घालण्यामागे त्यांचा असा हिशोब होता, की समजा सरदारांनी ही गोष्ट मान्य केली, तर लीगसमवेत संयुक्त सरकारचं प्रमुखपदही आपल्याकडेच राहील आणि सरदारांनी गृहखातं सोडल्यानं संभावणाऱ्या परिणामांना आपण नव्हे, तर व्हाइसरॉय जबाबदार असतील. मात्र असं काहीच घडलं नाही. सरदारांनी स्वच्छ नकार दिला.

त्यानंतर मौलाना आझादांनीही सरदारांना समजावण्याचा प्रयत्न करून पाहिला. मुस्लीम लीगला मंत्रिमंडळात समाविष्ट करून घ्यायचा व्हाइसरॉयप्रमाणेच मौलाना आझादांचाही आग्रह होता. अगदी टोकाला जाऊन त्यांनी सरदारांना असंही म्हटलं, "सरदार, अहो एक गृहखातं सोडून देण्यानं मुस्लीम लीग मंत्रिमंडळाच्या शिस्तीच्या खुंटाला बांधली जात असेल, तर ते अंती देशहिताचंच ठरणार आहे. देशाची फाळणी रोखण्यासाठी तुम्ही गृहखात्यावर पाणी सोडावं ही त्यामानानं अगदी मामुली बाब आहे."

"प्रश्न कशावर तरी पाणी सोडण्याचा नाही. देशाची फाळणी टाळण्यासाठी काय वाटेल ते सोडायला मी तयार आहे, पण ते सोडल्यानंतर फाळणी टळेल याची काहीही खात्री नाही. उलट, इतकी किंमत देऊनही संपूर्ण देश मात्र उघडपणे हिंसेच्या हवाली केला जाईल. मुस्लीम लीगचे गृहमंत्री कसे वागतात ते आपण कलकत्त्यात बघितलं आहे आणि नोआखलीत बघत आहोत." सरदारांनी आपलं म्हणणं स्पष्टपणे मांडलं.

मौलानांना सरदारांचा खुलासा पटला नाही. त्यांनी आपलं म्हणणं पुढे रेटत म्हटलं, "माझा म्हणण्याप्रमाणे आपण जोखीम पत्करली नाही, तर फाळणी अटळ असेल आणि मग फाळणीची जबाबदारी काँग्रेसपक्ष म्हणूनही आपलीच असेल."

"देशाला बेफाम दंगलींच्या हवाली करण्यापेक्षा फाळणीच्या जोखमीसकट तो वाचवणं जास्त चांगलं." सरदारांच्या आवाजात दृढता होती.

यावर मौलानांनी अधिक वाद घातला नाही. आपला मुद्दा आपण मौलानांना पटवू शकलो नाही एवढं मात्र सरदारांच्या ध्यानात आलं. निष्फळतेचा असंतोष मौलानांच्या चेहऱ्यावर पसरला होता.

अशाप्रकारे गृहखातं मुस्लीम लीगला मिळालं नाहीच! सरदारांनी अगदी कणखरपणे

ते स्वत:कडे राखलं; पण अर्थखातं मात्र लीगकडे सोपवावं लागलं आणि लीगचे वरिष्ठ सभासद लियाकत अली खान अर्थमंत्री झाले.

तीन-चार दिवसांतच सरदारांची भविष्यवाणी खरी ठरली. लियाकत अलींसोबत मंत्रिमंडळात आलेले लीगचे एक सभासद गझनफरअली खान यांनी लाहोरमध्ये घोषणा केली, ''सरकारमध्ये शिरून सरकारच मोडून टाकण्यासाठी आणि अशा मोडकळीला आलेल्या सरकारातूनच, पाकिस्तान प्राप्त करण्याचं आपलं प्रिय ध्येय सिद्ध करू शकण्यासाठी आपण या अंतरिम सरकारमध्ये समाविष्ट झालो आहोत.''

दर आठवड्याला पंतप्रधानांनी एका ठरावीक वेळी मंत्रिमंडळाची बैठक बोलवावी, झालेल्या कामकाजाचं त्या वेळी पुनरावलोकन करावं, आवश्यक सुधारणांबद्दल चर्चा कराव्यात अशी व्हाइसरॉयच्या कार्यकारिणी समितीची म्हणजेच जवाहरलाल नेहरूंच्या नेतृत्वाखाली रचण्यात आलेल्या मंत्रिमंडळाची पारंपरिक कार्यपद्धती होती. प्रत्येक मंत्र्यानं आपल्या कामांचे तपशील द्यावेत, त्यासंबंधात काही व्यावहारिक अडचणी आल्या असतील तर त्यांचा अहवाल द्यावा आणि त्यानुसार मग मंत्रिमंडळानं नवीन कार्यपद्धतीबद्दल विचार करावा. बैठकीचा लेखी अहवाल पंतप्रधानांनी म्हणजेच कार्यकारिणीच्या उपाध्यक्षांनी कार्यकारिणीचे अध्यक्ष या नात्यानं व्हाइसरॉयना सादर करावा. व्हाइसरॉयनं पंतप्रधानांशी आवश्यक ती चर्चा करावी आणि अशाप्रकारे राज्यकारभाराचं तंत्र सुव्यवस्थितपणे चालावं असा त्यामागचा उद्देश होता.

प्रत्यक्षात मात्र 'प्रथमग्रासे मक्षिकापात' व्हावा तसं झालं. दुसऱ्याच आठवड्यात जवाहरलालांनी बोलावलेल्या बैठकीला मुस्लीम लीगचा एकही सभासद हजर राहिला नाही. लियाकत अली खान अर्थमंत्री होते. अन्य खात्यांनी आपापल्या आर्थिक गरजा अर्थखात्याला कळवून त्या खात्याची पूर्वसंमती मिळवणं घटनेनुसार आवश्यक होतं. ती गरज कशी भागवायची ही कठीण समस्या आता उद्‌भवली होती.

बैठक संपली. सर्व सभासद आपापल्या दालनाकडे जाऊ लागले. जवाहरलाल आणि सरदार दोघंही बाहेरच्या पॅसेजमध्ये आले. त्याचवेळी अर्थमंत्री लियाकत अली खानांच्या दालनातून मुस्लीम लीगचे मंत्री बाहेर पडत होते. ते पाहताच सरदारांनी जवाहरलालांचं लक्ष तिकडे वेधलं. त्या दोघांकडे अजिबात लक्ष न देता मुस्लीम लीगचे मंत्री पुढे चालू लागले. लियाकत अली खान आपल्या दालनाच्या दाराशी उभे होते. जवाहरलालांनी त्यांच्याजवळ जाऊन विचारलं, ''लियाकत, आजच्या साप्ताहिक बैठकीला तुम्ही कोणीच का आला नाहीत?''

''पंडितजी,'' लियाकत अगदी सहजपणे म्हणाले, ''मुस्लीम लीगचे कोणी मंत्री तुमच्या बैठकीला हजर राहणार नाहीत.''

"याचा अर्थ तुम्हाला समजतो का लियाकत?" जवाहरलालांनी विचारलं. "मंत्रिमंडळाच्या संयुक्त जबाबदारीचा लोकशाही सिद्धांत तुम्ही ठोकरता आहात, असा याचा अर्थ होतो."

"तसं नाहीये जवाहरलाल," लियाकत उत्तरले. "आम्हाला तुमचं नेतृत्व मान्य नाही एवढंच. आमची जबाबदारी फक्त व्हाइसरॉयप्रती असेल."

"व्हाइसरॉयचे प्रमुखपद केवळ घटनेपुरतं आहे. प्रत्यक्षात हे निवडल्या गेलेल्या लोकप्रतिनिधींचं लोकशाही सरकार आहे."

"तसं असतं तर प्रमुखपदी व्हाइसरॉय नसते, तुम्हाला पंतप्रधान म्हटलं गेलं असतं आणि तुम्ही ज्याला मंत्रिमंडळ म्हणता त्यालाही व्हाइसरॉयची कार्यकारिणी समिती म्हटलं गेलं नसतं."

"तर मग तुम्ही या सरकारात आलात तरी कशासाठी?" आत्तापर्यंत जवाहरलाल आणि लियाकत अली खानांमधलं संभाषण शांतपणे ऐकत असलेल्या सरदारांनी तेवढ्याच शांतपणे विचारलं.

"आम्ही सरकारमध्ये का सामील झालो या प्रश्नाचं उत्तर सगळ्या देशाला माहीत आहे आणि ब्रिटिश सरकारलासुद्धा माहीत आहे. फक्त तुम्हालाच कसं काय माहीत नाही याचं मला आश्चर्य वाटतंय."

यानंतर संभाषण सुरू राहणं शक्यच नव्हतं. सरदार आपल्या दालनाकडे वळले.

थोड्या दिवसांनी लियाकत अली खानांनी नव्या आर्थिक वर्षासाठीचं अंदाजपत्रक सादर केलं. उद्योग-व्यवसायांना जबर नुकसान सहन करावं लागेल अशारीतीनं या अंदाजपत्रकात प्रस्ताव मांडले गेले आहेत हे सरदारांच्या लक्षात आलं. मोठमोठ्या औद्योगिक साम्राज्यांचं कंबरडंच मोडलं जाईल, अशाप्रकारचे कर आकारणीचे प्रस्ताव त्यात होते. त्या प्रस्तावांचा सरदारांनी सखोल अभ्यास केला. काँग्रेसला पाठिंबा देणाऱ्या उद्योगगृहांना हाणून पाडण्याचाच लियाकत अली खानांचा उद्देश आहे. एवढंच नव्हे, तर उत्तर प्रदेशमधल्या मुसलमान जमीनदारांना भरपूर लाभ मिळवून देणाऱ्या तरतुदीसुद्धा त्यात आहेत हे त्यांनी स्पष्टपणे आपल्या सहकाऱ्यांच्या निदर्शनास आणलं. सरकारनं अंदाजपत्रकाला सक्त विरोध करण्याचा निर्णय घेतला.

एवढं जणू काही पुरेसं नव्हतं! याच काळात अशी एक घटना घडली, की आता अशा सरकारमध्ये एकत्र राहून काम करणं अशक्य आहे असं सरदारांना वाटू लागलं. मुस्लीम लीगचे सभासद सरकार नावाची इमारत बांधायला निघालेले 'विधायक' नाहीत, तर ते ती इमारत जमीनदोस्त करण्यासाठी आत घुसलेले 'विध्वंसक' आहेत असा त्यांचा समज होता, आता त्याचा प्रत्यय येत होता.

गृहखात्यासाठी अंदाजपत्रकात आर्थिक तरतूद करण्याआधी काही महत्त्वाच्या

खर्चासाठी गृहखात्यानं तयार केलेलं आणि सरदारांनी संमत केलेलं एक टिपण अर्थ खात्याकडून लियाकत अली खानांनी परत पाठवून दिलं होतं. अर्थमंत्री या नात्यानं त्यांनी त्या टिपणाच्या संदर्भात अनेक प्रश्न उभे केले होते. शिवाय, अंदाजपत्रकाआधी अर्थखातं असा कोणताही खर्च मान्य करण्याच्या परिस्थितीत नसल्याचा शेरा मारला होता. अर्थखात्याकडून परत आलेल्या टिपणीवरचा शेरा सरदारांनी वाचला. हा शेरा म्हणजे 'उंटाच्या पाठीवरची शेवटची काडी' आहे असंच त्यांना वाटलं.

दरम्यान, कलकत्त्यात अतृप्त राहिलेल्या मुस्लीम लीगच्या रक्ततृष्णेनं नोआखलीत हाहाकार मांडला होता. नोआखलीत राहणारे हिंदू मुख्यत्वे मूळचे बिहार प्रांताचे रहिवासी होते. जीव वाचवण्यासाठी नोआखलीतून बिहारमध्ये पळून आलेल्या हिंदूंची दुर्दशा पाहून बिहारी हिंदूंचं रक्त उसळलं. त्यांनी मुसलमानांवर हल्ले करायला सुरुवात केली. बिहारही जातीय दंगलींच्या तडाख्यात सापडलं. बिहारच्या दंगलीतून वाचण्यासाठी तिथले स्थानिक मुसलमान कलकत्त्याकडे पळत सुटले आणि कलकत्त्याला पोहोचलेले असे हजारो मुसलमान बंगालची सीमा ओलांडून आसाममध्ये घुसू पाहत होते.

कठोरात कठोर पाऊल उचलून बिहारमधल्या दंगली शमवण्यासाठी आवश्यक ते सर्व आदेश सरदारांनी बिहारच्या प्रांतिक सरकारला दिले. दंगली घडवून आणण्यामागे मुस्लीम लीगची एक विशिष्ट हेतुप्रेरित दीर्घकालीन योजना असावी, अशी सरदारांची धारणा होती. बिहारमधून पळालेले मुसलमान कलकत्त्यात आणि आसामात पसरले की भविष्यकाळात या दोन्ही ठिकाणांचे हिंदू अल्पसंख्य झाले असते. हिंदुस्थानला स्वराज्य देण्याच्या दिशेनं ब्रिटिश सरकारची निर्धारपूर्वक वाटचाल सुरू होती. अशावेळी आसाम आणि कलकत्ता इथले हिंदू अल्पसंख्य ठरले तर स्वातंत्र्य मिळवायला निघालेल्या हिंदुस्थानचं फार मोठं नुकसान झालं असतं. हे सर्व टाळण्यासाठी बिहारमधले दंगे थोपवण्याची फार गरज आहे असं सरदारांना वाटत होतं. त्याचबरोबर आता मुस्लीम लीगसोबत सरकारमध्ये राहून काम करण्यापेक्षा फाळणी मान्य करून बहुतांश देश वाचवला पाहिजे, असंही त्यांना वाटू लागलं होतं. देशाची फाळणी होणं अत्यंत हृदयविदारक होतंच, पण देश अखंड ठेवण्यासाठी आता जी किंमत द्यावी लागणार होती, त्यामुळे देशाचा वर्तमान काय, भविष्यकाळदेखील त्यांना अंधकारमय भासू लागला.

फाळणीच्या दिशेनं ढकलला जाणारा देश त्याकाळी ब्रिटिश इंडिया या नावानं ओळखला जात होता. संपूर्ण देशाच्या चाळीस टक्के भूभागाचा ब्रिटिश इंडियामध्ये समावेश होत नव्हता. त्या प्रदेशावर मुकुटधारी, पगडीधारी, राजेरजवाड्यांचं शासन होतं. त्या शासनात त्यांना करायचं असं काहीच नव्हतं. आपल्या राज्याचा कारभार दिवाणांच्या आणि कारभाऱ्यांच्या हाती सोपवून देणाऱ्या या राजांना पोलो खेळावं,

जंगलात जाऊन शिकार करावी, देशीविदेशी अनेक ब्रँडच्या मद्यांची मैफल रंगवावी, त्या मैफलीत नर्तकींवर गळ्यातले कंठे अथवा शंभराच्या नोटा उधळाव्यात एवढंच काम होतं.

ब्रिटिश अधिकाऱ्यांच्या आदेशानुसार हे राजे आपापल्या राज्याच्या सीमेत सार्वभौम होते. त्यांच्या सरहद्दींचं रक्षण करण्याचं काम आता ब्रिटिश अधिकारी सांभाळत होते. अंतर्गत सुव्यवस्था जपण्यापुरतं पोलीसदल त्यांच्याकडे होतं, पण या पोलीसदलावर देखरेख मात्र ब्रिटिश अधिकाऱ्यांची होती. अशी देखरेख ठेवण्यासाठी ब्रिटिश रेसिडेंट म्हणवल्या जाणाऱ्या अधिकाऱ्याची नेमणूक होत असे. अशा अधिकाऱ्याला सरदार पटेल, "राजांना वठणीवर आणण्यासाठी नेमलेला पोलीस जमादार" असं म्हणत. शतकभरापूर्वीपासूनच या राजांनी आपलं क्षात्रतेज ब्रिटिश अधिकाऱ्यांच्या जणू चरणी वाहून टाकलं असल्यानं त्यांच्यापैकी कोणीच ताठ मानेनं उभा राहील किंवा डोकं वर काढेल असा नव्हता. ब्रिटिश गव्हर्नर जनरल लॉर्ड कॉर्नवॉलिस आणि डलहौसी यांनी मिळून सर्व राजांशी असे काही करार करून ठेवले होते की, सगळ्या राजांना वेळोवेळी ब्रिटिश अधिकाऱ्यांना नजराणे देण्याखेरीज, दिल्ली दरबारात जाऊन झगमगत्या हिऱ्यामोत्यांच्या पगड्या-साफ्यांसह मस्तक नमवून उभं राहण्याखेरीज अन्य कोणतंच महत्त्वाचं काम उरलं नव्हतं.

स्वातंत्र्य अगदी निकट येऊन ठेपलं होतं आणि ब्रिटिशांना देश सोडून जायला अगदी थोडा अवधी उरला होता, हे सगळेच समजून चुकले होते. मुळात ब्रिटिश या देशात आले होते ते व्यापार करण्याच्याच हेतूनं आणि व्यापारामागचा मुख्य उद्देश जास्तीत जास्त नफा मिळवणं हाच असतो. दुसऱ्या महायुद्धादरम्यान ब्रिटिश अर्थव्यवस्था अशी काही पोखरून निघाली होती, की हिंदुस्थानचा राज्यकारभार चालवण्याच्या खर्चाचा बोजा ती पेलू शकत नव्हती. भरीला, हिंदुस्थानच्या व्यापारधंद्याचा गळा इतका काही आवळला गेला होता, की त्यातून आता फारसा नफा होण्याची शक्यता नव्हती. पौंड, शिलींग, पेन्स यालाच प्राधान्य देणाऱ्या प्रजेच्या लेखी हिंदुस्थान आता मेल्या आईत जमा झाला होता. अधिक काळपर्यंत या मेल्या आईला लुचत राहण्यानं दूध मिळण्याऐवजी ओठ हुळहुळण्याचीच शक्यता अधिक हे कळण्याइतकी ब्रिटिश प्रजा चलाख होती. एकदा का या ब्रिटिशांची बोळवण झाली, की संस्थानिकांशी झालेले त्यांचे करार संपुष्टात येणार होते. करार निकालात निघाले की त्या 'पोलीस जमादारांच्या' भीतीपोटी त्याच्या म्हणण्यानुसार वागणाऱ्या संस्थानिकांच्या मनातलं भय नष्ट होऊन ते निरंकुश होतील, असा स्पष्ट अर्थ निघत होता. हे साडेपाचशे संस्थानिक आपापल्या शिरोभूषणांसह 'बाअदब, बामुलाहिजा होशियार' अशा ललकाऱ्यांसह स्वाऱ्या काढू लागले तर...

सरदारांच्या विचक्षण नजरेतून हा मुद्दा निसटणं शक्यच नव्हतं. संस्थानिकांपैकी

ब्रिटिशांनी हिंदुस्थानातून काढता पाय घेताच आपल्या स्वातंत्र्यासाठी हळूहळू हालचाल करू लागलेले भोपाळचे नबाब हमीदुल्लाखान, त्रावणकोरचे सी.पी. रामस्वामी अय्यर, नवानगरचे जामसाहेब, बडोद्याचे प्रतापसिंह या सगळ्यांबद्दल सरदार मनातल्या मनात अंदाज बांधत होते. म्हणजेच, ब्रिटिश शासनानं हिंदुस्थानचा निरोप घेताच कॅबिनेट मिशनच्या योजनेनुसार काही प्रांतही स्वायत्त होण्याची शक्यता होती, सोबतच हे सर्व संस्थानिक आपापल्या राजमहालांवर आपले स्वतंत्र झेंडे फडकावू लागतील ही शक्यतासुद्धा होतीच. याचा अर्थ असा की ब्रिटिश शासन संपुष्टात येताच हिंदुस्थान अनेक तुकड्यांत विभागला जाणार! असं होऊ द्यायचं नसेल तर एकच पर्याय उरला होता. फाळणी मान्य करण्यामुळे पाकिस्तानच्या नावाखाली देशाचा पंचवीस ते तीस टक्के भाग विभक्त होणार होता आणि त्यातील आठ कोटी जनता हिंदुस्थानी ऐवजी पाकिस्तानी म्हणवली जाणार होती. तसं झालं तरी ब्रिटिश हिंदुस्थानातील जवळपास ७० टक्के जमीन आणि ७५ टक्के लोकवस्ती खंडित हिंदुस्थानात शिल्लक राहत होती. शिवाय, ज्या साडेपाचशे संस्थानांवरती ब्रिटिश हुकूमत नाहीशी होणार होती ती संस्थानं उर्वरित हिंदुस्थानात विलीन करता आली तर भूप्रदेश आणि वस्ती या दोन्ही दृष्टींनी स्वातंत्र्योत्तर हिंदुस्थान ब्रिटिश इंडियापेक्षाही मोठा होणार होता. इतक्या विशाल प्रदेशाला आणि एवढ्या विराट लोकवस्तीला स्वातंत्र्याची फळं चाखायला मिळत असतील, तर ज्यांना विभक्त व्हायचं आहे त्यांना विभक्त होऊ दिल्यामुळे जे गमवावं लागेल, ते अंती भावी पिढीच्या दृष्टीनं नफ्याचा सौदा ठरण्याची शक्यता अधिक होती. सरदारांच्या मनात विचारचक्र गरगरू लागलं होतं.

हे विचारचक्र तत्काळ सक्रिय व्हावं अशी एक अनपेक्षित घटना पाहता पाहता घडून गेली.

दहा

सरदारांच्या कचेरीच्या कामकाजाचा एक ठरावीक शिरस्ता होता. रोजचं ताजं टपाल सकाळी साडेनऊ वाजता सरदारांचे खासगी चिटणीस शंकर यांच्या टेबलावर ठेवलं जाई. शंकर आपल्या कारकुनाला बोलावून घेत. कारकुनानं उघडून ठेवलेल्या टपालावरून नजर फिरवत. गृहखात्याचे सेक्रेटरी व्ही.पी. मेनन यांच्याकडे पाठवण्याजोगं टपाल त्यांच्याकडे पाठवून देत आणि विशेष महत्त्वाचं वाटणारं टपाल ते सरदारांच्या टेबलावर ठेवत. उरलेली पत्रं स्वत:च्या सूचनांसह त्या त्या संबंधित खात्यांकडे पाठवून देत.

नेहमीच्या पद्धतीप्रमाणे आजही शंकर टपाल पाहू लागले. बस्तरच्या महाराजांनी पोलिटिकल डिपार्टमेंटचे इंग्रज अधिकारी कॉरफील्ड कॉनरॅड यांच्या नावे लिहिलेलं एक पत्र त्यात होतं. हे पोलिटिकल डिपार्टमेंट आजवर व्हाइसरॉयच्या मार्गदर्शनाखाली काम करत होतं. देशी संस्थानिकांशी संबंधित कामं याच डिपार्टमेंटच्या कार्यक्षेत्रात मोडत. मृत्यू पावलेल्या राजाच्या युवराजाला त्याचा वारस म्हणून घोषित करायला संमती द्यायची की नाही हे ठरवण्यापासून ते एखाद्या राजानं आपल्या राज्यात कोणकोणते ब्रिटिश कायदे लागू करावेत, इथपर्यंतचे सर्व निर्णय घेणं या पोलिटिकल डिपार्टमेंटच्या अखत्यारीत होतं. त्या अर्थानं हा ब्रिटिशसाहेब कॉरफील्ड कॉनरॅड, राजांचाही राजा होता. कॅबिनेट मिशन प्लॅननुसार जवाहरलाल नेहरूंच्या नेतृत्वाखाली मध्यावधी सरकार नेमलं गेलं होतं आणि पोलिटिकल डिपार्टमेंट गृहखात्याच्या अधिकाराखाली येत होतं त्यामुळे कॉरफील्ड कॉनरॅडसाहेबसुद्धा सरदारांच्या हाताखालचा अधिकारी ठरत होता.

ओरिसाच्या नैर्ऋत्येकडील टोकाला असलेलं हे बस्तर तसं पाहिलं तर होतं लहानसं राज्य, पण त्यात असलेल्या खनिजांच्या खाणी फार महत्त्वाच्या होत्या. बस्तरची एक सीमा निजामाच्या राज्याला लागून होती. देशातल्या तमाम संस्थानांपैकी निजामाचं राज्य पहिल्या क्रमांकाचं राज्य समजलं जात होतं. तिथली लोकसंख्या

खूप जास्त होती आणि इतर अनेक राज्यांच्या एकत्रित उत्पन्नाइतकं उत्पन्न एकट्या निजामाच्या राज्याचं होतं. निजाम मुस्लीम लीगचा आणि महंमदअली जीनांचा एखादा आप्त असावा इतका निकटचा होता. तो जीनांना वेळोवेळी आर्थिक मदत करत असे. या देशावरची इंग्रजांची हुकूमत संपली तर एकतर हैदराबाद राज्य स्वतंत्र ठेवायचं किंवा ते पाकिस्तानशी जोडून घ्यायचं याबद्दल निजामाच्या आणि त्याच्या मदतनिसांच्या चर्चा चालल्या आहेत हे साऱ्यांना माहीत होतं.

शंकरांच्या हातात असलेल्या बस्तरच्या राजाच्या पत्रात निजामाचा उल्लेख होता. जेमतेम चार ओळींच्या त्या पत्रात इतर काहीच तपशील नसल्यानं मागचा पुढचा संदर्भ लागत नव्हता. बस्तरसारख्या टीचभर राज्यात हैदराबादच्या निजामाला आणि व्हाइसरॉयच्या पोलिटिकल डिपार्टमेंटला एवढं काय स्वारस्य वाटावं ते शंकरांना उमगेना. त्यांनी ते पत्र सरदारांपुढे ठेवलं.

सरदारांनी पत्रावरून नजर फिरवली. खूप वेळपर्यंत ते विचारात बुडून गेले. निजाम जीनांच्या बाजूचे आहेत आणि ब्रिटिश राजवट संपताक्षणी हिंदुस्थानपुढे संकट उभं करण्याइतके समर्थ आहेत हे सरदार समजून होते. रोजच्याप्रमाणे भोजनासाठी दुपारी घरी जाताना त्यांनी शंकरना आपल्याजवळ बोलावलं. त्यांच्या हातावर ते पत्र ठेवत सरदार म्हणाले, "या पत्राशी संबंधित ज्या कोणत्या फाइली असतील त्या सगळ्या त्या त्या खात्याकडून आजच मागवून घ्या. तुम्ही एकदा त्या बघून घ्या आणि संध्याकाळपर्यंत त्या माझ्याकडे येतील अशी व्यवस्था करा." एवढं बोलून ते थांबले पण लगेच पुढे म्हणाले, "मात्र सांभाळून. ही गोष्ट तुमच्या-माझ्यातच राहिली पाहिजे. तिसऱ्या कोणाच्या कानावर पडता कामा नये."

सरत्या सायंकाळी शंकरांनी त्या पत्राच्या पार्श्वभूमीदाखल एक फाइल सरदारांच्या टेबलावर ठेवली. सरदारांनी शंकरना थांबवून घेतलं. उशिरापर्यंत ते त्या फायलीचा अभ्यास करत बसले. खूप वेळ लक्षपूर्वक अभ्यासल्यानंतर जे सार सरदारांच्या हाती लागलं त्यानं सरदार चपापले.

बस्तर आर्थिकदृष्ट्या मागास राज्य समजलं जात होतं. बस्तर राज्याचा खूप वेगानं विकास होऊन राज्यात कामधंदे वाढतील, राज्याच्या तिजोरीत भर पडेल, मागास प्रजेला शिक्षण, वैद्यकीय उपचार, रस्ते अशा सुविधा मिळतील, त्यासाठी निधी उभा करता येईल अशी अनेक प्रलोभनं दाखवून कॉरफील्ड कॉनरॅडनं एक प्रस्ताव बस्तरच्या राजाच्या गळी उतरवला होता. बस्तरच्या राजानं बस्तरचा हैदराबादलगतचा खजिनद्रव्यांनी भरलेला प्रदेश खाणी खोदण्यासाठी दीर्घ मुदतीच्या पट्ट्यानं निजामाला द्यावा, बदल्यात करार होताच निजामानं एक विशिष्ट रक्कम बस्तरला द्यावी आणि त्या दीर्घ मुदतीदरम्यानच्या काळात होणाऱ्या नफ्यातला अमूक टक्के भागही बस्तरला द्यावा, अशी तरतूद प्रस्तावात होती.

हा प्रस्ताव बस्तरच्या महाराजांच्या मनात उगम पावू शकत नाही हे कळायला सरदारांना वेळ लागला नाही. निजामामार्फत जीनांनीच ही गोष्ट कॉरफील्ड कॉनरॅडला पटवली असावी, हे सरदारांना तर्कसंगत वाटत होतं. स्वातंत्र्य मिळाल्यानंतर बस्तरचं राज्य हिंदुस्थानात विलीन होणार हे निर्विवाद होतं! अशावेळी त्या राज्यातला खनिजसंपन्न भूभाग निजामानं दीर्घकाळासाठी पदरात पाडून घेतला, तर त्याला नि:संशय भरपूर लाभ होणार होता; परंतु बस्तरमध्ये निजामानं हातपाय पसरले, तर ते आर्थिकच नव्हे तर राजकीयदृष्ट्यासुद्धा देशाला अडचणीचं ठरणार होतं.

ही योजना कॉरफील्ड कॉनरॅडचीच असेल की काय या दिशेनं सरदारांनी विचार करून पाहिला. बहुतांश ब्रिटिश शासक सुरुवातीपासूनच थोड्याफार प्रमाणात मुस्लीम लीगच्या बाजूचे होते असा सरदारांचा अनुभव होता. कॉरफील्ड कॉनरॅडही तसाच होता. ब्रिटिशांना या देशातून चंबूगवाळं आवरून जायचंच असेल, तर मग तापल्या तव्यावर पोळी का भाजून घेऊ नये, अशा विद्वेषी विचारानं कॉनरॅडनं हा डाव टाकला असेल असा विचार सरदारांच्या मनाला शिवून गेला. जे असेल ते असो, या कराराला मूर्त रूप कधीही येऊ द्यायचं नाही, तो इथंच रोखून धरायचा, असा ठाम निर्णय सरदारांनी घेऊन टाकला. त्यांनी बस्तरच्या महाराजांशी ताबडतोब संपर्क साधला.

सरदारांना वाटलं होतं तसंच झालं. बस्तरचा राजा अल्पवयीन होता. त्याला या षडयंत्राबद्दल फारसं काही माहीत नव्हतं. 'या बाबतीत बस्तरच्या प्रजेचं आणि संपूर्ण देशाचं व्यापक हित लक्षात घेऊन आपल्याला जे उचित वाटेल ते करावं' असा निरोप आपल्या दिवाणामार्फत त्यानं सरदारांना पाठवला.

सर्व दृष्टीनं व्यवस्थित योजना करून झाल्यानंतर सरदारांनी पोलिटिकल डिपार्टमेंटचे प्रमुख कॉरफील्ड कॉनरॅडना आपल्या दालनात बोलावून घेतलं. बस्तरचे महाराज, हैदराबादचा निजाम आणि पोलिटिकल डिपार्टमेंट यांच्यात झालेल्या पत्रव्यवहाराची संपूर्ण फाईल त्यांच्यापुढे ठेवत सरदार म्हणाले, "मिस्टर कॉरफील्ड, हा सगळा पत्रव्यवहार मी वाचला आहे. ज्यांच्या हितासाठी म्हणून तुम्ही हा करार करू पाहत आहात, त्या बस्तर राज्याचं या करारामुळे अंतत: नुकसानच होणार आहे आणि मुख्य म्हणजे याबाबतचा कोणताच निर्णय सध्या घेता येणार नाही. कारण बस्तरचे महाराज अल्पवयीन आहेत."

"म्हणूनच... महाराजांचं लहान वय लक्षात घेऊनच सरकारनं बस्तरच्या प्रजेच्या कल्याणासाठी हा प्रस्ताव तयार केला आहे." सरदारांचं बोलणं मधेच तोडत कॉरफील्डनी म्हटलं.

"इतकी वर्षं निजामाच्या मदतीविना बस्तरचं राज्य स्वत:चं हित जपत आलं आहे. थोड्याच अवधीत राजा वयात येणार आहे, अशावेळी पोलिटिकल डिपार्टमेंटला इतकं उतावळं होण्याची गरज नाही. अशानं प्रजेच्या हिताऐवजी दुसराच कोणता

तरी उद्देश यामागे असावा, असा संशय उत्पन्न होण्याची शक्यता असते. कृपा करून हा विषय आता इथंच संपवून टाका.''

कॉरफील्ड कॉनरॅड गडबडला. या कारस्थानामागचा उद्देश सरदारांना पूर्णपणे कळून चुकला आहे, हे त्याच्या लक्षात आलं. उत्तरादाखल म्हणायला त्याच्यापाशी काही उरलंच नव्हतं.

गेल्या काही महिन्यांतल्या सगळ्या घडामोडींचा चहूबाजूंनी सांगोपांग विचार करता, सरदार शेवटी एका निष्कर्षापर्यंत येऊन ठेपले. आता मुस्लीम लीगची मागणी मान्य करून फाळणी केल्यानंच आपण देश वाचवू शकू, असं त्यांना वाटू लागलं. आजवर काँग्रेसनं फाळणीला सक्त विरोध केला होता, परंतु केवळ तत्त्वाच्या नावाखाली तो विरोध यापुढेही फार काळ टिकवून ठेवण्यात काही अर्थ नाही याची सरदारांना प्रतीती होऊन चुकली होती.

जी फाळणी मान्य करण्याच्या दिशेनं सरदारांच्या मनाचा प्रवास सुरू झाला होता, त्याच फाळणीचा विचार १९४१ मध्ये म्हणजे पाच वर्षांपूर्वी काँग्रेसच्या एका अग्रणी पुढाऱ्यानं मांडला होता, तेव्हा खुद्द सरदारांनीच त्याला विरोध केला होता. विरोधाची भूमिका मुळात गांधीजींची होती. काँग्रेसमधल्या आपल्या सहकाऱ्यांची समजूत घालण्याचा १९४१ मध्ये चक्रवर्ती राजगोपालाचारी यांनी प्रयत्न केला होता. मुस्लीम लीगची वेगळ्या, स्वतंत्र देशाची मागणी लवकरात लवकर मान्य केली तर त्यांना कमीत कमी द्यावं लागून आपल्याला जास्तीत जास्त राखता येईल, असं त्यांचं म्हणणं होतं. त्या वेळी पाकिस्तानची मागणी इतक्या मोठ्या प्रमाणात विनाशकारी बनली नव्हती. मागणी अगदी प्राथमिक अवस्थेत असतानाच मान्य करून टाकावी असा राजाजींचा आग्रह होता. त्या वेळी जर ती मान्य केली असती, तर जे तेव्हा मूठ दोन मुठींवर भागलं असतं त्यालाच आता ओंजळी भरभरून देण्यावाचून गत्यंतर नव्हतं. त्या वेळी राजाजींचं म्हणणं सगळ्यांनी मोठ्या आवेशानं खोडून काढलं होतं. 'राजाजी आग ओकत आहेत' असं खुद्द सरदारच तेव्हा बोलून गेले होते.

सरदारांना सगळं आठवत होतं. इथून पुढे जेवढा जास्त विलंब करू तेवढं अधिकाधिक नुकसान देशाला सहन करावं लागेल, याबद्दल विचारांती त्यांची खात्री पटली. याबाबत सर्वांत आधी जवाहरलालांशी मोकळेपणानं बोलून घ्यायचं त्यांनी मनात पक्कं ठरवून टाकलं. एकीकडे जवाहरलाल पंतप्रधान होते आणि दुसरीकडे काँग्रेस पक्षाध्यक्षही होते. आपलं मनोगत काँग्रेस कार्यकारिणीपाशी व्यक्त करून मग निर्णय घ्यायचा असेल, तर पुढची पावलं जवाहरलालांनीच टाकावीत, असं त्यांना वाटलं.

दुसरा दिवस उजाडला. सायंकाळी सरकारी कचेऱ्यांमधला आणि दिल्लीच्या राजमार्गांवरचा गजबजाट कमी झाला. यॉर्करोडवरच्या जवाहरलालांच्या निवासस्थानी सरदारांनी त्यांची भेट घेतली. अशाप्रकारे सरदारांनी जवाहरलालांकडे अवचित येणं ही काही नवलाची गोष्ट नव्हती. १, औरंगजेब रोडवरचं सरदारांचं घर आणि हे यॉर्करोडवरचं जवाहरलालांचं निवासस्थान दोन्ही पायी चालत, फिरता फिरता सहज जाण्याइतकी जवळ होती. सरदारांना निरोप द्यायला म्हणून बाहेर आलेले जवाहरलाल कितीतरी वेळा त्यांना थेट १, औरंगजेब रोडपर्यंत पोहोचवून येत असत आणि कधीतरी सरदारांना भेटायला आलेल्या जवाहरलालांना सोबत करत सरदारही असेच थेटवर जात.

सरदार आणि जवाहरलाल दोघांच्या नीति-धोरणात, ती अमलात आणण्याच्या व्यावहारिक दृष्टिकोनात मतभिन्नता होती, दोघांत तीव्र मतभेद होते, राजकीय वर्तुळात ते फारसे लपून राहिलेले नव्हते. असं असूनही परस्परांशी वागण्यातलं सौजन्य मात्र जसंच्या तसं शाबूत होतं.

इतक्या संध्याकाळी सरदार अचानक भेटायला आलेले पाहून जवाहरलाल त्यांना बैठकीच्या दालनाऐवजी आपल्या अभ्यासिकेत घेऊन गेले.

"जवाहरलाल," अभ्यासिकेच्या नीरव एकांतात बोलायला सुरुवात करत सरदार म्हणाले, "देशाच्या भवितव्याबद्दल माझ्या मनात नव्यानं काही विचार उद्भवले आहेत. त्याच संदर्भात आज मला तुमच्याशी मनमोकळी चर्चा करायची आहे."

"तुमच्या विचारांना भरीव कारणं आणि सबळ आधार असतील याविषयी माझ्या मनात अजिबात शंका नाही."

"पहिली गोष्ट म्हणजे, लीगच्या मंत्र्यांसोबत संयुक्त जबाबदारीनं काम करणं यापुढे अधिक काळ शक्य होणार नाही, याचा आपल्याला पुरता अनुभव येऊन चुकला आहे."

"मी तुमच्याशी पूर्णपणे सहमत आहे," जवाहरलाल उत्तरले. "लीगचे मंत्री अत्यंत बेजबाबदारपणे वागत आहेत. ते अशाच तऱ्हेनं काम करत राहिले, तर विध्वंस अटळ आहे. व्हाइसरॉयशी माझं बोलणं झालं आहे, पण यावर काय उपाय करावा याची त्यांच्या मनात सुस्पष्ट कल्पना असेल असं मला वाटत नाही."

"लीगशी असलेली भागीदारी विजोड लग्नासारखी आहे," सरदारांच्या स्वरात कणखरपणा जाणवत होता. "मला तर वाटतं, विजोड जोडीचा हा असला संसार जितका जास्त काळ लांबत जाईल, तितकं देशाचं जास्त नुकसानच होत जाईल."

"पण सरदार, ही विजोड जोडी तोडायची म्हणजेच संपूर्ण देशाला दंगलीच्या खाईत लोटायचं असं नाही का? इतका मोठा धोका पत्करणं आपल्याला परवडेल का?" जवाहरलालांनी विचारलं.

"सर्वसाधारण परिस्थितीत असा धोका पत्करणं योग्य नव्हे; परंतु समोर सर्वनाश उभा ठाकला असेल, तर निदान जमेल तेवढं तरी वाचवलं पाहिजे, अशा अर्थाचं सुभाषित आमच्या शाळेतल्या संस्कृतच्या शिक्षकांनी शिकवलं होतं असं मला आठवतंय. हे सुभाषित आचरणात आणण्याची परिस्थिती आता निर्माण झाली आहे जवाहरलाल!"

"म्हणजे?" चकित होऊन नेहरू उद्गारले, "तुम्हाला म्हणायचंय तरी काय?"

"देशाची आजची अवस्था पाहता, सद्यपरिस्थितीत एकवेळ सरकार वाचलं नाही तरी हरकत नाही; पण देश वाचवला पाहिजे. सरकार वाचलं नाही, तर आपण फारसं काही गमावणार नाही; पण देश वाचला नाही, तर मात्र भावी पिढ्या आपल्याला माफ करणार नाहीत." खांद्यावरची शाल गळ्याभोवती लपेटत सरदारांनी उत्तर दिलं.

"फाळणी टाळण्यासाठी जे जे म्हणून करता येईल ते ते सगळं आपण करून चुकलो आहोत. आता तुम्ही म्हणताय त्याचा अर्थ एवढाच की..."

"होय. मला नेमकं तेच म्हणायचं आहे." सरदार ठामपणे म्हणाले. "आता फाळणी वाचवण्याची गरज नाहीये, फाळणी मान्य करून देश वाचवण्याची गरज आहे."

एक क्षणभर जवाहरलाल स्तब्ध झाले. सरदारांच्या बोलण्यातल्या सत्यतेचा पडताळा त्यांना गेल्या काही काळात आला होता. त्यांच्याही मनात असंतोषाचं थैमान सुरू होतं.

"सरदार," धीम्या स्वरात जवाहरलाल म्हणाले, "आपण फाळणी मान्य करायची याचा अर्थ बापूंपासून दूर जायचं. देशाची फाळणी होण्याआधी माझा मृतदेह पाहावा लागेल, असं बापूंनी जाहीरपणे म्हटलंय."

सरदारांनी ओठ आवळले. मान ताठ केली. झुकलेली नजर जराशी उचलली. मग म्हणाले, "बापूंची काळजी तुम्ही नका करू. बापूंना समजावायचं काम माझं!"

"...पण फाळणीशी इतरही अनेक प्रश्न जोडले गेले आहेत!" चिंतित स्वरात जवाहरलाल म्हणाले.

"सगळे प्रश्न कालांतरानं सुटतील," सरदारांनी धीर दिला. "तूर्त आपल्यासमोर फक्त दोन पर्याय उरलेत. एकतर देशाला अंदाधुंदीच्या, दंग्यांच्या, जवळपास यादवीच्याच टोकावर आणून उभं करून ब्रिटिशांना राज्य करू द्यायचं किंवा मुसलमान मागताहेत तसं त्यांना पाकिस्तान देऊन टाकायचा आणि देशाच्या बहुतांश भागातल्या प्रजेला शांततेनं जगू देण्यासाठी जमेल तेवढा देश वाचवायचा."

"पण अशा विभागल्या गेलेल्या दोन देशांत तुम्हाला वाटते तशी शांतता प्रस्थापित होईल? खरंच होईल?" जवाहरलालांनी शंका व्यक्त केली.

"विभक्त झालेल्या पाकिस्तानात काय होईल ते मला माहीत नाही, आपण त्याची चिंता करायचं कारणही नाही," सरदार पटकन म्हणाले. "पण स्वतंत्र होणारा देश हिंदुस्थान आहे आणि हिंदुस्थान कोणाहीपासून अलग होत नाहीये. तो आहेच. आपण त्याला अराजकतेतून बाहेर काढायचं आहे, वाचवायचं आहे एवढंच. त्यासाठी जबरदस्त किंमत मोजावी लागणार आहे हे मात्र खरं!"

"एवढी मोठी किंमत मोजल्यानंतरसुद्धा साडेपाचशे संस्थानिकांवर कसं काय नियंत्रण ठेवायचं हा प्रश्न उरतोच!" जवाहरलालांच्या स्वरातील काळजी कमी होत नव्हती.

"मुसलमानांशी राजकीय तोड एकदा निघू द्या. तेवढं झालं आणि ब्रिटिशांनी इथून आपलं चंबूगवाळं आवरलं की मग संस्थानिक... ते काय झूल पांघरलेल्या वाघासारखे आहेत. ती झूल उतरवण्यासाठी थोडी उदारता, थोडी सहानुभूती एवढंच लागेल." डोळे किंचितसे बारीक करत सरदार म्हणाले.

"तुम्ही म्हणताय ते समजतंय मला सरदार; पण समजा, आपण फाळणी मान्य केलीच तर ज्या प्रजेनं आजवर आपल्यावर इतका विश्वास ठेवला, तीच प्रजा उद्या आपला विरोध करेल असं नाही वाटत तुम्हाला?"

"नाही," सरदार दृढपणे म्हणाले. "आपण प्रजेला मार्ग दाखवायचा आहे, प्रजेनं दाखवलेल्या मार्गानं आपण चालायचं नाहीये. तसं झालं, तर देशाचं नेतृत्व करण्यात काँग्रेसपक्ष अपयशी ठरला असंच म्हटलं पाहिजे."

"एक शक्यता अशी आहे सरदार, की पाकिस्तानविरोधी लोक संतापून आक्रमक होतील अन् त्यामुळे पाकिस्तानतर्फी लोकांना अधिकच चेव चढेल..." जणू काही भविष्यात डोकावत असल्यासारखे समोरच्या भिंतीकडे बघत जवाहरलाल म्हणाले. "तसं झालं तर सगळा देश नक्कीच अराजकतेच्या खाईत लोटला जाईल."

"अशी परिस्थिती निर्माण झालीच, तर स्वतःला या देशाची प्रजा मानणाऱ्यांना कमी सहन करावं लागेल," सरदारांच्या बोलण्यात अजूनही तेवढाच ठामपणा होता. "आणि जे कोणी स्वतःला या देशाची प्रजा मानत नसतील, त्यांना अराजकामुळे जास्तच गमवावं लागेल. माझ्या म्हणण्यातलं तात्पर्य तुमच्या ध्यानात आलं असेलच."

सरदारांचा इशारा कोणत्या दिशेनं आहे ते जवाहरलालांच्या नीट लक्षात आलं. अर्थात, त्यामुळे त्यांच्या मनाचं समाधान होत नव्हतंच. सरदारांच्या ठामपणापुढे या क्षणी तरी विरोधी सूर टिकू शकणार नाही असं वाटल्यामुळे त्यांनी तेवढा घोट गिळून म्हटलं, "मुस्लीम लीगला विरोध करून आपल्यासोबत राहिलेल्या राष्ट्रवादी मुसलमानांची संख्यादेखील काही लहानसहान नाही. आपण फाळणी मान्य केल्यानं त्यांच्यात जो असंतोष निर्माण होईल..."

"त्याची चिंता करायचं कारण नाही," इतक्या गंभीर चर्चेतही चेहऱ्यावर अर्थपूर्ण स्मित खेळवत सरदारांनी हाताची घडी सोडली. जवाहरलालांच्या खांद्यावर हात ठेवला. दुसऱ्या हातानं त्यांची पाठ थोपटत म्हटलं, "या देशात केवळ एकच एक राष्ट्रवादी मुसलमान आहे... आणि तो तर आपल्यासोबतच आहे." एवढं म्हणून सरदार खळखळून हसले. सरदारांचा स्पर्श आणि त्यांचं ते हास्य दोन्हींचा अर्थ जवाहरलालांच्या लक्षात आला. सरदारांच्या त्या धारदार टोमण्याचा जणू आनंद चाखत असल्यासारखे, इतक्या गंभीर वातावरणात तेही खळाळून हसू लागले.

अकरा

१७, यॉर्करोडवरून निघून सरदारांची गाडी १, औरंगजेब रोडवर पोहोचली तेव्हा सर्वत्र सामसूम झाली होती. दरवाज्यापाशी उभ्या असलेल्या रखवालदारांनी गाडीचं दार उघडून सरदारांना सलाम केला. औपचारिकपणे उजवा हात किंचितसा उचलून सरदारांनी त्यांची दखल घेतली. चरख्यावर सूत कातत मणिबेन पोर्चमध्येच बसल्या होत्या. सरदारांच्या आणि स्वत:च्या कपड्यांपुरतं सूत मणिबेन स्वत: कातत असत आणि त्या सुताच्या बदल्यात खादी भांडारातून गरजेपुरती खादी घेऊन येत. आज सरदारांना घरी परतायला रोजच्यापेक्षा बराच उशीर झाला होता, पण मणिबेन काहीच बोलल्या नाहीत. त्यांनी चरखा बंद केला. उठून उभ्या राहिल्या. सरदारांकडे पाहून निसटतं हसल्या. बोलल्या मात्र नाहीत.

एरवीसुद्धा बापलेकींमध्ये शब्दांद्वारे बोलणंचालणं अगदी माफक असायचं. सरदारांना हवं नको बघणं, त्यांची काळजी घेणं, त्यांची चिटणीस म्हणून काम करणं अशा जबाबदाऱ्या जेव्हा मणिबेननं स्वत:कडे घेतल्या त्या वेळी पहिल्याच दिवशी पित्यानं आपल्या कन्येला सांगितलं होतं, "हे पाहा मणिबेन, बेटा आजपासून तू जी जबाबदारी उचलायला निघाली आहेस, त्या जबाबदारीची अगदी प्राथमिक गरज आधी समजून घे." मणिबेन लक्ष देऊन ऐकू लागल्या. पित्यानं मुलीशी इतक्या गंभीरपणे एवढं मोठं लांबलचक वाक्य बोलण्याचे प्रसंग तसे कमीच येत.

"ऐक," आपल्या म्हणण्याचा उत्तरार्ध पूर्ण करत सरदारांनी म्हटलं होतं, "इथून पुढे ओठ शक्य तितके कमी उघडायचे आणि डोळे आणि कान यांच्याकडून मात्र दुप्पट काम करवून घ्यायचं! आलं लक्षात?"

मणिबेन निम्मं समजल्या होत्या, निम्मं नव्हत्या. त्या वेळी त्यांचं वय जेमतेम विशीपंचविशीतलं होतं. स्थिर दृष्टीनं त्यांनी पित्याकडे पाहिलं. पित्याच्या सूचनेचं आत्तापासूनच पालन करायला प्रारंभ करत असल्यासारखं अत्यंत मंद स्वरात त्या पुटपुटल्या, "मी नाही समजले बापू!"

"सांगतो. अगदी सोपं आहे पोरी!" मणिबेनच्या डोक्यावर हात ठेवत सरदार म्हणाले. "जिथे जिथे न बोलून भागेल तिथे एक शब्दसुद्धा उच्चारायचा नाही अन् जेव्हा एका शब्दानं काम भागत असेल तेव्हा पूर्ण वाक्य बोलायचं नाही, ते आपल्या कंठातच राहू द्यायचं. संपूर्ण वाक्य बोलल्यावाचून चालणारच नाही असं वाटलं तर मात्र अत्यंत स्पष्टपणे तेवढं वाक्य बोलायचं, पण त्याहून अधिक नाही." एवढं बोलून झाल्यावर आपलं म्हणणं आटोपतं घेत त्यांनी विचारलं, "समजलं बेटा?"

सरदारांचा हा सल्ला मणिबेनना त्या वेळीच मिळाला होता असं नव्हे, तर सहा वर्षांची मणिबेन आणि आठ वर्षांचा डाह्याभाई दोघांना १९१० मध्ये ग्रँटरोडच्या क्वीन्स मेरी शाळेत दाखल करून सरदार बॅरिस्टर होण्यासाठी लंडनला गेले, तेव्हापासून मणिबेनना आपल्या पित्याच्या जीवनाचा हा वस्तुपाठ मिळाला होता. १९१३ मध्ये सरदार बॅरिस्टरची पदवी मिळवून लंडनहून परतले. त्यानंतर काही वर्षं त्यांनी बॅरिस्टर म्हणून काम केलं, तेव्हा अहमदाबादमध्ये मणिबेनना पित्याचा सहवास लाभला होता. आपल्या कामासोबतच वडील आपला वेळ आणि आपली शक्ती सार्वजनिक कार्यासाठी खर्च करत होते. त्या वेळी दहाबारा वर्षांच्या छोट्या मणीला शेजारचं दादासाहेब मावळंकरांचं घर एवढाच काय तो आसरा होता. आई विशेष आठवतच नव्हती. प्रयत्न केले तरीही तिचा चेहरा डोळ्यांसमोर येत नव्हता. वडील सदैव कामात आकंठ बुडालेले आणि किशोरवयीन डाह्याभाईकडे मणिबेनजवळ बसून बोलायला वेळच नसायचा, आवड त्याहूनही नसायची!

क्वीन्स मेरी स्कूलच्या इंग्रज शिक्षिका मिस विल्सननं मणिबेनला अगदी इंग्रजी पद्धतीनं घडवावं असा त्या वेळी सरदारांनी आग्रह धरला होता. त्या आग्रहाचा परिपाक म्हणून मणिबेनचा कितीतरी दिवस एक वेळच जेवून अर्धपोटी राहावं लागत होतं.

ते आठवून त्यांना आत्ता हसू आलं.

"खूप उशीर झाला बापू!" सरदारांना वाट देत मणिबेन एवढंच बोलल्या.

"होय बेटा!" त्रोटक उत्तर देऊन सरदार आपल्या खोलीत निघून गेले. निजण्यापूर्वी आपले चिटणीस व्ही. शंकर यांच्याशी थोडंसं बोलून घ्यायचा त्यांचा शिरस्ता होता. शंकर त्यांची वाट पाहत बसले होते. सरदारांना येताना पाहून ते जागचे उठले. त्यांच्याकडे पाहत सरदारांनी विचारलं, "आजच्या आज, अगदी आत्ताच निर्णय घेतला पाहिजे अशी काही खास बाब आहे का शंकर?"

"नाहीये म्हणा! अगदी तातडीचं म्हणावं असं सध्यातरी काही नाही."

"तसं असेल, तर तुम्ही उद्या सकाळी जरा लवकर या. बाकीचं तेव्हाच बघू!"

शंकर समजून चुकले. औपचारिकपणे 'गुडनाईट' म्हणून ते बाहेर गेले.

डायनिंग टेबलाशी बसलेले सरदार अत्यंत विमनस्क दिसत होते. मणिबेनना ते फारच अस्वाभाविक वाटत होते. स्वयंपाकघरातून सरदारांचं ताट वाढून आलं. सरदार मुकाट्यानं जेवू लागले. वाडग्यातलं आवडतं सूप आज संपता संपत नव्हतं. मणिबेनचं तिकडे लक्ष गेलंच होतं. दुसरं काहीतरी वाढायला त्यांनी हात उचलला. सरदारांनी त्यांना रोखलं. कसंबसं जेवण आटोपून ते रोजच्याप्रमाणे स्वत:च्या खोलीत गेले. पाठोपाठ मणिबेन गेल्या. थोडा वेळ तिथेच थांबल्यानंतर खोलीबाहेर जाण्यापूर्वी त्यांनी तिथलं टेलिफोनचं कनेक्शन काढून टाकलं. मगच त्या आपल्या खोलीकडे वळल्या. मणिबेनचं शयनगृह सरदारांच्या शयनगृहाला लागूनच होतं. अर्ध्या रात्री जाग आली तरी डोळे उघडताक्षणी सरदारांचा पलंग मणिबेनच्या नजरेला पडावा, अशी दोन्ही खोल्यांची रचना होती.

जराशी डुलकी लागते न लागते तोच नेमकी मणिबेनला जाग आली. त्यांनी सरदारांच्या खोलीकडे नजर टाकली. सरदार गाढ झोपले होते. त्यांना मात्र झोप लागेना. डोळ्यांनी जणू जागं राहण्याचा निश्चयच केला होता. कितीतरी वेळ त्या छताला लटकलेल्या झुंबराकडे बघत राहिल्या.

इंग्रजी पद्धतीच्या संगोपनासाठी मिस विल्सननं मन लावून प्रयत्न केले होते. इंग्रजी पोशाख, बूटमोजे, काट्याचमच्याने जेवणं, येता जाता 'सॉरी', 'थँक्यू' म्हणायची सवय असं सगळं मणिबेन हळूहळू शिकत होत्या. बूट-मोजे, काटे-सुऱ्या हे सगळं त्यांना 'आपलं' वाटत नव्हतं. तरीसुद्धा मिस विल्सनच्या सांगण्यानुसार स्वत:ला त्या साच्यात बसवण्याचा त्या जीव तोडून प्रयत्न करत होत्या. सहा वर्षांच्या लहानग्या मणीच्या प्रयत्नांच्या पराकाष्ठेत एक मोठंच विघ्न आलं. विघ्नं म्हणजे काय, की मिस विल्सनचं एक म्हणणं ऐकायला मणिबेन अजिबात तयार नव्हत्या.

बाथरूममध्ये गेल्यावर इंग्रजी ढंगानं, निर्वस्त्र होऊन स्नान केलं पाहिजे हे मिस विल्सनचं सांगणं मान्य करायला मणिबेननं स्पष्ट नकार दिला होता. मणिबेननं पाहिलेल्या कोणत्याही कुटुंबात निर्वस्त्र होऊन स्नान करण्याची कल्पनाही कोणी केली नव्हती. पुरुष मंडळी कमरेभोवती पंचा गुंडाळून स्नान करत. स्त्रिया पडवीचा दरवाजा लावून घेत, न्हाणीपुढे खाट आडवी टाकून आडोसा करत आणि साडी गुंडाळूनच स्नान करत. एवढंच कशाला, लहान पोरंसुद्धा चड्डी न घालता स्नान करत नसत. अशा वातावरणात वाढलेल्या मणीच्या मनावर कपडे काढून स्नान करण्याच्या, मिस विल्सननं सांगितलेल्या इंग्रजी पद्धतीचा फार मोठा आघात झाला. मिस विल्सननं मणिबेनची समजूत घालायचा प्रयत्न करून पाहिला. शरीरशुद्धीचं शास्त्रीय महत्त्व सांगून पाहिलं. शेवटी थोडी दमदाटीदेखील केली, पण मणिबेन

काही बधल्या नाहीत. कपडे काढून स्नान करायच्या नुसत्या कल्पनेनं त्यांचा थरकाप होत होता. बंद न्हाणीघराच्या चार भिंतीआडही त्यांना ही इंग्रजी पद्धत स्वीकारणं जड जात होतं.

"नीट ऐकून ठेव. ज्या दिवशी कपड्यांसकट आंघोळ करशील, त्या दिवशी दुपारचं जेवण बंद. उपाशी राहावं लागेल." मिस विल्सननं सहा वर्षांच्या पोरीवर शेवटचं शस्त्र उगारलं.

... ही पटेलाची पोरसुद्धा काही कमी नाही हे त्या ब्रिटिश महिलेला कुठे माहीत होतं? उपाशी राहणं म्हणजे काय याची कल्पना आल्यावर आधी तर तिनं न्हाणीबाहेर येऊन मिस विल्सनना म्हटलं, "मॅडम, तुम्ही सांगितलं होतं तश्शीच आंघोळ केली मी आज." ही मॅडमदेखील तेवढीच पक्की होती. तिनं बाथरूम तपासली. अर्थातच, तिला तिथे मणिबेनचे ओले कपडे सापडले. आपल्या विद्यार्थिनीला तिनं खरोखरच एक वेळचा उपास घडवला.

मणिबेनची लबाडी पकडली गेली. आता दुसऱ्या दिवसापासून ती इंग्रजी पद्धतीनं आंघोळ करू लागेल असं मिस विल्सनना वाटलं; पण या पटेलाच्या पोरीनं दिवसाकाठी फक्त एकदा जेवणं पत्करलं. शेवटी विल्सन मॅडम थकल्या. त्या पोरीपुढे त्यांनी हात टेकले. मणिबेनना कपड्यांसकट आंघोळ करायची परवानगी मिळाली.

आठवणींचा पट डोळ्यांपुढे उलगडला तसं मणिबेनना हसू आलं.

... पुढे सगळंच बदललं. सरदारांनी अहमदाबादेत प्रॅक्टिस सुरू केली आणि मणिबेनना अहमदाबादच्या इंग्रजी शाळेत दाखल करून टाकलं. वडील कामात बुडालेले. घरात साहेबी वातावरण. एकटं पडणं म्हणजे काय याचा अर्थ आता मणिबेनना कळू लागला होता. वडिलांना मोकळा वेळ क्वचितच मिळे. रोज सकाळी मणिबेन शाळेला निघाल्या की त्यांचे बापू एक प्रश्न हमखास विचारत, "कसं वाटतंय बेटा? काही अडचण नाहीये ना?" उत्तरादाखल मणिबेन फक्त थोडंसं हसत. बस्स. संभाषण तिथेच संपे. अहमदाबादच्या इंग्रजी शाळेतदेखील मणिबेन जास्त काळ टिकल्या नाहीत. महात्मा गांधींनी सरकारविरुद्ध असहकाराचं रणशिंग फुंकलं आणि सरदार त्यात सामील झाले. इंग्रजी शिक्षण अर्धवट सोडून मणिबेन गुजरात विद्यापीठात दाखल झाल्या. आत्तापर्यंत वडिलांपाशी राहताना त्यांचा जो काय थोडाफार सहवास मिळत होता, तेवढाही आता मिळेनासा झाला. एव्हाना सरदार गांधीजींची सावली बनले होते. मणिबेन आता अगदीच एकाकी झाल्या.

दरम्यान सरदारांनी आपलं भाड्याचं घरदेखील सोडून दिलं. कधी गुजरात विद्यापीठात तर कधी साबरमती आश्रमात, कधी दादासाहेब मावळंकर या आपल्या जुन्या मित्राकडे तर कधी दुसरे मित्र डॉ. कानूगा यांच्याकडे असं सरदार राहू लागले.

असं दुसऱ्यांकडे राहत असतानासुद्धा मणिबेनच्या वाट्याला पित्याचा सहवास फारच कमी येई. मणिबेनचे वडील एव्हाना राष्ट्रीय राजकारणाच्या अशा टप्प्यावर पोहोचले होते, की त्यांचे गुरू असलेल्या गांधीजींप्रमाणेच त्यांनाही आपल्या मुलाबाळांकडे लक्ष पुरवणं शक्य होत नव्हतं.

कधीकधी मणिबेनना सरदारांचा साहेबी थाट आठवे. गुजरात क्लबमध्ये ब्रिज खेळणारे सरदार, आपल्या फॅशनेबल शर्टाच्या कॉलरी विशिष्ट पद्धतीनंच धुण्यासाठी अहमदाबादहून मुंबईला पाठवणारे सरदार, हात खरकटा न करता काट्या-चमच्यानं जेवणारे सरदार...

एकट्या असताना कधीतरी मणिबेनचे डोळे अचानक भरून येत. खादीचे जाडेभरडे कपडे वापरताना त्यांना स्वत:ला फारसं वाईट वाटत नसे, पण मळकट सळकट धोतर, त्यावर क्वचित कुठे बाहीवर विरलेला झब्बा अशा वेशातल्या वडिलांना पाहून त्यांच्या हृदयात खोल कुठेतरी कळ उठत असे. ऐन विशीतल्या तरुण मणिबेनला स्वत:च्या एकलेपणापेक्षा कित्येक वर्षांपासून आपल्या पित्याची कौटुंबिक जीवनातील एकाकी अवस्था अधिक खुपत होती. त्यांचं हृदय वारंवार भरून येत होतं. स्वत:च्या एकाकी अवस्थेमुळे आलेलं रितेपण भरून काढण्यासाठी तर साहेबी थाट सोडून त्यांनी स्वत:ला या संन्यास मार्गात आकंठ बुडवून घेतलं नाही ना असा विचार मणिबेनच्या मनात डोकावून जाई. मग थांबवू म्हटलं तरी झरझर वाहणारे अश्रू थांबत नसत.

कसं काय, पण लागोपाठ दोन-चारदा असं झालं. चरख्यावर सूत कातता कातता मणिबेनना एकाएकी वडिलांची आठवण येई. डोळे पाणावत. दादासाहेब मावळंकरांच्या पत्नीनं एकदा मणिबेनचे अश्रूंनी डबडबलेले डोळे पाहिले. त्यांनी मणिबेनना एकीकडे बोलावून विचारलं, ''काय होतंय गं?'' मणिबेन काही बोलल्या नाहीत. आईसमान असलेल्या त्या स्त्रीच्या खांद्यावर मस्तक टेकवून हुंदके देऊ लागल्या. एक प्रेमळ हात बराच वेळ त्यांच्या मस्तकावरून फिरत राहिला.

दोन-तीन वेळा याची पुनरावृत्ती झाल्यावर दादासाहेबांनी सरदारांचं त्याकडे लक्ष वेधलं. प्रवासाहून परतल्यावर एकदा सरदारांनी लेकीला जवळ बसवून घेऊन विचारलं, ''मणिबेन, पोरी तुला काय होतंय? नेहमी रडत का असतेस तू?''

लेकीच्या तोंडून उत्तर फुटेना. दोन्ही हातांच्या तळव्यात चेहरा खूपसून ती रडू लागली.

''हे बघ पोरी,'' लेकीच्या डोक्यावर हळुवारपणे हात ठेवत सरदार म्हणाले, ''काहीच न सांगता तू अशी फक्त रडत राहिलीस, तर तू काहीतरी वाईट कृत्य केलं आहेस, असा लोकांचा समज होईल.''

''बापू,'' मणिबेनना यापेक्षा अधिक बोलता येईना.

"शिवाय, लोकांच्या मनात अशी शंकादेखील येईल, की मी तुला दुःख देतोय!"

"नाही नाही बापू, तसं काहीच नाहीये!"

"आणि असं बघ बेटा," सरदार पुढे म्हणाले, "तू आता मोठी झाली आहेस. कुठे काही एखादं तुझ्या मनात भरलं असेल, तर मोकळेपणानं सांगून टाक. संकोच करू नकोस."

"खरंच सांगतेय बापू, तसलं काहीच माझ्या मनात नाहीये." पदराच्या टोकानं डोळे पुसत मणिबेन घाईघाईनं म्हणाल्या. थोडा वेळ दम घ्यायला थांबल्या. मग हळूच म्हणाल्या, "तुम्ही आपल्या घरी सगळ्यांसोबत राहत होतात, तेव्हा कसे राजासारखे वाटायचात. ती साहेबी टोपी, चकचकीत बूट, मोजे, मुंबईहून धुवून आणलेली, कांजी केलेली कडक कॉलर... आणि आता... आता हा असला झब्बा, तुटायला आलेली चप्पल... असलं दारिद्र्य का हो भोगताय बापू?"

सरदार क्षणभर बघत राहिले. त्यांच्या ओठावर हलकंसं स्मित झळकलं. मग म्हणाले, "मणिबेन, अगं तू ज्याला दारिद्र्य म्हणते आहेस, ते आपण स्वतःहून ओढवून घेतलंय की आपल्यावर बळजबरीनं कोणी लादलंय?"

"बळजबरीनं कसं? आपणहून स्वीकारलंय आपण!"

"झालं तर मग. जे स्वेच्छेनं स्वीकारलंय, त्याचं दुःख कशाला?"

मणिबेन गप्प राहिल्या. सरदार बोलत होते. "असं कर, थोडे दिवस तू बापूजींकडे राहायला जा. बापूजींकडे गेलीस, की तुझे सगळे प्रश्न आपोआप मिटतील."

सरदारांच्या इच्छेप्रमाणे मणिबेन खरोखरच थोड्या दिवसांनी गांधीजींसोबत राहण्यासाठी मुंबईला गेल्या. गांधीजी तेव्हा मुंबईत जुहूला राहत होते. मणिबेन अधूनमधून रडत असतात आणि त्यामागचं कारण सांगत नाहीत, ही गोष्ट गांधीजींच्या कानावर गेली होती. एके दिवशी त्यांनी मणिबेनकडे बोलणं काढलं. "मणी, तुझ्या बापाला तुझी काळजी वाटतेय. समग्र देशाच्या चिंतेचा बोजा पाठीवर घेऊन फिरणाऱ्या सरदारांच्या चिंतेत तू आणखी भर टाकू नकोस बरं!"

मणिबेन ऐकत होत्या. सरदारांशी झालेलं संभाषण त्यांना आठवलं. पुन्हा एकदा त्यांचे डोळे भरून आले. बोलता बोलता सरदारांनी लेकीला लग्न करून घ्यायला सुचवलं होतं. मणिबेनच्या मनात आलं, 'लग्न करून मी माझ्या संसारात रमले, तर माझ्या बापूंचं काय होईल? कोण असेल त्यांच्याजवळ?'

"हे बघ बेटा," बापूजींनी बोलणं पुढे नेलं, "लग्न करून संसार करायची तुझी इच्छा असेल, तर सरदारांना ते मान्य होईलच. देशसेवा काय, गृहस्थाश्रम स्वीकारल्यानंतरसुद्धा करता येते."

स्वत:च्या स्वतंत्र संसाराची नुसती कल्पना केली, तरी सरदारांच्या एकाकीपणाची काळजी मणिबेनचं काळीज कुरतडू लागे. आत्ता गांधीजींनी त्याच संसाराचा विषय काढला होता.

मणिबेननं निर्णय घेऊन टाकला.

थोड्या दिवसांनी बापूजींना भेटायला सरदार मुंबईला आले, त्या वेळी मणिबेनशी पुन्हा एकदा त्यांचं बोलणं झालं. वडिलांनी लेकीची खुशाली विचारण्याआधी लेकीनं आपणहूनच म्हटलं, ''बापू, माझा निर्णय झालाय.''

''निर्णय? कसला निर्णय मणिबेन?'' सरदारांनी नवलानं विचारलं.

''तुमच्यासोबत राहण्याचा. तुमच्या कामाला हातभार लावण्याचा.'' मणिबेनच्या आवाजाला निश्चयाची धार होती.

''मी नाही समजलो. काय जे मनात असेल ते मोकळेपणाने बोलून टाक बरं!''

''बापू,'' मणिबेननं बोलायला सुरुवात केली. ''तुम्ही देशभर हिंडत असता. तुमचा पत्रव्यवहार, तुमचे कार्यक्रम... सगळा भार तुम्ही एकट्या हाती वाहताहात. इथून पुढे मी तुम्हाला सांभाळीन. मी तुमची काळजी घेईन. तुमची देशसेवा तीच माझी देशसेवा. मला तुमच्यासोबत राहू द्या बापू.'' बोलता बोलता मणिबेनचा कंठ दाटून आला.

सरदार काय ते समजले. लेकीचा हात आपल्या हाती घेऊन एवढंच म्हणाले, ''जशी तुझी इच्छा बेटा! पण एक लक्षात ठेव, हा गांधींचा मार्ग आहे आणि गांधींचा मार्ग म्हणजे हरीचा मार्ग. येऱ्यागबाळ्याला तो पेलवत नसतो.''

''जे तुम्ही पेलाल, ते मी पेलेन बापू,'' मणिबेननं ठासून म्हटलं.

''ठीक आहे तर! चला तयारीला लागा.'' एवढं बोलून सरदार थांबले. जरा वेळाने पुन्हा म्हणाले, ''मणिबेन, एक गोष्ट लक्षात असू दे बरं बाळा, जे काम करायला निघाली आहेस, त्याची अगदी मुळातील पहिली अट म्हणजे ओठ बंद आणि कान, डोळे उघडे. कानांना आणि डोळ्यांना तर दुप्पट काम.''

''जसं काही तुम्हाला ठाऊकच नाही बापू,'' मणिबेनच्या चेहऱ्यावर पहिल्यांदा हसू उमटलं. ''नाहीतरी तुम्ही कधी मला तोंड उघडू दिलंय!''

सरदार मोठ्यानं मनमोकळं हसले. त्यांचं हसणं विरलं आणि सरदारांनाही अनपेक्षित अशी गोष्ट मणिबेननं केली. वडिलांपाशी जाऊन त्यांच्या जीर्ण झालेल्या झब्ब्यावर हात ठेवून त्यांनी म्हटलं, ''बापू, आपल्या दोघांच्या कपड्यांना पुरेल एवढं सूत आजपासून मी स्वत: कातणार. स्वत:ला पुरेल एवढं कातणं तुम्हाला शक्य होत नाही, म्हणून असे विरलेले कपडे वापरता तुम्ही. आता असं नका करू.''

झब्ब्याच्या बाहीवर स्थिरावलेल्या मणिबेनच्या हातावर आपला हात ठेवून सरदार म्हणाले, ''ठीक आहे पोरी, तुझी आवड ती माझी आवड!''

काश्मीरची बहुसंख्य प्रजा मुसलमान होती आणि राजा हरिसिंह डोगरा हे जातीचे हिंदू होते. काश्मिरी मुसलमानांना एकत्र आणून शेख अब्दुल्लांनी राजा हरिसिंहांविरुद्ध आंदोलन सुरू केले होतं. संवैधानिक सुधारणा कराव्यात आणि काश्मीरचा पंतप्रधान म्हणून आपली नेमणूक करावी अशा त्यांच्या मागण्या होत्या. शेख अब्दुल्लांच्या या आंदोलनाला जवाहरलालांची सहानुभूती होती आणि म्हणूनच राजा हरिसिंहांबद्दल नाराजी होती. जवाहरलालांच्या आग्रहामुळे शेख अब्दुल्लांनी आपल्या मुस्लीम कॉन्फरन्सला 'नॅशनल कॉन्फरन्स' असं नवं नाव दिलं होतं आणि आपल्या आंदोलनाला जातीयतेचं स्वरूप येऊ नये याची खबरदारी घेतली होती. राजाविरुद्ध असं आंदोलन चालवणाऱ्या शेखांनी त्या लढ्याला एक नवीन पैलू दिला. नवीन मुद्दा मांडत त्यांनी म्हटलं, ''पंजाबचा शीख राजा रणजितसिंह याने काश्मीर आपल्या कब्जात घेतलं, तेव्हा राजा हरिसिंहांचे पूर्वज रणजितसिंहांचे सुभेदार म्हणून आले होते म्हणजे त्यांना मूळचे काश्मिरी म्हणताच येणार नाही. एवढंच नव्हे, तर गव्हर्नर जनरल वेलस्लीनं तह करतेवेळी हरिसिंहांच्या पूर्वजांकडून पंचाहत्तर लाख रुपये किंमत वसूल करून त्यांना काश्मीरचं राज्य चालवायला दिलं होतं असंही त्यांचं म्हणणं होतं. अशाप्रकारच्या एकतर्फी ऐतिहासिक घटनांच्या आधारावर 'राजा हरिसिंहांनी आणि सर्व डोगरांनी काश्मीर सोडून निघून गेलं पाहिजे' अशी त्यांनी मागणी केली होती. आंदोलनाची परिणती अशी झाली की राजा हरिसिंहांनी शेख अब्दुल्लांना अटक केली आणि त्यांची तुरुंगात रवानगी केली.

शेखांच्या अटकेची बातमी दिल्लीला पोहोचली तेव्हा काँग्रेस कार्यकारिणीची बैठक सुरू होती. दिल्लीच्या काँग्रेसभवनातल्या रॉयटर मशीनवर बातमी येताक्षणीच ती कार्यकारिणीकडे पोहोचवली गेली. सर्वांत आधी ती जवाहरलालांनी वाचली. मग कार्यकारिणीच्या सभासदांना कळवली. कार्यकारिणीच्या सभासदांपैकी कोणी काही प्रतिक्रिया देण्याआधीच जवाहरलाल उठून उभे राहिले. त्यांनी जाहीर करून टाकलं, ''शेखांची अटक म्हणजे राजानं प्रजेविरुद्ध केलेला अत्याचार आहे. आत्ता अगदी ताबडतोब श्रीनगरला जाऊन या मुद्द्यावर मला राजांशी बोलायचं आहे.''

शेखांच्या अटकेसारख्या कोण्या एका कोपऱ्यात घडलेल्या घटनेला जवाहरलाल इतकं मोठं महत्त्व देतील आणि कार्यकारिणीची बैठक सोडून निघतील अशी कोणी कल्पनाही केली नव्हती. सगळे सभासद हतप्रभ झाल्यासारखे बसून राहिले. तेव्हा सरदारांनी म्हटलं, ''हे बघा जवाहरलाल, काश्मीरच्या मामल्यात तुम्ही पडू नका. तुम्ही तिथे गेलात तर अधिकच पेच निर्माण होईल.''

सरदारांच्या सावधगिरीच्या या सूचनेकडे जवाहरलालांनी लक्ष दिले नाही. कार्यकारिणीची बैठक सोडून ते ताबडतोब काश्मीरला रवाना झाले.

शेखांच्या अटकेच्या विरोधात काश्मीरमध्ये सोपोर गावात नॅशनल कॉन्फरन्सची

बैठक भरली होती. जवाहरलाल थेट सोपोरला पोहोचले. तिथलं वातावरण तापलं होतं. डोगरांनी काश्मीर सोडून निघून जावं अशा मागण्या करणाऱ्या घोषणा ठिकठिकाणी लिहिलेल्या होत्या. त्या विरोधसभेत जवाहरलालांनी भाषण केलं आणि काश्मिरी डोगरांना सल्ला दिला – काश्मिरी डोगरांनी शेखांच्या नॅशनल कॉन्फरन्सचे हात बळकट केले पाहिजेत. त्यासाठी सर्व डोगरांनी नॅशनल कॉन्फरन्समध्ये सामील होऊन आपलं सामर्थ्य व्यक्त करावं. त्यांनी आणखी असंही म्हटलं, की जे नॅशनल कॉन्फरन्समध्ये सामील होणार नाहीत, त्यांना स्वत:ला काश्मिरी म्हणवायचा अजिबात अधिकार नाही.

जवाहरलालांचा रोख शेखांच्या 'काश्मीर सोडा' मागणीचं समर्थन करणारा होता, हे उघड होतं. जवाहरलालांनी अशा तऱ्हेनं आंदोलनात उडी घ्यावी हे राजा हरिसिंह चालवून घेतील हे संभवत नव्हतं. त्यांनीसुद्धा तत्काळ जवाहरलालांना अटक केली.

जवाहरलालांच्या अटकेची बातमी देशभर पसरली आणि वातावरण अचानक पेटलं. शेखांची अटक ही एका राज्यापुरती मर्यादित होती. जवाहरलालांची अटक हा देशव्यापी मुद्दा बनला. आता राजा हरिसिंहांशी बोलणी करण्यावाचून काँग्रेसला गत्यंतर नव्हतं. जवाहरलालांची सुटका कशी होईल या एका गोष्टीचा विचार करण्यात काँग्रेसचे सर्वोच्च नेते गुंतून गेले. सरदारांना हे सगळं कळलं तेव्हा ते एवढंच म्हणाले, "करायला गेलो एक अन् झालं भलतंच म्हणतात, ते याला!!"

बारा

"व्हाइसरॉय लॉर्ड वेव्हेल यांच्या कारकिर्दीचे दिवस आता भरत आले होते. इंग्लंडचे नवे पंतप्रधान क्लेमंट ॲटली यांच्या मते, वेव्हेल म्हणजे हिंदुस्थान विषयीची आपली राजनीती प्रत्यक्ष अमलात आणण्याच्या मार्गातला एक अडसर होते. असं वाटणं फारसं चुकीचं नव्हतं. त्याला कारणही तसंच भक्कम होतं. ब्रिटिश राजकारणात वेव्हेल चर्चिलच्या हुजूरपक्षाच्या बाजूचे होते. त्यामुळे अर्थातच चर्चिलप्रमाणे, हिंदुस्थानला ब्रिटिशांच्या तावडीतून मुक्त करून स्वातंत्र्य बहाल करण्याच्या विचाराला त्यांचा विरोध होता. मुस्लीम लीगकडे त्यांचा कल अधिक होता, कारण काँग्रेस स्वराज्याची मागणी करत होती आणि त्या स्वराज्यात अडथळे आणण्याच्या कामी मुस्लीम लीग हे त्यांच्या हाताशी असलेलं हुकमी साधन होतं. काँग्रेसचे बहुतेक नेते वेव्हेलवर नाराज होते, शिवाय वेव्हेलचा स्वभावही अहंकारी आणि उद्धट होता. भारतमंत्र्यांच्या कचेरीतल्या लंडनमधल्या राजकारण्यांनाही त्यांच्या उद्धटपणाचा अनुभव येऊन चुकला होता. अशा परिस्थितीत वेव्हेल अधिक काळ व्हाइसरॉय पदावर राहिले असते, तर ॲटलींची नवी राजनीती अमलात आणणं कठीण जाणार होतं.

...परंतु वेव्हेल यांच्या जागी कोणाला निवडावं यावर ॲटलींना भरपूर विचार करावा लागणार होता. केवळ हुजूरपक्षच नव्हे, तर ब्रिटिश प्रजेचा एक विशिष्ट वर्गसुद्धा हिंदुस्थानच्या स्वराज्याच्या मार्गातला अडसर होता. ॲटली हिंदुस्थानला स्वराज्य देण्याच्या पक्षाचे होते, याचा अर्थ त्यांना हिंदुस्थानच्या प्रेमाचं भरतं आलं होतं असा निश्चितच नव्हता. दुसऱ्या महायुद्धाच्या अखेरीला साऱ्या जगामध्ये नवजागृतीची लाट आली होती. साम्राज्यवाद हे आता घासून गुळगुळीत झालेलं नाणं होतं. जागतिक पातळीवर नवी आर्थिक परिमाणं निर्माण झाली होती. शेकडो वर्षं जुन्या वसाहती सांभाळत राहाणं ब्रिटिश अर्थकारणाच्या दृष्टीनं आता फायद्याचं उरलं नव्हतं. वसाहतींकडून जे आणि जेवढं मिळवणं

शक्य होतं, ते सगळं ब्रिटननं पुरेपूर वसूल करून घेतलं होतं. त्यामुळे यापुढे अशा वसाहती सांभाळण्यापेक्षा त्यांना स्वातंत्र्य देऊन सन्मानानं अलग होण्यात अधिक गौरव होता.

सर्व गोष्टींचा साकल्यानं विचार करून ॲटलींनी हिंदुस्थानचे नवे व्हाइसरॉय म्हणून अर्ल लुई माऊंटबॅटन यांचं नाव निश्चित केलं. ब्रिटनच्या नौसेनेचे विजयी सेनाधिपती म्हणून माऊंटबॅटननी नुकतंच नाव कमावलं होतं. अत्यंत समर्थ मानल्या गेलेल्या जपानच्या नौकादलाचा त्यांनी पराभव केला होता. त्याखेरीज, ब्रिटनच्या वसाहतीबद्दलची त्यांची ऐतिहासिक जाण हेसुद्धा त्यांचं नाव निवडलं जाण्यामागचं कारण ठरू शकण्याजोगं होतं. ब्रिटनच्या राजघराण्याशी त्यांचा घरोबा होता. हे सगळं लक्षात घेऊन ॲटलींनी माऊंटबॅटनना भेटायला बोलावलं.

''डिकी,'' औपचारिक संभाषणाचा भाग संपल्याबरोबर लगेच ॲटलींनी मुद्द्यावर येत म्हटलं, ''एक अत्यंत महत्त्वाची आणि तेवढीच नाजूक भूमिका पार पाडायला मी तुम्हाला सांगणार आहे.''

''माझ्यासाठी जी भूमिका तुम्ही निवडली असेल, ती ब्रिटिश इतिहासाच्या उज्ज्वल परंपरेला साजेशीच असेल अशी माझी खात्री आहे.''

''तुमची नवी कामगिरी केवळ त्या उज्ज्वल इतिहासाला साजेशीच नव्हे, तर भविष्यकाळात अधिक उंचीवर नेऊन ठेवेल अशी आहे.''

''तर मग ती कामगिरी मी माझ्या संपूर्ण क्षमतेनिशी आणि निष्ठेनं पार पाडेन याबद्दल तुम्ही निश्चिंत असा!''

''तुमच्याकडून मला तीच अपेक्षा आहे डिकी!'' एखादं गुपित उघड करून सांगावं तसं ॲटली म्हणाले, ''हिंदुस्थानचा नवा व्हाइसरॉय म्हणून तुमची नेमणूक करण्याची माझी इच्छा आहे.''

हा प्रस्ताव माऊंटबॅटनना अगदीच अनपेक्षित होता. वीसएक वर्षांपूर्वी त्यांनी हिंदुस्थान पाहिला होता. त्यांची पत्नी एडविना हिच्याशी त्यांची प्रथम भेट हिंदुस्थानातच झाली होती. त्यानंतर नौदलात दाखल झाल्यामुळे त्यांचा हिंदुस्थानाशी थेट संपर्क उरला नसला तरी हिंदुस्थानातले राजकीय प्रवाह त्यांना बऱ्यापैकी परिचित होते. काही महिन्यांपूर्वी, महायुद्ध संपायला आलं असता हिंदुस्थानच्या त्यावेळच्या व्हाइसरॉयशी लंडनला त्यांची अचानक भेट झाली होती. अचानक जुळून आलेल्या त्या भेटीत माऊंटबॅटननी वेव्हेलांना हिंदुस्थानातल्या वर्तमान राजकीय परिस्थितीबद्दल सहजच विचारलं होतं. त्या वेळी नाराजीच्या तिरस्कारभरल्या आवाजात वेव्हेल म्हणाले होते, ''काही विचारूच नको याबद्दल डिकी. India is a mad house. समंजस माणूस शोधूनही सापडणार नाही तिथे. सगळा वेड्यांचा बाजार आहे.''

वेव्हेलांच्या त्या उद्गारांवर माऊंटबॅटन त्या वेळी मनापासून हसले होते. बोलणं तेवढ्यावर तिथेच संपलं होतं. माऊंटबॅटन ते विसरूनही गेले होते. आज ॲटलींचा प्रस्ताव ऐकताक्षणीच त्यांना वेव्हेलांचा अनुभव आठवला. वेव्हेल म्हणाले होते, ''हिंदुस्थानात काम करणं म्हणजे वेडपटांसोबत काम करण्यासारखं आहे.'' वेव्हेलांची विचारसरणी आणि स्वभावप्रकृती माऊंटबॅटन जाणून होते. त्यामुळे वेव्हेल ज्यांना वेडपट म्हणत होते त्यांच्यासोबत काम करण्यात माऊंटबॅटनना कसलीच भीती वाटत नव्हती. हे काम म्हणजे अनायासे चालून आलेली एक संधी आहे, एक आव्हान आहे असं त्यांना वाटलं.

''मिस्टर प्राईम मिनिस्टर,'' ते म्हणाले, ''माझ्यावर आपण इतका विश्वास दाखवलात त्याबद्दल खरोखरच मी आपला आभारी आहे, परंतु माझी एक अट आहे.''

''ब्रिटिश परंपरेच्या संवैधानिक चौकटीत बसणारी कोणतीही अट मान्य करायला मला कसलीही अडचण नाही.''

''तर मग सर,'' माऊंटबॅटन पुढे बोलू लागले, ''सध्याचे व्हाइसरॉय लॉर्ड वेव्हेल यांच्या सध्याच्या स्टाफऐवजी मला माझा स्वत:चा स्टाफ विनाअट निवडण्याचा अधिकार मिळायला हवा.''

''तुमची अट मंजूर आहे डिकी!'' ॲटलींनी माऊंटबॅटनांचं म्हणणं मान्य केलं. वेव्हेलांनी दिल्लीत निर्माण केलेल्या चौकटीत माऊंटबॅटन कारभार करू शकणार नाहीत याची ॲटलींना कल्पना होती. माऊंटबॅटननी घातलेली अट मान्य करत त्यांनी आणखी एक मुद्दा मांडला.

''तुमच्या नियुक्तीची अधिकृत घोषणा एक-दोन दिवसांत होईल. पूर्वअट म्हणून नव्हे, तर अनुभवाचे बोल म्हणून एक सांगावंसं वाटतं, की तुमची नेमणूक झाल्याची घोषणा होताच विन्स्टन चर्चिलांना भेटा आणि त्यांचे आशीर्वाद घ्या.''

ॲटलींच्या सूचनेमागचं मर्म माऊंटबॅटनांच्या तत्काळ ध्यानी आलं.

हिंदुस्थानला स्वातंत्र्य द्यायला चर्चिलांचा कडवा विरोध होता, पण तरीसुद्धा त्यांच्या आशीर्वादाविना ब्रिटिश पार्लमेंट हिंद स्वराज्य कायदा संमत करून घेणं शक्य नव्हतं. हाऊस ऑफ कॉमन्समध्ये ॲटलींच्या मजूर पक्षाचं बहुमत होतं, पण हाऊस ऑफ लॉर्ड्समध्ये चर्चिलांचा हुजूर पक्ष बहुमतात होता. हाऊस ऑफ लॉर्ड्सनं हिंद स्वराज्य कायद्याला संमती दिली नसती, तर हिंदुस्थानला स्वातंत्र्य देता आलं नसतं.

''तुमची आज्ञा मला शिरोधार्य आहे, सर!'' माऊंटबॅटन म्हणाले. ॲटलींच्या दीर्घदृष्टीबद्दल त्यांच्या मनात आदर उत्पन्न झाला.

दोन तीन दिवसांनंतर हिंदुस्थानचे नवे व्हाइसरॉय म्हणून लुई माऊंटबॅटनांच्या नावाची अधिकृत घोषणा झाली. घोषणा झाल्याच्या दुसऱ्याच दिवशी चर्चिल यांच्या भेटीसाठी वेळ मागून घेऊन माऊंटबॅटन त्यांना भेटायला गेले. आपल्या खास दालनात त्यांचं स्वागत करून चर्चिलांनी त्यांच्याशी हस्तांदोलन केलं. समोरच्या बैठकीवर बसण्याचा अनुरोध करत म्हटलं, ''फार मोठी जबाबदारी उचलायला निघाला आहात डिकी! मी तुमचं अभिनंदन करतो.''

''केवळ अभिनंदन पुरेसं नाही सर!'' अत्यंत सावधपणे माऊंटबॅटन म्हणाले, ''माझ्या नव्या कामगिरीसाठी मला आपल्या आशीर्वादाची देखील आवश्यकता आहे.''

''ब्रिटिश साम्राज्य विसर्जित करायला चालला आहात तुम्ही! साम्राज्य विसर्जित करण्याच्या या प्रक्रियेत तुम्हाला आशीर्वाद कसा देणार मी?'' चर्चिलांनी ताठ स्वरात म्हटलं.

''ब्रिटिश साम्राज्य विसर्जित करण्याच्या नव्हे, तर जगात त्याचा गौरव वाढवण्याच्या हेतूनं मी निघालो आहे.'' माऊंटबॅटन सौम्यपणे उत्तरले.

''तुमचा उद्देश चांगला आहे,'' चर्चिल म्हणाले. ''हा तुमचा उद्देश पूर्ण होईल अशी माझी एक सूचना तुम्ही मान्य केलीत, तर कदाचित माझे आशीर्वाद मिळतीलही तुम्हाला!''

माऊंटबॅटन सावरून बसले. सावधचित्त होऊन ऐकू लागले. ब्रिटिश राजकारणात चर्चिल सदैव केंद्रस्थानी असण्याचं कारण त्यांना जणू सापडलंच.

''हिंदुस्थानच्या लाल किल्ल्यावरून युनियन जॅक उतरवून टाकण्याचं कार्य तुमच्या हस्ते व्हावं, असं मला वाटत नाही,'' चर्चिलांनी संभाषण सुरू ठेवत म्हटलं, ''पण ते तसं व्हायचंच असेल, तर तुम्ही निदान एक गोष्ट घडवून आणा. स्वराज्य मिळवल्यानंतर हिंदुस्थानला कॉमनवेल्थशी जोडून ठेवा. एवढं करू शकलात, तर तुम्हाला माझे आशीर्वाद मिळतील.''

चर्चिलांच्या मनातील गोष्ट माऊंटबॅटन निमिषार्धात समजले. हिंदुस्थान म्हणजे फक्त हिंदुस्थान नव्हता. ब्रह्मदेश आणि सिलोनचाही त्यात समावेश होता. फाळणीनंतरसुद्धा पाकिस्तानची गणना चर्चिलच्या मनात असलेल्या हिंदुस्थानातच झाली असती. आशिया खंडातल्या या वसाहतींखेरीज आफ्रिका, कॅनडा, ऑस्ट्रेलिया आणि न्यूझीलंडसहित सर्व ठिकाणी जिथे जिथे युनियन जॅक फडकत होता, त्या सर्व ठिकाणी एतद्देशीयांना स्वातंत्र्य दिल्यावाचून गत्यंतर नव्हतं. 'या साम्राज्यावरचा सूर्य कधीच मावळत नाही' ही उक्ती भूतकाळात जमा होणार होती. अशावेळी नव्यानं स्वतंत्र होऊ घातलेल्या या देशांना ब्रिटिश कॉमनवेल्थ या नावानं ब्रिटिश सत्तेच्या वर्चस्वाखाली एकप्रकारे बांधून घ्यावं

आणि त्यांच्यावर मानसिक आधिपत्य गाजवावं अशी ही योजना होती. देश आपापल्या जागी भले स्वतंत्र असोत, पण जागतिक सल्लामसलत मात्र कॉमनवेल्थ नामक मंचाखाली या सगळ्या देशांनी ब्रिटिश राजसत्तेच्या नेतृत्वाखालीच करावी असा यामागे उद्देश होता. महत्त्व ब्रिटिश राजसत्तेचं मोठेपण स्वीकारण्याला होतं. ब्रिटिश राजसत्तेच्या वर्चस्वाविना उभी हयात घालवणं चर्चिलना शक्यच नव्हतं. आपण एवढ्या बाबतीत चर्चिलांना आश्वस्त करू शकलो तर ॲटलींचा हिंद स्वराज्य कायदा ब्रिटिश पार्लमेंटमध्ये संमत होण्याचा संभव आहे, असं माऊंटबॅटनना वाटलं.

"स्वातंत्र्य मिळाल्यानंतरसुद्धा हिंदुस्थाननं कॉमनवेल्थचा भाग होऊन राहावं यासाठी मी शक्य ते सर्व प्रयत्न करीन याची मी तुम्हाला खात्री देतो." माऊंटबॅटननी उजवा हात पुढे करत म्हटलं. त्यांच्या तळव्यात आपला तळहात गुंफत चर्चिल म्हणाले, "तर मग डिकी, माझे तुम्हाला आशीर्वाद आहेत."

हिंदुस्थानचा व्हाइसरॉय म्हणून कार्यभार सांभाळल्यानंतर सर्वप्रथम गांधीजींना भेटायला माऊंटबॅटन अतिशय उत्सुक होते. चर्चिलपासून वेव्हेलपर्यंत तमाम ब्रिटिश राजकारण्यांनी गांधीजींबद्दल अतिशय टोकाच्या प्रतिक्रिया व्यक्त केल्या होत्या. माऊंटबॅटननी स्वत:देखील गांधीजींची प्रत्यक्ष भेट घेण्यापूर्वी त्यांच्याविषयी बरीच माहिती मिळवली होती. मार्च महिन्यातल्या जीवघेण्या उन्हाळ्यात व्हाइसरॉय भवनात गांधीजी माऊंटबॅटनना भेटायला आले. व्हाइसरॉय आणि त्यांची पत्नी दोघांनीही अतिशय उमाळ्यानं त्यांचं स्वागत केलं. गांधीजींच्या कृश देहावर तोकडं उपरणं कसंबसं गुंडाळलेलं होतं. ज्याच्या छातीची बरगडी न् बरगडी मोजून घेता येईल, असा एकही राजकारणी पुरुष साक्षात समोर ठाकलेला माऊंटबॅटननी आजवर कधीच पाहिला नव्हता. गांधीजींपाशी जाऊन लेडी माऊंटबॅटननी त्यांच्याशी हस्तांदोलन केलं. त्या वेळीसुद्धा गांधीजींच्या चेहऱ्यावरचं निरागस हसू पाहून माऊंटबॅटनना नवल वाटलं. औपचारिक स्वागत झाल्यावर ते गांधीजींना दालनात घेऊन गेले.

"युवर एक्सलन्सी," बैठकीवर स्थिरस्थावर झाल्यावर गांधीजी म्हणाले, "हिंदुस्थानचे नवे व्हाइसरॉय म्हणून देशातल्या समस्त प्रजाजनांच्या वतीनं मी आपलं स्वागत करतो. तुमच्या या नवीन कार्यभारासाठी माझ्या शुभेच्छा सदैव तुमच्यासोबत असतील."

"मिस्टर गांधी, तुमच्या शुभेच्छा आणि तुमचं साहाय्य दोन्हींची मला गरज भासणारच आहे."

"तसं असेल तर आत्ता, याक्षणीच शुभारंभ करणं उत्तम!" गांधीजींनी हसत

हसत म्हटलं. हिंदुस्थानात स्वराज्याचा सूर्योदय होण्याची वेळ काही दूर नाही. त्याचं यश तुमच्या पदरात पडेल.''

''ते खरं, पण सगळं असं काही एकात एक गुंतलं आहे की सुरुवात कुठून करावी ते तुम्हीच सुचवा.'' गांधीजींच्या चेहऱ्यावर आपली भेदक नजर रोखत गांधीजींनी म्हटलं.

''युवर एक्सलन्सी, वाटल्यास तुम्ही जीनांना पंतप्रधान करून स्वतंत्र भारताचं नवीन सरकार स्थापू शकता. त्यासाठी तुम्हाला माझं सर्वतोपरी सहकार्य मिळेल.''

दुसऱ्या महायुद्धातल्या एकामागून एक वारंवार येणाऱ्या अनेक जीवघेण्या प्रसंगातही ज्यांच्या हृदयाचा एकही ठोका चुकला नव्हता असे हे सरसेनापती गांधीजींच्या त्या एका वाक्याने पुरते गडबडून गेले. त्यांना जॉर्ज कॅटरीनचं म्हणणं आठवलं. जॉर्ज कॅटरीन माऊंटबॅटनांचे अगदी बालपणापासूनचे मित्र होते. हिंदुस्थानच्या शासनव्यवस्थेत मोठ्या हुद्द्यावर त्यांची नेमणूक झाली होती. हिंदुस्थानात येण्यापूर्वी माऊंटबॅटनना गांधीजींबद्दल माहिती पुरवणाऱ्यांपैकी हे एक होते. त्याचवेळी त्यांनी माऊंटबॅटनना सावध करत म्हटलं होतं, ''लुई, गांधीजींना भेटाल ना तेव्हा काळ जणू ठप्प झालाय आणि आपण गौतम बुद्धालाच भेटतोय असं तुम्हाला वाटेल बरं!'' त्यांच्या म्हणण्यात किती तथ्य होतं याची माऊंटबॅटनना त्या क्षणी प्रचीती आली. दुसऱ्याच क्षणी स्वत:ला सावरत त्यांनी म्हटलं, ''ते कसं शक्य आहे मिस्टर गांधी? सध्याच्या मध्यावधी सरकारच्या कार्यवाही प्रमुखपदी जवाहरलाल आहेत. स्वतंत्र हिंदुस्थानच्या पहिल्या सरकारातले पहिले पंतप्रधानही तेच असणार!''

''मनात आणलंत तर तुम्ही जवाहरलालांच्या मध्यावधी मंत्रिमंडळाकडून राजीनामा घेऊ शकता.'' गांधीजींनी अगदी सहज म्हणून टाकलं.

''काय म्हणता काय मिस्टर गांधी? काँग्रेस आणि लीग यांचं संयुक्त सरकार हे निवडून आलेलं सरकार आहे आणि व्हाइसरॉय म्हणून मी फक्त घटनात्मक प्रमुख आहे. माझ्या म्हणण्याप्रमाणे राजीनामा द्यायला जवाहरलाल बांधील नाहीत.''

''देशाच्या समस्यांचा गुंता सोडवण्यासाठी आणि हिंदुस्थान अखंड ठेवण्यासाठी तुम्ही संवैधानिक प्रमुख या नात्यानं जवाहरलालांचं मध्यावधी सरकार बरखास्तदेखील करू शकता...!'' गांधीजींनी शांतपणे म्हटलं.

गांधीजींचं हे अतर्क्य बोलणं ऐकून माऊंटबॅटनांसारखा मुत्सद्दी राजकारणीसुद्धा बुचकळ्यात पडला. गांधीजींना म्हणायचंय तरी काय ते त्यांना कळेना. गांधीजी म्हणतात तसं जीनांच्या नेतृत्वाखाली स्वतंत्र हिंदुस्थानचं पहिलं सरकार अस्तित्वात आलं, तर देशाच्या पंचाहत्तर टक्के जनतेला मुळात ते मान्यच होणार नाही आणि

समजा तसं घडलंच तर जे दंगेधोपे उसळतील, जो असंतोष फैलावेल, त्यातून हा देश अखंड कसा काय राहू शकेल?

"बघतो, तुमच्या प्रस्तावाचा विचार करतो." बोलणं संपवल्यासारखं माऊंटबॅटन म्हणाले, "गरज पडल्यास जवाहरलालांच्या आणि सरदारांच्यासुद्धा कानावर घालतो तुमचा प्रस्ताव!"

...पण 'फर्स्ट अर्ल लुई माऊंटबॅटन ऑफ बर्मा' पुरेपूर समजून होते, की हा प्रस्ताव कार्यान्वित होणं शक्य नाही!

हिंदुस्थानात पाऊल ठेवण्यापूर्वी माऊंटबॅटन व्यवस्थित गृहपाठ करून सज्ज झाले होते. गांधीजींखेरीज जीना, जवाहरलाल आणि सरदार यांच्याबद्दल त्यांनी सर्व माहिती गोळा केली होती. काँग्रेसच्या पुढाऱ्यांपैकी ज्याचे पाय जमिनीवर घट्ट रोवलेले असतात असा नेता म्हणजे सरदार अशी सरदारांची ख्याती त्यांच्यापर्यंत पोहोचली होती. एवढंच नव्हे तर कमीत कमी बोलणाऱ्या या नेत्याचा काँग्रेसवर आणि देशावर जास्तीत जास्त प्रभाव आहे आणि त्यांच्या दीर्घदृष्टीला फार लांबवरचं दिसतं असंही त्यांनी ऐकलं होतं. या माहितीच्या पार्श्वभूमीवर माऊंटबॅटननी सरदारांना भेटीचं आमंत्रण दिलं. एखाद्या सामान्य ग्रामीण भारतीयासारख्या अत्यंत सामान्य पोशाखातल्या, निर्विकार चेहऱ्यानं व्हाइसरॉय भवनाच्या पायऱ्या चढणाऱ्या सरदारांचं व्हाइसरॉयनं स्वागत केलं. त्यांना आपल्या कचेरीकडे नेलं. दोघं आपापल्या आसनावर विराजमान झाले.

"युवर एक्सलन्सी," सरदार म्हणाले, "मी आपलं स्वागत करतो आणि आपल्या नव्या कार्यात आपल्याला शुभेच्छा देतो."

"तुमच्या शुभेच्छांच्या बळावरच मी यश प्राप्त करू शकेन, याची मला खात्री आहे." शुभेच्छांचा स्वीकार करत व्हाइसरॉय म्हणाले.

"देश आज इतिहासाच्या एका अत्यंत नाजुक वळणावर येऊन ठेपला आहे. या क्षणी देशाला तुमच्या नेतृत्वाची आणि तुमच्या मार्गदर्शनाची नितांत आवश्यकता आहे." सरदारांनी संभाषण पुढे नेलं.

"हिंदुस्थानला ३० जून १९४८ पूर्वी स्वातंत्र्य देण्याची पंतप्रधान ॲटलींनी हाऊस ऑफ कॉमन्समध्ये घोषणा करून टाकली आहे, हे तुम्ही जाणताहात सरदार! स्वातंत्र्याच्या या प्रक्रियेत मला तुमच्या मदतीची अपेक्षा आहे."

"युवर एक्सलन्सी," सरदारांनी म्हटलं, "देशाला स्वराज्याप्रती घेऊन जाण्याचं श्रेय तुम्हालाही मिळेल!"

"मला केवळ एवढंच श्रेय नकोय. आणखी काहीतरी हवंय आणि तेसुद्धा तुमच्याकडून!" अत्यंत सावधपणे एक एक शब्द तोलूनमापून योजत व्हाइसरॉय म्हणाले.

"जे जे म्हणून देशाच्या हितासाठी असेल, ते सर्व काही करायला मी सदैव तयार आहे. खात्री असू द्या."

"स्वराज्य मिळाल्यानंतरही स्वतंत्र हिंदुस्थानचा ब्रिटिश सत्तेशी संबंध जुळलेलाच राहावा अशी माझी इच्छा आहे," माऊंटबॅटन बोलू लागले. "कॉमनवेल्थमधला प्रत्येक देश स्वतंत्रच असेल; पण ब्रिटिश सत्तेशी जोडलेला असेल. अशा या देशांचा एक संघ तयार झाला, तर तो जागतिक राजकारणात एक लक्षणीय शक्ती म्हणून उदयाला येईल. अर्थातच, हिंदुस्थानचा त्यात सिंहाचा वाटा असेल."

सरदार उमजले. स्वतंत्र हिंदुस्थाननं ब्रिटिश कॉमनवेल्थमध्ये सामील व्हावं की न व्हावं याबद्दल काँग्रेसमध्ये मतभेद होते. शिवाय, जागरूक जनमतानुसार ब्रिटिश सत्तेच्या प्रमुखपदाखालील कॉमनवेल्थ हेसुद्धा एक प्रकारे गुलामीचंच प्रतीक होतं. असं असलं, तरी कॉमनवेल्थमध्ये सामील होण्यानं काही राजकीय लाभ पदरात पडण्याची शक्यता होती, हेही खरं. सरदारांनी अत्यंत सावधचित्तानं माऊंटबॅटनांचं बोलणं ऐकून घेतलं.

"युवर एक्सलन्सी, स्वतंत्र भारतानं कॉमनवेल्थमध्ये सामील व्हावं की नाही याबद्दल देशभरात तीव्र मतभेद आहेत, हे तुम्हाला माहीत आहेच!"

"होय, आहे माहीत. म्हणूनच तर मी तुमची मदत मागतोय."

सरदारांच्या डोळ्यांपुढे निमिषभर प्रकाशरेखा चमकून गेली.

ब्रिटिश शासनाचा अंत होताच देशभरातल्या जवळपास साडेपाचशे संस्थानांना मोकळं मैदान मिळणार होतं. निजाम आणि भोपाळ, त्रावणकोरसारखी राज्यं आंतरराष्ट्रीय संबंध जुळवून युनायटेड नेशन्सचं सभासदत्व मिळवण्याची स्वप्नं पाहत होती, ही वस्तुस्थिती सरदारांपासून लपलेली नव्हती. ब्रिटिशांचं सार्वभौमत्व संपताक्षणी राजे-महाराजे स्वतंत्र झाले तर...

डोळ्यांची पापणी लवते न लवते तोच सरदारांनी निर्णय घेतला. आपले मनोरथ पूर्ण करण्यासाठी हे संस्थानिक व्हाइसरॉयचा सल्ला घेतल्यावाचून राहणार नाहीत. काँग्रेसपेक्षाही ते १२०व्हाइसरॉयवर अधिक भरवसा ठेवतील. काँग्रेस संस्थानिकांच्या विरोधात आहे. उलट व्हाइसरॉयना आपल्या जवळच्या आप्तासारखेच नव्हे, तर घरातल्या वडिलधाऱ्यासारखे मानायची संस्थानिकांची मनोवृत्ती! अशावेळी व्हाइसरॉयांनी मनात आणलं, तर संस्थानिकांवर प्रभाव पाडून देशाचे आणखी तुकडे करण्याच्या कामात त्यांचा हातभार लागू शकतो! व्हाइसरॉयांना दूर ठेवता आलं, तर साडेपाचशे संस्थानिकांकडे बघणं सोपं होणार होतं!

"स्वतंत्र भारत कॉमनवेल्थशी संलग्न राहावा हा तुमचा प्रस्ताव मला एका

अटीवर मान्य होण्यासारखा आहे,'' सरदार उत्तरले. ''स्वातंत्र्य मिळाल्यानंतर देशी संस्थानिकांशी नवीन सरकार जो काही करार करेल, त्यात तुम्ही तटस्थ भूमिका घ्यावी. ब्रिटिश सार्वभौमत्व संपुष्टात आल्यावर कोणत्याही आंतरराष्ट्रीय संबंधांपासून दूर राहण्याचा या राज्यांना सल्ला द्यावा.''

चर्चिलांना दिलेलं आश्वासन पूर्ण होत आल्याचं माऊंटबॅटनना दिसू लागलं. हिंदुस्थाननं कॉमनवेल्थशी संलग्न व्हायला असणारा विरोधी सूर शमवायला सरदार समर्थ होते. सरदारांची अट त्यांनी तत्काळ मान्य करून टाकली.

''सरदार, स्वतंत्र हिंदुस्थान कॉमनवेल्थमध्ये सामील होईल, या तुमच्या आश्वासनाच्या बदल्यात मी दिलेल्या वचनावर तुम्ही पूर्ण भरवसा ठेवू शकता. देशी संस्थानिकांच्या प्रश्नी माझी भूमिका तटस्थाचीच असेल.''

देशाच्या इतिहासाचं एक नवं प्रकरण या भेटीत लिहिलं जात होतं. व्हाइसरॉय भवनाच्या पायरीशी उभा राहून इतिहास त्या दोघा राजकारणी महाभागांकडे पाहत होता.

तेरा

ब्रिटिश संसदेनं घोषित केलेली, स्वराज्य देण्याची कालमर्यादा नवीन व्हाइसरॉय माऊंटबॅटन यांनी अनपेक्षितपणे अलीकडे आणली. या ना त्या कारणानं सदैव चालढकल करत, स्वातंत्र्य देण्याची कालमर्यादा लांबणीवर टाकण्याच्या ब्रिटिश धोरणात अचानक झालेल्या बदलानं सरदार चकित झाले. माऊंटबॅटनना जणू काही आता स्वराज्य देऊन टाकायची घाई झाली होती! आपल्या घोषणेचा खुलासा करत त्यांनी म्हटलं की १५ ऑगस्ट १९४७ पर्यंत देशातल्या प्रमुख पक्षांनी आपसात समेट करून प्रांतिक आणि केंद्रीय सरकारात मेळ साधून घ्यावा, अन्यथा १५ ऑगस्ट १९४७ ला ब्रिटिश सरकार आपला युनियन जॅक उतरवून टाकेल आणि ज्या राज्यात, ज्या प्रांतात आणि केंद्रातही ज्या कोणत्या सरकारचं शासन असेल त्या सरकारच्या हाती स्वराज्य सोपवून ब्रिटिश सरकार मोकळं होईल. देशाच्या एकूण भूभागापैकी चाळीस टक्के प्रदेश देशी संस्थानांनी व्यापला होता आणि एकूण लोकसंख्येच्या एक तृतीयांश वस्ती या संस्थानांची होती. या संस्थानांवर आत्तापर्यंत असलेल्या ब्रिटिश सार्वभौमत्वाचा १५ ऑगस्ट १९४७ ला अंत व्हायचा होता.

या घोषणेमागचं ब्रिटिश सरकारनं उभं केलेलं भयानक चित्र सरदारांच्या लगेच लक्षात आलं. देशाच्या आठ प्रांतांत काँग्रेसचं सरकार होतं. तीन प्रांतांची धुरा मुस्लीम लीगच्या अथवा त्यांच्या समर्थकांच्या हाती होती. मध्यावधी केंद्रीय सरकार म्हणवणारी यंत्रणा काँग्रेस आणि मुस्लीम लीग दोघांत डळमळत होती. अचानक येऊन ठेपलेल्या स्वराज्याच्या नावाखाली हे सगळे आपापल्या जागी स्वायत्त झाले तर संपूर्ण देशाचं एक सर्वोच्च शासन असं काही उरणारच नाही. शिवाय, एका दमात साडेपाचशे संस्थानं निरंकुश झाली तर देश असंख्य तुकड्यांत विभागला जाईल. देशाचे छोटे छोटे तुकडे करून टाकावेत असा चर्चिलनी सल्ला दिल्याचं सरदारांच्या ऐकिवात होतं. मध्यावधी केंद्र सरकारचे गृहमंत्री असताना आलेल्या मुस्लीम लीगच्या अनुभवांकडे त्यांनी जवाहरलालांचं लक्ष वेधलं होतं. अखंड

हिंदुस्थानापेक्षा फाळणीनं विभाजित झालेल्या हिंदुस्थानात प्रजा अधिक सुखानं नांदू शकेल असं गणित सरदारांनी जवाहरलालांपुढे मांडलंही होतं. सरदारांच्या या मुद्द्यावर जवाहरलाल त्या वेळी संभ्रमात पडले होते. आता माऊंटबॅटनच्या घोषणेनंतर जवाहरलालांना आपला डळमळीतपणा सोडावाच लागेल, असं सरदारांना वाटलं.

फाळणी मान्य करण्यापेक्षाही अधिक कठीण समस्या होती देशातल्या संस्थानिकांशी समझोता करण्याची! भोपाळचे नबाब हमीदुल्लाखान संस्थानिकांच्या मंडळाचे मुख्य होते. देश स्वतंत्र झाल्यानंतर भोपाळ तर स्वतंत्र राहीलच, पण ब्रिटिश सार्वभौमसत्तेखाली असलेली इतर सर्व राज्यंसुद्धा स्वतंत्र, स्वायत्त राज्यं म्हटली जावीत अशी त्यांनी घोषणा करून टाकली होती. त्यांच्या पावलावर पाऊल टाकत १५ ऑगस्ट १९४७ नंतर त्रावणकोरचं राज्य युरोपातल्या स्वीडन, डेन्मार्क, स्वित्झर्लंडप्रमाणे स्वतंत्र राज्य म्हटलं जाईल, असं त्रावणकोरचे दिवाण सी.पी. रामस्वामी अय्यर यांनीही जाहीर केलं होतं. त्याही पुढे जाऊन, पाकिस्तानात नवं सरकार स्थापन झालंच तर तिथे आणि युनायटेड नेशन्समध्ये देखील आपले प्रतिनिधी पाठवायची त्रावणकोर राज्यानं व्यवस्था करून ठेवली होती. ब्रिटिश ईस्ट इंडिया कंपनीच्या सरकारनं सार्वभौमत्वाच्या साहाय्यकारी तहाच्या अटींनुसार ताब्यात घेतलेले प्रदेश आता सार्वभौमत्वाचा अंत होताच आपल्याला परत मिळावेत असं निजामानं आणि म्हैसूर राज्यानं ब्रिटिश सरकारला कळवलं होतं.

इकडे सौराष्ट्रात नवानगरचे जामसाहेबही आपला स्वत:चा व्यूह रचत होते. ब्रिटिशांनी हिंदुस्थानातून आपलं चंबूगवाळं आवरलं, की लगेच पाकिस्तानशी विशेष संबंध प्रस्थापित करायचे. एवढंच नव्हे, तर संपूर्ण काठेवाडला एकत्र आणून त्याच्या सर्वोच्च पदी स्वत:चं स्थान बळकट करून ठेवायचं, यासाठी त्यांनी हालचाली सुरू केल्या होत्या. काँग्रेसाध्यक्ष जवाहरलालांनी थोड्या दिवसांपूर्वी विधान केलं होतं, "देशातले राजेमहाराजे म्हणजे देशाच्या नकाशावरचे डाग आहेत आणि ते डाग पुसण्यावाचून आता गत्यंतर नाही." मुस्लीम लीगचे अध्यक्ष असलेल्या जीनांनी याच्या बरोबर उलट मत मांडलं होतं. ते म्हणाले होते, "ज्या राज्यांना स्वतंत्र राहायची इच्छा असेल, त्यांचा पाकिस्तान योग्य तो मान ठेवेल." जीनांच्या या निवेदनाच्या अनुषंगाने आपली नवी योजना साकार करण्यासाठी जामसाहेबांनी एक कोटी रुपये खर्च करायची तयारी दर्शवली होती. जामनगरच्या बंदराचा पाकिस्ताननं उपयोग करावा आणि बदल्यात जीनांनी जामसाहेबांच्या योजनेचं समर्थन करावं, असा बेत रचला जात होता.

देशी संस्थानांसोबत अधिराज्याची काळजी घेण्याचं काम पोलीटिकल डिपार्टमेंटच्या हाती होतं. मध्यावधी सरकार स्थापन होण्याआधी पोलीटिकल डिपार्टमेंट व्हाइसरॉयच्या अखत्यारीत होतं. मध्यावधी सरकार अस्तित्वात आल्यानंतर त्या डिपार्टमेंटचा

कारभार गृहमंत्रालयाला सोपवला गेला होता. गृहमंत्रालय सरदारांकडे होतं त्यामुळे शासनयंत्रणेच्या धोरणांनुसार संस्थानिकांसंबंधीचा हा प्रश्नसुद्धा ओघानं सरदारांच्याच हाती होता. संस्थानांचा प्रश्न अतिशय बिकट आणि गुंतागुंतीचा होता. आत्तापर्यंत ब्रिटिश सनदी अधिकारी हे खातं सांभाळत होते, परंतु आता स्वतंत्र कार्यभार सोपवून दिलेल्या मंत्रालयाला ही अवघड कामगिरी हाताळायची होती.

ह्याबाबतीत सरदारांइतकेच माऊंटबॅटनसुद्धा सावध होते. संस्थानिकांशी अतिशय हिकमतीनं आणि दीर्घदृष्टी ठेवून वागायची आवश्यकता होती. तसं न झालं तर देश छिन्नविच्छिन्न व्हायला वेळ लागणार नाही अशी खात्रीलायक खबर माऊंटबॅटनपाशी होती. तशी वेळ येऊ नये म्हणून माऊंटबॅटननी एक सूचना केली. १५ ऑगस्ट १९४७ पूर्वीच एक 'रियासती खातं' निर्माण करावं आणि त्याचा कारभार एखाद्या मंत्र्याच्या हाती सोपवावा असं त्यांनी सुचवलं होतं. जवाहरलालांनी सूचना मान्य केली, परंतु सध्याच्या यंत्रणेनुसार ते खातं सरदार पटेलांच्याच हाती राहील अशी परिस्थिती होती आणि जवाहरलालांना सरदारांवर अंकुश ठेवता आला नसता हे उघड होतं. मंत्रालयाच्या रियासती खात्याच्या विभागात सरदारांखालोखाल मुख्य सचिव म्हणून एच.व्ही. आर. अय्यंगार यांचं नाव जवाहरलालांनी पुढे केलं. व्हाइसरॉयांच्या विश्वासातल्या व्ही.पी. मेननांना रियासती खात्याचे सचिव म्हणून सामावून घ्यायचं सरदारांनी यापूर्वीच ठरवलं होतं. जवाहरलालांनी अय्यंगारांचं नाव पुढे करताच व्ही.पी. मेननांना आपली पसंती असल्याचं सरदारांनी व्हाइसरॉयच्या उपस्थितीतच सांगून टाकलं. मेननांच्या नावाला व्हाइसरॉयांचा विरोध असणं शक्य नव्हतं. त्यांनी मेननांच्या बाजूनं मत दिलं. दुसऱ्या दिवशी रियासती खातं विधिवत निर्माण झालं. संध्याकाळी माऊंटबॅटन गांधीजींना भेटले. त्या वेळी ते म्हणाले, "अत्यंत योग्य हाती हे खातं सोपवलं गेलं आहे. सरदारांखेरीज दुसऱ्या कोणालाही ते सांभाळता आलं नसतं."

कॉंग्रेस कार्यकारिणीनं फाळणीचा प्रस्ताव मंजूर केला. अत्यंत व्यथित झालेल्या गांधीजींनी महासमितीच्या त्या प्रस्तावाला पाठिंबा देणारं भाषण केलं. ते म्हणाले, "आपल्यापाशी दोनच पर्याय आहेत. एक तर आपण हा प्रस्ताव मान्य करून आपल्या नेत्यांच्या पाठीशी उभं राहायचं किंवा मग या नेत्यांनी मान्य केलेली फाळणी नाकारून त्यांनाच दूर लोटायचं... आणि आपल्या आजच्या नेत्यांना दूर लोटून द्यायचं याचा अर्थ देशात नेतृत्वाचाच संपूर्ण अभाव. नेतृत्वहीन पोकळी!"

१४ ऑगस्टला पाकिस्तान अस्तित्वात आलं आणि १५ ऑगस्ट रोजी हिंदुस्थानला स्वातंत्र्य मिळालं. लाल किल्ल्यावरून युनियन जॅक उतरवला गेला आणि त्याच्याजागी तिरंगा राष्ट्रध्वज फडकू लागला. दोन स्वतंत्र राष्ट्रं उदयाला आली होती, परंतु त्यांच्या सीमा अजून ठरल्या नव्हत्या. विशेषत: पंजाबचं आणि बंगालचं

विभाजन झाल्यानं त्यांच्या सरहद्दी आखणं फार कठीण होऊन बसलं होतं. व्हाइसरॉय लॉर्ड माऊंटबॅटननी सीमारेषांच्या आखणीसाठी पंजाबच्या आणि बंगालच्या निवृत्त न्यायमूर्तींची एक समिती नेमली होती. रेडक्लीफ नावाच्या एका ब्रिटिश कायदेतज्ज्ञाची या समितीच्या प्रमुखपदी नेमणूक झाली होती. नेमून दिलेलं आपलं काम त्यांनी१५ ऑगस्टपूर्वीच पार पाडलं होतं. नव्या सरकारांनी आपापला कारभार हाती घेण्याआधीच, समितीनं घेतलेले निर्णय जाहीर झाले असते तर सरहद्दीवरच्या प्रांतांत भयाचं वातावरण पसरलं असतं. भीतीचं वातावरण आणि त्यातून उद्‌भवणारे दंगेधोपे रोखण्यासाठी व्हाइसरॉयनं स्वातंत्र्यदिनाच्या दुसऱ्या दिवशी सीमारेषा जाहीर केल्या.

सीमारेषा निश्चित ठरवून जाहीर झाल्यादिवशीच सरदारांनी विभाजित झालेल्या पंजाबच्या भागाचा सखोल अभ्यास केला. गुरुदासपूर हा एकमेव जिल्हा भारताला काश्मीरशी जोडून ठेवू शकत होता. गुरुदासपूर जिल्ह्यातल्या पठाणकोट शहरापासून काश्मीरमधल्या जम्मू शहरापर्यंत जाणारा केवळ एकच रस्ता दळणवळणासाठी खुला होता. हा एक रस्ता सोडता दुसऱ्या कोणत्याही मार्गानं हिंदुस्थानचा काश्मीरशी संबंध येऊ शकत नव्हता, शिवाय, तोफा किंवा रणगाडे यासारखी जड वाहनं या मार्गावरून नेता येण्याजोगी त्या रस्त्याची स्थिती नव्हती. अर्थ उघड होता. मनात आणलं तर काश्मीरला हिंदुस्थानपासून अलग करणं पाकिस्तानला सहज शक्य होतं. एरवीसुद्धा पाकिस्तानची नजर काश्मीरकडे वळली होतीच, पण हिवाळ्याआधी काश्मीरच्या बर्फाळ पर्वतप्रदेशांमध्ये कोणत्याही प्रकारचा खोडसाळपणा करणं पाकिस्तानला शक्य होणार नव्हतं.

पूर्व पंजाबचे मुख्यमंत्री असलेले काँग्रेसचे नेता गोपीचंद भार्गव यांना सरदारांनी दुसऱ्याच दिवशी आपल्या मंत्रालयात बोलावून घेतलं. सरदारांच्या त्या अनपेक्षित आमंत्रणानं भार्गव बुचकळ्यात पडले.

"गोपीचंदजी," सरदारांनी विषयाला हात घातला. "पठाणकोटला जम्मूशी जोडणाऱ्या रस्त्याची सध्या काय अवस्था आहे?"

"सर्वसामान्य रहदारीला सध्या तरी काही अडथळा नाही." गोपीचंद भार्गवांनी स्वत:ला ठाऊक होती तेवढी माहिती पुरवली.

"पण समजा, उद्या उठून आपल्याला या रस्त्यानं शस्त्रास्त्रांचे ट्रक किंवा रणगाडे असली वाहनं न्यायची वेळ आली तर..."

"...ते अशक्य आहे सरदारसाहेब! रस्त्यात कुठे खड्डे आहेत, कुठे रस्ताच खराब आहे, ठिकठिकाणी काही ना काही अडथळे आहेत."

"तर मग गोपीचंदजी," सरदार अतिशय ठामपणाने म्हणाले, "आता पंजाबला पोहोचताक्षणी सर्वप्रथम या रस्त्याच्या दुरुस्तीचं काम तातडीनं करायला घ्या. रस्ता बांधून काढायचं काम एक दिवसात होण्यासारखं असेल, तर दोन दिवस लावू नका

आणि महिनाभर लागणार असेल, तर महिन्याभराच्या वर एक तासदेखील अधिक लागू देऊ नका. या कामासाठी जी लागेल ती आणि जेवढी लागेल तेवढी सगळी मदत केंद्र सरकारकडून मिळेल, पण काहीही झालं तरी काश्मीरमध्ये बर्फ पडायला सुरुवात होण्याच्या आत हा रस्ता पूर्ण क्षमतेनिशी तयार झालाच पाहिजे.''

काश्मीरबद्दल बोलताना पाकिस्तानचे नेते अत्यंत जहाल भाषा वापरत होते. त्यांच्या भाषणाचे वृत्तपत्रीय अहवाल पाहिल्यावर सरदारांनी आपला विचार जवाहरलालांपाशी व्यक्त केला.

''जवाहरलाल, काश्मीरबाबतीत पाकिस्तानची नियत काही ठीक वाटत नाही. पठाणकोट ते जम्मू राजमार्गाची दुरुस्ती अगदी तातडीनं सुरू आहे. तरी पण, पावसाळा संपून काश्मीर खोऱ्यात बर्फ साचायला सुरुवात झाली की पाकिस्तान तिथे काही खोड्या करणार नाही याकडे आपण सतत लक्ष ठेवून असायला हवं.''

नवं सरकार स्थापण्यासंदर्भात जवाहरलालांच्या मनात काहीशी अनिश्चितता होती. नव्या मंत्रिमंडळात राजाजी आणि मौलाना अबुल कलम आझाद या दोघांकडे कोणती खाती सोपवावीत याबद्दल त्यांनी सरदारांचं मत जाणून घ्यायचा प्रयत्न केला. दोघांबद्दल सरदारांच्या मनात असलेल्या थोड्याफार नाराजीची जवाहरलालांना स्पष्ट कल्पना होती. तरीसुद्धा, त्यांच्यापैकी एकालाही डावलून चालणार नाही असं जवाहरलालांना वाटत होतं. पाकिस्तानची मागणी मान्य करावी असा सल्ला १९४० सालीच राजाजींनी काँग्रेसला दिला होता, त्यामुळे सरदार नाराज झाले होते. सरदार आणि मौलाना एकमेकांना जातीयवादी मानत होते. अशा प्रकारच्या आंतरिक मतप्रवाहांची जवाहरलालांना पूर्णपणे जाणीव होती म्हणूनच सरदारांचं परखड आणि नेमकं मत समजून घेण्यासाठी त्यांनी विचारलं, ''तुम्हाला काय वाटतं, राजाजींचा नव्या मंत्रिमंडळात समावेश करावा की न करावा?''

प्रश्नामागचं इंगित सरदारांना लगेच कळलं. मुळात जवाहरलालांनाच राजाजी मंत्रिमंडळात नको होते, पण त्यांना डावलण्याचं अपश्रेय घ्यायची त्यांची तयारी नव्हती. एकीकडे सरदारांचा मान ठेवला असं दिसावं आणि दुसरीकडे राजाजींना मंत्रिमंडळातून वगळता यावं, असा चतुरपणा जवाहरलाल करू पाहत होते.

''जवाहरलाल,'' सरदार अतिशय जाणीवपूर्वक म्हणाले, ''राजाजींना मंत्रिमंडळात घ्यायलाच हवं; पण त्यांच्याकडे परराष्ट्र खातंच द्यावं. परराष्ट्र खात्यासाठी त्यांच्यापेक्षा वरचढ जाणकार आपल्याकडे दुसरा कोणी नाही.''

जवाहरलाल थक्क झाले. परराष्ट्र खातं त्यांना स्वत:कडे ठेवायचं होतं. दुसऱ्या कोणाच्या हाती ते सोपवणं त्यांना अजिबात मंजूर नव्हतं.

''परराष्ट्र खात्याखेरीज इतर कोणतंही काम त्यांना देणं, म्हणजे त्यांच्या सेवेचा दुरुपयोग करण्यासारखं आहे.'' जवाहरलालांच्या चेहऱ्यावरचे भाव वाचत

पहिल्याइतक्याच गंभीरतेनं सरदारांनी आपलं वाक्य पूर्ण केलं. "मंत्र्यांची नेमणूक करणं हा अधिकार पंडितजी तुमचा आहे. परराष्ट्र मंत्री म्हणून राजाजींना सामील करून घेतलंत, तर त्यात देशाचं भलं आहे."

क्षणभर जवाहरलाल गप्प झाले. मग बोलणं आटोपतं घेतल्यासारखं म्हणाले, "आणि मौलाना आझादांबद्दल तुम्हाला काय वाटतं? त्यांच्याकडे कोणतं खातं सोपवावं? मौलाना शिक्षणतज्ज्ञ आहेत, शिवाय विद्वानही आहेत..."

"त्यांच्या विद्वत्तेविषयी दुमत नाहीच." सरदार म्हणाले, "पण केवळ त्यांची विद्वत्ता लक्षात घेऊन त्यांना शिक्षण खातं द्यावं असं नाही."

"का बरं?"

"पाचशे वर्षांची इस्लामी राजवट आणि त्यानंतर दोनशे वर्षांचं इंग्रजांचं शासन... इतक्या दीर्घ काळादरम्यान आपलं भारतीय शिक्षण आणि आपली भारतीय संस्कृती पार विसरल्यात जमा आहे. या दोन्ही गोष्टींना पुन्हा जिवंत करायचं असेल तर... ते काम मौलानांना नीट जमण्यासारखं नाही."

त्यानंतर जवाहरलालांनी तयार केलेल्या यादीत राजाजींचं नाव नव्हतं आणि मौलाना शिक्षणमंत्री झाले होते. यादी पाहिल्यावर गांधीजींशी बोलताना माऊंटबॅटन एवढंच म्हणाले, "तुमचे विचार लक्षात घेता, स्वतंत्र भारताचे पहिले शिक्षणमंत्री म्हणून मौलानांच्या नावाची निवड उचित म्हणता येणार नाही."

स्वातंत्र्य मिळालं होतं; पण अवघा देश वेडापिसा झाला होता. नवनिर्मित पाकिस्तानातून नेसत्या वस्त्रानिशी पळून आलेल्या लाखो लोकांनी राजधानी दिल्ली ओसंडून चालली होती. आपले सगेसोयरे, आपली अपार संपत्ती स्वतःच्या डोळ्यांदेखत पाकिस्तानातल्या मुसलमानांनी लुटून नेलेली ज्यांनी पाहिली होती, ते इथे दिल्लीत साध्या निवाऱ्याला आणि घासभर अन्नाला महाग झाले होते. नव्या केंद्रसरकारनं त्यांच्यासाठी अनेक तात्पुरत्या सोयीसुविधा निर्माण केल्या होत्या, परंतु निर्वासितांचे येणारे लोंढे आणि त्याहूनही अधिक त्यांच्या मनातला धगधगता सूडाग्नी यांवर नियंत्रण ठेवणं दिवसेंदिवस फार कठीण होत चाललं होतं. दिल्ली सोडून पाकिस्तानात निघून गेलेल्या शेकडो मुसलमानांची बंद करून ठेवलेली घरं आणि मोठमोठ्या मशिदी एकामागून एक ताब्यात घेऊन, पाकिस्तानातून आलेले निर्वासित तिथे राहू लागले होते. त्याची परिणती जातीय दंगलीत होऊ लागली होती. दिल्लीभर विखुरलेले मुसलमान मनातून घाबरले होते. त्यांनी जवाहरलालांकडे संरक्षण मागितलं. गृहखात्यातर्फे सरदार या मुसलमानांना पुरेसं संरक्षण देत नाहीत, असं वाटून जवाहरलालांनी मुसलमानांच्या तक्रारी सरदारांच्या कानावर घातल्या.

"जवाहरलाल," त्यांचं बोलणं ऐकताच भुवया उंचावून सरदार म्हणाले, "या

देशातल्या प्रत्येक नागरिकाचं रक्षण व्हायलाच हवं. जो जो मुसलमान या देशाचा नागरिक असेल आणि देशाशी एकनिष्ठ असेल त्याच्या रक्षणाची जबाबदारी गृहखात्याची नक्कीच आहे आणि गृहखात्यानं त्यासाठी आवश्यक ती सर्व पावलं उचलली आहेत.''

''पाकिस्तानातून पळून आलेल्या हिंदू निर्वासितांनी इकडच्या विखुरलेल्या एकेकट्या राहणाऱ्या मुसलमानांच्या घरांवर हल्ले केल्यानं तिकडे पाकिस्तानात त्याचे पडसाद उमटतात.''

''प्रत्यक्षात अगदी उलट परिस्थिती आहे जवाहरलाल,'' सरदार उत्तरले. ''पाकिस्तानात जे घडतंय त्याची प्रतिक्रिया म्हणून इथे दिल्लीत दंगे होताहेत. या निर्वासितांचं रक्षण करणं आणि त्यांना डोक्यावर छत आणि पोटाला दोन घास अन्न देणं हेसुद्धा आपल्या सरकाराचं कर्तव्यच आहे.''

''हिंदू-मुसलमानांचे दंगे थोपवण्यासाठी आपण दिल्लीतल्या मुसलमानांना एकत्र आणून त्यांची वस्ती वेगळ्याच भागात करवली, तर त्यांच्यात आपण सुरक्षित असल्याची भावना निर्माण होईल आणि या निरपराधांवर सूड उगवण्यासाठी तडफडणाऱ्या हिंदू निर्वासितांचे हात बांधले जातील.'' प्रश्नावर तोडगा सुचवत जवाहरलालांनी म्हटलं.

सरदार जवाहरलालांकडे पाहत राहिले. त्यांची सूचना अमलात आणली, तर दिल्लीतच आणखी एक वेगळं पाकिस्तान उदयाला येण्याची भीती होती. शिवाय, दिल्लीचं अनुकरण करत देशातल्या इतर शहरातही लोकवस्तीच्या हिशोबानं राहत्या वस्त्या निर्माण झाल्या असत्या आणि देशातच ठायी ठायी पाकिस्तान निर्माण झालं असतं. जवाहरलालांच्या सूचनेनं सरदारांचा थरकाप झाला.

''ते केवळ अशक्य आहे जवाहरलाल!'' सरदार अतिशय कणखरपणे म्हणाले, ''धर्माच्या नावाखाली एकदा झालं तेवढं देशाचं विभाजन पुरेसं आहे. आता यापुढे आणखी विभाजनांना आमंत्रण द्यायचं पाप आपण न करावं हे बरं!''

जवाहरलालांनी आणखी आग्रह धरला नाही. विषय तेवढ्यावरच संपला.

मुसलमानांच्या अलग वस्तीचा मुद्दा सरदारांनी मान्य केला नव्हता; परंतु 'दिल्लीत मोठ्या प्रमाणावर मुसलमानांच्या हत्या होत आहेत, त्यामुळे त्यांना फार असुरक्षित वाटतंय' अशा तक्रारी मौलाना रोज जवाहरलालांकडे घेऊन येत होते. एवढंच नव्हे, तर मुसलमानांच्या तक्रारी ऐकून घेण्यासाठी पुनर्वसन खात्यातल्या आणि पोलीस खात्यातल्या उच्च पदांवर मुसलमान अधिकाऱ्यांचीच नेमणूक करावी अशीदेखील सूचना मौलानांनी केली. पंतप्रधान या नात्यानं जवाहरलालांनी ती सूचना 'योग्य ती कारवाई' करण्यासाठी त्या खात्याचे मंत्री नियोगी यांच्याकडे पाठवली. पंतप्रधानांच्या कार्यालयातून आलेली ती नोंद पाहून नियोगी स्तंभित झाले. त्यांनी ती

फाईल मार्गदर्शनासाठी सरदारांपुढे ठेवली. थोडा वेळ विचार करून सरदार नियोगींना म्हणाले, "असं करा, या फाईलवर तुमच्या खात्याची नोंद करा अन् फाईल परत पाठवा. ज्या ज्या धर्माच्या फिर्यादीची फिर्याद त्या त्या धर्माच्या अधिकाऱ्यांनीच ऐकावी असा नियम एकदा का मान्य केला की मग त्याला अंतच नाही. शीखांसह अनेक संप्रदायांच्या अनुयायांसाठी आणि त्यानंतर मग प्रत्येक जातीकडून अशा प्रकारच्या मागण्या येऊ लागलीत. एकसंध प्रजेऐवजी अशा वेगवेगळ्या बेटांमध्ये देश विभागला जाईल." नियोगींना सगळं सविस्तर समजावून सरदार पुढे म्हणाले, "वास्तविक पाहता दिल्लीतले मुसलमान निर्वासित नाहीतच. आपलं सर्वस्व गमावून जे लाखो निर्वासित इकडे आले, आज इथल्या गल्लीबोळात त्यांना रखडावं लागत आहे, तक्रार करायचा अधिकार त्यांना आहे. दिल्लीतल्या जवळपास सर्वच अधिकाऱ्यांनी पाकिस्तानात जाणं पसंत केल्यामुळे त्या सर्व जागा तूर्त रिकाम्या पडल्या आहेत ही गोष्टसुद्धा आवश्यक आकडेवारीसह पंतप्रधानांच्या कार्यालयाला कळवून टाका... आणि तुमच्या या उत्तराची एक प्रत गृहखात्याकडेही पाठवा."

नियोगींनी सरदारांचे आभार मानले.

नवीन सरकारमध्ये स्वतंत्र 'रियासती खातं' निर्माण झालं. खातं पूर्णपणे सरदारांच्या अखत्यारीत दिलं गेलं. त्याआधी, देशी संस्थानिकांचे मामले हाताळणाऱ्या पोलीटिकल डिपार्टमेंटमध्ये कर्नल विल्यम्स नावाचा एक ब्रिटिश अधिकारी होता. पोलीटिकल डिपार्टमेंट रियासती खात्यात विलीन झाल्यानंतर कर्नल विल्यम्स स्वेच्छेनं आपल्या पदाचा राजीनामा देऊन कलकत्त्याला राहायला गेला होता. तिथून तो कित्येक देशी संस्थानिकांशी संपर्क ठेवून होता. भारतीय संघराज्यात सामील होऊ इच्छिणाऱ्या राज्यांच्या मार्गात होता होईतो अडचणी आणणं, हा त्याचा मुख्य हेतू होता. विल्यम्सच्या कारवाया सरदारांच्या कानी आल्या. त्यांनी व्हाइसरॉय माऊंटबॅटनचं लक्ष तिकडे वेधलं.

"युवर एक्सलन्सी, दोघा सभ्य, सुसंस्कृत माणसांत होतो तसा करार आपल्यात झाला आहे. देशी संस्थानिकांच्या मामल्यात ब्रिटिश सरकारनं आमच्या विरोधात भूमिका घ्यायची नाही आणि त्याबदल्यात आम्ही ब्रिटिश सत्तेच्या नेतृत्वाखाली कॉमनवेल्थमध्ये राहायचं असं ठरलं होतं."

"मी विसरलो नाही ते सरदार, त्याबद्दल मी जागरूकही आहे."

"पोलीटिकल डिपार्टमेंटचा हा अधिकारी ब्रिटिश नागरिक आहे, त्याचप्रमाणे ब्रिटिश सरकारचा एक भाग आहे. त्याच्या कारवाया ताबडतोब थांबल्या पाहिजेत. अन्यथा १८०८ सालच्या प्रिझनर्स रेग्युलेशन ॲक्टखाली गृहखात्याला त्याला अटक करावी लागेल."

माऊंटबॅटनांच्या चेहऱ्यावर अनाकलनीय भाव दिसू लागला. ओठांवर गूढ

स्मित झळकलं. सरदारांची समजूत घालत असावं अशा स्वरात ते म्हणाले, ''सरदार, अहो ज्या ॲक्टखाली विल्यम्सला अटक करायची म्हणत आहात तो ॲक्ट पार जुना होऊन चुकला आहे अन् काळ त्याच्या फार पुढे निघून गेला आहे. आता तो ॲक्ट अमलात आणता येणार नाही. तुम्ही म्हणता तसल्या कारवाया विल्यम्स खरोखरच करत असेल, तर फार तर त्यांना उपद्रवकारक म्हणता येईल, पण तो कायदा आता काही उपयोगाचा नाही.''

''थोड्या वर्षांपूर्वी हाच कायदा ब्रिटिश सरकारला फार उपयोगाचा वाटला होता, युवर एक्सलन्सी! गांधीजींना आणि मलासुद्धा याच कायद्याखाली पकडायचं सद्भाग्य ब्रिटिश सरकारला लाभलं होतं. त्यामुळे, ज्यांच्याबद्दल तुम्ही बोलत आहात तो नियम पाळायला तुम्ही आतुर असणारच!'' सरदारांनी विषय संपवला.

व्हाईसरॉय प्रथमच तोंड उघडून मोकळं हसले.

''विल्यम्सची माहिती काढतो मी, आणि... गृहमंत्री म्हणून जेव्हा जेव्हा तुमचं कर्तव्य तुम्ही बजावत असाल, तेव्हा मी तुमच्याच बाजूनं असेन!''

जातीयतेच्या अतिशय कलुषित आणि नाजूक वातावरणात रियासती खातं दिवसाचे चोवीस तास कमी पडावेत अशा तऱ्हेनं कामाला लागलं होतं. पाकिस्तान काश्मीरवर डोळा ठेवून आहे याची सरदारांना पूर्णपणे जाणीव होती. सरहद्दीवर पाकिस्ताननं काही लष्करी कुरबुरी सुरू करण्याआधीच काश्मीरचे राजे हरिसिंह यांनी काहीतरी निर्णय घेऊन टाकायला हवा असं सरदारांना वाटत होतं. हरिसिंहांची अवस्था खूप नाजूक झाली होती हे सरदारांना कळत होतं. काश्मीरच्या श्रीनगर भागात बहुसंख्य मुसलमान राहत होते. जम्मू भागात वस्ती त्यामानानं खूप विरळ होती. त्यातही बहुसंख्येनं हिंदू आणि बौद्ध होते. हरिसिंह मनातून हिंदुस्थानच्या बाजूचे असले तरी एकंदरीनं काश्मीरमध्ये मुसलमानांचं प्रमाण जास्त असल्यानं हरिसिंह हिंदुस्थानात सामील व्हायला तयार होतील याबद्दल सरदार साशंक होते. निर्णय घ्यायला हरिसिंह जितका विलंब लावतील तेवढा हा गुंता वाढतच जाईल, असं सरदारांना वाटत होतं. काश्मीर प्रश्नाची चर्चा करताना त्यांनी जवाहरलालांना म्हटलं, मला वाटतं, हरिसिंहांचा हा डळमळीतपणा पुढे जाता आपल्याला खूप अडचणीत आणणार आहे.''

''तो कसा?''

''काश्मीरमधले मुसलमान या डोगरा राजाशी एकनिष्ठ आहेत असं वरकरणी जरी भासत असलं, तरी ऐन आणीबाणीच्या क्षणी हेच मुसलमान हिंदुस्थानच्या बाजूनं उभे राहतील अशी मला शक्यता दिसत नाही.''

''तुमचं म्हणणं खरं आहे असं मानलं, तरी पण जोपर्यंत हरिसिंह निर्णय घेत नाहीत तोपर्यंत आपल्याला वाट पाहणं भाग आहे.''

"वाट बघत बसण्यात नुकसान आहे हे माहीत असूनसुद्धा याक्षणी आपल्यापाशी दुसरा पर्याय नाही याची मला कल्पना आहे." सरदार अतिशय सावधपणे बोलत होते. "काश्मीर खोऱ्याचा भाग पाकिस्तानात जाऊ द्यावा आणि जम्मू आणि लडाख आपल्या हाती सोपवावा असा निरोप आपण राजाला कळवू. अशी विभागणी करणं प्रथमदर्शनी फारच विचित्र आणि अवघड वाटेल; पण पुढे जाता ते स्थानिक प्रजेच्या आणि देशाच्याही हिताचं ठरेल."

"काय म्हणताय काय सरदार?" नेहरू चपापून म्हणाले. "धर्माच्या निकषानुसार काश्मीर खोरं पाकिस्तानला दिलं आणि जम्मू-लडाख आपण घेतलं, तर आपण जीनांचा द्विराष्ट्रवाद उघडपणे मान्य केला असा त्याचा अर्थ होईल!"

"तात्त्विकदृष्ट्या मला तुमचं म्हणणं पटतंय जवाहरलाल; परंतु मला व्यावहारिक बाजू अधिक महत्त्वाची वाटते. त्यात मला अधिक स्वारस्य आहे."

"छे छे! अशक्य आहे ते!" शब्दांवर जोर देत जवाहरलाल म्हणाले, "कारण, भारताच्या दृष्टीनं काश्मीरचं मोल फारच आहे."

सरदारांनी जास्त आग्रह धरला नाही.

पुढच्याच आठवड्यात व्हाइसरॉय राजा हरिसिंहांना भेटायला श्रीनगरला जाणार होते. व्हाइसरॉयची भेट घेऊन सरदार त्यांना म्हणाले, "युवर एक्सलन्सी, कोणताही निर्णय घ्या; परंतु आता अधिक विलंब लावू नका, असा माझा निरोप आपण त्यांना द्यावा. एक एक दिवस महत्त्वाचा आहे."

"लोकवस्तीच्या दृष्टीनं पाहिलं, तर काश्मीर पाकिस्तानाशी जोडला जाऊ शकतो," माऊंटबॅटन म्हणाले. "पण ब्रिटिश सत्ता संपुष्टात येताच कोणत्या देशाशी संलग्न व्हायचं ते ठरवण्याचा अधिकार ब्रिटिश सरकारनं राजांना दिला आहे."

"कदाचित म्हणूनच महाराज गोंधळून गेले असतील, असं मला वाटतं," सरदार म्हणाले. "पण निर्णयच न घेण्यापेक्षा चुकीचा निर्णयसुद्धा कधी कधी कमी हानिकारक ठरतो."

"समजा..." माऊंटबॅटन अतिशय काळजीपूर्वक बोलत होते, "महाराजांनी पाकिस्तानच्या बाजूनं निर्णय घेतला तर..."

"तरी तो निर्णय दोन्ही देशांच्या हिताचाच ठरेल. त्यांचा निर्णय मान्य करायचा मी भारत सरकारला आग्रह करेन."

सरदारांचा दृढनिश्चयीपणा पाहून माऊंटबॅटन मनोमन थक्क झाले होते; परंतु ते सरदारांच्या लक्षात येऊ नये याची त्यांनी पुरेपूर दक्षता बाळगली.

चौदा

ज्या भव्य बंगल्यात सरदार पटेल राहत होते, तो बंगला सरकारी मालकीचा नव्हता. त्या बंगल्याचे मालक होते लाला बनवारीलाल. एके दिवशी बनवारीलालांनी अचानक फोन करून सरदारांची भेट घ्यायची इच्छा व्यक्त केली. ठरल्यावेळी ते सरदारांना भेटायला आले. बनवारीलाल आणि सरदार समवयस्क होते, शिवाय सरदारांच्या वडील बंधूंचे – विठ्ठलभाई पटेलांचे – जवळचे मित्र होते. औपचारिक आगतस्वागत केल्यावर सरदार बनवारीलालांना म्हणाले, ''लालाजी, आपण स्वत: येथवर येण्याचे कष्ट घेतलेत, हे मी आपलं भाग्य समजतो. तुमची प्रकृती बरी नसते असं अलीकडेच ऐकलं होतं.''

''खरंय सरदारसाहेब! वाढतं वय आणि ढासळती प्रकृती हे दोन्ही लक्षात घेऊनच आज मी एका महत्त्वाच्या कामासाठी तुमच्याकडे आलो आहे.''

''नि:संकोचपणे बोला लालाजी!'' आश्वासक स्वरात सरदार म्हणाले. ''माझ्यानं होऊ शकेल असं कोणतंही काम मी नक्कीच करून देईन.''

''विठ्ठलभाई माझे परममित्र होते, ठाऊकच आहे तुम्हाला.''

''होय! विठ्ठलभाईंबद्दलच्या आदरापोटीच हे निवासस्थान तुम्ही मला दिलं आहे हे मी कसं विसरू?'' सरदार विनयानं म्हणाले.

''विठ्ठलभाई अधूनमधून माझ्या घरी पाहुणे म्हणून राहत असत हेसुद्धा तुम्हाला ठाऊक आहे. माझ्या घराचे दरवाजे त्यांच्यासाठी सदैव खुले असत.'' बनवारीलाल पुढे म्हणाले.

''लालाजी, अहो ते सगळं मला अगदी चांगलं माहीत आहे,'' सरदार मनापासून म्हणाले. ''विठ्ठलभाई तुमच्याकडे राहत असताना मलाही तुम्हाला भेटायचा योग आला होता, त्या वेळी तुमच्या आदरातिथ्याचा आनंद मी घेतला होताच की!''

''सरदारसाहेब,'' मुद्द्यावर येत बनवारीलाल म्हणाले, ''औषधोपचार करून

घेण्यासाठी विठ्ठलभाई व्हिएन्नाला गेले होते तेव्हा त्यांची बरीचशी पुस्तकं, फायली, पत्रव्यवहारांचे कागद, थोडेफार कपडे आणि इतर किरकोळ सामान एका खोलीत ठेवून गेले होते.''

''ते देखील ठाऊक आहे मला! विठ्ठलभाईंनी त्यांच्या मृत्युपत्रात याचा उल्लेख केला आहे.''

''म्हणूनच म्हणतो सरदारसाहेब, की विठ्ठलभाईंच्या त्या सगळ्या वस्तू मी आता तुम्हाला सोपवून द्याव्यात हे बरं. केव्हा डोळे मिटतील त्याचा नेम नाही. आता मला तुम्ही ऋणमुक्त करावं!''

खाली वळलेली आपली नजर सरदारांनी किंचित वर उचलली. खांद्यावरची शाल गळ्याशी गुंडाळून घेतली. एक हलकंसं स्मित त्यांच्या ओठावर खेळू लागलं. ''लालाजी, असल्या संसारी गोष्टींच्या काळजीतून आता मुक्त व्हा बरं. विठ्ठलभाईंचं तुमच्याकडे राहिलेलं सामान माझ्याचकडे सांभाळून ठेवलेलं आहे असं समजा. विठ्ठलभाईंशी माझं रक्ताचं नातं होतं, तेवढंच त्यांचं तुमच्याशी प्रेमाचं नातं होतं. तुम्हा दोघांतला स्नेह या बंगल्याच्या भिंतींमधून ठिबकत मलाही बळ देऊन जातो.''

बनवारीलाल गंभीर झाले. त्यांच्या डोळ्यांसमोर विठ्ठलभाईंची स्मृती तरळून गेली. सरदारांनी ज्या प्रकारे विठ्ठलभाईंची आठवण ताजी केली होती, त्यानं बनवारीलालांना गदगदून आलं.

''सरदारसाहेब,'' ते म्हणाले, ''सध्या तुम्हाला देशापुढच्या सर्वांत जास्त बिकट समस्येनं घेरलं आहे. अशावेळी अधिक काय बोलू? जाता जाता एवढंच सांगतो, या बंगल्यात राहून तुम्ही माझ्यावर उपकारच केले आहेत, असं मी समजतो.''

सरदारांचा निरोप घेऊन बनवारीलाल निघून गेले; पण सरदार मात्र विचारात गढून गेले.

विठ्ठलभाईंचं जे सामान बनवारीलाल सरदारांना सोपवून द्यायचं म्हणत होते, त्या गोष्टींकडे विठ्ठलभाईंच्या मृत्यूनंतर सरदारांचे पुत्र डाह्याभाईंनी सरदारांचं लक्ष वेधलं होतं. विठ्ठलभाईंनी आपल्या मृत्युपत्रात लिहून ठेवलेल्या सगळ्या गोष्टी आता त्यांचे नजिकचे कुटुंबीय म्हणून आपण घेऊन आलं पाहिजे असं डाह्याभाईंनी सुचवलं होतं. त्यावर सरदारांनी उत्तर दिलं होतं, ''बनवारीलालांकडे असलेल्या वस्तूंबद्दल चिंता करायचं कारण नाही. ते सगळं बनवारीलाल आपणहून आणून देतील आणि जरी न आणल्या, तरी त्याबद्दल वाईट वाटून घ्यायचं नाही की कुठला तंटा करायचा नाही. त्यांनी खूप सेवा केलीये. त्यांच्याशी संबंध बिघडवायचे नाहीयेत.''

वल्लभभाईंनी सार्वजनिक जीवनात प्रवेश करून बापूंचे अनुयायी म्हणून काँग्रेसमध्ये महत्त्वाचं स्थान प्राप्त करण्याआधीच विठ्ठलभाई काँग्रेसच्या बिनीच्या पुढाऱ्यांपैकी एक झाले होते. बंगालचे तरुण नेता सुभाषचंद्र बोस त्याच सुमारास काँग्रेसचे अग्रणी म्हणून उदयाला येत होते. सुभाषांना गांधीजींचं मवाळ धोरण पसंत नव्हतं. जहाल धोरणाविना स्वातंत्र्य मिळवणं शक्य नाही, असं त्यांचं मत होतं. मध्यवर्ती कायदेमंडळावर बहिष्कार टाकण्याचा गांधीजींचा सल्ला विठ्ठलभाईंनासुद्धा मान्य नव्हता. काँग्रेसचं विभाजन टाळण्यासाठी, निवडणुका लढवून ज्यांना सरकारचा विरोध करायला केंद्रीय संसदेत जायचं असेल, त्यांना वेगळ्या नावाखाली जायला गांधीजींनी संमती दिली होती; परंतु गांधीजींच्या या धोरणाशी मुळातच विठ्ठलभाई अजिबात सहमत नव्हते. अशा प्रकारच्या धोरणामुळे, देशाचं नेतृत्व करून देशाला मार्ग दाखवण्यात एक पक्ष म्हणून काँग्रेस कुठेतरी कमी पडते आहे, असं त्यांना वाटत होतं. सुभाषांचं धोरण अधिक बुद्धिवादी आणि स्वीकारार्ह असल्याचं त्यांचं मत होतं. काँग्रेसमध्ये राहूनच मोतीलाल नेहरूंच्या साथीनं त्यांनी स्वराज्य पक्षाची स्थापना केली आणि मध्यवर्ती कायदेमंडळाच्या निवडणुकीत तो पक्ष सर्वांत मोठा पक्ष म्हणून विजयी झाला. स्वराज्य पक्षाने जीनांच्या नेतृत्वाखालील मुस्लीम लीगच्या सहकार्यानं मध्यवर्ती कायदेमंडळाचे अध्यक्ष म्हणून विठ्ठलभाईंची नियुक्तीसुद्धा करवून घेतली.

त्यामुळे दुसरे काही घडो अथवा न घडो, एक गोष्ट मात्र नक्कीच घडली होती, विठ्ठलभाई गांधीजींना दुरावले होते आणि सुभाषांशी असलेल्या त्यांच्या मैत्रीमुळे गांधीजींच्या मनात त्यांच्याविषयी एक प्रकारची नाराजी निर्माण झाली होती.

काँग्रेसमध्ये दाखल झाल्या दिवसापासूनच वल्लभभाई गांधीजींचे परमभक्त बनले होते. काही धोरणात्मक निर्णयाबाबत गांधीजींशी व्यक्तिगतरीत्या सहमत नसतानाही ते गांधीजींचा आदेश मान्य करत. विठ्ठलभाईंना ते जमत नसे. परिणामी, दोघे बंधू आपापल्या राजकीय भूमिकेमुळे परस्परविरोधी छावण्यांमध्ये उभे ठाकले असल्याचं वातावरण उत्पन्न होई. अर्थात, दोघे भाऊ क्वचित कधी काळी, थोड्या दिवसांपुरते एकमेकांच्या सान्निध्यात असत. त्या वेळी मात्र विठ्ठलभाईंच्या अंथरूण-पांघरुणापासून एकूण एक वैयक्तिक गरजांकडे लक्ष पुरवण्याचं, त्यांची काळजी घेण्याचं काम वल्लभभाई कटाक्षानं स्वत:कडेच घेत. राजकीय मतभेदांच्या पलीकडे जाऊन वल्लभभाईंनी दाखवलेल्या वैयक्तिक आपुलकीनं तापट स्वभावाचे फटकळ विठ्ठलभाई खूश होत.

काँग्रेसचे एकमेव प्रतिनिधी म्हणून १९३१ मध्ये गांधीजी दुसऱ्या गोलमेज परिषदेला हजर राहण्यासाठी गेले, त्या वेळी विठ्ठलभाई व्हिएन्नामधील एका

नर्सिंगहोममध्ये औषधोपचार करवून घेत होते. गोलमेज परिषदेसाठी समतोल प्रतिनिधी मंडळ पाठवण्याऐवजी काँग्रेसनं एकट्या गांधीजींना संपूर्ण देशाच्या वतीनं कोणताही निर्णय घेण्याचे सर्वाधिकार द्यावेत, हे विठ्ठलभाईंना आवडलं नव्हतं. त्यांना गांधींबद्दल विश्वास नव्हता असं नाही, त्यांची निष्ठा आणि कार्यक्षमता याविषयीसुद्धा त्यांना शंका होती असं म्हणता आलं नसतं; परंतु गोलमेज परिषदेत जे राजकीय डावपेच आणि षडयंत्रं रचली जाण्याची शक्यता होती ती लक्षात घेता, कोणीही एकच व्यक्ती अशा कठीण प्रसंगी संपूर्ण जाणकारीनिशी सारासार विचारानं निर्णय घेऊ शकेल हे असंभव आहे, असं विठ्ठलभाईंना वाटत होतं. ज्यांच्याशी गांधीजी सल्लामसलत करू शकतील, गांधीजींसमोरदेखील जे आपलं वेगळं मत मांडू शकतील अशा मदतनीसांना गांधीजींसोबत पाठवणं अगत्याचं आहे, असं विठ्ठलभाईंना मनापासून वाटत होतं.

व्हिएन्नातल्या आजारपणादरम्यान हॉस्पिटलमधून, आपलं मत प्रदर्शित करणारा निरोप त्यांनी हिंदुस्थानात काँग्रेसाध्यक्षांकडे धाडला. एवढंच नव्हे तर 'एकट्या गांधींच्या प्रतिनिधित्वात या परिषदेत काही निर्णय घेतला गेला, तर ते जोखमीचं ठरण्याची शक्यता आहे' असं एक जाहीर निवेदन त्यांनी हिंदुस्थानातल्या आणि ब्रिटनमधल्या वृत्तपत्रांकडे पाठवलं. विठ्ठलभाईंच्या या पवित्र्यावर काँग्रेसनं वा गांधीजींनी निश्चित अशी कोणतीच प्रतिक्रिया दर्शवली नाही, पण गांधीजींसहित अनेकांना ते अर्थातच आवडलं नसावं.

संसदेत अध्यक्षपद प्राप्त केल्यावर विठ्ठलभाईंची काँग्रेसच्या अध्यक्षपदी नियुक्ती होईल, असं त्यांच्या अनेक मित्रांना वाटत होतं. विठ्ठलभाईंबद्दल मित्रत्वाची भावना असणारे अनेक जण काँग्रेस पक्षातही होते, परंतु त्यांचा सुभाषचंद्र बोसांकडे असलेला कल पाहता त्यांना काँग्रेसचं अध्यक्षपद देणं गांधीजींना योग्य वाटत नव्हतं, ही गोष्टसुद्धा काँग्रेसमधील बहुतेकांना माहीत होती. गांधीजींच्या मनात आपल्याबद्दल सरदार किंवा जवाहरलाल यांच्याइतकी आपुलकी नाही आणि त्यामुळेच, क्षमता असूनसुद्धा काँग्रेसाध्यक्षपदाची आपली इच्छा साकार होण्याची शक्यता नाही, ही गोष्ट विठ्ठलभाई जाणून होते. त्यातच त्यांची प्रकृती खालावली आणि त्यांना उपचारासाठी व्हिएन्नाला जावं लागलं.

नाहीतरी, गोलमेज परिषदेसाठी काँग्रेसनं प्रतिनिधी म्हणून विठ्ठलभाईंना नियुक्त केलं नव्हतंच. शिवाय, परिषदेला उपस्थित राहण्यासाठी ब्रिटिश सरकारनं वैयक्तिकरीत्या आमंत्रित केलेल्यांच्या यादीतसुद्धा विठ्ठलभाईंचं नाव नव्हतं. असं असूनही, आपण युरोपातच आहोत, लंडनपासून व्हिएन्ना फारसं दूर नाही तेव्हा गोलमेज परिषदेच्या दरम्यानच्या काळात आपण लंडनलाच असण्याचा काहीतरी उपयोग होण्याचा संभव आहे, असं विठ्ठलभाईंना वाटू लागलं. व्हिएन्ना ते लंडन प्रवास फारसा लांबचा

नव्हता, पण त्यानंतर लंडनमध्ये किती काळ मुक्काम करावा लागेल ते निश्चितपणे सांगता येत नव्हतं. विठ्ठलभाईंचा लंडनला जायचा बेत त्यांच्या प्रकृतीच्या दृष्टीनं फारसा योग्य नाही असं व्हिएन्नाच्या हॉस्पिटलच्या डॉक्टरांचं मत पडलं. काही काळ विठ्ठलभाईंची द्विधा मन:स्थिती झाली खरी, पण अखेरीस स्वत:च्या स्वास्थ्याचा धोका पत्करूनही लंडनला जायचं त्यांनी ठरवलं.

लंडनला पोहोचताच विठ्ठलभाईंनी गोलमेज परिषदेची विषयसूची मिळवली. कार्यक्रमपत्रिकेतल्या कामांचा अग्रक्रम पाहून ते चकित झाले. परिषद सुरू होता होता अगदी प्रारंभीच हिंदुस्थानातल्या जातीय प्रश्नांवरील चर्चेला प्राधान्य दिलेलं होतं. त्यानंतर दुसऱ्या क्रमांकावर देशातल्या राजेमहाराजांच्या आणि भावी संवैधानिक सुधारणांविषयी चर्चा ठेवली होती. हिंदुस्थानला स्वातंत्र्य देण्याचा आणि तत्संबंधी संवैधानिक सुधारणा करण्याचा विषय बराच मागे टाकला होता. परिणाम उघड होता. हिंदुस्थानचे प्रतिनिधीच आपापसात भांडणार, एकमेकांवर गुरगुरणार, एकमेकांचे वाभाडे काढणार आणि सरतेशेवटी घोर अविश्वासाची चिखलफेक होणार! हे सगळं अनायासे परस्पर होणार. ब्रिटिश सरकारनं काही करण्याची गरजच उरणार नाही. ते केवळ दुरून तमाशा बघणार. एवढं झाल्यावर परिषद अयशस्वी झाली की सज्जनपणाचा आव आणून जगाला सांगणार, ''बघा, हिंदुस्थानला स्वातंत्र्य मिळावं म्हणून आम्ही सगळ्यांना एकत्र बोलावून सज्ज होऊन बसलो आहोत. आता त्यांनाच एकमेकांशी जुळवून घेता येत नसेल, तर आम्ही शासन द्यायचं तरी कोणाच्या हाती?''

आपल्या मनातल्या शंका गांधीजींकडे व्यक्त करण्यासाठी विठ्ठलभाईंनी गांधीजींना ताबडतोब एक पत्र पाठवलं. त्या पत्राची एक-एक प्रत हिंदुस्थानात काँग्रेसाध्यक्षांकडे आणि वर्तमानपत्रांकडे पाठवली. विठ्ठलभाईंचा हा प्रयत्नदेखील वाया गेला आणि त्यांच्या शंका दुर्लक्षिल्या गेल्या. वाटलं होतं त्याप्रमाणे गोलमेज परिषद निष्फळ ठरली. विठ्ठलभाई पुन्हा एकदा उपचार घेण्यासाठी व्हिएन्नाच्या हॉस्पिटलमध्ये दाखल झाले. या दुसऱ्या मुक्कामात त्यांना सुभाषचंद्र बोस भेटले. त्या वेळी सुभाषचंद्र व्हिएन्नातच होते. गोलमेज परिषद अयशस्वी होण्याबद्दल तेही गांधीजींना जबाबदार मानत होते. विठ्ठलभाईंच्या आजारपणात फॉरेन पॉलिसी असोसिएशन नामक, अमेरिकेतल्या एका प्रतिष्ठित संस्थेनं ब्रिटिश सरकारचे भूतपूर्व भारतमंत्री वेजवुड बेन यांच्याशी विठ्ठलभाईंची हिंदुस्थानच्या स्वातंत्र्यासंबंधी एक चर्चा आयोजित केली. चर्चेचं रेकॉर्डिंग संपूर्ण अमेरिकेत प्रसारित झालं. अन्य गोष्टींची चर्चा करता करता वेजवुड बेन यांनी खोचकपणे म्हटलं, ''हिंदुस्थान हा दारिद्र्यानं उतू जाणारा देश आहे. उपाशी मरणाऱ्या भिकाऱ्यांसाठी ब्रिटिश सरकार दरवर्षी लाखो रुपये खर्च करतं.'' उत्तरादाखल विठ्ठलभाईंनी जे म्हटलं, त्याचं श्रोत्यांनी टाळ्यांच्या कडकडाटात

स्वागत केलं. "मिस्टर बेन, जे लाखो रुपये ब्रिटिश सरकार भिकाऱ्यांसाठी खर्च करतंय असं तुम्ही म्हणता, तो पैसा ब्रिटिश पाऊंडांमधून आलेला नाही. हिंदुस्थानातल्या कमाईचा तो पैसा आहे. प्रत्यक्षात खरी गोष्ट अशी आहे, की तुमचं सरकार भिकाऱ्यांपेक्षा अनेक पटींनी जास्त पैसा लुटारूंवर खर्च करतंय."

"लुटारू?" बेन जरासे गोंधळले, "काय म्हणायचंय तुम्हाला?"

"माझं म्हणणं अगदी स्पष्ट आहे. लुटारू म्हणजे ज्यांनी एका शतकाहून अधिक काळ आमच्या देशावर धाड घालून मुबलक पैसा आपल्या देशात पळवून नेला आहे ते लोक."

श्रोत्यांनी टाळ्यांचा प्रचंड कडकडाट केला होता आणि त्यादरम्यान वेजवुड यांचा चेहरा काही काळ पडला होता.

त्यानंतर, गोलमेज परिषद निष्फळ झाली म्हणून, तसंच दलितांच्या आरक्षणाच्या मुद्द्यावर गांधीजी उपोषण करत होते आणि अवघा देश श्वास रोखून, त्याकडे डोळे लावून बसला होता. अशावेळी विठ्ठलभाई आणि सुभाषचंद्र दोघांनाही वाटू लागलं की, गांधीजींची काम करण्याची पद्धत आणि ब्रिटिशांकडून काम पदरात पाडून घ्यायचा त्यांचा दृष्टिकोन, दोन्ही गोष्टी पार अयशस्वी ठरल्या आहेत. याच मार्गानं काँग्रेस अधिक काळ चालत राहिली तर देशाला स्वातंत्र्य मिळण्याची अजिबात शक्यता नाही. त्या वेळी जिनिव्हाच्या हॉस्पिटलात अंथरुणाला खिळलेल्या विठ्ठलभाईंनी आणि त्यांच्यासोबत सुभाषचंद्रांनी मिळून एक संयुक्त पत्रक प्रसिद्ध केलं. निवेदनात त्यांनी म्हटलं, "एक राजकीय नेता म्हणून गांधीजी अयशस्वी ठरले आहेत, असं आमचं स्पष्ट मत आहे. त्यांचं हे शेवटचं पाऊल म्हणजे काँग्रेसच्या सध्याच्या कार्यपद्धतीच्या अपयशाचा जणू कबुलीजबाबच आहे. त्यामुळे नवीन पायावर नव्या पद्धतीनं काँग्रेसची आमूलाग्र पुनर्रचना करण्याची वेळ आता येऊन ठेपली आहे. अशा पुनर्रचनेसाठी नेतृत्वबदलाची आवश्यकता आहे कारण, आपल्या आयुष्यभर पाळायच्या तत्त्वांशी सुसंगत नसलेला एखादा कार्यक्रम किंवा एखादी कार्यपद्धती शोधून काढून ती अमलात आणायची अपेक्षा गांधीजींकडून ठेवणं हे त्यांच्यावर अन्याय करण्यासारखं आहे."

दीर्घकाळ चाललेल्या उपोषणानंतर गांधीजींची प्रकृती अजून पूर्ववत स्थिर झाली नव्हती. काँग्रेसच्या नेत्यांनाच नव्हे तर संपूर्ण देशाला गांधीजींची काळजी वाटत होती. विठ्ठलभाई काय किंवा सुभाषचंद्र काय दोघांचंही देशप्रेम आणि राजकीय प्रामाणिकता वादातीत होती. देशहिताच्या दृष्टीनं जे योग्य वाटेल ते देशवासियांना सांगणं हे आपलं कर्तव्य आहे, असंही दोघं मानत होते. गोलमेज परिषदेचं अपयश डोळ्यांसमोर ताजं होतं; परंतु दुर्दैवानं त्यांचं निवेदन अशा काही चुकीच्या वेळी दिलं गेलं, की अन्य काँग्रेसपुढाऱ्यांनी आणि देशाच्या जनतेनंही ते

फारसं गंभीरपणे मनावर घेतलं नाही. उलट, विठ्ठलभाई आणि सुभाषचंद्र दोघांवर त्यांच्या गांधीविरोधामुळे नाराज असलेल्या गांधीजींच्या निकटवर्ती साथीदारांच्या मनातला कडवटपणा अधिकच गहिरा झाला.

आपला अंतकाळ आता फारसा दूर नाही हे विठ्ठलभाईंनी ओळखलं होतं. आपण पुन्हा धडधाकट होऊन हिंदुस्थानात परतू शकणार नाही, हे त्यांना कळलं होतं. सुभाषचंद्रांचा बहुतेक सर्व वेळ त्यांची काळजी घेत हॉस्पिटलमध्ये बसण्यात जाई. स्वत: बॅरिस्टर असल्यानं, आपण मृत्युपत्र केलं पाहिजे असं त्यांना वाटू लागलं. दोन ऑक्टोबर १९३३ रोजी हॉस्पिटलातल्या आपल्या अंथरुणावरच त्यांनी स्वतःचं मृत्युपत्र लिहिलं आणि हिंदुस्थानातल्या आपल्या सगळ्या स्थावर जंगम मालमत्तेबद्दलच्या आवश्यक त्या सूचना त्यात लिहून ठेवल्या. कुटुंबीयांपैकी कोणाला किती पैसे कशाप्रकारे द्यावेत ते लिहिल्यावर, लाला बनवारीलालांकडे असलेली पुस्तकं फाईली, कपडे वगैरे वस्तूंचाही त्यांनी त्यात उल्लेख केला. ही सर्व व्यवस्था करून झाल्यानंतर लाखभर रुपये उरत होते. ही रक्कम सुभाषचंद्र बोसांना अथवा त्यांच्या सूचनेनुसार त्यांच्या प्रतिनिधीला किंवा प्रतिनिधींना हिंदच्या राजकीय उत्कर्षासाठी आणि शक्य झाल्यास इतर देशात हिंदविषयक राजकीय जागृतीच्या आणि प्रसिद्धीच्या कार्यासाठी खर्च करण्याच्या अटींसह द्यावी, अशी तजवीज त्यांनी करून ठेवली.

याखेरीज त्यांनी आणखी एक इच्छा व्यक्त करून ठेवली. आपला मृत्यू परदेशात झाल्यास आपल्या मृतदेहाचा ताबा सुभाषचंद्रांना द्यावा आणि मुंबईतल्या चौपाटीवर लोकमान्य टिळकांना जिथे अग्नी दिला होता, त्याच्या शेजारीच आपल्या मृतदेहावर अग्निसंस्कार व्हावा अशी त्यांनी शिफारस केली.

मृत्युपत्राचे वहिवाटदार म्हणून त्यांनी श्री. गोरधनभाई आय. पटेल आणि डॉक्टर पुरुषोत्तमदास पटेल या दोघा मित्रांची नियुक्ती केली.

मृत्युपत्र केल्याच्या ठीक वीस दिवसांनी म्हणजे २२ ऑक्टोबर, १९३३ रोजी विठ्ठलभाई स्वर्गवासी झाले आणि मृत्युपत्रात लिहिल्याप्रमाणे सुभाषबाबूंनी त्यांचा मृतदेह ताब्यात घेऊन जहाजानं हिंदुस्थानात पाठवला.

दुर्दैवानं वल्लभभाई त्या वेळी तुरुंगात होते. गांधीजी, तसंच देशातील इतर अग्रणी नेतेही कारावास भोगत होते. विठ्ठलभाईंचा मृतदेह मुंबईला पोहोचल्यावर त्यांच्या कुटुंबीयांनी आणि मित्रांनी त्यांच्या इच्छेनुसार चौपाटीवर अग्निसंस्कार करायचं ठरवलं. त्यासाठी मुंबईत एका खास लोकसमितीची स्थापना झाली. या समितीनं खूप आग्रह धरला तरीही चौपाटीवर अग्निसंस्कार करण्याची परवानगी मुंबई सरकारनं दिली नाही. लोकांमध्ये असंतोष माजला. वातावरण तंग झालं, परंतु याच कारणासाठी स्थापलेल्या लोकसमितीनं या मुद्द्यावर सरकारशी लढा देण्याऐवजी मुंबईच्या सोनापुरातच अंतिम संस्कार करायचा निर्णय घेतला.

आपला अंत्यसंस्कार आपले धाकटे बंधू वल्लभभाई यांच्या हातून व्हावा अशी इच्छा विठ्ठलभाईंनी देह त्यागण्यापूर्वी सुभाषचंद्रांपाशी बोलून दाखवली होती. व्हिएन्नाहून विठ्ठलभाईंचा मृतदेह मुंबईला पाठवताना त्यांची ही अंतिम इच्छा सुभाषचंद्रांनी लिहून कळवली होती. मृतदेह मुंबईला पोहोचण्यापूर्वीच ती वर्तमानपत्रातून सर्वदूर प्रसिद्ध झाली होती. विठ्ठलभाईंच्या शेवटच्या दोन इच्छांपैकी पहिली इच्छा मान्य न करण्याचं कारण सरकारनं जाहीर केलं. सरकारनं म्हटलं, की चौपाटीवर केलेला टिळकांचा अग्निसंस्कार हा एक अपवाद म्हटला पाहिजे. विठ्ठलभाईंनासुद्धा तिथेच अग्नी दिला गेला, तर पुढे जाता पुन्हा पुन्हा त्याचं अनुसरण व्हावं असा आग्रह धरला जाईल आणि शेवटी एक वेळ अशी येईल, की चौपाटी ही फिरायला जाण्याच्या जागेऐवजी हिंदू स्मशानभूमीच होईल. वल्लभभाईंच्या हातून विठ्ठलभाईंना अग्नी देण्याच्या मुद्द्यावर सरकारनं आपलं धोरण आधीच जाहीर करून टाकलं होतं. अंत्यसंस्काराच्या वेळेपुरतं पॅरोलवर सुटायची वल्लभभाईंची इच्छा असेल, तर त्यांना तुरुंगातून सशर्त सूट देण्यात येईल. पॅरोलवर असताना सरदारांनी कोणतंही जाहीर भाषण करू नये किंवा कोणत्याही राजकीय कार्यक्रमात भाग घेऊ नये आणि अंत्यविधीचे सर्व सोपस्कार पूर्ण झाल्यावर लगेच तुरुंगवासाची शिक्षा पूर्ण करण्यास हजर व्हावं असं सरकारनं बजावलं.

वर वर पाहता सरकारचा निर्णय योग्य आणि विवेकाला धरून वाटत होता. असंतोषानं भडकलेली जनता त्यानं शांतही झाली असती, परंतु सरकारी निवेदन वाचल्यावर सरदार पटेलांनी पॅरोलवर सुटण्यासाठी अर्ज करायला स्पष्ट नकार दिला. तात्पुरत्या सुटकेसोबत सरकारनं लादलेल्या अटी अपमानजनक असल्यानं त्या अमान्य असल्याचंही त्यांनी सांगून टाकलं. 'मला तुरुंगातून सोडायची सरकारची इच्छा असेल, तर नेहमीसारखी सर्वसाधारणपणे माझी मुक्तता करावी. मी आपणहून परत तुरुंगात हजर होण्याची वाट पाहण्याऐवजी सरकारनंच केव्हाही मला अटक करावी' असं त्यांनी सुचवलं.

सरकार ही सूचना अमान्य करणार हे उघडच होतं. शेवटी वल्लभभाईंचे पुत्र डाह्याभाईंच्या हातून विठ्ठलभाईंचे सर्व अंत्यविधी पार पडले. आपल्या लाडक्या नेत्याला अखेरचा निरोप देणारा एवढा प्रचंड जनसागर याआधी मुंबईच्या सोनापूरनं कधीच बघितला नव्हता.

पंधरा

सरदार अजूनही कारावासातच काळ कंठत होते. दरम्यान शंकरभाई अमीन एकदा त्यांना भेटायला आले. इकडचं तिकडचं बोलणं झाल्यावर त्यांनी विठ्ठलभाईंच्या मृत्युपत्राचा ओझरता उल्लेख केला.

"विठ्ठलभाईंचं मृत्युपत्र अजून आपल्याला मिळालं नाहीये. ते सुभाषजवळच आहे."

"घाई काय आहे? त्यानुसार जे काही करायचं आहे, ते बहुतेक सगळं सुभाषनंच करायचं आहे. त्यामुळे आपण त्याबद्दल फारशी उत्सुकता न दाखवणं बरं! सुभाषांना जमेल तसं ते करतील." सरदार म्हणाले.

"ते खरं," शंकरभाईंनी म्हटलं, "पण वहिवाटदारांना मृत्युपत्राची मूळ प्रत तर मिळायला हवी ना!"

"वहिवाटदार कोणी अलबते गलबते नाहीत. गोरधनभाई आणि पुरुषोत्तमभाई दोघांनाही कायद्याचं चांगलं ज्ञान आहे आणि मुख्य म्हणजे विठ्ठलभाईंचा त्यांच्यावर पूर्ण भरवसा होता. तेव्हा यात आपण उगाच जास्त डोकं घालायची गरज नाही." सरदारांनी स्पष्ट केलं.

त्यानंतर देशातल्या राजकारणानं जबरदस्त वळण घेतलं. सरदार आणि काँग्रेसचे इतर नेते या सर्वांची सरकारनं तुरुंगातून मुक्तता केली. हिंदुस्थानला स्वातंत्र्य देण्याच्या दिशेनं सरकारनं आणखी एक पाऊल पुढे टाकलं. प्रांतिक स्वराज्य देण्यासंबंधात १९३५ सालचा खर्डा मंजूर झाला आणि आता या संदर्भात काँग्रेसनं काय करावं ते ठरवण्यासाठी १९३६ मध्ये लखनौला काँग्रेसचं अधिवेशन भरवायचं ठरलं.

स्वत:ला जहाल म्हणवणाऱ्या काही तरुणांना काँग्रेसचं विद्यमान गांधीवादी धोरण पसंत नव्हतं. समाजवादी विचारसरणीकडे आकर्षित झालेल्या अशा तरुणात जयप्रकाश नारायण, अच्युत पटवर्धन, आचार्य नरेन्द्र देव, राममनोहर लोहिया, युसुफ मेहरअली इत्यादी अग्रस्थानी होते. या सर्व जहालांना गांधीजीविषयी आदर

होताच, पण काँग्रेस त्यांना उजव्या विचारसरणीची वाटत होती. डावी विचारसरणी अंगीकारून देश पुढे गेल्यास स्वातंत्र्य मिळाल्यानंतर समाजवादी समाजरचना घडवता येईल असं ते मानत होते. जवाहरलाल किंवा सुभाषचंद्र दोघंही, समाजवादी विचारसरणीकडे कल असलेले जहालमतवादी नव्हते हे उघडच होतं. तरीसुद्धा त्यांच्या व्यक्तिमत्त्वातल्या सळसळत्या जोशामुळे समाजवाद्यांना ते दोघं गांधीजींपेक्षा अधिक जवळचे वाटत. गांधीजींपेक्षाही सरदारांवर समाजवाद्यांची अधिक नाराजी होती. सरदार म्हणजे गांधीजींचे 'होय बा' असल्याचा त्यांचा समज एव्हाना अगदी दृढ झाला होता. शिवाय सरदार फटकळ, कोणाची भीडमुर्वत न बाळगता कडवे बोलदेखील फटकन तोंडावर सुनवायला कमी न करणारे होते. त्यामुळेच समाजवादी त्यांच्यावर विशेष नाराज होते.

काँग्रेसच्या एका सभेत समाजवाद्यांनी समाजवादाच्या कोण्या पाश्चिमात्य ग्रंथातल्या अवतरणांचे दाखले देत तात्त्विक चर्चा करायला सुरुवात केली. त्या वेळी सरदार त्यांना म्हणाले, ''संपत्तीच्या केंद्रीकरणाला तुमचा विरोध असतो. संपत्तीचं विभाजन समाजाच्या सगळ्या वर्गांमध्ये योग्य प्रमाणात व्हायला हवं, असा पुस्तकी युक्तिवाद तुम्ही मांडता...''

त्यांनी उच्चारलेल्या 'पुस्तकी' शब्दांवर समाजवाद्यांनी बराच ऊहापोह करून घोळ घातला. त्याकडे विशेष लक्ष न देता सरदारांनी आपलं म्हणणं पूर्ण केलं.

''संपत्तीचं एकत्रीकरण किंवा विभाजन यापैकी काहीही करायला मुळात संपत्ती निर्माण करायला तर हवी! स्वातंत्र्य मिळवल्यावर आपण सर्वांनी सर्वप्रथम संपत्ती निर्माण करण्याकडे लक्ष पुरवलं पाहिजे. त्यानंतरच मग तुमच्या या निबंधलेखनाच्या कार्यक्षमतेचा प्रत्यक्षात अंमल करण्याचं बघता येईल.''

अशाच एका दुसऱ्या सभेत सरदारांनी समाजवाद्यांपुढे असा काही थेट प्रश्न टाकला, की त्यांची सरदारांबद्दलची नाराजी अधिकच वाढली. सरदारांनी त्यांना विचारलं, ''तात्त्विक पातळीवर संपत्तीबद्दलचा तुमचा रोष मी समजू शकतो; पण प्रत्यक्ष व्यवहारात हीच संपत्ती हातात पडणार असेल, तर तुमच्यापैकी कोण कोण तिचा त्याग करायला तयार आहेत, या प्रश्नाच्या उत्तराचा तुम्ही सर्वजण मनोमन शोध घ्याल तर जास्त चांगलं होईल.''

समाजवादी सूत्रांमधल्या उणिवा सरदार जाणत होते. तेवढ्या त्या जवाहरलालांच्या किंवा सुभाषचंद्रांच्या लक्षात आल्या नव्हत्या. त्यामुळे गांधीजींच्या निकट असले, तरी जवाहरलाल समाजवाद्यांना अधिक आवडत होते.

१९३६च्या अधिवेशनासाठी अध्यक्षपदाचा विचार सुरू झाला तेव्हा जवाहरलालांच्या नावावर गांधीजींची नजर स्थिरावली. समाजवाद्यांच्या जहाल विचारांना आणि आवेशपूर्ण वृत्तीला आळा घालून जवाहर त्यांना शांत करू शकतील आणि

जहालांवर नियंत्रण ठेवता येईल असं गांधीजींना वाटत होतं. १९३५ च्या कायद्यान्वये ब्रिटिश सरकारनं हिंदुस्थानला प्रांतिक स्वराज्य देण्याचं मान्य केलं होतं. त्याचा पुरेपूर फायदा करून घ्यायचा असेल तर काँग्रेस एकसंध असण्याची गरज आहे, असंही गांधीजी मानत होते. काँग्रेसाध्यक्षपदासाठी गांधीजींच्या मनात जवाहरलालांचं नाव घोळत आहे हे उघड गुपित होतं आणि तरीही अनेक काँग्रेस पुढाऱ्यांनी आणि कार्यकारिणीच्या सभासदांनी लखनौ अधिवेशनाच्या अध्यक्षपदासाठी सरदारांचं नाव सुचवलं. या सूचनेवर चर्चा लांबत गेली तर अंतर्गत मतभेद उफाळून वर आल्यावाचून राहणार नाहीत, याची सरदारांना कल्पना होती. तसं होऊ नये म्हणून त्यांनी आपली बाजू मांडणारं एक जाहीर निवेदन प्रसिद्ध केलं. गांधीजींच्या मनात जवाहरलालांचं नाव आहे याची सरदारांना अगदी स्पष्ट जाणीव होती. गांधीजींच्या विरुद्ध जाण्याचा पुसटसासुद्धा विचार त्यांच्या मनात नव्हता. आपल्या निवेदनात त्यांनी म्हटलं, ''लखनौ अधिवेशनाच्या अध्यक्षपदासाठी काही मित्रांनी माझं नाव सुचवलं असलं तरी ही निवड एकमतानं व्हावी अशी माझी इच्छा आहे आणि म्हणूनच मी आपलं नाव मागे घेत आहे. याचा अर्थ जवाहरलालांच्या सर्वच विचारांशी मी सहमत आहे असा नव्हे. काही मुद्द्यांवर माझे विचार जवाहरलालांपेक्षा वेगळे आहेत हे अवघ्या देशाला माहीत आहे. तरीही माझी सर्वांना विनंती आहे की, आपण तूर्त अध्यक्ष म्हणून जवाहरलालांचीच निवड करावी. अर्थात, काँग्रेसनं समाजवादी विचारसरणी स्वीकारली आहे असा त्याचा अर्थ होत नाही.''

त्यानंतर जवाहरलालांच्या अध्यक्षपदाखाली भरलेल्या लखनौ काँग्रेस अधिवेशनात प्रांतिक स्वराज्यासाठीच्या आगामी निवडणुकांच्या संपूर्ण व्यवस्थेची जबाबदारी सरदारांवर सोपवण्यात आली. प्रभावी व्यक्तिमत्त्व आणि समाजवादाकडे झुकणारे जहाल विचार यांमुळे जवाहरलाल देशातल्या तरुणांमध्ये अतिशय लोकप्रिय होते. दुसरीकडे देशाचा कोपरा न् कोपरा आणि जनतेची नस न् नस जाणणाऱ्या सरदारांच्या हाती निवडणूक व्यवस्थेची सूत्रं असल्यानं त्यांच्या आकलनशक्तीचा आणि जनतेच्या मनावर असलेल्या त्यांच्या विलक्षण पकडीचा खूप उपयोग झाला. १९३७ सालच्या निवडणुकात संपूर्ण देशात काँग्रेसपक्ष फार मोठ्या बहुमतानं विजयी झाला.

काँग्रेसचं पुढचं अधिवेशन १९३८ मध्ये गुजरातमधल्या बारडोली तालुक्यातल्या हरिपूर इथं फेब्रुवारी महिन्यात घ्यायचं ठरलं. देशभरातल्या ११ प्रांतांपैकी ८ प्रांतांमध्ये काँग्रेसचं सरकार सत्तेवर होतं. जवाहरलाल अध्यक्ष होते त्या काळात काँग्रेसमधील जहालांचं बऱ्यापैकी सहकार्य लाभलं होतं. ते पाहता गांधीजींना वाटू लागलं की आणखी वर्ष-दोन वर्षं एकजूट टिकून राहिली तर स्वातंत्र्याच्या मागणीसाठी ब्रिटिश सरकारवर अधिक दडपण आणणं शक्य होईल. १९३७ सालच्या निवडणुकांदरम्यान सुभाषबाबू तुरुंगात होते, पण निवडणुकांनंतर त्यांची लगेच

सुटका झाली होती. त्यांच्या सुटकेचं समाजवाद्यांनी जोरदार स्वागत केलं. जवाहरलालांपाठोपाठ सुभाषबाबू अध्यक्ष झाले तर काँग्रेसमधला जहाल पक्ष अधिक थंडावेल आणि अशाप्रकारे लागोपाठ दोन वर्षांच्या निष्क्रियतेमुळे काँग्रेसमधला त्यांचा जोर आपोआपच संपुष्टात येईल अशी गांधीजींची अटकळ होती. नवे काँग्रेसाध्यक्ष म्हणून त्यांनी सुभाषबाबूंचं नाव सुचवलं आणि काँग्रेसपक्षानं ते सर्वानुमते स्वीकारलं.

सुभाषबाबूंची निवड झाल्यापासून 'हा आपलाच विजय आहे' असं समाजवाद्यांना वाटू लागलं. काँग्रेसच्या उजव्या धोरणावर ते जाहीरपणे टीका करू लागले. काँग्रेसच्या या तथाकथित उजव्या धोरणाचे सर्वांत अधिक सक्रिय पुरस्कर्ता सरदारच आहेत अशी त्यांची समजूत होती. त्यामुळे गांधीजींपेक्षाही जास्त सरदारांना फजीत करण्यासाठी त्यांनी एक मोहीमच उघडली. अध्यक्ष या नात्यानं सुभाषबाबूंनी त्यांना रोखलं नाही, त्यामुळे सरदार अतिशय नाराज झाले. आपल्या एका भाषणात सरदारांनी अशा समाजवाद्यांना काही विधायक करण्यास असमर्थ असलेले, बेजबाबदार, वाचावीर म्हणून उडवून लावलं. परिणामी, सुभाषांसहित सगळेच जहाल सरदारांवर अत्यंत नाराज झाले.

काँग्रेसाध्यक्ष म्हणून सुभाषांच्या असलेल्या कार्यपद्धतीशी आपल्या विचारांचा मेळ बसणं शक्य नाही याची प्रतीती गांधीजींना लवकरच आली. सुभाष उघडपणे समाजवादी नव्हते, पण सरदारांना आपल्या तीव्र टीकेचे लक्ष्य बनवणाऱ्या जयप्रकाश वगैरे समाजवाद्यांशी त्यांची आतून जवळीक होतीच. गांधीजींशी मतभेद झाले तरी जवाहरलाल गांधीजींचा विशिष्ट सन्मान आणि मर्यादा जपत असत. असं विवेकी आणि संयमी वर्तन सुभाषांच्या स्वभावात नव्हतं. त्यांच्या मनात गांधीजींबद्दल पराकोटीच्या आदरभाव होता; परंतु गांधीजींच्या नीती-धोरणांशी असहमत असले तर त्या आदर-मर्यादेचा बळी देऊनसुद्धा आपली असंमती प्रगट करायला ते मागेपुढे पाहत नसत. गांधीजी आणि त्यांचे निकटवर्ती काँग्रेस पुढारी यांच्यालेखी तो उच्छृंखलपणा होता.

शेवटी झालं असं की गांधीजींनी आणि त्यांच्या सहकाऱ्यांनी दुसऱ्या वर्षी म्हणजे १९३९ मध्ये त्रिपुरी येथे भरणाऱ्या काँग्रेसच्या वार्षिक अधिवेशनात सुभाषांच्या अध्यक्षपदाचा अंत करायचं मनोमन ठरवून टाकलं. त्याउलट, सुभाषांनी मात्र दुसऱ्या वर्षासाठी आपली उमेदवारी जाहीर करून टाकली. निवडणूक बिनविरोध व्हावी आणि सुभाष बाजूला व्हावेत यासाठी गांधीजी, सरदार, मौलाना इत्यादींनी भरपूर प्रयत्न केले तरी सुभाष आपल्याजागी ठाम राहिले. गांधीजी, सरदार, तसंच इतर वरिष्ठ नेत्यांच्या आशीर्वादासह डॉ. पट्टाभी सीतारामैयांनी सुभाषांचे प्रतिस्पर्धी म्हणून आपली उमेदवारी जाहीर केली. तरुणवर्गात सुभाष खूप लोकप्रिय होते. अनेक काँग्रेसी प्रतिनिधींना त्यांची धडाडीची कार्यपद्धती आवडत होती. परिणामी

पट्टाभी हरले आणि गांधीजींच्या आणि सरदारांच्या इच्छेविरुद्ध काँग्रेसाध्यक्ष म्हणून सुभाष दुसऱ्यांदा निवडून आले.

एकदा तडा गेला तो गेलाच. आता तो सांधला जाणं सहजासहजी शक्य नव्हतं. महासमितीत बहुमत असलं तरी कार्यकारिणीत सुभाषांकडे बहुमत नव्हतं. कार्यकारिणीतलं बहुमत गांधीजींकडे होतं. कार्यकारिणीची नेमणूक सुभाषांनी गांधीजींच्या संमतीनंच करावी, असा ठराव कार्यकारिणीच्या गांधीवादी सभासदांनी केला आणि नव्या नेमणुकांचा मार्ग मोकळा करण्यासाठी सर्वांनी एकाच वेळी एकत्रितपणे राजीनामे देऊन टाकले.

सुभाषांच्या कसोटीचा काळ होता. कार्यकारिणीत गांधीपक्षाच्या सभासदांचं बहुमत झालं असतं तर अध्यक्ष म्हणून पावलोपावली त्यांचे हात बांधले गेले असते. दुसरं म्हणजे, आजवर तमाम अध्यक्षांनी आपापल्या कार्यकारिणीची निवड स्वतंत्रपणे आपल्या इच्छेनुसार केली होती. ती परंपरा खंडित करून कार्यकारिणीनं सुभाषांना मात्र गांधीजींच्या सल्ल्यानुसार नवी कार्यकारिणी तयार करण्याचा आदेश दिला होता. सुभाषांना आपलं कार्य, आपले अधिकार वाढवता येऊ नयेत असाच त्याचा अर्थ होता.

शेवटी झालंही तसंच. गांधीजींच्या इच्छेविरुद्ध निवडणूक लढवून विजयी झालेल्या सुभाषांना काँग्रेसाध्यक्षपद सोडावं लागलं. त्यांनी राजीनामा दिला.

एकामागून एक घडणाऱ्या या राजकीय घटनांच्या गदारोळात विठ्ठलभाई पटेलांचं मृत्युपत्र अमलात आणणं मागे पडलं होतं. विठ्ठलभाईंनी नेमलेल्या दोघा वहिवाटदारांपैकी गोरधनभाई कलकत्त्यात वकील होते. विठ्ठलभाई आणि सुभाषबाबू दोघांचे ते मित्र होते. दुसरे डॉ. पटेल दरम्यानच्या काळात मृत्यू पावले होते. गोरधनभाईंकडे मृत्युपत्राची नक्कल पोहोचली असली तरी अस्सल मृत्युपत्र सुभाषांजवळ पडून राहिलं होतं. मूळ मृत्युपत्र मिळवण्यासाठी आणि त्यासंबंधी कायदेशीर कारवाई पूर्ण करण्यासाठी गोरधनभाईंनी दोनतीन वेळा सुभाषांना आठवण करून दिली होती. कामात व्यग्र असल्यानं किंवा अशाच कोणत्या ना कोणत्या कारणानं सुभाषांनी त्याकडे पुरेसं लक्ष दिलं नव्हतं. नंतर सुभाष काँग्रेसाध्यक्ष झाले, गांधीजी आणि सरदार यांच्याशी असलेले त्यांचे वैचारिक संघर्ष उघड झाले आणि त्यांच्यातलं अंतर खूपच वाढलं. मृत्युपत्राच्या वहिवाटदारांपैकी एकटेच उरलेले गोरधनभाई सुभाषांच्या वेळकाढूपणानं कंटाळले होते. नाइलाजानं त्यांनी शेवटचं पाऊल उचललं. सुभाषांजवळ असलेलं मूळ मृत्युपत्र मिळवण्यासाठी किंवा मूळ प्रत न मिळाल्यास आपल्याजवळ असलेल्या प्रतीच्या आधारे आपण कायदेशीर कार्यवाही करू, असं पत्र त्यांनी सुभाषांना लिहिलं. पत्राच्या उत्तरादाखल सुभाषांनी मृत्युपत्राची मूळ प्रत पाठवून दिली.

मूळ प्रत हाती पडताच गोरधनभाई वल्लभभाईंना भेटले. आत्तापर्यंत वल्लभभाईंनी मृत्युपत्राबद्दल जे काही ऐकलं होतं त्यात फारसं स्वारस्य दाखवलं नव्हतं. विठ्ठलभाईंचा सुभाषांवर विश्वास होता, त्यांनी स्वतः सुभाषांना काम सोपवलं होतं. ते काम सुभाषांनी स्वत:ला योग्य वाटेल त्या पद्धतीनं करावं. आपण त्यात दखल देऊ नये अशी त्यांची स्पष्ट भूमिका होती. गोरधनभाईंनी मूळ प्रत त्यांच्यासमोर ठेवली तेव्हा प्रथमतः त्यांनी संपूर्ण मजकूर नीट वाचून काढला. साक्षीदार म्हणून ज्यांच्या सह्या होत्या ते तिघेही बंगाली होते. विठ्ठलभाईंच्या मृत्युसमयी भुलाभाई देसाई, वालचंद हिराचंद आणि अंबालाल साराभाई यांसारखे विठ्ठलभाईंचे गुजरातचे मित्र जिनिव्हामध्येच राहत होते. तरीसुद्धा त्यांना काहीच न कळवता आपल्या मृत्युपत्राचे साक्षीदार म्हणून तीन बंगाल्यांना का निवडलं असावं, असा सरदारांना प्रश्न पडला. त्याखेरीज, मृत्युपत्राच्या शेवटच्या कलमातला "सुभाषांकडे सुपूर्द करण्याच्या रकमेतून हिंदचा राजकीय उत्कर्ष आणि परदेशात राहणाऱ्या हिंदी बांधवांमध्ये राजकीय जागरुकता निर्माण करण्याचा भाग त्यांना खूप संदिग्ध वाटला, परंतु सद्यपरिस्थिती अशी होती, की सरदारांनी मृत्युपत्रविरोधी सूर काढला असता तर त्यांचे राजकीय पडसाद उमटल्यावाचून राहिले नसते. सुभाष आणि सरदार दोघंही देशातल्या सर्वोच्च नेत्यांपैकी होते, पण दोघांची विचारसरणी परस्परविरोधी होती. मनातल्या मनात काही हिशोब मांडून सरदारांनी गोरधनभाईंना म्हटलं, "गोरधनभाई, मृत्युपत्राचे वहिवटदार तुम्ही आहात. त्याचं प्रोबेट मिळवायची जबाबदारी तुमची आहे. मी या बाबतीत काहीही म्हटलं तरी त्यातून अनेक अर्थ-अनर्थ, शंका-कुशंका निघतील. कृपा करून आता निर्णय तुम्हीच घ्या. तुमचा जो निर्णय असेल तो मी मान्य करेन."

"पण या मृत्युपत्रात ज्या कोणाला जे काही दिलं गेलं आहे, त्या सर्वांनासुद्धा विठ्ठलभाईंचे वारसदार म्हणून संमतिसूचक सही करावी लागेल." गोरधनभाईंनी कायदेशीर मुद्दा मांडला.

"विठ्ठलभाईंच्या मृत्युपत्राशी संबंधित सगळ्या वारसदार कुटुंबीयांच्या संमतिदर्शक सह्या मिळवण्याची जबाबदारी माझी!" सरदारांनी स्वतः स्पष्टपणे सांगून टाकलं.

"तुमचा नि:स्पृहपणा कौतुकास्पद आहे." गोरधनभाईंनी म्हटलं, "पण कोर्टात जाण्याआधी सुभाषांना देण्याच्या रकमेबद्दल मृत्युपत्रात जे काही लिहिलं आहे, ते कलम आपण सगळ्यांनी नीट समजून घेणं फार महत्त्वाचं आहे, असं मला वाटतं."

"तसं असेल, तर मला वाटतं तुम्ही सुभाषशी एकदा मोकळेपणानं बोलून घ्यावं हे बरं!"

"सुभाषांशी बोलण्याआधी मला गांधीजींचं मत जाणून घ्यायचं आहे." गोरधनभाई

म्हणाले. ''या मृत्युपत्रासंदर्भात विशेषत: सुभाषांना सोपवलेल्या कामगिरीबाबत तुम्ही एकदा गांधीजींशी सविस्तर बोलावं, अशी माझी इच्छा आहे.''

सरदार क्षणभर विचारात गढून गेले. त्यांच्या पापण्या झुकल्या. नंतर पुन्हा गोरधनभाईंकडे पाहत ते म्हणाले, ''ठीक आहे. गांधीजींचं मन जाणून घ्यायचा प्रयत्न करून बघतो.''

मृत्युपत्रातलं सुभाषांसंबंधीचं कलम वाचल्यावर गांधीजींनासुद्धा ते ठीक वाटेना. विठ्ठलभाईंनी सुभाषना सोपवून दिलेल्या रकमेनं नेमकी कोणती कामगिरी पार पाडली जाणार आहे, ते स्पष्ट होत नव्हतं. त्या कलमाबद्दल अधिक तर्क लढवत बसणं, नंतर कोर्टाची कार्यवाही करणं याऐवजी विठ्ठलभाईंच्या नावानं एक वेगळा ट्रस्ट तयार करून सुभाषांनी काँग्रेसलाच ती रक्कम द्यावी आणि काँग्रेसनं त्या ट्रस्टचा कारभार पाहावा, हा अधिक चांगला मार्ग आहे; नाहीतरी सध्या सुभाषच काँग्रेसाध्यक्ष असल्यानं यात काही अडचण येऊ नये, असं त्यांना वाटलं. सुभाषांना भेटून त्यांच्याशी या संदर्भात बोलून घेण्याचं काम गांधीजींनी मौलानांकडे दिलं.

गांधीजींचे दूत बनून मौलानासाहेब सुभाषांना भेटले. गांधीजींचं मत त्यांनी सुभाषांच्या कानावर घातलं. असा वेगळा ट्रस्ट स्थापन झाला, तर काँग्रेस-अध्यक्ष या नात्यानं साहजिकच त्यांचा ट्रस्टचा कामाशी संबंध राहील, असं मौलानांनी निदर्शनास आणून दिलं. सुभाषांनी मौलानांचं म्हणणं मानलं नाही. काँग्रेस-अध्यक्ष म्हणून आपली कारकीर्द मर्यादित काळापुरतीच आहे, शिवाय आपण अध्यक्ष असलो तरी काँग्रेसचे सर्वोच्च नेता गांधीजीच आहेत. त्यांची धोरणं अमलात आणणारे सरदार त्यांचा उजवा हात आहेत, हे सुभाष चांगलंच जाणून होते. ती रक्कम काँग्रेसकडे देणं याचा अर्थ सुभाषांना दूर करून गांधीजींनी आणि सरदारांनी आपल्या इच्छेनुसार त्या रकमेचा उपयोग करणं! सुभाषांनी प्रस्ताव नाकारला.

आता वहिवाटदार गोरधनभाईंपुढे कोर्टाकडून प्रोबेट मिळवणं किंवा मृत्युपत्राचा अर्थ लावण्याबद्दल निर्णय मिळवणं याखेरीज अन्य कोणताच पर्याय उरला नव्हता. गोरधनभाईंनी त्यासाठी मुंबई हायकोर्टाचे दरवाजे ठोठावले.

गोरधनभाईंची बाजू मांडण्यासाठी त्यावेळचे देशातले सर्वोत्तम म्हटले जाणारे भुलाभाई देसाई, जमशेदजी कांगा, मोतीलाल सेतलवाड इत्यादी वकील सज्ज होते. सुभाषबाबूंतर्फे बंगालचे एकेकाळचे काँग्रेसचे सर्वोच्च नेता चित्तरंजन दास यांचे बंधू पी. आर. दास उभे ठाकले होते. जस्टिस वाडियांनी दोन्ही पक्षांचं म्हणणं ऐकून घेतलं. 'मृत्युपत्रातल्या कार्यसूचक शिफारशी संदिग्ध असल्यामुळे मृत्युपत्राला कायदेशीर मान्यता मिळू शकत नाही. विठ्ठलभाईंची समग्र मिळकत त्यांच्या कुटुंबातल्या रक्ताच्या नात्याच्या वारसदारांना समान प्रमाणात वाटून टाकावी' असा त्यांनी निष्कर्ष काढला.

सरदारांनी निवाड्यासंदर्भात आपल्या बाजूनं एक जाहीर निवेदन प्रसिद्ध केलं. विठ्ठलभाईंच्या कुटुंबातील कोणाही वारसदाराला ही मिळकत नको असल्याचं सरदारांनी स्पष्ट करून टाकलं. देशाच्या राजकीय उन्नतीसाठी या रकमेचा विनियोग व्हावा अशी व्यवस्था केली जाईल, असंही त्यांनी कुटुंबीयांच्या वतीनं म्हटलं.

हायकोर्टानं काढलेला निष्कर्ष सुभाषबाबूंना मंजूर नव्हता. त्यांनी सुप्रीम कोर्टात अपील केलं. सुप्रीम कोर्टाचे चीफ जस्टिस कणिया यांनी दोन्ही बाजू ऐकल्यानंतर सुभाषबाबूंचं अपील कोर्टानं 'विचारात घेण्यायोग्य नाही' असं म्हणून निकालात काढलं. आता लंडनच्या प्रीव्ही कौन्सिलकडे जाणं, एवढा एकच मार्ग सुभाषबाबूंकडे होता. मृत्युपत्राचा मुद्दा तेथवर ताणत नेणं सुभाषबाबूंना उचित वाटेना. अशा रीतीने विठ्ठलभाईंच्या मृत्युपत्राचं प्रकरण एवढ्यावरच संपलं. 'विठ्ठलभाई पटेल मेमोरिअल'ची स्थापना करून सरदारांनी सर्व मालमत्ता काँग्रेसच्या हाती सोपवून दिली.

सोळा

एकीकडे स्वातंत्र्यसूर्य उगवत होता आणि तशातच बहात्तर वर्षांच्या सरदारांच्या नशिबी एकाच वेळी तीन आघाड्यांवर लढायची वेळ आली होती. त्यांची प्रकृती दिवसेंदिवस ढासळत होती. आतड्याचं दुखणं बळावत होतं, मूळव्याधीचा अन् बद्धकोष्ठाचा त्रास होताच, दम्यामुळे श्वासोच्छ्वास करणं जड जातं होतं. अशा तिहेरी शारीरिक व्याधी सरदारांचं शरीर पोखरत होत्या. दुसऱ्या बाजूला जातीयवादाचा अजगर यादवीचा भयानक जबडा वासून चहूकडे विळखा घालून पसरला होता. राजधानी दिल्लीपासून ते संपूर्ण भारतातल्या थेट आतल्या भागापर्यंत लाखो निर्वासित सर्वदूर विखुरले होते. त्यांच्या अपार वेदना, त्यांचा हृदयभेदक आक्रोश हे सारं पचवण्यापलीकडचं असलं, तरी गृहमंत्री म्हणून ते सहन करण्यावाचून सरदारांना गत्यंतर नव्हतं. निर्वासितांचा प्रश्न हाताळण्याच्या त्यांच्या कार्यपद्धतीवर मौलाना आझाद किंवा मृदुला साराभाईच काय, तर महात्मा गांधी आणि जवाहरलाल नेहरूसुद्धा असंतुष्ट होते. आपल्या साथीदारांच्या मनात आपल्याबद्दल अविश्वास डोकावत आहे, हा विचार सहन करणं सरदारांना कठीण जात होतं. अशा सगळ्या विराट समस्यांच्या जंजाळात आणखी एक भयंकर समस्या अक्राळविक्राळ रूप धारण करून जणू मिळालेलं स्वातंत्र्य विदीर्ण करायला निघाली होती. ती म्हणजे, देशाच्या स्वातंत्र्यासोबतच स्वत:लाही स्वतंत्र मानायला निघालेले पाचशेबासष्ट संस्थानिक! एकीकडे पाकिस्तान आणि दुसरीकडे पाचशेबासष्ट राजांच्या सरहद्दी! तेवढं सोडता उर्वरित भारत ओंजळभरच राहत होता. इंग्रजी शासनाखालच्या हिंदुस्थानच्या चाळीस टक्के भूभाग या संस्थानिकांजवळ होता. उरलेली साठ टक्के भूमी ब्रिटिश इंडिया म्हणून ओळखली जात होती. त्या भागाचा तिसरा हिस्सा म्हणजेच संस्थानिकांच्या चाळीस टक्के प्रदेशाखेरीज आणखी वीस टक्के प्रदेश आता 'परदेश' बनला होता. म्हणजेच स्वतंत्र म्हणवल्या जाणाऱ्या भारताजवळ अखंड हिंदुस्थानच्या जेमतेम चाळीस टक्के एवढाच प्रदेश शिल्लक राहत होता.

त्या पाचशेबासष्ट संस्थानांच्या सीमारेषा पुसून टाकून स्वतंत्र हिंदुस्थानात त्यांचा समावेश केला गेला नाही तर स्वातंत्र्यप्राप्ती म्हणजे एक मोठा विनोदच झाला असता. देशाच्या प्रजेची शतकभराची बलिदानं व्यर्थ गेली असती, एवढंच नव्हे; तर झगडून मिळवलेल्या स्वातंत्र्याची मधुर फळं देशी संस्थानिकांच्या आणि पाकिस्तानच्याच हातात अलगद पडली. सरदारांच्या लेखी, पाचशेबासष्ट संस्थानांचं शक्य तेवढ्या लवकर स्वतंत्र भारतात विलीनीकरण होणं हा सर्वांत मोठा आणि बिकट प्रश्न होता. राजेमहाराजांशी वाटाघाटी करून ही समस्या सोडवण्यासाठी रियासती खातं स्थापन होताक्षणीच सरदारांनी देशातल्या तमाम संस्थानिकांची दिल्लीत एक सभा भरवली. १५ ऑगस्ट, १९४७ रोजी ब्रिटिश सत्तेचा शेवट होताच स्वतःला स्वतंत्र घोषित करण्याच्या कामी अनेक राजेमहाराजे गुंतले आहेत, याची सरदारांना ही सभा भरवण्याआधीच कल्पना होती. हे संस्थानिक काँग्रेसकडे अविश्वासाच्या नजरेनं बघतात, हेदेखील सरदार समजून होते. 'स्वतंत्र भारतात राजा-महाराजांना स्थान नाही, त्यांना नेस्तनाबूत करून टाकलं पाहिजे' अशी समाजवादी; परंतु अवकाळी घोषणा जवाहरलाल करून चुकले होते. दुसरीकडे ब्रिटिश सार्वभौमत्वाचा अंत होताच सर्व राजांचं स्वातंत्र्य पाकिस्तानला मान्य असेल असा 'सही केलेला कोरा चेक' महंमदअली जीनांनी सगळ्या संस्थानिकांपुढे ठेवला होता. जीनांनी अत्यंत धूर्तपणे डाव टाकला होता. निजाम, भोपाळ इतकंच काय; पण जामनगर, इंदूर, जोधपूर, जेसलमेर आणि त्रावणकोरसुद्धा त्यांनी दाखवलेल्या आमिषातून ठिबकणारा रस चाखायला आतुर झाले होते. या राजांना थेटपणे विश्वासात घ्यायचा प्रयत्न केला, तरी त्यात म्हणावं तेवढं यश येणार नाही, असं सरदारांना वाटत होतं. शंभराहून जास्त वर्षं हे राजे ब्रिटिशांच्या आधिपत्याखाली होते, त्यामुळे काँग्रेसपेक्षा त्यांना इंग्रज अधिक जवळचे वाटत असतील, असा मानसशास्त्रीय हिशोब ते मांडत होते. आपण बोलावलेल्या सभेला उद्देशून प्रारंभीच व्हाइसरॉय माऊंटबॅटन यांनी भाषण केलं तर राजांच्या मनातील अविश्वासाची भावना किंचितशी कमी होईल, त्याचप्रमाणे समोर उभ्या ठाकलेल्या भविष्यकाळाचंही त्यांना दर्शन घडेल, असं दुहेरी धोरण सरदारांनी विचारात घेतलं. माऊंटबॅटननी एकदा असा पाया रचून दिला की मग सगळ्या राजांच्या मनात विश्वासाच्या आणि सुरक्षिततेच्या भावनांची इमारत उभी करण्याचं काम आपण पार पाडू शकू, याबद्दल सरदारांच्या मनात अजिबात शंका नव्हती. माऊंटबॅटनना भेटून सरदार त्यांना म्हणाले, "युवर एक्सलन्सी, संस्थानिकांच्या सभेचं आपण स्वागत करावं आणि यापुढील त्यांच्या भूमिकेबद्दल त्यांना मार्गदर्शन करावं अशी माझी इच्छा आहे."

डोळे किंचितसे बारीक करून सरदारांच्या इच्छेमागचं सत्य शोधून काढायला थांबून मग माऊंटबॅटन म्हणाले, "आपल्या राज्यांच्या सीमारेषांना ब्रिटिश आता

हातही लावू शकणार नाहीत हे सत्य समजल्यावर, हे सगळे राजे ब्रिटिश सत्तेचा शेवटचा प्रतिनिधी म्हणून माझ्याकडून सत्कार स्वीकारतील, की उलट उदयाला येणारी सत्ता म्हणून तुम्हाला स्वीकारतील, याविषयी माझ्या मनात संदेह आहे.''

''संस्थानिक सदैव ब्रिटिश सत्तेच्या आधिपत्याखाली राहिले असल्यानं आपलं प्रत्येक वाक्य त्यांना विचारपूर्वक केलेलं विधान वाटेल. काँग्रेसविषयी त्यांच्या मनात शंका असणं स्वाभाविकच आहे.'' सरदारांनी आपल्या योजनेच्या समर्थनातलं तथ्य व्यक्त केलं.

''सरदार,'' माऊंटबॅटन म्हणाले, ''हिंदुस्थाननं कॉमनवेल्थमध्ये सामील होण्याबद्दल तुमच्या माझ्यात करार झाला आहे. मी त्याला बांधील आहे. संस्थानिकांचा प्रश्न तुमचा तुम्हीच सोडवायचा आहे. त्यात काही हस्तक्षेप करू नये, ही तुमची अट माझ्या चांगली स्मरणात आहे.''

''युवर एक्सलन्सी, राजांबद्दलच्या कोणत्याही निर्णयात कोठेही हस्तक्षेप करायला मी आपल्याला आग्रह करत नाहीये. आपण केवळ बदलत्या काळाकडे त्यांचं लक्ष वेधावं. बस्स, तेवढं पुरेसं आहे.''

माऊंटबॅटननी सरदारांचं म्हणणं कबूल केलं. ठरल्याप्रमाणे संस्थानिकांच्या सभेला संबोधून त्यांनी भाषण केलं. 'संस्थानिकांनी कोणता निर्णय घ्यावा याबद्दल अधिकृतपणे आपण काही मार्गदर्शन करू शकणार नाही, पण एखादा राजा आपला सल्ला मागायला आला, तर त्याला आपण आनंदानं सल्ला देऊ असं त्यांनी म्हटलं. सार्वभौमत्व भोगण्याचा तो काळ आता उरलेला नाही. दिवस बदलत आहेत. आज मी संस्थानिकांना एवढंच सांगू शकेन, की त्यांनी आजपासून दहा वर्षांनंतरचं जग आपल्या डोळ्यांपुढे ठेवावं. जे असं करू शकणार नाहीत, त्यांना हानी सहन करावी लागेल.'

सभेच्या अखेरीस व्हाइसरॉयना एक प्रश्न विचारला गेला, ''ब्रिटिश सार्वभौमत्वाचा अंत झाल्यावर राजांना आपला संस्थानिकांचा दर्जा भोगता यावा, अशा एखाद्या प्रस्तावाला व्हाइसरॉयांचा पाठिंबा मिळेल काय?'' क्षणाचाही विलंब न लावता व्हाइसरॉयांनी स्पष्ट शब्दांत इन्कार करून प्रश्न उडवून लावला.

त्यानंतर सरदार पटेल राजांना संबोधून म्हणाले, ''आज आपण येथे 'आम्ही आणि तुम्ही' अशा प्रकारे जमलो नाही. आपल्याला दोष देण्याची वेळ भावी पिढ्यांवर येऊ नये, हे आपल्याला बघायचं आहे. इतिहासाच्या वळणाच्या एका विशिष्ट बिंदूवर आज आपण उभे आहोत. या टप्प्याचा आपल्याला जास्तीतजास्त लाभ करून घ्यायचा आहे. एकमेकांचे मित्र बनून 'बहुजन सुखाय, बहुजन हिताय' अशा देशकल्याणाच्या मार्गाचा विचार करायचा आहे. दोन पक्षांतला तह करायचा नसून, दोन मित्रांमधला संवाद साधायचा आहे. या क्षणी आपलं आपसात सहकार्य

नसेल, तर अराजकतेशिवाय दुसरं काहीच आपल्या हाती लागणार नाही."

ब्रिटिश सत्ता मावळल्यानंतर आंतरराष्ट्रीय कायद्यानुसार राजांची कायदेशीर स्थिती काय असू शकेल, हे जाणून घ्यायला काही राजे खूप आतुर झाले होते. कोणत्याही परिस्थितीत, ब्रिटिश सत्तेच्या अंतानंतर राजांना स्वतंत्र संस्थानिकांचा दर्जा मिळणार नसल्याचं माऊंटबॅटननी स्पष्ट केल्यावर काही राजे एकमेकांत चर्चा करू लागले. या संदर्भात कायदेशीर सल्ला घेतल्यानंतरच काय तो निर्णय घ्यावा, असा चर्चेतून मुख्य सूर निघत होता. आपल्या प्रतिक्रिया त्यांनी सरदारांपाशी व्यक्त केल्या, "आमच्या वकिलांशी विचारविनिमय करून आम्हाला त्यांचा कायदेशीर सल्ला घ्यायचा आहे. असा सल्ला मिळाल्यानंतरच आपण पुढे जावं असं आम्हाला वाटतं."

"असं बघा, जे कायदेशीर सल्ले घ्यायला तुम्ही जाणार आहात, ते कायदेच मी घडवतो आहे. त्यामुळे तुम्ही माझाच सल्ला मानावा हे बरं. आत्ता तुम्ही म्हणाल ती मदत मी करेन; परंतु नंतर ज्या वेळी जनमताच्या रेट्याला तोंड द्यावं लागेल, त्या वेळी माझाही नाइलाज असेल. मी काहीच करू शकणार नाही." सभादालनात ताठपणे बसलेल्या सर्व पगडबंदांनी परस्परांशी नजरा मिळवल्या आणि मग माना डोलावल्या.

भोपाळचे नबाब हमीदुल्लाखान पाकिस्तानच्या बाजूचे होते आणि जीनांचे जवळचे मित्र होते. नबाब अधूनमधून मुस्लीम लीगला आर्थिक साहाय्य करत. सरहद्द प्रांतातलं खानसाहेबांचं खुदाई खिदमतगारांचं सरकार काँग्रेसच्या बाजूचं होतं. ते सरकार पाडण्यासाठी हमीदुल्लाखानांनी जीनांना पुष्कळ आर्थिक मदत केली होती. या पैशाचा वापर करून सरहद प्रांतात जातीय दंगली घडवून आणणं जीनांना शक्य झालं होतं आणि त्या दंग्यांच्या पार्श्वभूमीवर गव्हर्नरनं खानसाहेबांचं काँग्रेसतर्फी सरकार बडतर्फ केलं होतं. देशातल्या इतर लेजिस्लेटिव्ह असेंब्लीप्रमाणेच सरहद प्रांतातल्या असेंब्लीला हिंदुस्थानात सामील व्हायचा निर्णय करता येऊ नये म्हणून ही असेंब्लीसुद्धा स्थगित करण्यात आली. असं म्हणतात की, या एकूण प्रकरणी भोपाळच्या नबाबानं एक कोटी रुपये खर्च केले.

केलेल्या कामाच्या बदल्यात हमीदुल्लाखानांना जीनांकडून एक आश्वासन हवं होतं. जीना पाकिस्तानचे गव्हर्नर जनरल बनले होते. जीनांच्या नंतर तो हुद्दा आपल्याला मिळावा अशी त्यांची अपेक्षा होती. त्यासाठी गरज पडल्यास भोपाळ सोडून देऊन पाकिस्तानात जायला ते तयार होते. चारही बाजूंनी हिंदुस्थाननं वेढलेलं भोपाळ राज्य अधिकृतपणे पाकिस्तानात सामील होऊ शकेल हे संभवत नव्हतं, त्यामुळे पाकिस्तानचे रहिवासी होण्याच्या इराद्यानं आपल्या थोरल्या शाहजादीला

पुष्कळशा साधनसंपत्तीसह त्यांनी आधीच कराचीमध्ये स्थायिक होण्यासाठी पाठवून दिलं होतं. एवढी जुळवाजुळव केल्यानंतर पाकिस्तानचा दुसरा गव्हर्नर जनरल होण्यासाठी नबाबांनी जीनांसह व्यूह रचायला प्रारंभ केला.

भोपाळचे नबाब स्वत:ला अत्यंत मुत्सद्दी राजकारणी समजत. आपण जीनांचा वापर करून घेत आहोत अशी त्यांची समजूत होती, परंतु जीना त्यांच्याहून अधिक चतुर होते. हमीदुल्लाखानांना पाकिस्तानचे स्थायिक रहिवासी करून घेण्यात त्यांना मुळीच स्वारस्य नव्हतं. हमीदुल्लांची महत्त्वाकांक्षा धगधगत ठेवून भोपाळ प्रश्नावर हिंदुस्थानपुढे सतत समस्या निर्माण करायची आणि हमीदुल्लाखानांकडून पैसे उकळत राहायचे असं त्यांचं धोरण होतं. त्याखेरीज आणखी एक गोष्ट होती. १९२१ मध्ये व्हाइसरॉय लॉर्ड चेम्सफर्ड यांनी स्थापन केलेल्या संस्थानिकांच्या मंडळाचे ते अध्यक्ष होते. आपल्या अध्यक्षपदाचा फायदा घेऊन त्यांनी देशी राजांमध्ये गुंते निर्माण करावेत असा जीनांचा उद्देश होता. जोधपूर, बिकानेर, जेसलमेरसारख्या पाकिस्तानी सरहद्दीवरच्या राज्यांशी हमीदुल्लाखानांचे चांगलेच आपुलकीचे संबंध होते. त्या आपुलकीचा फायदा घेऊन हमीदुल्ला या तीन राज्यांना पाकिस्तानच्या बाजूनं वळवण्यात यशस्वी झाले तर रियासती खात्याच्या दृष्टीनं ते अवघड होऊन बसलं असतं. भोपाळच्या नबाबांनी या कामी उत्साहानं पुढे यावं म्हणून जीनांनी हमीदुल्लाखानांपुढे गव्हर्नरपदाचं गाजर लटकत ठेवलं होतं.

ते आमिष पदरात पाडून घेण्याच्या इराद्यानं हमीदुल्लाखानांनी जोधपूरचे राजे हनवंतसिंह यांना आमंत्रण धाडलं. जोधपूर, बिकानेर आणि अजमेर या तीनही राज्यांनी एकत्र येऊन पाकिस्तानात सामील व्हायचा निर्णय घेतला, तर पाकिस्तानी सरकार त्यांचे स्वातंत्र्य मान्य करेल अशी हमी त्यांनी जीनांकडून मिळवली.

१५ ऑगस्ट, १९४७ पूर्वीच सगळे बेत ठरले होते. तिन्ही राजांसोबत हमीदुल्लाखान जीनांच्या दिल्लीतल्या घरी त्यांना भेटले होते. तिन्ही राज्यांत एकही बंदर नव्हतं. परदेशात निर्यात करण्यासाठी कराची बंदर 'ड्युटी फ्री' पद्धतीनं वापरायला मिळेल, अशी लालूच जीनांनी तिघा राजांना दाखवली होती. त्यानंतर जीनांनी आपल्या कोटाच्या खिशातून सोनेरी पेन बाहेर काढलं. टेबलावरच्या कोऱ्या कागदांपैकी एक कागद घेतला. कागदाच्या तळाशी सही केली. सही केलेला कोरा कागद तिघा राजांच्यासमोर ठेवून म्हटलं, "युवर हायनेस महाराजसाहेब, कोऱ्या कागदावर मी सही करून दिली आहे. आता तुम्हाला हव्या त्या अटी तुम्ही लिहू शकता, मला त्या मंजूर असतील."

तिघांपैकी जोधपूरचे राजा हनवंतसिंह तरुण आणि अननुभवी होते. जीनांनी ठेवलेलं पेन उचलायला ते हात पुढे करणार, हे त्यांच्याजवळ बसलेल्या त्यांच्या दिवाणांच्या लक्षात आलं. दिवाण अनेक पावसाळे पाहिलेले अनुभवी गृहस्थ होते.

जीना जे औदार्य दाखवत आहेत, ते जीनांच्या खऱ्या स्वभावाशी मिळतंजुळतं नाही हे समजायला त्यांना वेळ लागला नाही. किंचित झुकून हनवंतसिंहांच्या कानाशी लागत ते पुटपुटले, ''महाराजसाहेब, कोणताही निर्णय घेण्याआधी आपण माँसाहेबांचं मत विचारात घ्यावं, हे बरं!''

हनवंतसिंह थबकले. माँसाहेब म्हणजे त्यांची आई! हनवंतसिंहांना आपल्या आईबद्दल अतिशय आदर होता. राज्यकारभाराची धोरणं ठरवताना हा तरुण राजा आपल्या मातेची इच्छा आधी जाणून घेत असे. दिवाणांनी कुजबुजत उच्चारलेल्या शब्दांतलं तथ्य त्यांनी मान्य केलं. माँसाहेबांना विचारलंदेखील नसताना आपण एवढा मोठा निर्णय घेऊन टाकला, तर त्या नाराज होण्याची दाट शक्यता आहे हे त्यांच्या लक्षात आलं. पेन घ्यायला उचललेला हात नकळत खाली आला.

''कायदेआझम,'' हनवंतसिंह जीनांना म्हणाले, ''आपल्या औदार्याबद्दल मी आपला आभारी आहे; परंतु सही केलेला हा कोरा कागद तूर्त आपल्यापाशीच असू द्यावा. जोधपूरला गेल्यावर आम्ही आमचा निर्णय कळवू.''

जीनांच्या चेहऱ्यावर नाराजी पसरली. त्यांनी कागद जेसलमेरच्या राजापुढे ठेवला. महाराजकुमारांनी जोधपूर नरेशांकडे पाहिलं. हनवंतसिंहांनी तोंड फिरवून घेतलं होतं. जेसलमेर हा राजपुतान्यातला हिंदूंचा, विशेषत: राजपूतांचा बालेकिल्ला समजला जात होता. सरहद्दीवर असल्यामुळे कधीमधी बारीकसारीक जातीय दंगे वा कुरबुरी होत राहत, पण जेसलमेरचे राजपूत पोलीस अशावेळी अत्यंत कठोरपणे कारवाई करून परिस्थिती काबूत आणत असत. जेसलमेर पाकिस्तानात सामील झाल्यावर स्थिती बदलली असती. आपल्याच राज्यात मुसलमानांची वस्ती वाढून हिंदूंची संख्या कमी झाली असती. अशावेळी समजा दंगेधोपे झाले, तर राजा म्हणून आपण कोणाची बाजू घ्यावी? राजपूत म्हणून हिंदूंचा पक्ष घ्यावा, तर जीनांच्या पाकिस्तान सरकारचा रोष ओढवून घ्यावा लागणार आणि हिंदूंच्या विरोधात मुसलमानांची बाजू घ्यावी, तर... हिंदूंच्या विरुद्ध आणि मुसलमानांचा पक्ष घेणारं धोरण ठरवायचं? ते अमलात आणायचं?

महाराजांच्या मनाचा थरकाप झाला. काहीशा पडत्या आवाजात त्यांनी जीनांना म्हटलं, ''कायदेआझम, आपल्या एवढ्या मोठ्या उदारपणाचं आम्ही स्वागतच करतो, पण तुम्ही आम्हाला आणखी एका बाबतीत स्वातंत्र्य द्यावं.''

''कोणत्या?'' जीनांनी आश्चर्यानं विचारलं.

''फक्त एकाच. समजा, माझ्या राज्यात यापुढे कधी जातीय दंगली झाल्याच, तर राज्यांतलं पोलीस दल तसंच सैन्यसुद्धा हिंदूंविरुद्ध मुसलमानांना पाठिंबा देणार नाही. अशा प्रसंगी राज्य हिंदूंच्या बाजूनं उभं राहील.''

जेसलमेरच्या राजाची ही मागणी जीनांना अनपेक्षितपणे पडलेल्या बॉम्बगोळ्यासारखी

वाटली. ते अगदी थक्क होऊन पाहत राहिले. दोन्ही राजांनी माघार घेतली होती हे जीनांना सहन होईना. त्यांनी हमीदुल्लांकडे नजर वळवली. हमीदुल्लाखानांच्या चेहऱ्यावर हताशपणाचा महासागर उसळला होता. पाकिस्तानच्या गव्हर्नरपदाचा हुद्दा कोणीतरी हातातून हिसकावून घेत आहे, असं त्यांना वाटू लागलं. दोघांमधल्या मौन क्षणांची संधी साधून बिकानेरचे महाराज उठून उभे राहिले.

जीनांचा निरोप घेऊन निघतेवेळीच, आपण काळाच्या बरोबर नव्हे; तर काळाच्या विरुद्ध चालत असल्याचं तिघाही राजांना कळून चुकलं होतं. आदल्या महिन्यातच माऊंटबॅटननी राजांच्या भरसभेत म्हटलं होतं, "तुमच्या नजरेला आजपासून दहा वर्षांनंतरचा काळ पाहता आला पाहिजे." प्रश्न एवढाच होता, की दहा वर्षांनंतरचा काळ बघायचा कसा! जीनांची भेट घेतल्यानंतर तिघेही राजे माऊंटबॅटनना भेटायला गेले. "जीना आमचं स्वातंत्र्य अबाधित ठेवायला तयार आहेत," असं सांगून त्यांनी माऊंटबॅटनांचं मार्गदर्शन मागितलं.

"असं पाहा, घटनेनुसार सर्वोच्चपदी असणारा या नात्यानं मी तुम्हाला काहीही सल्ला देऊ शकणार नाही," माऊंटबॅटन खुलासा करत म्हणाले. "ब्रिटिश संसदेनं संमत केलेल्या भारतीय स्वातंत्र्याच्या कायद्यानुसार कोणामध्ये विलीन व्हावं हे ठरवण्याचा अधिकार पूर्णपणे तुमचाच आहे; परंतु आपल्या प्रजेच्या भावना आणि धर्मावर आधारित लोकसंख्या या गोष्टीदेखील तुम्हाला लक्षात घ्याव्या लागतील."

"जवारहलाल संस्थानिकांच्या विरोधात आहेत, तर जीना आमची स्वायत्तता राखण्याचा कोरा चेक देऊ करत आहेत..." जोधपूरच्या महाराजांनी परिस्थिती मांडली.

"निर्णय तुम्हालाच घ्यायचा आहे; पण सरदारांना भेटण्याआधीच कोणताही निर्णय घेतलात, तर मात्र ती मोठी चूक ठरेल. वेळ थोडा आहे. तुम्ही सरदारांना भेटून घ्या."

माऊंटबॅटननी दिलेला सल्ला ऐकल्यानंतरही जोधपूरच्या राजा हनवंतसिंहांच्या मनात वळवळणारा किडा त्यांना शांत बसू देत नव्हता. जीनांच्या बोलण्यातून ठिबकणाऱ्या मधाचे थेंब त्यांनी चाखले होते. जेसलमेरच्या आणि बिकानेरच्या राजाच्या मनात अनिश्चितता होती. हनवंतसिंहांना वाटलं, उदयपूरला आपल्यासोबत या मसलतीत सामील करून घेतलं, तर डळमळीत राहून निर्णय न घेऊ शकणाऱ्या इतर दोघा राजांना साथीला ठेवून घेणं सोपं जाईल. जीनांशी ठरवलेला बेत उदयपूरच्या राजाच्या कानी घालून त्यांनी चटकन निर्णय घ्यावा अशी गळ घातली. त्यावर उदयपूरच्या राजानं दिलेलं तडफदार उत्तर ऐकून जोधपूरच्या अननुभवी, बेजबाबदार तरुण राजाला धक्काच बसला. उदयपूरनं जबाब दिला होता, "मी काय करावं, याचा निर्णय माझ्या पूर्वजांनी पूर्वीच घेऊन ठेवला आहे. तुमच्यासारखं त्यांनी मोगलांची गुलामगिरी करणं तेव्हा पत्करलं असतं, तर आज अवघा राजपुताना

उदयपूरच्या ताब्यात असता! तुम्ही म्हणता तसलं काही आमच्याच्यानं होणार नाही.''

जीनांच्या योजनेत सहभागी होण्याचे जोधपूर नरेशांचे सगळे मार्ग खुंटले.

सरदारांची ससाण्यासारखी तीक्ष्ण नजर भोपाळच्या नबाबाच्या कारवाया टिपत होतीच. हमीदुल्ला जीनांचे निकटवर्ती आहेत आणि पाकिस्तानच्या बाजूनं त्यांच्या हालचाली सुरू आहेत, हे त्यांच्या नजरेतून सुटलं नव्हतं. राजपुतान्यातल्या तीन राजांना सोबत घेऊन हमीदुल्ला जीनांना भेटून आल्याची खबर सरदारांपर्यंत पोहोचली होती. माऊंटबॅटनांचा सल्ला मानून तिघे राजे सरदारांना भेटायला गेले. मात्र त्यांनी सरदारांना भेटू नये, अशीच हमीदुल्लाखानांची इच्छा होती. सरदारांच्या कार्यालयात पोहोचण्यापूर्वीच त्यांना विमानतळावरून तडक दिल्लीतल्या आपल्या महालात घेऊन जायची योजनाबद्ध तजवीज त्यांनी करून ठेवली होती; परंतु हमीदुल्लाखानांचं दुर्दैव आड आलं. ज्या विमानतळावर त्यांच्या गाड्या प्रतीक्षेत सज्ज होत्या, त्या विमानतळावर विमान उतरलंच नाही. वेगळ्या विमानतळावर उतरलेले तीनही राजे बाहेर पडून थेट सरदारांकडे पोहोचले. सर्व हकिकत शांतपणे ऐकून घेतल्यावर सरदार म्हणाले, ''घटनेनं जसे तुमचे काही अधिकार शाबूत ठेवले आहेत, तसेच प्रजेलाही काही हक्क स्वाभाविकपणेच मिळाले आहेत. देश आणि प्रजा दोहोंचं हित आणि कल्याण लक्षात घेऊन तुम्ही आज, अगदी आत्ताच काय तो निर्णय घ्यायला हवा.''

''आमचं स्वातंत्र्य सुरक्षित राहील अशी खात्री आम्हाला पाकिस्तानकडून मिळते आहे. तुम्हीसुद्धा आमचं स्वातंत्र्य अबाधित राहील अशी खात्री द्यावी, ही आमची अपेक्षा स्वाभाविकच नव्हे का?'' तिघांच्या मनातल्या प्रश्नाला जोधपूर नरेशांनी शब्दरूप दिलं.

सरदारांनी काही काळ जोधपूर नरेशांकडे रोखून पाहिलं. किंचितसे आवळले गेलेले ओठ विलग करत म्हटलं, ''युवर हायनेस, आपण स्वातंत्र्य स्वातंत्र्य म्हणता ते कोणतं स्वातंत्र्य? दिल्लीच्या सुलतानांना आपल्या मुलींच्या अथवा बहिणींच्या रूपानं नजराणे देऊन जपलंत ते स्वातंत्र्य अजूनही त्याच मार्गानं अबाधित आणि सुरक्षित ठेवायचं आहे का?''

दालनात स्तब्ध शांतता पसरली. सरदार हलकेच उठले. समोर विराजमान असलेल्या राजांना पाठीवर हात ठेवून अत्यंत मृदू स्वरात म्हणाले, ''महाराज साहेबांनो, वेळ फार थोडा उरलाय. येणाऱ्या काळानं आपल्या सर्वांना दोषी ठरवण्यापूर्वीच शेजारच्या दालनात बसलेल्या व्ही.पी. मेननांना भेटा. तुमचे सगळे दस्तऐवज, सगळी कागदपत्रं तयार आहेत. त्यांवर सही करा आणि इतिहासानं घेतलेल्या या नव्या वळणाचं स्वागत करून धन्यता मिळवा.''

तिघे राजे उठले.

हमीदुल्लाखान भलतेच गोंधळून गेले होते. त्यांचा जीव टांगणीला लागला होता. राजपुतान्यातल्या तिघा राजांना जाळ्यात ओढून पाकिस्तानचं गव्हर्नरपद जीनांकडून लाटण्याचा त्यांचा डाव निष्फळ ठरला होताच, आता त्याहीपेक्षा एक मोठी समस्या अचानक उद्‌भवली होती. त्यांच्या धाकट्या शाहजादीचा निकाह मध्यप्रदेशातल्या पटौडी राज्याच्या नबाबाशी झाला होता. तूर्त दोघांचा मुक्काम दिल्लीतल्या पटौडी हाऊसमध्ये होता. पटौडी हाऊस दिल्लीतल्या अत्याधुनिक श्रीमंत वस्तीत होतं. इंग्रज, हिंदू आणि मुसलमान अशा तीनही धर्मांच्या अतिश्रीमंत उच्चभ्रूंचे तिथे बंगले होते. बदललेल्या राजकीय परिस्थितीमुळे तिथली मुसलमान कुटुंबं आपले बंगले सोडून पाकिस्तानात निघून गेली होती. पाकिस्तानातून आलेल्या शीख तसंच हिंदू निर्वासितांनी ते बंगले ताब्यात घेऊन स्वत:साठी निवारा मिळवला होता. संपूर्ण दिल्ली शहर दंगलग्रस्त झालं होतं. सर्वत्र कडकडीत संचारबंदी लागू झाली होती.

आपल्या लेक-जावयाची चिंता हमीदुल्लांचं काळीज कुरतडत होती. रोषानं धुमसणारे हिंदू आणि शीख पटौडी हाऊसच्या आजूबाजूला राहत आहेत, यापलीकडे काहीच खबर हाती येत नव्हती. टेलिफोन सेवा ठप्प झाली होती. विश्वासाची माणसं पाठवूनदेखील पटौडी हाऊसच्या स्थितीची माहिती मिळत नव्हती.

शेवटी पित्याच्या वात्सल्यानं नबाबाच्या मुकुटावर मात केली. भोपाळ टेलिफोन एक्सचेंजमार्फत दिल्ली टेलिफोन एक्सचेंजशी संपर्क साधून त्यांनी सरदारांशी फोन जोडून द्यायची काकुळतीला येऊन विनंती केली. फोनवर भोपाळचे नबाब बोलत आहेत हे कळल्यावर सरदार चकित झाले. नबाब जणू गयावया करत होते, "सरदारसाहेब... माझ्या बेटीची अन् दामादांची काहीच खुशाली कळत नाहीये. पटौडी हाऊसच्या आसपास शीखांच्या टोळ्या फिरताहेत. माझ्या लेक-जावयाला वाचवा. काहीतरी करून त्यांची खबर मला मिळवून द्या."

सरदारांनी अगदी शांतपणे त्यांचं बोलणं ऐकून घेतलं. मग म्हणाले, "नबाबसाहेब, आपण मुळीच चिंता करू नका. त्या भागात संचारबंदी आहे खरी; पण मी सरकारी वाहन पाठवून त्यांना माझ्या घरी बोलावून घेतो."

हमीदुल्लांचा कंठ दाटून आला. त्यांच्या तोंडून शब्द फुटेना. दुसऱ्याच क्षणी पटौडी हाऊसमधून त्या दोघांना सांभाळून घेऊन यायची सरदारांनी पोलीस कमिशनरना सूचना केली. सूचना तत्काळ अमलात आली. संध्याकाळ व्हायच्या आत सरदारांनी भोपाळला जाणाऱ्या विमानानं दोघांची सुरक्षितपणे रवानगी केली.

पुढच्याच आठवड्यात भोपाळचं राज्य भारतात सामील करून घेणारी कागदपत्रं भोपाळच्या नबाबांच्या सहीशिक्क्यानिशी माऊंटबॅटनांच्या हाती पोहोचली. सोबत नबाबांनी विनंती केली होती, "युवर एक्सलन्सी, हे सामीलपत्र एका आठवड्यानंतर

जाहीर व्हावं, अशी माझी आपणास खास विनंती आहे.''

माऊंटबॅटननी नबाबांची विनंती मान्य केली. विनंतीमागचं तर्कशास्त्र चटकन समजत नव्हतं. हमीदुल्लाखानांचा स्वभाव लक्षात घेता, या काळातही त्यांनी या ना त्या प्रकारे एखादी राष्ट्रविरोधी कारवाई करून, काहीतरी प्राप्त करून घ्यायचा प्रयत्न केला असण्याची शक्यता नाकारता येत नव्हती. सामीलपत्र वृत्तपत्रांत प्रसिद्ध झालं. नबाबांनी त्या वेळी सरदारांना पत्र लिहिलं, ''आपल्या योजनेला आम्ही सतत विरोध करत आलो. राज्याचं स्वातंत्र्य अबाधित ठेवण्यासाठी मी हरतऱ्हेचे मार्ग चोखाळले, परंतु आता मी स्वत:चा पराजय स्वीकारत आहे. त्याचवेळी मी आपणास हेही सांगू इच्छितो, की पूर्वी मी जेवढा कट्टर शत्रू होतो, तेवढाच आता सच्चा मित्र होऊ शकतो. आपल्याकडून मला सदैव समंजसपणा आणि सौजन्य लाभलं आहे. यापुढे मी आपला निष्ठावान आणि विश्वासू सोबती बनून राहीन. नेहमी आपल्या बाजूनं उभा राहीन आणि जातीय सलोख्यासाठी आपल्या केवळ इशाऱ्यासरशी, माझ्यानं होण्यासारखं असेल ते सर्व काही अवश्य करेन.''

उत्तरादाखल सरदारांनी लिहिलं, ''आपलं राज्य भारत संघात दाखल झालं, याकडे मी स्वत:चा जय किंवा आपला पराजय या दृष्टीनं पाहत नाही. अखेरीस विजय झाला आहे तो सत्याचा आणि औचित्याचा! त्या विजयात आपण दोघांनी आपापली भूमिका बजावली आहे, एवढंच!''

सतरा

तातडीनं हातावेगळ्या करायच्या कामांची लांबलचक यादी रोजच सरदारांपुढे पडलेली असे. कामाच्या ताणापुढे दिवसाचे चोवीस ताससुद्धा अपुरे पडत. भल्या पहाटे चार वाजल्यापासून ते स्वत:ला कामाला जुंपून घेत, पण प्रकृती म्हणावी तितकी साथ देत नव्हती. तरी सरदार प्रकृतीकडे दुर्लक्ष करत. रात्री दहा वाजता व्ही.पी. मेनन आणि व्ही. शंकर या दोघा सचिवांशी दिवसभराच्या कामाची चर्चा झाल्यावर, दुसऱ्या दिवशीचे कार्यक्रम ठरवल्यानंतरच ते झोपायला जात.

स्वातंत्र्याचा उदय होत असताना रियासतीसंबंधात सहज बोलता बोलता गांधीजींनी म्हटलं होतं, ''सरदार, काठेवाड म्हणून ओळखल्या जाणाऱ्या मूठभर मुलुखात दोनशेबावीस राजे आणि आठशेसाठ सरहद्दी आहेत. या जगाचा निरोप घेण्याआधी या सगळ्याच्या सगळ्या आठशेसाठ सरहद्दी पुसल्या जाऊन अवघ्या सौराष्ट्राचं एकीकरण झालेलं बघायची माझी इच्छा आहे.''

त्या वेळी सरदारांनी उत्तर दिलं होतं, ''बापू, असा सौराष्ट्र तुमच्या पायाशी ठेवायचं मी वचन देतो.'' आपल्या वचनाची पूर्ती करण्याकडे सरदारांनी आपलं लक्ष केंद्रित केलं होतं.

नवानगर, जुनागढ आणि भावनगर एवढी तीन मुख्य राज्यं सोडली तर बाकी सगळी राज्यं म्हणजे छोट्या छोट्या जहागिरी किंवा वतनंच होती. वर्षाला पाचशे रुपयेसुद्धा उत्पन्न नसणारं आणि जेमतेम अर्धा किलोमीटर विस्तार असलेलं 'राज्य' या दोनशेबावीस 'संस्थानां'तच गणलं जात होतं.

जुनागढच्या नबाबानं पाकिस्तानात विलीन होण्याची इच्छा जाहीर करून टाकली होती. जुनागढ सरदारांना काट्यासारखं सलत होतं. वेरावळ बंदर जुनागढच्या ताब्यात होतं, केशोदचा विमानतळदेखील जुनागढच्या नबाबी प्रदेशात होता. जलमार्ग आणि हवाईमार्ग दोन्हींमार्फत जुनागढ पाकिस्तानशी दळणवळण करू शकलं असतं. जुनागढ पाकिस्तानात गेलं असतं, तर सौराष्ट्राला कायमची डोकेदुखी होऊन बसली असती.

भावनगरच्या राजानं मात्र १५ ऑगस्ट, १९४७ पूर्वीच गांधीजींना भेटून स्वत:चं राज्य अर्पण करून टाकलं होतं. गांधीजी काही काळ भावनगरच्या शामळदास कॉलेजचे विद्यार्थी होते, त्यामुळे ते स्वत:ला भावनगरच्या राजाच्या प्रजेपैकी एक मानत होते. भावनगरचे राजा त्यांना भेटायला आले असता, प्रजाजन या नात्यानं गांधीजींनी स्वत: उठून त्यांचं स्वागत केलं होतं. महाराजांनी आपलं राज्य बापूंच्या चरणी वाहिलं तेव्हा बापूंनी हसून विचारलं, ''महाराणीसाहेबांची संमती आहे ना?''

''महाराणीसाहेबांची मला सदैव साथ लाभली आहे बापू. माझं मोठं भाग्य आहे ते!''

''राज्य विलीन करण्याच्या बदल्यात द्यायच्या वर्षासनासंबंधी निर्णय घेतला जाईल. आपणाला त्याबद्दल काही सांगायचं असेल, तर नि:संकोचपणे सांगावं.'' गांधीजींनी शिष्टाचार पाळत म्हटलं.

''माझ्या राज्याच्या वर्षासनाची रक्कम ठरवण्याचं मुखत्यारपत्र मी तुम्हालाच देतो बापू! तुम्ही सव्वा रुपया जरी दिलात, तरी तो मी शिरोधार्य मानेन.'' महाराज कृष्णकुमारसिंहांनी बापूंना आश्वासन दिलं.

हे सगळं सरदारांना ठाऊक असल्यानं भावनगरबद्दल त्यांना कोणताही संदेह नव्हता. स्वातंत्र्य मिळायच्या आधीपासून भावनगर राज्यानं प्रजामंडळाची स्थापना करून प्रजेच्या प्रतिनिधींना शासनात सहभागी करून घेतलं होतं.

भावनगरच्या महाराजांच्या हृद्य आठवणी जागवत असतानाच सरदारांच्या मनात आठएक वर्षांपूर्वीची आणखी एक स्मृती ताजी झाली. एका परिषदेत भाग घ्यायला ते भावनगरला गेले होते. त्या वेळी तिथे जे जे काय घडलं, ते तिथल्या दिवाण अनंतराय पट्टाणींनी ज्या तऱ्हेनं गुंडाळून टाकलं, ते सगळं सरदारांना आठवलं. अनंतराय पट्टाणींचं नाव काढताच राजकोटचे दरबार वीरावाळांची आठवण अपरिहार्यपणे चाळवायची! वीरावाळांच्या अत्यंत धूर्त आणि कुटिल कारस्थानांत अनंतराय पट्टाणींचा हात असे. वीरावाळांकडून पराभूत होऊन गांधीजींनी राजकोट सोडलं होतं आणि 'मी हरलो' असं जाहीरपणे कबूल करून टाकलं होतं. अनंतरायांनी राजकोटमध्ये मुक्काम ठोकला होता. वीरावाळा, गांधीजी आणि ब्रिटिश पोलीटिकल एजंट गिब्सन यांच्याकडे अनेक हेलपाटे घातले होते. गिब्सननी वीरावाळांना राजकोट सोडून बगसऱ्याला निघून जायला सांगितलं होतं, तेव्हा या अनंतराय पट्टाणींनीच राजकोटच्या ठाकोरसाहेबांकडे स्वत:चं वजन वापरून त्यांना परत आणलं होतं. राजकोटच्या ठाकोरसाहेबांशी केलेल्या करारातून उणिवा शोधून काढण्याचं काम वीरावाळा यशस्वीपणे करू शकले, त्या यशाचे अनंतरायसुद्धा वाटेकरी होते.

राजकोटचा लढा गुंडाळला गेला. त्यानंतर लगेच थोड्या दिवसांनी भावनगर प्रजामंडळ परिषदेचं अध्यक्षस्थान भूषवण्यासाठी सरदार भावनगरला गेले होते. रेल्वेस्थानकापासून निघालेल्या त्यांच्या स्वागत-मिरवणुकीत शेकडो माणसांनी भाग घेतला होता. गजबजलेल्या राजमार्गाच्या एका वळणाशी मिरवणूक पोहोचताक्षणी रस्त्याच्या कडेला असलेल्या नगीना मशिदीतून तीस-चाळीस मुसलमानांची हत्यारबंद टोळी सरदारांच्या उघड्या मोटारीवर तुटून पडली. नानाभाई भट्टांसारख्या कसलेल्या कार्यकर्त्यांनी प्रसंगावधान राखून, डोळ्याची पापणी लवायच्या आत, सरदारांवर उगारलेली शस्त्रं स्वत:वर झेलली होती आणि सरदारांची मोटार पुढे नेली होती. चेव चढलेल्या मुसलमानांनी हत्यारं चालवणं सुरूच ठेवलं. परिणामी दोन निरपराध स्वयंसेवकाची हत्या झाली आणि इतर अनेक जण जखमी झाले.

भावनगरचे महाराज त्या वेळी तिथे नव्हते, महुव्याला गेले होते. सरदारांना खूप आश्चर्य वाटलं. प्रजामंडळाच्या परिषदेला महाराजांनी हजर न राहावं हे एकवेळ समजण्यासारखं होतं, पण सरदार येणार आहेत हे माहीत असूनही महाराजांनी भावनगरमध्ये उपस्थित असू नये, यात सरदारांना औचित्य दिसत नव्हतं. महाराजांच्या गैरहजेरीत नगीना मशिदीजवळ मुसलमानांच्या टोळीनं केलेल्या हल्ल्यात जातीय वैमनस्याचा भाग आहे असं वाटत नव्हतं. खरं म्हणजे, यापूर्वी भावनगरमध्ये जातीय दंगली कधीच घडल्या नव्हत्या.

ठरल्याप्रमाणे प्रजामंडळाची परिषद पार पडली. त्यानंतर शहरातल्या काही मुसलमान पुढाऱ्यांनी सरदारांवर झालेल्या हल्ल्याचा निषेध केला. एवढंच नव्हे, तर 'ही दुर्दैवी घटना आपण विसरून जाऊ या' असंसुद्धा म्हटलं. ते ऐकून सरदारांनी आपल्या निवेदनात एक वाक्य जोडलं, 'झालं गेलं विसरून जाऊ या, असं म्हणणं म्हणजे रात्रीला दिवस आणि दिवसाला रात्र मानायला तयार होण्याचा सल्ला देण्यासारखं आहे.'

त्यानंतर सुमारे वर्षभरानं, पकडल्या गेलेल्या मुसलमानांवर खटला भरला गेला, तेव्हा प्रारंभी दोन मुसलमानांना फाशीची शिक्षा झाली; पण बहुतेकांची संशयाचा फायदा घेऊन सुटका करण्यात आली. फाशीची शिक्षा झालेल्या दोघांपैकी एकाला नंतर सोडून दिलं आणि दुसऱ्याला फाशीऐवजी जन्मठेपेची शिक्षा झाली. कोर्टाच्या संपूर्ण कामकाजात आरोपींचा मुस्लीम लीगनं बचाव केला होता. सगळ्या कारवाईची सूत्रं अनंतराय पट्टाणीच हलवत आहेत, असं सरदारांचं स्पष्ट मत होतं. कोर्टाचा निवाडा ऐकल्यावर त्यांनी महादेवभाई देसाईंना लिहिलं होतं, 'हा पोलीटिकल निर्णय आहे आणि यात बचाव मुस्लीम लीगचाच केला गेला आहे. मुख्य म्हणजे, खुद्द दिवाणच अगदी सवंग खेळी खेळत आहेत, पण करणार काय?'

एखाद्या देवदूतासमान असलेल्या भावनगरच्या महाराजांपाशी अनंतराय

पट्टाणीसारख्या दिवाणाचा निभाव कसा काय लागतो, ते सरदारांना कळत नव्हतं. इतक्या सौम्य प्रकृतीच्या राजाच्या शासनात अशा प्रकारचा खुनी हल्ला झाला त्यामागे प्रत्यक्षात कोणाचा हात होता, हल्लेखोर कोणीही असो; हल्ला घडवून आणणारे कोण होते, त्यात त्यांचा मूळ उद्देश काय होता अशा कोणत्याही प्रश्नामागचं रहस्य उकलण्याचा प्रयत्न कोर्टाच्या संपूर्ण कारवाईत कुठेच झाला नाही. खुनी आरोपींच्या बचावासाठी राष्ट्रीय मुस्लीम लीगनं इस्माईल चुंदरीगर या आपल्या निष्णात वकिलाची नेमणूक केली होती. असं असूनदेखील राज्यातर्फे ही केस एखाद्या समर्थ वकिलाला सोपवण्याऐवजी पट्टाणीसाहेबांनी राज्याच्या सर्वसामान्य नियमांनुसार एक पोलीस केस दाखल करून सगळी कारवाई केली होती. सरदारांच्या मनात भावनगरच्या महाराजांबद्दल आदराची भावना होती; परंतु एकूण परिस्थिती लक्षात घेता, दिवाण म्हणून अनंतराय पट्टाणी अशा प्रकारच्या कारवाया करत असतील, तर सौम्यपणा हा शासनाचा सद्‌गुण मानता येत नाही, असं सरदारांना प्रकर्षानं जाणवू लागलं होतं.

नवानगरचे जामसाहेब केवळ काठेवाडातच नव्हे, तर अखिल भारतातल्या राजा-महाराजांमध्ये आगळा बहुमान राखून होते. वयानंही सगळ्यांपेक्षा ज्येष्ठ होते. त्यामुळे की काय, काठेवाडच्या राजांमध्ये ते 'अंकल' या नावानं अधिक परिचित होते. हिंद स्वातंत्र्य कायदा संमत झाला आणि ३० जून, १९४८ ऐवजी १५ ऑगस्ट, १९४७ ही तारीख ठरली, हे कळताच जामसाहेबांच्या तल्लख, मुत्सद्दी मेंदूतील विचारचक्रं वेगानं फिरू लागली. ब्रिटिश सत्तेचा अंत होताच तमाम देशी संस्थानिक कॉर्नवॉलिसशी अथवा डलहौसीशी केलेल्या तहाआधी ज्या स्थानी होते, त्याच स्थानी त्यांना पुनर्स्थापित केलं जावं, असं सुखद स्वप्न ते पाहू लागले. हिंदुस्थानचं नवं सरकार म्हणजेच काँग्रेस, त्यातही विशेषकरून सरदार आणि जवाहरलाल समस्त राजेमहाराजांना नेस्तनाबूत करायला दंड थोपटून उभे राहिले आहेत, असं जामसाहेबांना वाटत होतं. काळ बदलला होता. पाचशेबासष्ट राजेराजवाडे आपापल्या प्राचीन परंपरेनुसार पगडबंद होऊन सिंहासनावर विराजमान होऊ शकतील, असे दिवस आता उरले नव्हते. समजा, तसे ते सिंहासनाधिष्ठित झालेच तर इंग्रजांच्या आगमनापूर्वी ठग, पेंढारी इत्यादी चौथाई वसूल करण्याच्या नावाखाली बळजबरीनं लुटालूट करत होते, त्या वेळेसारखी 'बळी तो कान पिळी' अशी परिस्थिती पुन्हा एकदा निर्माण झाली असती. एकेकाळी याच जामसाहेबांनी पाकिस्तानला बेडी बंदराचा वापर करायची मुभा देऊन, सरहद्दीवरचं आपलं राज्य स्वतंत्र घोषित करण्याचं स्वप्नही पाहिलं होतं. ते स्वप्न प्रत्यक्षात उतरवणं शक्य नाही, असं वाटल्यावर कच्छ आणि काठेवाडच्या राज्यांनी एकत्र यावं, जुनागढला पाकिस्तानात जायचं असेल तर खुशाल जाऊ द्यावं आणि उरलेल्या राज्यांच्या एकत्रित 'संघा'चं

आपण स्वत: महाराजाधिराज व्हावं, अशी व्यूहरचना करण्याच्या उद्योगाला ते लागले. या सगळ्या खटाटोपासाठी त्यांनी एक कोटी रुपयांची तरतूद करून ठेवली.

काठेवाडात असा एखादा गट दिल्लीसरकारच्या म्हणजेच सरदारांच्या हातून अस्तित्वात आलाच तर त्या गटाचे अग्रणी नेते म्हणून उछरंगराय ढेबर आणि रसिकलाल परीख यांना नक्कीच स्थान असणार हे जामसाहेब जाणून होते. ढेबर जामनगरचे रहिवासी होते आणि काठेवाडच्या जनआंदोलनात सर्वांत अग्रस्थानी होते. राजकोटमध्ये वीरावाळांच्या विरुद्ध सरदारांनी जनआंदोलन उभारलं होतं, त्या वेळी जामसाहेब वीरावाळांच्या बाजूचे होते. काठेवाडच्या राजेरजवाड्यांच्या राज्यात सरदार म्हणा किंवा इतर कोणीही काँग्रेसच्या नावानं दखल द्यायला प्रारंभ केला की ढेबर जामनगरचे असल्यामुळे, केव्हा ना केव्हा जामनगरची पाळी येणारच होती. असं होऊ नये, एवढ्यासाठी जामसाहेबांनी वीरावाळांना नैतिक पाठिंबा दिला होता. आता समजा, काठेवाडचा एक गट बनवण्यात आपणच स्वत:हून पुढाकार घेतला, तर जवाहरलालांचा समाजवाद आणि सरदार पटेलांचा 'एक हिंदुस्थान' दोन्ही हात चोळत स्वस्थ बसतील आणि आपण काठेवाडच्या तमाम राजेरजवाड्यांचे खऱ्या अर्थानं 'अंकल' होऊ असा त्यांनी विचार केला. राजेमहाराजांच्या आणि वतनदार जहागीरदारांच्या पूर्वजांनी आपल्या रक्ताचं सिंचन करून मिळवलेला प्रदेश असा काँग्रेसच्या म्हणण्याखातर हातचा जावा, हे जामसाहेबांना अजिबात आवडत नव्हतं.

जामसाहेबांपेक्षासुद्धा महाराणी गुलाबकुंवरबांना राजांच्या सत्तात्यागाचा नुसता उल्लेखही खपत नव्हता. गुलाबकुंवरबांच्या ठायी दूरदृष्टी आणि कुशाग्रबुद्धी दोन्ही होतं. येणाऱ्या काळाची पावलं त्यांनी ओळखली होती. त्यामुळे वेळ आलीच, तर काँग्रेसच्या लोकशाही सरकारला कसं पीडता येईल, याचा विचार त्यांनी करून ठेवला होता. या योजनेत कोणकोणते राजे, कोणकोणते जहागीरदार सामील होऊ शकतील याचे आगाऊ ठोकताळे त्यांनी बांधून ठेवले होते. गुलाबकुंवरबांना ढेबरभाई आवडत नसत. ढेबरभाई आणि रसिकभाई या दोघांविरुद्ध कोणते फासे टाकता येतील याचा विचार करण्याबद्दल त्या दक्ष होत्या.

काठेवाडच्या राजांमध्ये अंकल जामसाहेबांचं काय स्थान आहे याची सरदारांना पूर्ण कल्पना होती. जुनागढनं आत्मघातकी निर्णय घेऊ नये यासाठी उपाययोजनांचा विचार करायला सरदारांनी मुंबईच्या काँग्रेसतर्फी काठेवाडी नेत्यांना सांगून ठेवलं होतं. गरज पडलीच तर जुनागढ विरुद्धच्या लढ्यात भारतीय पोलीसदलसुद्धा सहभागी होऊ शकेल, असं आश्वासन सरदारांनी मुंबईच्या काठेवाडी नेत्यांना दिलं होतं. भावनगरच्या विलीनीकरणाचा प्रश्नच उरला नव्हता. अनंतराय पट्टाणी दिवाणपदी असूनही महाराज कृष्णकुमारांनी भावनगरचं राज्य गांधीजींच्या चरणी वाहिलं होतं. केवळ जामनगरचाच काय तो प्रश्न उरला होता. जामसाहेब आणि गुलाबकुंवरबांच्या

मनसुब्यांचे वारे कोणत्या दिशेनं वाहात आहेत, हे सरदार ओळखून होते. पडद्यामागून सूत्रं हलवून कोणीतरी जामसाहेबांना चुकीच्या मार्गावर नेत आहे, अशी शंका त्यांना होती. ती सूत्रं हलवण्यात पाकिस्तानचा अथवा जीनांचा हात असावा, असं मात्र त्यांना वाटत नव्हतं. जामसाहेबांच्या मनात नक्की आहे तरी काय ते समजून घ्यायच्या विचारात सरदार गढले असतानाच, त्यांना अचानक कर्नल हिंमतसिंहजींची आठवण आली. कर्नल हिंमतसिंहजी भारतीय सैन्यात उच्चपदावर होते. दुसऱ्या महायुद्धात ते दोस्तराष्ट्रांतर्फे आघाडीवर जाऊन लढले होते. सर्वांत महत्त्वाची गोष्ट म्हणजे कर्नल हिंमतसिंहजी जामसाहेबांचे सख्खे धाकटे बंधू होते. जामसाहेबांना समजून घेण्याच्या कामी कर्नल हिंमतसिंहजींकडून एखादी गुरुकिल्ली मिळवता येईल, अशा धारणेनं सरदारांनी त्यांना बोलावणं धाडलं.

"कर्नल," सरदार म्हणाले, "दुसऱ्या महायुद्धात ब्रिटिश सरहद्दींच्या रक्षणार्थ एक भारतीय सेनापती या नात्यानं तुमची कारकीर्द अतिशय उज्ज्वल होती, असं माझ्या ऐकण्यात आहे."

"सरदारसाहेब, जर्मन रणगाड्यांचा हल्ला थोपवण्यासाठी मी जे काही केलं ते एक सैनिक या नात्यानं माझं कर्तव्यच होतं, एवढंच मी म्हणेन."

"एक सेनानी म्हणून त्या वेळी तुम्ही ब्रिटिश सरहद्दीचं रक्षण केलं होतं," असाधारण शांत स्वरात सरदार म्हणाले. "आता भारतीय सरहद्दीच्या रक्षणार्थ मी तुमची मदत मागतोय कर्नल!"

कर्नल चपापले. सरदारांसारख्या, देशातल्या सर्वोच्च राजकारणी पुरुषानं आपली मदत मागावी ही गोष्ट त्यांच्या कल्पनेपलीकडची होती.

"आपणासारख्यांनी मदत मागायची नसते सरदारसाहेब, आदेश द्यायचा असतो. आपण फक्त हुकूम केलात, तर मी स्वत:ला धन्य समजेन."

"कर्नल, राज्यांच्या विलीनीकरणासंदर्भात मला जामसाहेबांना भेटायचं आहे. जामसाहेब जरा वेगळा विचार करताहेत असं वाटतंय. तुम्ही तिकडे देशाच्या सरहद्दीचं रक्षण करत आहात, त्याचवेळी इकडे जामसाहेब एखादी नवीन सरहद्द तर निर्माण करून ठेवत नाहीत ना, यावर लक्ष ठेवण्यासाठी तुम्ही मला मदत करा. जामसाहेबांशी माझं बोलणं अगदी सौहार्दपूर्ण वातावरणात व्हावं आणि मुख्य म्हणजे सफळ व्हावं, यासाठी तुम्ही काही हातभार लावू शकाल का?"

खालचा ओठ दाताखाली दाबून कर्नल हिंमतसिंहजी खिडकीबाहेर टक लावून बघत राहिले. नंतर किंचित हसून म्हणाले, "खरं सांगू का सरदारसाहेब, कोणतीही गोष्ट मोटाभाईंना समजावायची असेल, तर सर्वांत आधी ती भाभीसाहेबांच्या गळी उतरवावी लागेल. एकदा भाभीसाहेब सहमत झाल्या, की मग मोटाभाईंना समजावणं कठीण नाही." तोंड उघडून कर्नल मोकळं हसले.

एका अतिकठीण समस्येच्या अत्यंत नाजूक वळणावर कर्नल ज्या पद्धतीनं बोलले, त्यानं सरदारांनाही हसू आलं. हसून ते म्हणाले, ''जामसाहेबांना मी दिल्ली भेटीचं आमंत्रण पाठवतो...''

''त्याची काही गरज नाही!'' कर्नल विशेष माहिती देऊ लागले, ''परवाच्या दिवशीच महाराजसाहेब आणि भाभीसाहेब खास त्यांच्या रेल्वे सलूनमधून कोट्याला येणार आहेत. कोट्याला राजघराण्यातला एक विवाहसमारंभ आहे. मीदेखील तिथे जाणार आहे. लग्नसमारंभ आटोपल्यावर महाराजसाहेबांचं सलून दिल्लीला येईल आणि संध्याकाळी जामनगरला जाणाऱ्या गाडीला जोडलं जाईल. मीसुद्धा मोटाभाईंसोबत त्यांच्या सलूनमधूनच दिल्लीला परत येणार आहे.''

एका क्षणात अनेक विचारांनी सरदारांच्या चेहऱ्यावर गर्दी केली. जरासं हसून ते म्हणाले, ''तसं असेल, तर एक करा कर्नल, जामसाहेबांच्या स्वागताला मी दिल्ली स्टेशनवर गाडी पाठवतो. माझ्यावतीनं तुम्ही त्यांना भोजनाचं निमंत्रण द्या. महाराजसाहेब आणि राणीसाहेब दोघांनी दुपारचं भोजन माझ्यासोबत घ्यावं.'' सरदार क्षणभर थांबले. मग वाक्य पूर्ण करत म्हणाले, ''माफ करा कर्नल, गैरसमज करून घेऊ नका; पण त्या भोजनाच्या निमंत्रणात मी तुम्हाला सामील करू शकत नाही.''

''सरदारसाहेब, निश्चिंत असा. या भोजनप्रसंगी जी बातचीत होईल, त्यात कुणालाच हजर राहू देता येणार नाही, हे मी पूर्णपणे समजू शकतो.''

ठरल्याप्रमाणे जामसाहेब आणि गुलाबकुंवरबा सरदारांनी पाठवलेल्या गाडीनं दुपारी ठीक साडेबारा वाजता १, औरंगजेब रोडवर पोहोचले. सरदारांनी अतिशय अगत्यानं त्यांचं स्वागत केलं. मणिबेननीही तिथे हजर राहून जामसाहेबांना वंदन केलं. गुलाबकुंवरबांनी मणिबेनना जवळ घेऊन आपुलकी दर्शवली.

थोड्याशा औपचारिक गोष्टी झाल्यावर सगळे डायनिंग टेबलाशी बसले. भोजनाची सिद्धता झाली होती.

''आम्हाला आपल्याकडे भोजनाला बोलावून आपण आमचा सन्मान केला आहात, सरदारसाहेब.'' जेवता जेवता जामसाहेब म्हणाले.

''छे, छे! सन्मान करायचा प्रश्नच नाही जामसाहेब, तो आपला आणि त्याहूनही अधिक महाराणीसाहेबांचा अधिकारच आहे.'' अगदी सहज म्हणावं अशा सुरात सरदार म्हणाले.

''तो कसा?'' गुलाबकुंवरबांनी मधेच विचारलं.

''नवानगरची समृद्धी आणि कीर्ती दोन्ही बाबतीत महाराजसाहेबांची प्रेरणामूर्ती आपणच आहात, हे अवघ्या काठेवाडला ठाऊक आहे.'' सरदारांनी संभाषणाचं सूत्र पुन्हा आपल्या हाती घेतलं. ''मी काठेवाडचा नसलो, तरी माझे गुरू गांधीजी यांच्यामुळे काठेवाड मला परिचित आहे.''

सगळेच थोडंसं हसले. वातावरण हलकंफुलकं झालं. त्याचा फायदा करून घेत सरदारांनी मुद्द्याला हात घातला. "महाराणीसाहेब, येत्या काही दिवसांत या देशाचा जो इतिहास लिहिला जाईल, त्यात महत्त्वाची भूमिका आपणालाच बजावायची आहे."

"मी नाही समजले. जरा खुलासेवार सांगाल का?" महाराणीसाहेबांनी किंचित गोंधळून; पण अत्यंत विनम्रपणे विचारलं.

"अगदी सरळ आहे मॅडम," सरदार पुन्हा एकदा अगदी सहजतेनं म्हणाले. "काठेवाडच्या तमाम राजांमध्ये जामसाहेबांना अंकलचा मान आहे. आगामी काळातल्या काठेवाडच्या इतिहासातसुद्धा जामसाहेब सर्वांचे अंकलच बनून राहतील, हे घडणं तुमच्याच हातात आहे."

"आपले आशीर्वाद असतील, तर आपल्या मार्गदर्शनाखाली सगळं काही घडू शकतं." गुलाबकुंवरबा म्हणाल्या. ताटातल्या पक्वान्नांपेक्षाही गोड वाटणाऱ्या सरदारांच्या बोलण्यामुळे जामसाहेबांना आणि त्यांच्यापेक्षाही जास्त गुलाबकुंवरबांना मुखातला घास विशेषच चवदार लागत होता! "एकच अडचण आहे, ती म्हणजे ढेबरभाई आणि काही अंशी रसिकभाई!" महाराणींच्या मनातील गोष्ट ओठांवर आलीच.

"राणीसाहेब," राणीसाहेबांच्या मनीचं मर्म सरदारांनी पुरेपूर ओळखलं. "वाहत्या झऱ्याच्या मार्गात एखादा खडक आला, तर पाण्याचा प्रवाह त्या खडकाला तसाच सोडून पुढे निघून जातो. असं वाहता वाहता अखेरीस प्रवाह समुद्रापर्यंत जातो आणि खडक मात्र जिथल्या तिथेच पडून राहतो. आपण असा झरा व्हावं, अशी माझी आपल्याकडून अपेक्षा आहे."

महाराणीसाहेबांनी सरदारांबद्दल याआधी बरंच काही ऐकलं होतं, पण सरदार इतक्या मोकळेपणानं आणि आपुलकीनं बोलू शकतात, हे त्यांना अगदी अकल्पित होतं. तरीसुद्धा जात्याच मुत्सद्दी असल्यानं त्यांनी बोलून घेतलं, "सगळ्या काठेवाडचा एकच गट केला, तर मंत्री म्हणून ढेबरभाई आणि रसिकभाई असतील..."

"होय. ते प्रजेचे प्रतिनिधी आहेत; पण त्या गटाच्या अधिकृत प्रमुखपदी अंकल जामसाहेबच असणार हे विसरून चालणार नाही."

राणीसाहेब खूश झाल्या. जामसाहेबदेखील सुखावले. "मी आपल्यासोबतच आहे सरदारसाहेब," जामसाहेब म्हणाले. "फक्त एकच विनंती आहे, केंद्रीय घटनासमितीत ढेबरभाईंची नेमणूक करू नका."

ढेबरभाईंबद्दल जामसाहेबांच्या मनात असलेला वैरभाव सरदारांना रुचला नाही, तरी पण त्यांनी मनात एक खूणगाठ बांधली. ढेबरभाई घटनासमितीत नसल्यानं देशाला फार मोठा फरक पडणार नव्हता. त्याउलट हेच ढेबरभाई काठेवाड राज्याच्या

नव्या गटाचे मुख्य प्रधान झाले, तर त्यामुळे या शाही जोडप्यांच्या सुसाटपणे निघालेल्या महत्त्वाकांक्षेला काबूत ठेवणं शक्य झालं असतं.

"आपलं म्हणणं मी नक्कीच लक्षात ठेवीन, जामसाहेब! आता काठेवाडच्या राज्यांचा एकत्रित गट रचायची जबाबदारी तुमची!" एवढं बोलून सरदारांनी आपला मोहरा गुलाबकुंवरबांकडे वळवला. "महाराणीसाहेब, नवानगरचे महाराजच काय, काठेवाडचा हा सगळा संघच आता तुमच्या मुठीत आहे."

भोजन आटोपल्यावर सरदारांच्या गाडीतून रेल्वेस्टेशनकडे निघालेल्या गुलाबकुंवरबांनी हसऱ्या चेहऱ्यानं पतीला हलकेच विचारलं, "महाराज, ही संधी सोडायची नाही. नव्या राज्याचे प्रमुख म्हणून आपण ढेबरभाईंवर आणि रसिकभाईंवर नियंत्रण ठेवू शकू. शिवाय काठेवाडचे सगळे लहानमोठे जहागिरदार, जमीनदार आपल्या बाजूनंच असतील."

"खरंय, महाराणी!" जामसाहेब प्रसन्नपणे म्हणाले. "सोन्यासारखं बोलतो हा माणूस. त्याच्याविरुद्ध जाण्यापेक्षा त्याच्यासोबत जाणं आपल्या हिताचं आहे."

अठरा

देश स्वतंत्र झाल्यानंतर रियासती खात्याचे सचिव व्ही.पी. मेनन यांना निवृत्त व्हायचं होतं. जवळपास चार दशकं ब्रिटिश सरकारच्या पोलीटिकल डिपार्टमेंटशी त्यांचा संबंध होता. मलबार जिल्ह्यातल्या आपल्या मूळ गावच्या गावठी शाळेत केवळ आठव्या इयत्तेपर्यंतच त्यांचं शिक्षण झालं होतं. मातृभाषा मल्याळम् आणि गरजेपुरती इंग्रजी भाषेची तोंडओळख, एवढ्या शिदोरीवर ते पोलीटिकल डिपार्टमेंटमध्ये टायपिस्ट म्हणून नोकरीला लागले होते. पोलीटिकल डिपार्टमेंटचं कामकाज थेट व्हाइसरॉयच्या अखत्यारीखाली चालत असे. टायपिस्ट म्हणून लागलेले मेनन आपल्या बुद्धिमत्तेच्या जोरावर चार दशकांच्या अवधीत सचिवपदापर्यंत पोहोचले होते.

माऊंटबॅटन व्हाइसरॉय बनून हिंदुस्थानात आले, त्या वेळी मेनन व्हाइसरॉयचे सल्लागार म्हणून काम बघत. या दरम्यान त्यांचा अधूनमधून सरदारांशी थेट संपर्क येई. देशभरातल्या पाचशेबासष्ट राजेरजवाड्यांच्या प्रश्नांकडे पोलीटिकल डिपार्टमेंटला लक्ष द्यावे लागत असे, त्यामुळे सगळ्या संस्थानिकांबद्दल मेननांना बरीच माहिती होती. साठी उलटून गेलेल्या मेननांनी स्वातंत्र्य मिळाल्यानंतर निवृत्त होण्याची इच्छा व्हाइसरॉयजवळ बोलून दाखवली, तेव्हा व्हाइसरॉयांनी सरदारांना सुचवलं, "मेननांच्या नोकरीचा कार्यकाल संपला आहे, परंतु स्वातंत्र्यप्राप्तीनंतर तुम्हाला संस्थानिकांचा प्रश्न सोडवावा लागेल. त्या वेळी मेनन तुमच्या सोबतीला असतील तर तुमचा भार निश्चितच हलका होईल असं मला वाटतं."

मेननांच्या कामगिरीवर सरदारही खूश होते. गेल्या काही काळात मेनन सरदारांसोबत ज्या जाणकारपणानं आणि निष्ठेनं आपला अनुभव पणाला लावून काम करत होते, ते लक्षात घेता, सद्यपरिस्थितीत त्यांना लगेच निवृत्त होऊ न देता संस्थानिकांचे प्रश्न सोडवण्याच्या कामी त्यांच्या सेवेचा लाभ करून घेतला पाहिजे, असं सरदारांनाही वाटू लागलं होतं.

१५ ऑगस्ट, १९४७ रोजी हिंदुस्थानला स्वातंत्र्य द्यायचं ठरलं, त्याबरोबरच पोलीटिकल डिपार्टमेंटच्या जागी रियासती खात्याची स्थापना झाली. सरदार त्या खात्याचे मंत्री झाले. संस्थानिकांच्या प्रश्नांत जवाहरलालांना विशेष स्वारस्य होतं. जवाहरलाल स्वत: पंतप्रधान असल्यामुळे त्या पदाच्या अधिकारान्वये त्यांना त्या खात्याची कोणतीही माहिती जाणून घेण्याचा हक्क होता. वल्लभभाईंचे मंत्रिमंडळातील ज्येष्ठ आणि वरिष्ठ स्थान, त्याचप्रमाणे त्यांचं प्रभावी व्यक्तिमत्त्व यामुळे त्यांच्याकडून उघडपणे माहिती मागवणं जवाहरलालांना जड जात होतं. सरदारांचं अनेकवेळा त्यांना दडपण वाटत होतं. त्यामुळे नव्या रियासती खात्याच्या सचिवपदी आपले खासगी सचिव एच.व्ही.आर. अय्यंगारांची नियुक्ती करायची त्यांची इच्छा होती. सरदारांनी मेननांचं नाव पुढे केलं आणि माऊंटबॅटननी ते उचलून धरलं. मेनन रियासती खात्याचे अधिकृत सचिव बनले.

देशभरातल्या संस्थानिकांशी विचारविनिमय करण्यासाठी मेनन रात्रंदिवस दौरे करत होते. सरदारांनी त्यांना सर्व अधिकार दिले होते. १५ ऑगस्ट पूर्वीच शक्य तेवढे अधिकाधिक राजे कॉन्स्टिट्युअंट असेंब्लीत सामील व्हावेत आणि त्यांनी आपलं राज्य भारत संघाच्या हवाली करून सामीलनाम्यावर सही करून टाकावी, असं सरदारांना वाटत होतं. वेळ आली तर सरदार स्वत: या संस्थानिकांच्या छोट्या छोट्या प्रादेशिक सभांमध्ये भाषण करत. त्यांच्या मनातल्या शंकाकुशंकांचं निराकरण करत. मेनन स्वत: दिवसातून दोनदा, असतील तिथून सरदारांना आवश्यक ती सर्व माहिती पुरवत आणि पुढच्या कामाबद्दल त्यांचं मार्गदर्शन घेत.

बडोद्याचे महाराज प्रतापसिंह गायकवाड यांच्याकडून बडोदे राज्याच्या मालमत्तेविषयी आणि राज्याच्या जबाबदाऱ्यांविषयी मेनन माहिती मिळवत होते. एक गोष्ट त्यांच्या लक्षात आली होती. गायकवाड जी मालमत्ता आपली खासगी असल्याचं दाखवत होते, त्या मालमत्तेचा राज्याच्या अधिकृत दप्तरांशी ताळेबंद जुळत नव्हता. सामीलनाम्याच्या अटींनुसार भारत संघात विलीन झाल्यानंतर राजांची खासगी मालमत्ता त्यांच्यापाशीच राहणार होती. खासगी मिळकतीच्या नावाखाली राज्याची बरीचशी मालमत्ता बडोद्याचे महाराज आपल्या पदरात पाडून घ्यायच्या प्रयत्नात होते. याबाबत सरदारांकडूनच मार्गदर्शन घ्यावं, असं मेननांनी ठरवलं.

“सरदार,” मेनन म्हणाले, “गायकवाड जो दावा करत आहेत त्याचा सरकारी दस्तावेजांशी मेळ बसत नाही. अशावेळी आपण काय करावं?”

“मिस्टर मेनन,” सरदार शांतपणे म्हणाले, “आपल्याला राजांकडून त्यांचं राज्य मिळवायचंय, मालमत्ता नव्हे.”

“म्हणजे? जरा अधिक फोड करून सांगता का?”

“तुमच्यासारख्या अनुभवी अंमलदारांना अधिक सांगावं लागू नये. आपल्याला

युद्ध जिंकायचं आहे. लहानसहान चकमकीत वेळ आणि शक्ती वाया घालवायची नाही. राजे लोक ज्या कोणत्या मिळकतीला खासगी मिळकत म्हणत असतील तो त्यांचा दावा जसाच्या तसा स्वीकारून राज्याच्या सामीलनाम्यावर सही मिळवणं, यातच आपला विजय आहे.''

अशी मार्गदर्शक रूपरेषा मिळवल्यानंतरसुद्धा हिंदुस्थानच्या दक्षिण टोकाच्या कोचीन राज्यात एक वेगळाच पेच उद्भवला. त्या राज्यात गेल्या काही पिढ्यांपासून राजकुमारांना आणि राजकुमारींना राज्याच्या तिजोरीतून त्यांच्या वरखर्चासाठी एक ठरावीक रक्कम दिली जात असे. राज्याच्या तिजोरीवर पिढ्यान्‌पिढ्या पडत आलेल्या भारामुळे दर पिढीनिशी रक्कम वाढत जाणार हे उघडच होतं. कोचीन राज्याचे दस्तावेज पाहिल्यावर मेनन चकित झाले. दरवर्षी राज्याच्या तिजोरीतून एकूण दोनशे तेवीस राजकुमारांना आणि दोनशे एकतीस राजकुमारींना असा वरखर्च दिला जात होता. रियासती खात्यानं निर्धारित केलेल्या सामीलनाम्याच्या नियमांनुसार राजेलोकांना त्यांच्या राज्याच्या बदल्यात एका निश्चित धोरणानुसार वर्षासन मिळत राहील अशी तरतूद होती. त्याखेरीज राज्याच्या निवृत्त कर्मचाऱ्यांना राज्यातर्फे देण्यात येणाऱ्या पेन्शनची जबाबदारीसुद्धा केंद्रसरकारनं उचलली होती. धार्मिक स्थळं आणि अन्य सामाजिक संस्थांना राज्याकडून ठरावीक धोरणाप्रमाणे दिलं जाणारं आर्थिक साहाय्य चालू ठेवण्याचं मान्य करण्यात आलं होतं; परंतु इतक्या प्रचंड संख्येनं कोचीनमधल्या राजघराण्यातल्या कुटुंबीयांना वरखर्चासाठी रक्कम दिली जात होती ते फारच विचित्र वाटत होतं. हा वरखर्च देणं चालू राहावं असा कोचीनच्या राजानं आग्रह धरला, तेव्हा पुन्हा एकदा सरदारांचा सल्ला मागायची वेळ मेननांवर आली.

''इतकी सारी माणसं पिढ्यान्‌पिढ्या काही काम केल्यावाचून राज्याच्या तिजोरीतून वरखर्चाची रक्कम उचलत राहतात याला काय म्हणायचं?'' मेननांनी प्रश्न उपस्थित केला. एक क्षणभर सरदारसुद्धा विचारात पडले. दीर्घ श्वास घेऊन त्यांनी खांद्यावरून घसरलेलं उपरणं नीट केलं, मग म्हणाले, ''वास्तविक ते वाजवी म्हणता येणार नाहीच पण...''

''पण काय?'' मेनन लक्ष देऊन ऐकत होते.

''मेनन, एक गोष्ट सांगू का तुम्हाला?''

इतक्या गंभीर विषयावर बोलणं सुरू असताना सरदारांचा असा प्रश्न इतका अनपेक्षित होता, की मेननांना उत्तर सुचेना. ते अवाक् होऊन नुसतेच बघत राहिले.

''ऐका.'' सरदारांनी पुन्हा बोलायला सुरुवात केली. ''एक होता राजा. त्याला पक्षी पाळण्याचा विलक्षण नाद. तऱ्हेतऱ्हेचे, विविध जातींचे शेकडो पक्षी सोन्या-चांदीच्या पिंजऱ्यात कोंडून त्यानं एक सुंदर पक्षीघर बनवलं होतं. राजा आपला बहुतेक सर्व वेळ पक्ष्यांची देखभाल करण्यात, पक्षीघरातच घालवायचा.''

अत्यंत विचक्षण, मुत्सद्दी गणल्या जाणाऱ्या मेननांच्या लेखी त्या क्षणी सरदारांची ती कथा म्हणजे अद्‌भुत आश्चर्यच होतं. ते मुग्ध होऊन ऐकत होते.

"राणीला मात्र राजाचं हे पक्षीप्रेम मुळीच आवडत नव्हतं. राणीच्या नाराजीकडे राजा दुर्लक्ष करी. कालांतराने राजा मरण पावला." सरदार पुढे सांगू लागले, "सगळ्या पक्ष्यांना उडून जाता यावं म्हणून राणीनं दुसऱ्याच दिवशी सगळ्या पिंजऱ्यांची दारं उघडायला लावली."

"मग? मग काय झालं?" एव्हाना मेननांना, गोष्टीत रुची उत्पन्न झाली होती.

"दोन दिवसांनी राणीनं पक्षीघराला भेट दिली. तिथलं दृश्य पाहून तिला धक्काच बसला. एकजात सगळे पक्षी पिंजऱ्यात अथवा पिंजऱ्याखाली मरून पडले होते. एकही पक्षी पिंजरा सोडून उडून गेला नव्हता. पिंजऱ्यात बसल्याजागी खायला प्यायला मिळायची सवय झालेले ते पक्षी उडायचंच विसरून गेले होते. दोन दिवस त्यांना खाणं तर सोडाच, पाण्याचा थेंबही मिळाला नाही. त्यामुळे शेवटी ते सगळे मरूनच गेले." सरदारांनी गोष्ट पूर्ण केली आणि मग पुढे म्हटलं, "मेनन, कोचीनच्या राजघराण्याच्या पक्षीघरातले हे पक्षी कोणतंच काम करायला शिकले नसतील आणि यापुढे काही शिकण्याच्या अवस्थेतही नसतील. भूतदयेचा सिद्धांत आठवा आणि त्यांना द्यायची रक्कम सध्याच्या पिढीपर्यंत चालू ठेवा."

मेनन थक्क झाले. या शेकडो निरुद्योगी राजवंशीयांना असं पोसत राहण्यानं वाढणाऱ्या खर्चाच्या आकड्याकडे त्यांनी सरदारांचं लक्ष वेधलं. सरदार हसले. एवढंच म्हणाले, "कधी कधी मोठ्या धर्माचं रक्षण करण्यासाठी छोटा अधर्म उघड्या डोळ्यांनी आचरावा लागतो, मेनन!"

अनेक पिढ्यांपासून ज्यांनी राजसत्ता उपभोगली असे शेकडो राजे, त्यांचे युवराज, त्यांचे इतर भाऊबंद हे सगळे काळाच्या वाहत्या प्रवाहापासून दूर, एकप्रकारे वंचितच राहिले आहेत याची सरदारांना जाणीव होती. काही राजे आत्मकेंद्री, स्वार्थी होते. काही जुलमी, अन्यायी होते, अत्याचारीसुद्धा होते. यात तथ्य असलं तरी हे दुर्गुण केवळ राजांपुरतेच मर्यादित नसतात हेदेखील सरदारांना ठाऊक होतं. अन्य भागात, अन्य देशात राजांखेरीज इतर जे कोणी सत्ताधीश असतात तिथेही असंच बघायला मिळतं, हाच अनुभव येत असतो. थोडक्यात, केवळ राजेलोकच नव्हे तर कोणीही माणूस अशा दुर्गुणांना बळी पडत असतो. कोणतेही परिश्रम न करता, कसलीही जबाबदारी न घेता ज्यांना हवं ते मिळत जातं त्या सगळ्यांमध्ये असले अवगुण प्रकर्षाने दिसून येतात. सरदारांना हे माहीत होतं; त्यामुळे एकंदरीनं पाहता बहुतांश राजे देशाच्या जनप्रवाहात मिसळून जायला उत्सुक आहेत, असं सरदार मानत होते. कित्येक शतकांपासून राजेशाहीचा विशेष लाभ मिळत असल्यानं त्या लाभाच्या रक्षणासाठी राजेलोकांनी प्रयास करावेत हेसुद्धा मनुष्यस्वभावाला धरूनच

आहे असं सरदारांना वाटत होतं. त्यामुळे 'संघर्ष नव्हे, समन्वय' हेच सूत्र सरदारांनी जपलं होतं.

कोचीन आणि त्रावणकोरच्या राजांमध्ये विलक्षण बेबनाव होता. मागच्या दोन-तीन पिढ्यांपासून तो जोपासला गेला होता. त्यामागे विशेष असा कोणता राजकीय वा आर्थिक हितसंबंधाचा प्रश्न नव्हता. दोन-तीन पिढ्यांपूर्वीच्या तिथल्या राजांच्या 'अहम्'च्या संघर्षाचा तो परिपाक होता. तेव्हापासून दोन्ही राज्यांचे राजे स्वत:ला दुसऱ्यापेक्षा श्रेष्ठ मानू लागले होते. दोघेही दुसऱ्याकडे तुच्छतेने बघत होते. सरदारांना परिस्थितीचा अंदाज आला. या दोघांची दिलजमाई झाली नाही तर दक्षिणेच्या या दोन प्रमुख राज्यांची पुनर्रचना करण्यात अडचणी उभ्या राहणार हे कळायला त्यांना वेळ लागला नाही. कोचीनचे महाराज त्रावणकोरच्या महाराजांपेक्षा वयानं निम्म्याहूनही लहान होते. आपण भगवान पद्मनाभाचे सेवक या नात्यानं शासन करतो आणि म्हणूनच स्वत:ला राजा म्हणवून घेणं योग्य नव्हे असं त्रावणकोरचे महाराज मोठ्या भक्तिभावानं म्हणत. त्रावणकोरचे दिवाण सी.पी. रामस्वामी अय्यर यांनी राजाच्या भक्तिभावनेचा मुद्दा सरदारांशी चाललेल्या वाटाघाटींमध्ये ओढून आणला. सामीलनाम्याच्या अखेरीच्या चर्चेत सरदारांनी रामस्वामींना महाराजांची सही घेऊन यायला सांगितलं, तेव्हा रामस्वामींनी मग्रूरपणे म्हटलं, "त्रावणकोर नरेश भगवान पद्मनाभांचे सेवक आहेत, राजा नव्हेत. त्यामुळे खुद्द भगवान पद्मनाभांनीच त्यांना सामीलनाम्यावर सही करण्याची आज्ञा दिली तरच ते घडू शकेल."

"असं?" सरदार जरासं हसले. "मग मला सांगा, त्रावणकोरचं राज्य ब्रिटिशांच्या आधिपत्याखाली गेलं तेव्हा त्रावणकोर नरेशांनी भगवान पद्मनाभांची आज्ञा मिळवली होती, की त्रावणकोर राज्य तुमच्या आधिपत्याखाली आणा अशी आज्ञा भगवान पद्मनाभांनी इंग्रजांना दिली होती?"

रामस्वामींजवळ उत्तर नव्हतं. त्यांच्या मौनाचा फायदा घेत सरदारांनी दुसरा विषय काढला, "रामस्वामी, तुम्ही स्वत: एक कुशल राजकारणी आहात. कोचीनशी असलेल्या तुमच्या अकारण बेबनावामुळे दोन्ही राज्यांची प्रतिष्ठा उणावते आहे. मला वाटतं दोघंही राजे एकत्र बसून, गप्पागोष्टी, खाणंपिणं करू शकतील असे मैत्रीपूर्ण संबंध त्यांच्यात पुन्हा एकदा स्थापित व्हावेत."

"असे सौजन्यपूर्ण व्यवहार असण्यात त्रावणकोर नरेशांची काहीच हरकत नसेल. मात्र यासाठी पुढाकार कोचीननं घ्यायला हवा."

सरदार समजून चुकले, की आता प्रश्न केवळ जिद्दीचा आणि अहंकाराचा होता. त्यांनी म्हटलं, "खरं आहे तुमचं रामस्वामी. त्रावणकोर नरेश वयानं ज्येष्ठ आहेत. कोचीनचे राजे तरुण आहेत. वयाचा मान राखणं हे तारुण्याला भूषणास्पदच

आहे. कोचीनच्या राजांना मी निरोप पाठवतो. त्यांचं आमंत्रण तुम्ही स्वीकारा.''

सरदारांनी वेळ दवडला नाही. कोचीनच्या राजाची त्यांनी ताबडतोब भेट घेतली. सुरुवातीच्या औपचारिकतेनंतर लगेच मूळ मुद्द्याला हात घालत त्यांनी म्हटलं, ''युवर हायनेस, तुम्ही सुशिक्षित आहात, समंजस आहात. भारतीय संस्कृतीची परंपरा तुम्ही जाणता. त्रावणकोर नरेशांचं वय तुमच्या दुपटीहून अधिक असेल. तुमच्या पिताजींच्या वयाचेच म्हटलं तरी चालेल. तुम्ही त्यांना आमंत्रण पाठवावं असा तुम्हाला माझा सल्ला आहे. ते नक्कीच तुमचं आमंत्रण स्वीकारतील आणि त्यातूनच तुम्हा दोघांतला अबोला कायमचा मिटेल.''

सरदारांचं म्हणणं कोचीनच्या राजानं मान्य केलं. आपल्या राज्यात पोहोचताच त्यांनी त्रावणकोर नरेशांना आपल्या राज्याला भेट द्यायचं आमंत्रण पाठवलं. पिढ्या न् पिढ्या चालत आलेल्या निरर्थक अबोल्यातला फोलपणा त्रावणकोरच्या राजांना कळत होता. कोचीननं पुढाकार घेऊन उचललेल्या पावलाचं त्यांनी स्वागत केलं.

अशा तऱ्हेनं एका अशोभनीय, बालिश प्रकरणाचा अंत झाला.

आपण भगवान पद्मनाभाचे सेवक आहोत, राजा नव्हे. राजा पद्मनाभच आहे अशी त्रावणकोर नरेशांची अढळ श्रद्धा होती; पण भारत सरकारानं तयार केलेल्या सामीलनाम्याच्या दस्तावेजावर त्यांना 'त्रावणकोरचा राजा' म्हणून सही करायची होती. ते दोन शब्द वाचून ते फार अस्वस्थ झाले. दस्तावेजाच्या त्या शब्दांत फेरफार करावाच लागेल असं त्यांनी मेननांना सांगितलं. 'मी राजा नाहीच, तर राजा म्हणून सही कशी करू?' असं त्यांचं म्हणणं होतं. 'त्रावणकोरचे राजा भगवान पद्मनाभांच्या आज्ञेनं त्यांचा सेवक म्हणून आपण सही करत आहोत' असे शब्द घालावेच लागतील, असा त्यांनी आग्रह धरला. मेननांपुढे मोठाच पेच निर्माण झाला होता. आपल्या साडेचार दशकांच्या सनदी कारकिर्दीत त्यांनी अनेक दस्तावेज पाहिले होते. तपासले होते; पण कुठल्याच कागदपत्रात कधी 'भगवान' पक्षकार नव्हते. इथं दस्तावेजावर एक पक्षकार खुद्द भगवान होते आणि त्यांच्या 'पॉवर ऑफ ॲटर्नी' द्वारे त्रावणकोर नरेश सही करणार होते. भविष्यकाळात कधी अशा दस्तावेजाला कायदेशीर आव्हान दिलं गेलं तर त्याच्या वैधतेविषयी प्रश्न उभा ठाकेल अशी त्यांना चिंता वाटू लागली. त्यांनी ताबडतोब सरदारांशी संपर्क साधला.

मेननांनी सांगितलेली हकिकत अर्थातच सरदारांना नवी नव्हती. त्रावणकोर आणि कोचीन यांच्यात समेट घडवून आणतेवेळी रामस्वामींकडून त्यांना सगळं कळलं होतंच. मेननाचं बोलणं ऐकत असतानाच त्यांच्या एकाएकी लक्षात आलं – पश्चिमेकडच्या इतिहासात त्यांच्या राजांच्या दैवी अधिकाराचे उल्लेख आहेत आणि इथे देवालाच राजा मानून शासक स्वतःला सेवक समजत आहे! सर्वोच्चपदी राजा असू शकत नाही. सर्वोच्चपदी केवळ देवच असू शकतो हेच या उदाहरणातून

स्पष्टपणे प्रतिबिंबित होतंय आणि ते केवळ या देशातच होऊ शकतं!

"मेनन," सरदारांनी म्हटलं, "त्यांच्या श्रद्धेचा मान ठेवा. भगवान पद्मनाभांच्या वतीनं सही करणं हा त्यांचा धर्म आहे, असं त्यांना वाटतं. त्याचा आपण मान राखूया. कुठलाही कायदेशीर बाबींचा गुंता उभा करू नका."

त्रावणकोर नरेशांनी डोळे मिटले. मिटल्या डोळ्यांनी भगवान पद्मनाभांची प्रार्थना केली आणि मग त्या सुधारित दस्तावेजावर सही करून टाकली.

अशीच आणखी एक घटना काठेवाडच्या अगदी उत्तरेला असलेल्या मोरबी नामक एका टीचभर राज्याच्या महाराज लखधीरजींची. या संक्रमण काळादरम्यान लखधीरजी आपल्या आयुष्याचं आठवं दशक पार करत होते. त्यांच्या गादीचा वारस त्यांचा पुत्र महेंद्रसिंहजी अजूनही युवराजपदीच होता. वृद्ध राजा आपल्या पुत्राला मोरबीचा राजा म्हणून अभिषिक्त करायला फार आतुर झाले होते. राज्य जाणार हे निर्विवाद होतं. आपल्या आयुष्याचा शेवट आला आहे, हे त्यांना माहीत होतं. मोजकेच दिवस शिल्लक होते. काठेवाडच्या राजांच्या एका बैठकीत महाराज लखधीरजींनी मेननांना एकीकडे गाठून अगदी नम्रपणे विनंती केली, "मिस्टर मेनन, मला सरदारांशी थोडं बोलायचं आहे. माझी त्यांच्याशी भेट घडवून आणा. नाहीतर निदान टेलिफोननं तरी त्यांच्याशी बोलू द्या."

"महाराजसाहेब," मेनन म्हणाले, "माझ्याकडून होण्यासारखी असेल, तर मी आपल्याला नक्कीच मदत करेन. सरदारांना त्रास देण्याऐवजी आपण मलाच सांगितलंत तर बरं होईल." मेनन विचारपूर्वक म्हणाले.

लखधीरजी प्रथम थोडे संकोचले; पण नंतर त्यांच्या लक्षात आलं, की ताकाला जाऊन भांडं लपवण्यात काही अर्थ नाही. आपली मनोकामना मेननांना थोडक्यात सांगून टाकली. "मिस्टर मेनन, मोरबीच्या राजसिंहासनावरचा जाडेजा वंशाचा मी दहावा राजा आहे. माझं वय झालंय. माझ्या डोळ्यांदेखत माझा पुत्र युवराज महेन्द्रसिंह याला राज्याभिषेक व्हावा आणि मोरबीचा राजा म्हणून सामीलनाम्यावर त्यानं सही करावी, अशी माझी एकमेव इच्छा आहे."

वृद्ध राजाच्या डोळ्यांतलं स्वप्न मेननांना दिसलं. जाडेजा वंशाच्या दहा पिढ्यांबद्दलचा त्यांच्या मनातला गौरवही मेननांना कळला, परंतु राजघराण्याच्या परंपरांची ब्रिटिशांनी ठरवून ठेवलेली कायदेशीर प्रक्रिया पाळताना लखधीरजींची आशा पूर्ण करण्यासाठी सरदारांची संमती घेणं अनिवार्य होतं. एखाद्या राजानं स्वेच्छेनं गादीचा त्याग केला अथवा राज्यावर असतानाच त्याचा मृत्यू झाला, तर गादीचा वारस म्हणून युवराजपदी असलेल्या राजकुमाराला राज्याभिषेक व्हावा, ही परंपरा होती खरी; परंतु ब्रिटिश सरकारच्या पोलीटिकल डिपार्टमेंटनं मान्यता दिली तरच ती परंपरा अमलात येऊ शकत होती. इथं एकाचवेळी दोन प्रश्न उभे राहत

होते. लखधीरजींचा राज्यत्याग आणि महेन्द्रसिंहजींचा राज्याभिषेक दोन्हींसाठी रियासती खात्यानं म्हणजेच सरदारांनी अधिकृत संमती देण्याची गरज होती. मेननांनी लखधीरजींना आश्वासन दिलं आणि त्याप्रमाणे सरदारांशी त्यांचं टेलिफोनवरून बोलणं घडवून आणलं.

सरदारांनी सगळी हकिकत शांतचित्तानं, सहानुभूतीपूर्वक ऐकून घेतली. थोड्याच वर्षांपूर्वी याच राजाच्या कारकिर्दीत काँग्रेसच्या सत्याग्रही स्वयंसेवकांवर अत्याचार झाले होते. सरदारांना ते आठवलं. मोरबीत कोणत्याही राष्ट्रीय चळवळीला लखधीरजींनी ना कधी पाठिंबा दिला होता, ना ती त्यांना मान्य होती! सुमारे वीस वर्षांपूर्वी मोरबीमध्ये एका राजकीय सभेचे अध्यक्ष म्हणून स्वतः सरदार तिथे गेले होते, त्या सभेवर लखधीरजींनी बरेच प्रतिबंध लादले होते. त्याच सुमारास गांधीजींनी परदेशी वस्त्रांच्या बहिष्काराची चळवळ सुरू केली. संपूर्ण देशात ठायीठायी काँग्रेसचे कार्यकर्ते परदेशी वस्त्रांची होळी पेटवू लागले. या चळवळीचा प्रसार करायला राजकोटहून आणि अहमदाबादहून कार्यकर्ते मोरबीत आले. चळवळीला लखधीरजींचा विरोध होता. ब्रिटिश सरकारशी असलेल्या त्यांच्या निष्ठेच्या बदल्यात 'के.सी.एस.आय.'ची पदवी देऊन ब्रिटिश सरकारनं त्यांचा सन्मान केला होता. बाहेरगावाहून आलेल्या कार्यकर्त्यांना लखधीरजींनी अटक केली, त्यांच्यावर जुलूम केले. मुळात स्थितीच अशी होती, की मोरबीची स्थानिक प्रजा आपल्या या राजाच्या कारभारावर संतुष्ट होती. त्यामुळे स्थानिक प्रजेनं परदेशी वस्त्रांच्या बहिष्काराच्या चळवळीत मुळी भागच घेतला नाही. बाहेरून आलेल्या कार्यकर्त्यांची चळवळ मोरबीच्या शासनानं कठोरपणे दडपून टाकली आहे हे कळल्यावर राजाशी बोलणी करायला गांधीजींनी महादेवभाईंना तिकडे पाठवलं. राजानं महादेवभाईंशी समेट केला. तमाम राजकैद्यांची राजानं मुक्तता केली. समेटाच्या करारानुसार सगळे आंदोलक मोरबी राज्याच्या हद्दीबाहेर निघून गेले. एकंदरीनं या प्रकरणात राजाचा वरचश्मा राहिला होता. प्रजेनं राजाला साथ दिली होती आणि एकंदरीनं मोरबी सत्याग्रह अयशस्वी ठरला होता.

...असे हे लखधीरजी आता मात्र आयुष्यातील आपली अंतिम इच्छा पूर्ण करावी, म्हणून सरदारांची विनवणी करत होते. परिस्थितीच अशी होती की, रियासती खात्यानं त्यांचा प्रस्ताव नामंजूर केला, तर सामीलनाम्यावर स्वतःच सही करण्यावाचून लखधीरजींना गत्यंतर नव्हतं. एक जुनागढचा अपवाद वगळता सगळा काठेवाड विलीनीकरणाला अनुकूल असताना, एकटं मोरबी संस्थान कसं प्रतिकार करणार होतं? बदलत्या काळाची पावलं ओळखून लखधीरजींनी सरदारांना म्हटलं, "माझं आयुष्य आता कितीसं उरलंय? मी स्वेच्छेनं राजगादीचा त्याग करतो. माझ्या पुत्राला मोरबी राज्याच्या जाडेजा वंशाचा अकरावा राजा होऊ द्यावा.

सामीलनाम्याच्या कागदपत्रांवर या नव्या राजाला सही करायला आपण संमती द्यावी, अशी माझी आपल्याला विनंती आहे.''

क्षणाचाही विलंब न लावता सरदार उत्तरले, ''महाराज लखधीरजी, आपण निश्चिंत असा. आपलं म्हणणं भारत सरकार मान्य करत आहे. मी मेननांना सांगून ठेवतो. आपल्या राजगादीत्यागासाठी आणि युवराजांच्या राज्याभिषेकासाठी आवश्यक ती सर्व तयारी सुरू करा.''

लखधीरजींचे डोळे पाणावले. गळा दाटून आला. तोंडून शब्द फुटेना झाला. टेलिफोनच्या दुसऱ्या टोकाला असलेल्या सरदारांना ते पाहू शकत नव्हते. पाहू शकले असते, तर सरदारांच्या एरवी निर्विकार भासणाऱ्या डोळ्यांतला समाधानाचा ओलावा त्या वेळी त्यांना दिसला असता.

एकोणीस

'**का**ठेवाडच्या सर्वच्या सर्व दोनशेबावीस संस्थानिकांचा एकच संघ निर्माण करून मी गुरुदक्षिणा म्हणून तुमच्या चरणांशी रुजू करेन,' असं सरदारांनी गांधीजींना वचन दिलं होतं. आता ती संकल्पना जवळजवळ साकार झाली होती. जुनागढच्या नबाबी राज्याचीच काय ती एकमात्र अडचण होती. जुनागढचे दिवाण शाहनवाज भुट्टो पाकिस्तानात विलीन होण्याची घोषणा करून चुकले होते. वेळ आलीच तर जुनागढमध्ये धान्यटंचाईचं संकट उभं राहू नये म्हणून धान्यानं भरलेली जहाजं पाकिस्तानहून निघून वेरावळ बंदरात येऊन पोहोचली होती. जुनागढचा निर्णय पाकिस्तानला मान्य होता. मूळ जुनागढच्या असलेल्या; परंतु आता जुनागढबाहेर – विशेषतः मुंबईत – वास्तव्य करून असलेल्या गुजराती प्रजेच्या पुढाऱ्यांना सरदारांनी एकत्र आणलं होतं. जुनागढचं राज्य हस्तगत करण्यासाठी त्यांनी आरझी हुकूमत नावाची एक संघटना उभी केली होती. सर्वप्रथम या संघटनेनं राजकोटमधल्या 'जुनागढ हाऊस'चा ताबा घेतला. एकीकडे हिंदुस्थानच्या आणि पाकिस्तानच्या पंतप्रधानांमध्ये पत्रव्यवहार सुरू असतानाच तिकडे जुनागढ राज्याच्या बांटवा, बाबरियावाड, मांगरोळ आणि माणावदार या परगण्यांवर सरदारांची नजर होती. १९४३ पर्यंत हे चार तालुके जुनागढच्या नबाबी हुकमतीखाली नव्हते. चारही तालुक्यांचे शासक स्वतंत्र जहागीरदार गणले जात होते. राजकोटच्या पोलीटिकल एजंटच्या ते थेट देखरेखीखाली होते. असे छोटे छोटे तालुके नजिकच्या मुख्य राज्यांशी संलग्न करून आपला कारभार अधिक दृढ करण्याचा ब्रिटिश सरकारचा प्रयत्न होता. ब्रिटिश सार्वभौमत्वाच्या मुख्य कायद्याला जोडलेल्या एका पोटकलमाद्वारे अशा टीचभर, लहान राज्यांना त्यांच्या शेजारच्या मुख्य राज्यात मिसळून टाकलं होतं.

सरदारांनी त्या कायद्याचा बारकाईनं अभ्यास केल्यानंतर एक घोषणापत्र जाहीर केलं. १५ ऑगस्ट, १९४७ रोजी ब्रिटिश सार्वभौम सत्तेचा अंत झाला. त्याबरोबरच मांगरोळ, माणावदर, बांटवा आणि बाबरियावाड यांना जुनागढमध्ये समाविष्ट करणाऱ्या

पोटकलमाचाही आपोआपच अंत झाला आहे. तेव्हा आता जुनागढ जर स्वत:ला स्वतंत्र मानत असेल, तर हे चार जहागीरदारही तेवढेच स्वतंत्र समजले गेले पाहिजेत. माणावदर आणि मांगरोळ इथले जहागीरदार मुसलमान होते, त्यांना शेख म्हटलं जाई; परंतु बाटवा आणि बाबरियावाडचे जहागीरदार 'दरबारी' जहागीरदार होते. त्यांना 'दरबार' असं म्हटलं जात असे. माणावदर आणि मांगरोळची प्रजा नाडली जात होती. शेखांच्या संरक्षणासाठी जुनागढनं आपल्या पोलीसदलाची कुमक तिकडे पाठवली होती.

सरदारांना ही बाब गंभीर वाटली. जुनागढ जर अशाप्रकारे इतर जहागिरींमध्ये आपलं पोलीस दल पाठवू शकत असेल, तर मग भारतीय लष्करी दलांना जुनागढमध्ये मज्जाव का असावा?

हाच प्रश्न सरदारांनी जवाहरलाल आणि माऊंटबॅटन यांच्यापुढे ठेवला. माऊंटबॅटन म्हणाले, ''सरदार, अशा रीतीनं लष्करी दलं जुनागढमध्ये शिरली तर आंतरराष्ट्रीय कायद्याचा भंग केला असं होईल. शिवाय, जुनागढनं आपण पाकिस्तानशी संलग्न असल्याचं घोषित करून ठेवलंय.''

''या मुद्द्यावर आपण जनमत घ्यायचं जाहीर करून पुढे पाऊल टाकू शकतो,'' जवाहरलालांनी स्वत:चं मत मांडलं.

''जुनागढमध्ये लोकमत घेण्याची गरजच नाही.'' सरदारांनी ठामपणे म्हटलं.

''मग असं करा, जुनागढमध्ये पोलीस दल पाठवा, लष्कर नको आणि त्यासोबतच युनायटेड नेशन्समध्ये आपण एक फिर्यादसुद्धा दाखल करून टाकू.'' माऊंटबॅटन म्हणाले.

''युवर एक्सलन्सी,'' सरदार म्हणाले, ''जुनागढला आंतरराष्ट्रीय कायद्यात गुंतवण्यात अर्थ नाही. अशा बाबतीत कुठल्याही न्यायालयात फिर्यादी म्हणून जाणं निरर्थक असतं. त्यानं काही साध्य होणार नाही.''

''अशानं आपल्या आंतरराष्ट्रीय प्रतिमेला तडा जायची दाट शक्यता आहे,'' जवाहरलाल हळूच म्हणाले.

''असं न केल्यामुळे जेवढा धोका पत्करावा लागेल, त्यापुढे ती आंतरराष्ट्रीय बदनामी कमी हानिकारक असेल.'' संभाषणाला पूर्णविराम देत सरदार म्हणाले.

अखेरीस सरदारांनी स्वत: ठरवल्याप्रमाणे लष्करी दलं पाठवून मांगरोळ, माणावदर वगैरे जहागिरींवर ताबा मिळवला. जुनागढनं पाठवलेले पोलीस भारतीय लष्कराला शरण आले. जुनागढच्या नबाबाला हे कळताच सगळ्यात आधी त्यानं कराचीला पळ काढला. आपल्या बेगमा, जडजवाहीर आणि आपले कुत्रे या सगळ्यासकट आपल्या खासगी विमानानं केशोदच्या विमानतळावरून तो रातोरात पळून गेला. त्या पळापळीमध्ये त्याची एक बेगम आपल्या शाहजाद्याला बरोबर

घ्यायला विसरली. मुलाला आणण्यासाठी ती विमानतळावरून महालात परत आली. अत्यंत घाबरलेल्या नबाबानं बेगम परतायची वाट न बघता विमान ताबडतोब उडवण्याचा हुकूम दिला. नबाब पळून गेला. एक बेगम आणि शाहजादा मागेच राहिले.

नबाबानं पळ काढताच जुनागढचा कारभार ढासळला. दिवाण शाहनवाज भुट्टोंनी शरणागती पत्करली. काठेवाडचा राजकीय संघ साकार करण्याची सरदारांची इच्छा पूर्ण झाली.

जुनागढच्या दिवाणानं शरणागती स्वीकारल्याची बातमी भारत सरकारच्या राजकोटमध्ये असलेल्या रिजनल कमिशनरनं दिल्लीत व्ही.पी. मेननांना कळवली. मध्यरात्र व्हायला आली होती. भारत सरकारनं अधिकृतपणे शरणागती मान्य करून त्याबद्दल पाकिस्तानला कळवावं हे आंतरराष्ट्रीय परंपरेला धरून होईल, असं मेननांना वाटत होतं. त्यांनी ही बातमी ताबडतोब पंतप्रधान जवाहरलालांना कळवली. जवाहरलालांनी पाकिस्तानच्या पंतप्रधानांना पाठवायचा संदेश मेननांकडून लिहून घेतला. भारत सरकारच्यावतीनं जवाहरलालांनी संदेशात म्हटलं, की भारत सरकार जुनागढच्या प्रजेकडून लोकमत जाणून घेईल आणि पाकिस्तानची इच्छा असेल, तर त्यासंबंधात पुढे चर्चा करता येईल.

संदेश पाठवून दिल्यानंतर मेननांनी त्याची प्रत शंकरांकडे दिली. शंकर तडक सरदारांच्या निवासस्थानी गेले. भर झोपेतून त्यांनी सरदारांना उठवलं. शंकरांनी दिलेली बातमी सरदारांनी अजिबात उत्तेजित न होता, स्वस्थपणे ऐकून घेतली. त्यानंतर जवाहरलालांनी पाकिस्तानला पाठवलेल्या तारेची नक्कल त्यांनी लक्षपूर्वक वाचली. मस्तक झुकलेलं ठेवून बराच काळ त्यांनी तारेतला एक एक शब्द आत्मसात केला आणि मगच नजर उचलून समोर रोखली.

''क्षमा करा सरदार,'' कितीतरी वेळ ओठातल्या ओठात दाबून ठेवलेली गोष्ट शेवटी शंकरांनी उच्चारून टाकली. ''पाकिस्तानशी यावर आणखी चर्चा करणं अथवा जुनागढच्या प्रजेचं मत जाणून घ्यायची हमी देणं याची खरोखरच गरज आहे, असं तुम्हाला वाटतं का?''

सरदारांच्या ओठावर जरासं हसू खेळलं. डोळे मोठे करून ते म्हणाले, ''आंतरराष्ट्रीय कायदा आणि युनायटेड नेशन्स यातले दोन निष्णात आपल्या देशात राहतात ठाऊक आहे ना शंकर? या दोघा निष्णातांमधूनच मला आपलं गाडं हाकून न्यायचं आहे.''

''दोन निष्णात?'' आश्चर्यानं शंकरांनी विचारलं.

''हो. एकच नाही, दोन दोन! या दोघा निष्णातांच्या दृष्टीनं देशापेक्षा युनोचं महत्त्व जास्त आहे. पहिल्या निष्णाताचं नाव आहे जवाहरलाल नेहरू आणि

दुसऱ्याचं लॉर्ड माऊंटबॅटन. या दोघांच्यामधून वाट काढून गाडं मुक्कामावर पोहोचवायचं असेल, तर न आवडणाऱ्या काही गोष्टी स्वीकाराव्या लागतात बाबा! पंतप्रधानांनी यात युनोला ओढलं नाहीये तेवढं तरी बरंय. त्याबद्दल आभारच मानायला हवेत त्यांचे."

शंकर काय ते समजले. त्यांच्याही चेहऱ्यावर स्मित उमटलं.

चार दिवसांनी सरदार जुनागढला गेले. बहाउद्दिन कॉलेजच्या विशाल मैदानात हजारो माणसं जमली होती. त्यांना उद्देशून सरदार म्हणाले, "भारत सरकारच्या दृष्टीनं तुमची इच्छा हाच अखेरचा शब्द. मी तुम्हाला विचारतोय, तुम्हाला हिंदुस्थानसोबत राहायचं आहे की पाकिस्तानसोबत?" माणसांनी गच्च भरलेल्या मैदानात हजारो हात उंचावले गेले, चारही दिशा व्यापून टाकणारा घोष दुमदुमला, "हिंदुस्थान, हिंदुस्थान!"

जुनागढचा कारभार व्यवस्थितपणे मार्गी लावल्यानंतर सरदार सोमनाथला गेले. सोबत नवानगरचे जामसाहेब आणि आरझी हुकमतचे शामळदास गांधी होते. समुद्रकिनारी असलेलं जर्जर अवस्थेतलं शिवमंदिर त्यांनी पाहिलं. इतकं प्राचीन, इतकं ऐतिहासिक मंदिर, महंमद गझनीपासून अनेक परधर्मीयांनी वारंवार लुटून नेलं होतं, तोडून फोडून त्याची दुरवस्था करून टाकली होती. सरदार थोडा वेळ शिवलिंगासमोर नतमस्तक होऊन उभे राहिले. मग म्हणाले, "जामसाहेब, या मंदिराचा जीर्णोद्धार करणं हे आपलं पहिलं कर्तव्य आहे." नंतर शामळदास गांधींकडे वळून म्हणाले, "मंदिराच्या नवनिर्माणासाठी एक ट्रस्ट स्थापन करा. त्यासाठी आवश्यक तेवढा निधी आपण गोळा करू."

"सरदार," जामसाहेब उत्स्फूर्तपणे म्हणाले, "ज्या कामासाठी तुम्ही ट्रस्ट स्थापायचा म्हणताहात, त्या ट्रस्टला मी माझ्यातर्फे एक लाख रुपये अर्पण करतो."

"...आणि सोमनाथच्या नवनिर्माणासाठी आरझी हुकमततर्फे आम्ही एकावन्न हजार रुपये देतो." शामळदास गांधींकडून पडसाद आला.

समुद्रकिनारी जगलेले शेकडो लोक हे ऐकून आनंदानं नाचू लागले. टाळ्यांच्या कडकडाटानं आणि सोमनाथाच्या जयघोषानं अवघं वातावरण भरून गेलं.

सरदार दिल्लीला परतण्यापूर्वीच सोमनाथाच्या नवनिर्माणाची खबर दिल्लीच्या राजकीय वर्तुळापर्यंत पोहोचली होती. भारताच्या उपपंतप्रधानांनी स्वतःला एका विशिष्ट जातीच्या मंदिराच्या नवनिर्माणाशी जोडून घ्यावं, हे पंतप्रधान जवाहरलालांना रुचलं नाही. सरदार भेटताच त्यांनी आपली प्रतिक्रिया व्यक्त केली. "सरकार चालवणारे मंत्रीच जर अशा तऱ्हेनं कोण्या एका विशिष्ट जातीच्या मंदिराच्या पुनरुद्धारात भाग घेऊ लागले, तर उद्या उठून मुसलमानसुद्धा बाबरी मशिदीच्या नवनिर्माणाचा प्रस्ताव घेऊन येतील, अशी भीती वाटल्यावाचून राहत नाही."

"दोन्हींमध्ये मुळातच फरक आहे जवाहरलाल," सरदार बोलू लागले. "सोमनाथ

मंदिराच्या जमिनीच्या मालकीबद्दल कोणाचाही दावा नाही. शिवाय या जीर्णोद्धारासाठी सरकारी तिजोरीतून एक रुपयासुद्धा खर्च होणार नाहीये. सगळा पैसा प्रजेचा असेल. प्रजेकडून जाहीररीत्या गोळा केला जाईल आणि त्याचा ट्रस्ट असेल. बाबरी मशिदीवर असा काही दावा सांगण्यासाठी सगळ्यांत आधी त्या मशिदीच्या जमिनीवरचा मालकी हक्क न्यायालयाला ठरवून द्यावा लागेल.''

सरदारांचा हा पवित्रा जवाहरलालांना आवडला नसला, तरी त्यांनी पुढे आणखी वाद घातला नाही. विषय तेवढ्यावरच संपला.

रियासती खातं स्थापन झालं आणि ते सरदार पटेलांच्या अखत्यारीत दिलं गेलं. त्यानंतर लगेचच एकदा व्हाइसरॉय माऊंटबॅटननी हसत हसत सरदारांना विचारलं, ''सरदार! या वृक्षावर लटकणाऱ्या पाचशेबासष्ट सफरचंदांपैकी तुमच्या टोपलीत तुम्ही किती टाकणार?''

प्रश्नाचा रोख सरदारांच्या लक्षात आला. देशी संस्थानांपैकी किती राज्यं हिंदुस्थानात विलीन होतील, हे माऊंटबॅटनना जाणून घ्यायचं होतं. सरदारांनी चटकन उत्तर दिलं, ''सगळी!''

''अरे! दुसऱ्या कोणासाठी दोन-चारसुद्धा ठेवणार नाही?''

''शक्यतो नाहीच!'' सरदार म्हणाले. मग तेवढ्यावरच न थांबता त्यांनी पुढे आणखी म्हटलं, ''तरी पण... बघू!''

ज्या राजांनी आपापली राजगादी देशाच्या ऐक्यासाठी समर्पित केली होती, ते एकजात सगळे सारखेच देशभक्त होते असं नव्हे. तरीसुद्धा बहुतेक सर्वांनी संघर्ष करून अडचणी उभ्या करण्याऐवजी काळाबरोबर राहून तडजोड करण्याची वृत्ती दाखवली होती. संस्थानिकांच्या या त्यागाच्या बदल्यात त्यांना तनखा मिळत राहावा, असं सरदारांचं ठाम मत होतं. राज्याचा आकार, त्याचं वार्षिक उत्पन्न, तिथल्या राजांच्या सध्याच्या खर्चाची तरतूद इत्यादी गोष्टी लक्षात घेऊन, एक निश्चित धोरण ठरवून त्यानुसार सर्व राज्यांच्या वर्षासनाची रक्कम ठरवून दिली गेली होती. तसंच काही खास हक्कदेखील मोबदला म्हणून दिले गेले होते. आजवर आपापल्या राज्यात भोगता येणारे त्यांचे विशेष अधिकार यापुढेही तसेच राखले जाणार होते. त्यांच्या उत्पन्नावर त्यांना कर भरावा लागणार नाही अशी व्यवस्था करून ठेवली होती. वर्षासनाच्या रकमेत ठरावीक कालावधीनंतर वाढ होत राहावी, अशी काही राजांनी मागणी केली. सरदारांनी ती मागणी नाकारली, एवढंच नव्हे; तर राजाच्या पश्चात त्याच्या वारसदारांच्या तनख्याचं प्रमाण घटत जाईल असंही नमूद करून ठेवलं. याचाच अर्थ, तीन-चार पिढ्यांनंतर ही वर्षासनं जवळपास संपुष्टातच येणार होती. असं असूनही, त्यातला 'कायमी वर्षासन' हा शब्द जवाहरलालांना

रुचत नव्हता. आपली नाराजी उघड करत त्यांनी सरदारांना म्हटलं, ''हे म्हणजे आपण आपल्यालाच 'यावच्चंद्र दिवाकरौ' बांधून घेतल्यासारखं होतंय.''

''करार नेहमी उभयपक्षी असतो जवाहरलाल,'' सरदारांनी उत्तर दिलं. ''राजेलोकांनी त्यांची राज्यं 'यावच्चंद्र दिवाकरौ' देशाला देऊन टाकली आहेत. बदल्यात आपण त्यांचे तनखे प्रत्येक पिढीगणिक कमी होत जातील, अशी सोय करून ठेवला आहे.''

''एक पिढी तीस-चाळीस वर्षं जगली, तरी तीन-चार पिढ्या पूर्ण होईपर्यंत शे-सव्वाशे वर्षं सहज जातील. एवढा मोठा कालखंड आणि त्यातल्या भावी पिढ्या यांच्याबद्दल आत्तापासून आपण काही ठरवून टाकायचं आणि ते उचित मानायचं म्हणजे अवघड आहे.'' जवाहरलालांनी आपलं म्हणणं पुढे रेटलं.

''सर्वसामान्य व्यवहारातदेखील दोन पक्षात जेव्हा करार होतो, तेव्हा दोन्ही पक्षांच्या वारसदारांना त्या करारातले तपशील बंधनकारक असतात, असा नियम जगभरात मानला जातो. इतक्या सर्वमान्य गोष्टीचं आपण उल्लंघन करू शकत नाही.'' सरदारांनी स्वत:ची बाजू स्पष्ट केली.

''पण काँग्रेस कार्यकारिणीत वर्षासनाला विरोध होण्याची शक्यता आहे.''

जवाहरलालांची शंका खरी ठरली. काँग्रेसमध्ये स्वत:ला डावे आणि जहाल म्हणवणाऱ्या चळवळ्या तरुणांची संख्या बरीच मोठी होती. सरदारांनी मांडलेला वर्षासनाचा मुद्दा त्यांच्या गळी उतरत नव्हता. राजेमहाराजांनी वर्षानुवर्षं, पिढ्यान्‌पिढ्या प्रजेचं शोषण केलं आहे, स्वत: ऐषआराम भोगले आहेत तेव्हा आता त्यांना रिकाम्या हाती दूर लोटणं हीच काळाची गरज आहे, असं ते मानत होते. जवाहरलालांची नाराजी आणि या तरुणांचा रोष पाहता सरदारांना स्पष्टपणे जाणवलं होतं, की भारत संघाच्या नव्या घटनेत अशाच तऱ्हेनं वर्षासनाची तरतूद करून ठेवली नाही, तर नंतरचं कोणतंही सरकार केवळ बहुमताच्या जोरावर एक कायदा करून चुटकीसरशी सगळी वर्षासनं बंद करून टाकेल. सरदारांप्रमाणेच संस्थानिकांच्या मनातही अशी शंका होती, त्यामुळे त्यांनी सरदारांचं लक्ष तिकडे वेधलं होतं. राजांचे तनखे कोणत्याही तत्कालीन सरकारच्या मेहेरबानीवर अवलंबून नसावेत. भविष्यकाळातल्या सरकारनं ते मान्य करावेत एवढ्यासाठी घटनेतच तशी पक्की तरतूद करण्यात यावी, असं त्यांचं म्हणणं होतं. संस्थानिकांच्या मनातल्या संदेहातला तथ्यांश सरदार समजू शकत होते. भावी सरकारं कशी असतील त्याचा आत्ता अंदाज बांधणं कठीण होतं. स्वत:ला जहाल म्हणवणाऱ्या उत्साही काँग्रेसींनी लोकप्रियतेच्या लाटेवर आरूढ होण्याच्या भरात राजांना दिलेल्या पवित्र वचनाचा भंग करून टाकला तर देशाकडून मोठं पापाचरण घडलं असं म्हटलं जाईल, असं त्यांना वाटलं. वचनभंगाचं पाप घडू नये म्हणून सरदारांनी संस्थानिकांच्या तनख्याची व्यवस्था घटनासमितीपुढेच ठेवली.

वाटलं होतं तसा विरोध झालाच. काँग्रेस कार्यकारिणी आणि घटनासमिती अशा दोन्ही आघाड्यांवर तो विरोध शमवताना सरदारांनी दृढपणे म्हटलं, ''हिंद स्वातंत्र्य कायद्याखाली या तमाम राजेमहाराजांना, स्वत:ला स्वतंत्र घोषित करण्याचा 'टेक्निकल' अधिकार मिळाला होता. तो त्यांनी खरोखरच अमलात आणला असता अथवा पाकिस्तानात सामील होण्याची इच्छा दर्शवली असती, तर त्यामुळे केवढा मोठा उपद्रव झाला असता, केवढ्या मोठ्या अडचणी उभ्या ठाकल्या असत्या, त्याची आत्ता कल्पनाही करणं कठीण आहे. तसं करण्याची शक्ती त्यांच्यापाशी होती. शेकडो वर्षांपासून राजे लोकांचं समाजात एक विशिष्ट स्थान निश्चित होतं. त्यांच्या जागी आपण स्वत:ला ठेवून बघू आणि मग त्यांच्या योगदानाची किंमत ठरवू. भारत संघात सामील होऊन त्यांनी त्यांचं कर्तव्य पार पाडलं आहे. आता आपल्याला आपलं कर्तव्य बजावायचं आहे. त्यात जर आपण अयशस्वी झालो, तर तो विश्वासघात ठरेल. एवढंच नव्हे; तर अवघ्या देशाचं स्थैर्यच त्यामुळे धोक्यात येईल.

''तुमच्यापैकी बऱ्याच जणांना माहीत नसेल; पण या राजांना तनख्यापोटी द्यावी लागणारी रक्कम वर्षाला साडेपाच कोटी रुपये इतकीच आहे. त्यांच्या राज्यांकडून आपल्या केंद्रसरकारला जी संपत्ती मिळाली आहे, तिचं व्याजच सगळ्यांचे वार्षिक तनखे देऊन टाकायला पुरेल इतकं आहे. त्यामुळे तनख्यासंबंधीची व्यवस्था आपण भावी पिढ्यांच्या दयेवर सोडून देऊ शकत नाही. संविधानातच तिचा अंतर्भाव करणं हे आपलं पवित्र कर्तव्य आहे.''

सरदार राजेमहाराजांच्या बाजूचे आहेत, भांडवलशाहीवादी आहेत, समाजावादाच्या विरुद्ध आहेत अशी हाकाटी ऐकत आल्यामुळे 'कुंपणावर' असलेले काँग्रेसचे – आणि काँग्रेसचे नसलेलेसुद्धा – सगळेच सभासद सरदारांचं ते भावपूर्ण भाषण ऐकून त्यांच्या प्रस्तावाशी सहमत झाले. पाच कोटी रुपयांच्या बदल्यात देशानं केवढं प्रचंड मोठं राज्य कमावलं आहे, त्याचं चित्र उभं करत सरदार म्हणाले, ''हिंदुस्थानच्या आजवरच्या इतिहासात एवढा मोठा भूप्रदेश एका ध्वजाखाली आणि एकाच शासनाखाली कधीच आला नव्हता. चंद्रगुप्त मौर्य आणि सम्राट अशोकापासून ते मोगलांच्या किंवा अगदी ब्रिटिशांच्या हुकमतीखालीसुद्धा एवढा मोठा विस्तार एकसंध देशाच्या रूपात निर्माण झाला नव्हता. आज ते शक्य झालं आहे. त्याचं श्रेय जेवढं देशातल्या कोट्यवधी जनतेचं आहे, तेवढंच ते या राजांचंही आहे. या सर्व राजांशी जो काही करार झाला आहे, तो 'तुम्ही' आणि 'आम्ही' अशा पद्धतीनं नव्हे; तर 'आपण' या विचारसरणीच्या आधारानं झाला आहे.''

संस्थानिकांच्या तनख्यासंबंधीचं सरदारांचं पवित्र वचन टाळ्यांच्या कडकडाटात काँग्रेस कार्यकारिणीनं आणि नंतर घटनासमितीनंही मान्य केलं.

वीस

निश्चित असा एक विशिष्ट निर्णय घेण्याच्या बाबतीत देशातल्या सर्व संस्थानांपैकी काश्मीरचे महाराज हरिसिंह सर्वाधिक बिकट पेचात सापडले होते. काश्मीर राज्याची चारही बाजूंची सरहद्द अशी होती की काश्मीरमधून पाकिस्तानात जा-ये करणं आणि पाकिस्तानशी व्यापार करणं अधिक सुलभ होतं. पंजाब भागात हिंदुस्थान-पाकिस्तानच्या सीमारेखा निश्चित झाल्या नव्हत्या. या सीमा ठरवण्यासाठी नेमलेल्या रेडक्लीफ समितीचा निवाडा अद्याप व्हायचा होता. पंजाबातला गुरुदासपूर हा केवळ एकच जिल्हा काश्मीर आणि हिंदुस्थान यांना खुष्कीच्या मार्गानं जोडू शकेल असा होता. या जिल्ह्यासाठी पाकिस्तानची फार जोरदार मागणी होती. रेडक्लीफ समितीनं ती मागणी मंजूर केली असती आणि गुरुदासपूर पाकिस्तानला मिळालं असतं तर काश्मीरचं हिंदुस्थानशी दळणवळण अत्यंत कठीण होऊन बसलं असतं. अशा परिस्थितीत आपण कोणाशी संलग्न व्हावं याबद्दल राजा हरिसिंहांचा निर्णय होत नव्हता. महाराज स्वतः हिंदू होते तर काश्मीर खोऱ्यात मुसलमानांची संख्या फार मोठी होती. जम्मू आणि लडाख भागात हिंदू आणि बौद्ध मोठ्या प्रमाणात असले तरी वस्ती विरळ होती. काश्मीरच्या या प्रदेशावर अफगाणिस्तानच्या अहमदशाह अब्दालीपासून लाहोरच्या शीख महाराज रणजितसिंहांपर्यंत सर्वांनी संधी मिळेल तेव्हा सत्ता भोगली होती. रणजितसिंहांच्या तिसऱ्या पिढीनं ब्रिटिशांची सत्ता मान्य केली, त्या वेळी ब्रिटिश ईस्ट इंडिया कंपनीच्या हिंदुस्थानी गव्हर्नर जनरल लॉर्ड हार्डिंग्जनं पराभूत शीख राजावर एक कोटी रुपये एवढा दंड लादला. राजापाशी दंड द्यायला एवढी मोठी रक्कम नव्हती. अशा विपरीत अवस्थेतून सावरण्यासाठी काश्मीरचे महाराज गुलाबसिंह यांनी त्यांना मदत केली. काश्मीरचा प्रदेश शीखांच्या आधिपत्याखालीच होता. गुलाबसिंहांनी इंग्रजांपुढे एक प्रस्ताव ठेवला. लाहोरच्या पराभूत शीख राजावर लादलेल्या दंडाची रक्कम एक कोटीवरून पंचाहत्तर लाखांवर आणली तर तो दंड आपण भरू, मात्र बदल्यात इंग्रजांनी आपल्याला स्वतंत्र राजा

म्हणून मान्यता द्यावी! ईस्ट इंडिया कंपनीला तोवर बहुधा साम्राज्यवादापेक्षा आर्थिक लाभ अधिक बळकट वाटत असावा. गुलाबसिंहांचा प्रस्ताव ईस्ट इंडिया कंपनीनं स्वीकारला. अशा तऱ्हेनं इतिहासात काश्मीर प्रथमच स्वतंत्र राज्य बनलं.

स्वातंत्र्योदयाच्या काळात गुलाबसिंहांच्या तिसऱ्या पिढीचे राजा हरिसिंह गादीवर होते. हरिसिंहांच्या मनातील विलीनीकरणाबाबतची अनिश्चितता महंमदअली जीनांनी सर्वप्रथम हेरली होती. 'अनिर्णयाच्या कुंपणावर बसलेल्या राजाची मनोदशा एका रात्रीत पाकिस्तानच्या बाजूनं करून घ्यायच्या गुप्त मनोरथापोटी जीनांनी काश्मीरच्या राजाला लिहिलं, ''माझी प्रकृती सध्या ठीक नसते. काश्मीरचं हवामान आरोग्यवर्धक आहे. अशा आरोग्यदायी हवामानात काही दिवस तुमचा पाहुणा म्हणून राहण्याची माझी इच्छा आहे. तुम्हालाही ते आवडेल अशी आशा आहे.''

राजा हरिसिंहांना पत्र मिळालं आणि ते अधिकच पेचात पडले. मुस्लीम कॉन्फरन्सची स्थापना करून काश्मीरच्या शेख अब्दुल्लांनी मुसलमानांमध्ये फुटीरतेची ठिणगी टाकून ठेवली होती. तशातच शेख अब्दुल्लांशी असलेल्या वैयक्तिक संबंधांमुळे जवाहरलाल नेहरूंनी मुस्लीम कॉन्फरन्सला नॅशनल कॉन्फरन्स असं नाव तर दिलंच, त्याखेरीज तमाम काश्मिरी लोकांनी शेख अब्दुल्लांच्या नेतृत्वाखालील त्या कॉन्फरन्सचे सभासद होऊन त्यांना साथ द्यावी असं आवाहनही केलं. ज्या कोणाला काश्मीरमध्ये राहायचं असेल त्याला शेखांच्या नॅशनल कॉन्फरन्सचा अंगीकार केल्यावाचून चालणार नाही, असंही त्यांनी म्हटलं.

शेखांच्या हालचाली महाराजांना अनुकूल नव्हत्या. नेहरूंच्या निवेदनामुळे महाराज मनातल्या मनात रुष्ट झाले होते. अशा परिस्थितीत महाराजांचे अतिथी बनून जीनांनी राजमहालात तळ ठोकला तर ते मुसलमानांच्या फुटीरतेला खतपाणी घालण्याचे प्रयत्न करणार हे उघड होतं. आपल्याच श्रीनगरमध्ये आपलेच अतिथी बनून जीनांनी असे प्रयत्न करावेत हा कडू घोट पचवणं महाराजांना कठीण जात होतं. त्यांनी विनयपूर्वक उत्तर धाडलं, ''आपले स्वास्थ्य लवकरात लवकर पूर्ववत होवो, अशी सदिच्छा मी व्यक्त करतो आणि त्यासाठी अल्लाकडे दुवाही मागतो. माझे अतिथी होण्याची तयारी दर्शवून आपण माझा गौरवच केला आहे. त्याबद्दल मी आपला ऋणी आहे. तथापि, आपणासारखे अतिथी, शिवाय आपले प्रकृतिअस्वास्थ्य हे सर्व लक्षात घेता आपल्याला साजेशी तजवीज करण्यासाठी मला थोडा अवधी लागेल. सर्व व्यवस्था नीट जुळली की मी आपणास तसे कळवेन म्हणजे आपण आपल्या आगमनाची तिथी ठरवू शकाल.''

नम्र शब्दांनी सजवलेल्या उत्तरात दडलेल्या नकारानं जीनांच्या अंगांगांवर चाबकाच्या फटकाऱ्यासारखे वळ उठले. या नकाराचा बदला घेतल्याविना त्यांचा वैरागनी शमणार नव्हता. दरम्यान रेडक्लीफ निवाडा जाहीर झाला. गुरुदासपूर जिल्हा

हिंदुस्थानला मिळाला. काश्मीर आणि हिंदुस्थान यामधलं खुष्कीच्या मार्गाचं दळणवळण अखंड राहिलं. त्या दळणवळणाचं महत्त्व सरदारांनी जोखलं होतं. पूर्व पंजाबच्या मुख्यमंत्र्यांना त्यांनी बोलावून घेतलं. सर्व प्रकारच्या रहदारीसाठी या रस्त्यांची दुरुस्ती युद्धपातळीवर करण्याचा त्यांनी आदेश दिला.

काश्मीरची भौगोलिक परिस्थिती आणि लोकसंख्येचं प्रमाण या गोष्टी लक्षात घेता, निर्णय घेणं हरिसिंहांना का जड जात होतं ते सरदारांना कळत होतं. हरिसिंहांनी पाकिस्तानात विलीन व्हायचं ठरवलंच तर काश्मीर खोरं पाकिस्तानात जाऊ द्यावं, पण निदान जम्मू आणि लडाख तरी हिंदुस्थानला मिळावं असं विभाजनसुद्धा त्यांनी मनात योजून ठेवलं होतं. या दरम्यान माऊंटबॅटन काश्मीरला गेले असता, असा काहीतरी तोडगा काढायची गोष्ट महाराजांच्या कानावर घालावी अशी सोय त्यांनी केली होती. अधिक वेळ न दवडता योग्य तो निर्णय घेण्यासाठी व्हाइसरॉयनं राजा हरिसिंहांना समजावलं होतं. त्यांचा कल पाकिस्तानकडे झुकत असेल तर तो निर्णय मान्य करून घेण्यासाठी सरदार भारत सरकारवर दडपण आणतील, असंही त्यांनी सांगितलं. या प्रस्तावानंतर देखील राजा हरिसिंह निर्णय घेऊ शकले नाहीत आणि माऊंटबॅटन दिल्लीला परतले.

राजा हरिसिंहांच्या नकारानं चिडलेल्या जीनांचा वैरागनी धगधगतच होता. नेताजी सुभाषचंद्र बोसांची आझाद हिंद फौज एव्हाना विखुरली गेली होती. फौजेतून लढणारे पठाण आणि इतर मुसलमान सैनिक नव्यानं निर्माण झालेल्या पाकिस्तानात जवळपास निवृत्तीचं जिणं कंठत होते. बलुचिस्तान आणि वझिरीस्तान यासारख्या डोंगराळ प्रदेशात राहणाऱ्या मुसलमान टोळ्यांकडे पिढ्यान्‌पिढ्या लुटालूट आणि हाणामारी याशिवाय दुसरा उद्योगच नव्हता. पाकिस्तानी सैन्यातल्या काही चलाख, अनुभवी अधिकाऱ्यांना जीनांनी विश्वासात घेतलं. पूर्वी आझाद हिंद फौजेत असलेले सैनिक आणि ते टोळीवाले यांना एकत्र आणण्याचं काम जीनांनी त्यांच्यावर सोपवलं आणि त्यांच्यापुढे एक योजना मांडली. पाकिस्तानी अधिकाऱ्यांच्या मार्गदर्शनाखाली या सशस्त्र टोळ्यांनी काश्मीर राज्याची सरहद्द ओलांडून तिथे लुटालूट करावी, हल्ले करावेत आणि प्रदेश काबीज करत जावं असं जीनांनी सुचवलं. असं झालं असतं तरी त्याला पाकिस्तानचं थेट आक्रमण म्हणता आलं नसतं. पख्तुनी म्हणून ओळखल्या जाणाऱ्या टोळीवाल्यांनी केलेल्या हल्ल्यांच्या बहाण्याखाली ते खपवता आलं असतं. राजा हरिसिंह आणि सरदार हे दोघं सोडून बाकी पूर्ण भारतसरकारला असली उच्छेदकारी घटना अत्यंत अनपेक्षित होती.

सरहद्दीवर असलेल्या काश्मीर राज्याच्या चौक्यांमध्ये एवढ्या प्रचंड आक्रमणाला तोंड देण्याची ताकद नव्हती. लूटमार करत, स्त्रियांवर अत्याचार करत, नागरी वस्त्यांच्या कत्तली करत हल्लेखोरांच्या टोळ्या दोनच दिवसांत बारामुल्लापर्यंत

येऊन थडकल्या. राजा हरिसिंह मोठ्याच अडचणीत सापडले. पाकिस्तानी आक्रमण थोपवणं त्यांच्या कुवतीपलीकडचं काम होतं. कर्नल नारायणसिंह त्यांचे विश्वासू सेनाधिकारी होते. चारशे शिस्तबद्ध कवायती सैनिकांच्या तुकड्या त्यांच्यापाशी होत्या. त्यांपैकी पाचपन्नास डोगरा सैनिक वगळता बाकी सगळे सैनिक मुसलमान होते. टोळीवाल्यांच्या हल्ल्याचा आपण सामना करू शकू, अशा विश्वासानं त्यांनी बारामुल्लावर चढाई करण्याची परवानगी मागितली. "कर्नल," राजा हरिसिंहांच्या मनातला प्रचंड घबराट त्यांच्या स्वरात उतरू पाहत होता. "अहो, तुमच्या तुकड्यांमध्ये जवळपास सगळेच मुसलमान आहेत. त्यांच्यावर विश्वास आहे का तुमचा?"

"डोगरा सैनिकांपेक्षाही जास्त." कर्नल नारायणसिंहांनी छाती ताठ करून आत्मविश्वासानं म्हटलं.

कर्नल नारायणसिंहांच्या तुकड्या लगेचच बारामुल्लाच्या दिशेनं रवाना झाल्या. शत्रूची संख्या कल्पनेपेक्षा खूप जास्त असल्याचं मोर्च्याच्या ठिकाणी पोहोचताच नारायणसिंहांच्या लक्षात आलं. त्यांच्याकडे असलेली शस्त्रंसुद्धा लुटारूंची नव्हे, तर अद्ययावत सैन्याकडे असावीत तशीच होती; परंतु हल्लेखोरांच्या आक्रमणात योजनाबद्ध व्यूहरचना नव्हती, हे त्यांच्या अनुभवी नजरेनं एका क्षणात टिपलं. सगळे टोळीवाले इतस्ततः कसेही फैलावलेले होते. नारायणसिंहांच्या तुकड्या चालून येत असलेल्या पाहून हल्लेखोर पाकिस्तानी झेंडे नाचवत आरोळ्या ठोकू लागले, "अल्ला हो अकबर!"

त्यांच्या जयघोषाचा प्रतिध्वनी उमटावा तसे नारायणसिंहांचे तमाम मुसलमान सैनिक आपल्या बंदुकांच्या नळ्या नारायणसिंहांसह त्यांच्या मूठभर डोगरा सैनिकांवर रोखून ओरडू लागले, "अल्ला हो अकबर, अल्ला हो अकबर!,"

क्षणार्धात नारायणसिंह काय समजायचं ते समजले. विश्वासू वाटणारे आपले काश्मिरी मुसलमान सैनिक संगनमत केल्यासारखे आपल्याविरुद्ध फिरले आहेत आणि पाकिस्तानी हल्लेखोरांशी त्यांनी हातमिळवणी केली आहे, हे कळायला त्यांना वेळ लागला नाही. नारायणसिंहांनी अथवा मूठभर डोगरा सैनिकांनी काही हालचाल करण्याआधीच फितलेल्या मुसलमान सैनिकांनी सगळ्यांचे तुकडे तुकडे करून टाकले. आक्रमक हल्लेखोरांचं सामर्थ्य एका क्षणात दुणावलं. विजयोन्मादानं ते ओरडू नाचू लागले.

बारामुल्ला पडलं. श्रीनगर गाठणं आता फार कठीण उरलं नव्हतं. सगळ्या सैनिकांना दोन दिवसांनी येणारा ईदचा सण श्रीनगरच्या हजरतबाल मशिदीत बंदगी करून साजरा करायचा होता. जीनांचा आदेशही तसाच होता.

त्या वेळी महेरचंद महाजन काश्मीरचे दिवाण होते. राजकारण आणि आंतरराष्ट्रीय कायदा या दोन्ही क्षेत्रात कुशाग्रबुद्धीचे तज्ज्ञ समजले जाणारे हे महेरचंद महाजन

तत्पूर्वी पंजाब हायकोर्टाचे चीफ जस्टिस होते. राजा हरिसिंह मानत आहेत, त्याप्रमाणे काश्मीरची प्रजा विलीनीकरणाच्या मुद्द्यावर हिंदुस्थानच्या बाजूनं असेल, असं त्यांना वाटत नव्हतं. अत्यंत विश्वासू असणाऱ्या मुसलमान सैनिकांनी बारामुल्लामध्ये केलेली दगाबाजी लक्षात घेता, आता श्रीनगरचा पाडाव ही दूरची गोष्ट उरलेली नाही, हे महाराजांनादेखील दिसू लागलं होतं. श्रीनगर आणि लडाख इथं उरलेल्या काश्मिरी सैन्याच्या तुकड्यांमध्ये मुसलमानांचीच संख्या अधिक होती. हिंदुस्थानकडून तत्काळ मदत घेण्यावाचून तरणोपाय नाही, अन्यथा हल्लेखोर श्रीनगरवर ताबा तर मिळवतीलच; पण जामीन म्हणून आपल्यालाही कैद करतील, असं बारामुल्लाच्या अनुभवावरून महाराजांना वाटू लागलं होतं.

"महाराज," आपल्या राजाची द्विधा मनस्थिती ओळखून महेरचंद म्हणाले, "हल्लेखोरांच्या टोळ्या आणि त्यांना मिळालेले आपले दगाबाज, सगळे बारामुल्लामध्ये जल्लोश करण्यात मग्न आहेत. शराब आणि सुंदरी यांच्या मैफिलीत दंग आहेत. स्वत:ची संपत्तीच काय, स्वत:च्या स्त्रिया तरी वाचाव्यात म्हणून बारामुल्लाचे नागरिक डोंगराळ भागात, आत दूरवर आसरा शोधताहेत. हल्लेखोर अशा जल्लोषात दंग आहेत, तोवरच आपण दिल्लीहून मदत मागवायला हवी. वेळ फारच थोडा आहे महाराज!"

दुसरा पर्यायच नव्हता. महाराज तत्काळ कबूल झाले. अर्ध्या तासातच दिल्लीला जाणारं विमान महेरचंद महाजनांना घेऊन श्रीनगरच्या विमानतळावरून निघाल्याची बातमी दिल्लीला पोहोचली होती. काश्मीरबद्दल ताबडतोब निर्णय घेण्यासाठी पंतप्रधानांच्या निवासस्थानी एक बैठक बोलावण्यात आली. बैठकीच्या प्रमुखपदी माऊंटबॅटन होते. पंतप्रधान, उपपंतप्रधान, संरक्षणमंत्री, सरसेनापती आणि आर्मी कमांडर अशा इतर सभासदांना बोलावणं गेलं होतं. महेरचंद महाजन विमानतळावरून तडक बैठकीच्या जागी पोहोचले. श्रीनगरचा पाडाव आता दृष्टिपथातच असल्याचा आणि खुद्द महाराजांना धोका असल्याचा सविस्तर अहवाल त्यांनी सादर केला. क्षण न् क्षण मोलाचा आहे हे लक्षात घेऊन, भारतीय लष्करी मदत तत्काळ काश्मीरपर्यंत पोहोचेल अशी व्यवस्था करण्याची त्यांनी विनंती केली.

"आंतरराष्ट्रीय कायद्यानुसार काश्मीर हा भारतीय प्रदेश नाही. त्यामुळे भारतानं तिथे आपलं सैन्य पाठवलं, तर त्याचं कायदेशीर समर्थन होऊ शकणार नाही." माऊंटबॅटननी आपलं मत मांडलं.

"काश्मीरच्या राजानं विलीनीकरणाबाबत निर्णय घ्यायला केलेल्या विलंबाचाच हा परिणाम आहे," पंतप्रधान उद्गारले. "जोपर्यंत ते सामीलनाम्यावर सही करत नाहीत, तोपर्यंत या उद्भवलेल्या परिस्थितीचा सामना त्यांनाच करावा लागेल."

"म्हणजे... याचा अर्थ असा की..." हताश स्वरात महाजन म्हणाले, "पाकिस्तानला काश्मीर गिळंकृत करू द्यायचं!"

"परिस्थितीच इतकी गंभीर आहे, की लष्करी दलं इथून तिथे पोहोचेपर्यंत श्रीनगर पडलंही असेल." संरक्षणमंत्र्यांनी भीती व्यक्त केली.

"श्रीनगरचं पतन म्हणजे सर्वनाश! काय वाटेल ते झालं, तरी या सर्वनाशापासून श्रीनगरला वाचवलंच पाहिजे." महाजनांनी दृढ स्वरात म्हटलं.

"महाजन," जवाहरलाल म्हणाले, "फारच घाबरला आहात तुम्ही! अहो, श्रीनगर शत्रूच्या हातात पडलं तरी ते परत जिंकून घ्यायला भारतीय लष्कर समर्थ आहे."

"आणि असं बघा महाजन," माऊंटबॅटननी री ओढली, "सामीलनाम्याद्वारे राजाचं मत जाणून घेतल्यानंतर, काश्मीरच्या प्रजेचं मतसुद्धा तेवढंच महत्त्वाचं आहे."

"साहेबहो," महाजन म्हणाले, "कायद्याचा कीस काढणाऱ्या असल्या शब्दजंजाळातच आपल्याला अडकून पडायचं असेल, तर शेवटी इथून पळून सरळ जीनांकडे पाकिस्तानातच जाऊन त्यांची मदत मागणं एवढाच पर्याय माझ्या हाती उरतो. माझं इथे येणं निरर्थकच म्हणायचं!"

"महाजन, तुम्ही समजून घ्यायला हवं की..." जवाहरलाल म्हणाले, "असं डोळ्यांची पापणी लवेतो भारतीय सैन्य श्रीनगरला पोहोचणं म्हणजे पोरखेळ नव्हे. धमकी देत आहात तुम्ही. ठीक आहे, वाटलं तर जाऊ शकता तुम्ही!"

महाजन लगेच उठून उभे राहिले. दाराकडे परत फिरण्यासाठी त्यांनी पाठ वळवली. डोळे उघडे आहेत की मिटलेले तेही कळू नये अशाप्रकारे मस्तक खाली झुकवून आपल्या जागी बसलेल्या सरदारांनी प्रथमच नजर उंचावली. त्यांच्या डोळ्यात किंचितशी लालसर झाक तरळली. अत्यंत गंभीर स्वरात ते बोलू लागले, "महाजन, कुठेही जायचं नाही तुम्ही! इथेच थांबा आणि इथेच बसा." सरदारांनी आपला उजवा हात पुढे केला. उठून उभ्या राहिलेल्या महाजनांना खाली बसवलं. एका बाजूला बसलेल्या लष्करी अधिकाऱ्यांकडे शांतपणे चेहरा वळवून अधिकारवाणीने ते म्हणाले, "हे बघा, साधनं असोत वा नसोत, कोणतीही किंमत द्यावी लागो; पण काय वाटेल ते झालं तरी काश्मीरचं रक्षण झालंच पाहिजे. तुम्हाला ते करावंच लागेल. त्यासाठी जी हवी ती सगळी मदत सरकारकडून मिळेल; परंतु हे करायचं म्हणजे करायचं म्हणजे करायचंच. काय वाटेल ते करा; पण कराच." एवढं बोलून सरदार स्वत:च उठले. मग हलकेच म्हणाले, "उद्या सकाळपावेतो हवाई मार्गानं मदत पाठवायची व्यवस्था झालेली असेल."

सगळे अधिकारी अवाक् झाले. त्यांनी एकमेकांकडे बघितलं. अनेक जीवघेण्या लढाया लढलेले ते सेनाधिकारी थक्क झाले. शस्त्रसरंजाम, दळणवळणाची साधनं, सैनिकांची उपलब्धता सगळ्याची जुळवाजुळव करायची आणि मुख्य म्हणजे हजारो

फूट उंचावरच्या आणि शत्रूच्या तावडीत सापडलेल्या श्रीनगरच्या विमानतळापर्यंत पोहोचायचं, हे अत्यंत कठीण काम होतं; पण सरदारांचा ठामपणा पाहिल्यानंतर पुढे काही बोलायला वावच नव्हता. आपलं काम पार पाडणं एवढंच त्यांच्या हाती होतं.

क्षणाचाही विलंब न लावता बैठकीबाहेर येऊन सरदार मेननांना म्हणाले, "मेनन, ऐका. विलीनीकरणाचे सगळे दस्तावेज घेऊन तुम्ही इथूनच त्या महेरचंदांसोबत थेट विमानतळावर जा. श्रीनगरला राजा हरिसिंहांना भेटून त्या कागदपत्रांवर त्यांची सही मिळवा आणि उलटपावली त्याच विमानानं इथे दिल्लीत परत या. दिल्लीच्या सफदरजंग विमानतळावर मी तुमची वाट बघतो." नंतर त्यांनी महाजनांना म्हटलं, "श्रीनगरला पोहोचल्याबरोबर लगेच तुम्ही अंदाज घ्या. श्रीनगर शत्रूच्या हाती पडलं असेल, तर महत्त्वाची कागदपत्रं आणि जडजवाहीर सोबत घेऊन महाराजांना लगेच जम्मूला पाठवून द्या. क्षणाचाही उशीर करू नका. महाराज जर शत्रूच्या हाती सापडले, तर मात्र आपल्याला फार मोठ्या संकटाला तोंड द्यावं लागेल."

दुसरीकडे शस्त्रं, सैनिक, विमानं वगैरे गोळा करण्याच्या तयारीत सैन्याचे तमाम विभाग गुंतले होते. हवाई दलाच्या विमानांच्या जोडीला अनेक नागरी विमानंही विमानतळावर सज्ज करून ठेवलेली होती. त्या विमानतळावरची सर्व नागरी वाहतूक तूर्त बंद करून टाकली होती. तडकाफडकी होत असलेल्या अशा सपाटेबंद तयारी दरम्यानच संध्याकाळ होता होता विलीनीकरणाच्या दस्तावेजांवर महाराजांची सही घेऊन मेनन परत आले होते. मेननांनी आणलेली बातमी मात्र काहीशी काळजीत टाकणारी होती. महाराज हरिसिंहांना श्रीनगरहून जम्मूला घेऊन जायची सगळी व्यवस्था झाली होती, परंतु तोपर्यंत बारामुल्लाहून थोड्या अंतरावर असलेलं श्रीनगरला वीज पुरवणारं मुख्य वीजकेंद्र हल्लेखोरांच्या हाती पडलं होतं. श्रीनगरला पोहोचणारा वीजप्रवाह शत्रूनं बंद पाडला होता. सगळं श्रीनगर काळोखात बुडालं होतं. रात्री कारवाई करणं भारतीय सैन्याला शक्य होणार नव्हतं.

सरदारांनी मनातल्या मनात सगळी गणितं मांडली. काश्मीरमध्ये उद्‌भवलेला प्रश्न सोडवायची जबाबदारी सगळ्यात आधी रियासती खात्याची होती. रियासती खातं सरदारांच्या अखत्यारीत होतं आणि काश्मीर हे रियासती खात्याच्या पदरात पडलेल्या पाचशेबासष्ट राज्यांपैकी एक होतं. या क्षणी श्रीनगरला जाऊन परिस्थितीचं सर्वांगीण आकलन करून घेणं, हे रियासती खात्याचे मंत्री या नात्यानं त्यांचं सर्वांत मोठं कर्तव्य होतं; नव्हे तर तो त्यांचा धर्मच होता, असं सरदारांना प्रकर्षानं वाटू लागलं. त्यांनी जवाहरलालांशी ताबडतोब संपर्क साधून आपला निर्णय त्यांच्या कानावर घातला.

"जातीनं चौकशी केल्यानंतरच परिस्थितीचा अंदाज बांधता येईल, असं मला वाटतं जवाहरलाल. उद्या पहाटेच मी श्रीनगरला जातोय."

"हे काय म्हणताहात सरदार?" चकित होऊन जवाहरलाल म्हणाले. "देशाचे गृहप्रधान म्हणून तुम्ही तिकडे जावं या गोष्टीला मी संमती देऊ शकत नाही."

"माझ्याबद्दलच्या तुमच्या सद्भावना मी समजू शकतो पंडितजी, पण तूर्त मी तुमची संमती मागत नाहीये. तुम्हाला केवळ सांगतोय!"

"पण सरदार, काही... भलतंच घडलं तर?"

"तर संसदेत मला श्रद्धांजली अर्पण करा." जरासं हसून सरदारांनी रिसीव्हर खाली ठेवला.

त्यानंतर लगेच सरदारांनी हवाईदलाचे प्रमुख जनरल बुचर यांना प्रत्यक्ष भेटीला बोलावून आदेश दिला, "एअरमार्शल, उद्या सकाळी प्रकाशाचा पहिला किरण पृथ्वीवर पडताक्षणी मला श्रीनगरला जायचं आहे. माझं विमान तयार ठेवा."

एअरमार्शलांना धक्काच बसला. अशा जीवघेण्या परिस्थितीत बहात्तर वर्षांच्या सरदारांनी स्वत:हून शत्रूच्या मोर्च्यासमोर चालून जावं, हे त्यांना योग्य वाटेना. धैर्य एकवटून त्यांनी आपलं म्हणणं सरदारांपुढे मांडलं. "क्षमा करा सरदार! विमान तयार ठेवणं कठीण नाही; पण आपलं अशा तऱ्हेनं तिथे जाणं सुरक्षेच्या नियमांच्या विरुद्ध आहे."

"कोणाची सुरक्षा एअरमार्शल?"

"आपलीच...!"

"अन् मग देशाच्या सुरक्षेचं काय?" सरदारांनी प्रश्न केला. त्यांच्या ओठावर किंचित काळ अस्फुट स्मित खेळलं. मग म्हणाले, "चिंता करू नका. सुरक्षेची शक्य तेवढी काळजी घेऊन माझ्यासाठी विमान हजर करा."

ह्यापुढे बोलण्यासारखं काही उरलं नव्हतं. सरदार आणि मेनन या दोघांना घेऊन आलेलं भारतीय लष्करी दलाचं विमान रनवेवर सुरक्षितपणे उतरलं, तेव्हा सकाळचा कोवळा प्रकाश श्रीनगरच्या विमानतळावर पसरू लागला होता. महेरचंद महाजन त्यांची वाट बघत तिथेच हजर होते. तिघंजण विमानतळावरून थेट जम्मूला गेले. जम्मूच्या राजमहालात महाराज अजून आपल्या शयनकक्षाबाहेर आले नव्हते. आपल्या परिवारासह मध्यरात्री श्रीनगर सोडून महाराज पहाट होता होता जम्मूला पोहोचले होते. शयनकक्षात निजायला जाण्यापूर्वी त्यांनी आपल्या अंगरक्षकांना अंतिम सूचना देऊन ठेवली होती, "भारतीय सैन्याची मदत येऊन पोहोचली, तरी मला उठवू नका. कारण आता यापुढची सगळी कामगिरी भारतीय सेनाधिकाऱ्यांचीच असणार आहे. मी करण्याजोगं आता काहीच उरलं नाही... आणि समजा भारतीय सैन्य नाहीच आलं तरीसुद्धा मला उठवू नका, सरळ गोळी घालून ठार करा. बस्स!"

एकवीस

सरदार जम्मूहून श्रीनगरला परतले तेव्हा श्रीनगरच्या विमानतळावर आलेल्या विमानातून शस्त्रं उतरवण्याची लगबग सुरू होती. सरदारांनी मोकळा श्वास घेतला. आता श्रीनगर आणि राजा हरिसिंह दोन्ही सुरक्षित होते! सत्तर मैल दूर बारामुल्लाला पोहोचून शत्रूनं काबीज केलेलं वीजकेंद्र पुन्हा ताब्यात घेणं हे काम श्रीनगरला पोहोचलेल्या पहिल्या पलटणीला सर्वांत आधी करायचं होतं. नॅशनल कॉन्फरन्सच्या शेख अब्दुल्लांना राजा हरिसिंह आवडत नसले तरी काश्मीरवर दोघांचं सारखंच प्रेम होतं. पाकिस्ताननं केलेलं आक्रमण आणि हल्लेखोरांनी काश्मीरच्या रमणीय भूमीचा मांडलेला सर्वनाश, यामुळे ते अत्यंत बेचैन झाले होते. श्रीनगरमध्ये अंदाधुंदी माजलेली लक्षात येताच त्यांनी बक्षी गुलाम महंमद यांच्या मदतीनं एअरपोर्टच्या रस्त्यानं बारामुल्लाला जाण्यासाठी अनेक वाहनं तयार ठेवली होती. त्या वाहनातूनच हिंदी सैनिक शस्त्रसाठ्यासह बारामुल्लाच्या दिशेनं रवाना झाले होते.

विमानतळावर सरदारांना मिळालेल्या अन्य बातम्या मात्र चिंताजनक होत्या. हरिसिंहांच्या सैन्यातले श्रीनगरचे जवळपास सगळेच मुसलमान सैनिक सैन्य सोडून निघून गेले होते. फार काय, काश्मीरच्या लष्करीदृष्ट्या अत्यंत मोक्याच्या समजल्या जाणाऱ्या गिलगीट भागातले मुसलमान सैनिकच नव्हे तर सनदी अधिकारीसुद्धा रातोरात पाकिस्तानात निघून गेले होते. गिलगीट केंद्रावर ब्रिटिश लष्करी आणि सनदी मिळून तीस एक अधिकारी होते. संपूर्ण प्रदेश निर्नायकी करून तेही पाकिस्तानला चालते झाले होते. अशा तऱ्हेनं गिलगीटमध्ये राजकीय त्याचप्रमाणे लष्करी व्यवस्थेच्या बाबतीत पोकळी निर्माण झाली होती. सरदारांनी ते लक्षात घेऊन लष्करी अधिकारी, शेख अब्दुल्ला आणि बक्षी गुलाम महंमद या सर्वांशी विचारविनिमय केला.

सरदार विमानात बसायला निघाले त्या वेळी महेरचंद महाजन त्यांच्या अगदी जवळ येऊन कुजबुजले, "सरदारसाहेब, काश्मीरमध्ये सार्वमत घ्यायचं ठरवलंत तर

हिंदुस्थानच्या बाजूनं बहुमत मिळण्याची आशा ठेवू नका. आज शेख अब्दुल्ला पाकिस्तानविरोधी दिसत आहेत खरे; पण राजा हरिसिंहांना हरवून स्वतंत्र काश्मीरचे सुलतान बनण्याचा त्यांचा अंतस्थ हेतू आहे.''

मान खाली घालून सरदार ऐकत होते. ते काहीच बोलले नाहीत. हलकासा हुंकार देऊन त्यांनी महाजनांवर दृष्टी टेकवली अन् मग ते सावकाश विमानाची शिडी चढू लागले.

जवाहरलालांचा शेख अब्दुल्लांवर फार विश्वास होता. शेखांबद्दल त्यांच्या मनात विशेष आपुलकीसुद्धा होती. शेख राजा हरिसिंहांना पाण्यात पाहत होते. कसंही करून हरिसिंहांना पदच्युत करावं आणि काश्मीरच्या जनतेचे प्रतिनिधी म्हणून सत्ता हाती घ्यावी, अशी त्यांची आंतरिक इच्छा होती. म्हणून राजा हरिसिंहांचं हित जपणारे दिवाण महेरचंद महाजनसुद्धा शेखांना अर्थातच अप्रिय होते. शेखांवर विश्वास असल्याकारणानं शेखांप्रमाणेच जवाहरलालदेखील राजा हरिसिंह आणि महेरचंद दोघांप्रती मनात एक छुपी नावड बाळगून होते. सरदारांचा मात्र शेखांवर फारसा विश्वास नव्हता. काश्मिरी सैन्यातल्या मुसलमान सैनिकांनी पाकिस्तानच्या बाजूनं कौल दिला होता, तशाच प्रकारची शंका सरदारांना शेखांबद्दल वाटत होती.

वातावरण असं गढुळलेलं असताना शेखांनी पाकिस्तानी हल्लेखोरांना विरोध केला, जवाहरलालांशी संपर्क साधून काश्मीरला लष्करी मदत पाठवायची विनंती केली, त्यामुळे शेख पाकिस्तानला विरोध करत आहेत, हिंदुस्थानला पाठिंबा देत आहेत, असं शेखविरोधकांनासुद्धा वाटू लागलं.

शेखांच्या मनाच्या तळाशी मात्र एक अगदीच वेगळी भूमिका आकाराला येत होती. जवाहरलालांच्या मदतीनं हरिसिंहांची हकालपट्टी करणं फारसं अवघड नव्हतं, उलट काश्मीरवर पाकिस्ताननं कब्जा केला असता त्यांना स्वत:ला काही स्थानच उरणार नव्हतं. जीनांबद्दल एकदा खासगीत बोलताना त्यांनी म्हटलं होतं, ''हा लांबटांग्या हातात कुराण घेऊन मुसलमानांना ठकवतोय. याच्या नादी न लागणं बरं!'' जीनांचा हुकूमशाही स्वभाव पाहता आपण एकतर अगदीच नगण्य ठरू किंवा...

या 'किंवा'पाशी शेख अब्दुल्ला अडखळले होते. पंजाबची युनियनिस्ट पार्टी जीनाविरोधी होती. या पार्टीचे नेता सिकंदर हयातखान मुस्लीम लीगविरुद्ध असूनही पंजाबचे मुख्यमंत्री झाले होते. नंतर मात्र जीनांनी त्यांना भुलवून युनियनिस्ट पार्टी मुस्लीम लीगमध्ये विलीन करवून घेतली होती. परिणामी, सिकंदर हयातखानांची अवस्था पंख कापलेल्या पक्ष्यासारखी झाली. स्वत:चा जीव वाचवण्यासाठी पंजाब सोडून रातोरात मुंबईला जायची त्यांच्यावर पाळी आली. मुंबईतही आपला जीव सुरक्षित नाही असं वाटलं तेव्हा ते लंडनला पळून गेले. अशीच गत सिंधच्या

अल्लाबक्षांची झाली होती. जीनांच्या जाळ्यात ते ओढले तर गेले होते; पण जाळ्यात पूर्णपणे फसले नव्हते. शेवटी त्यांची हत्या झाली होती. त्या हत्येमागे कोणाचा हात होता, ते कोणाचं कारस्थान होतं त्याचा अद्यापही काही माग लागत नव्हता. आज आपण पाकिस्तानच्या बाजूनं निर्णय घेतला तरीसुद्धा सिकंदर हयातखानांची आणि अल्लाबक्षांची जी गत झाली तीच कालांतराने आपली होणार असं शेखांना वाटू लागलं. त्यापेक्षा, हिंदुस्थानकडून लष्करी मदत घेऊन पाकिस्तानी हल्लेखोरांना पळवून लावावं आणि अशाप्रकारे एकदा का काश्मीरप्रश्न या दोन देशांमधला विवाद्य प्रश्न बनला की काश्मीर स्वत:चं स्वातंत्र्य अबाधित ठेवू शकेल आणि आपण त्या स्वतंत्र काश्मीरचे सर्वेसर्वा बनू शकू. सद्यपरिस्थितीत शेख अब्दुल्लांच्या राष्ट्रवादी धोरणामागचं रहस्य हे होतं.

हिंदी लष्कर श्रीनगरला पोहोचलं. तिथे जे चित्र निर्माण झालं होतं त्यामुळे हिंदी लष्करापुढे बिकट पेचप्रसंग निर्माण झाला होता. गेली वीस वर्षं जीनांचे खासगी चिटणीस म्हणून काम करणारे खुर्शीद अहमद आणीबाणीच्या या काळात श्रीनगरमध्येच राहत होते. मुळात ते काश्मिरी प्रजेपैकीच होते, परंतु त्यांच्या कॉलेजशिक्षणाच्या काळात जीनांशी संपर्क आल्यावर जीनांचे खासगी चिटणीस म्हणून काम करत असताना, त्यांचा मुस्लीम लीगच्या राजकारणात प्रवेश झाला होता. फाळणीनंतर जीनांच्या इतर खासगी कर्मचारीवर्गासोबत त्यांनी पाकिस्तानात जायचं ठरवलं होतं. श्रीनगरमध्ये त्यांचं वडिलोपार्जित घर होतं आणि तूर्त पाकिस्तानचा पासपोर्ट घेऊन आपल्या मूळ गावी थोडे दिवस राहण्यासाठी ते आले होते. वर्तमान नाजूक परिस्थितीत खुर्शीदांना श्रीनगरमध्ये राहू देणं भारतीय सेनाधिकाऱ्यांना योग्य वाटेना. काश्मीरच्या महाराजांची गैरहजेरी, काश्मिरी मुसलमान सैनिकांनी सैन्य सोडून जाणं आणि बारामुल्लापर्यंत येऊन ठेपलेले हल्लेखोर या पार्श्वभूमीवर खुर्शीदांनी श्रीनगरमध्ये उपस्थित असणं भारतीय सेनेला खपवून घेण्याजोगं वाटत नव्हतं. भारतीय सैनिकांनी खुर्शीदांना ताब्यात घेतलं आणि लाहोरला जाणाऱ्या विमानातून ताबडतोब रवाना करून दिलं. अशा रीतीनं खुर्शीदांना हाकललेलं पाहून जीना भयंकर संतापले. त्यातच भर म्हणजे दोन दिवसांतच भारतीय लष्करानं बारामुल्लावर पुन्हा कब्जा मिळवला होता. हल्लेखोरांच्या टोळ्या आता परतीची वाट धरू लागल्या होत्या, हातून गेलेली भूमी भारतीय सैन्य पुन्हा परत मिळवत होतं.

काश्मीर आघाडीवर युद्ध लांबत चाललं होतं. कोणताच निश्चित असा निकाल दृष्टिपथात येत नव्हता. पाकिस्तान अधिकृतपणे युद्धात उतरलं असतं तर मग ते काश्मीरपुरतं मर्यादित न राहता दोन देशांमधलं सर्वव्यापी युद्ध बनलं असतं. अद्यापही दोन्ही देशांचे सरसेनापती ब्रिटिशच होते. त्यामुळे दोन देशांमध्ये युद्ध झालं असतं, तर दोन्हीकडून ब्रिटिश सेनापतींना समोरासमोर यावं लागलं असतं, अशी

विचित्र परिस्थिती उद्‌भवली होती. या बाबतीत चर्चा करण्यासाठी जीनांनी माऊंटबॅटन आणि जवाहरलाल दोघांना लाहोरला येण्याचं निमंत्रण दिलं. माऊंटबॅटन जायला तयार होते. जवाहरलालांना मात्र सरदारांनी थांबवलं.

"आक्रमण करणाऱ्यांनीच चर्चा करण्यासाठी आपल्याला तिकडे बोलावलं, हे चालवून घेण्यासारखं नाही. हवं तर जीनांनी इकडे यावं, आपण चर्चा करू!"

एकूण सगळाच मामला युनायडेड नेशन्समध्ये घेऊन जायची माऊंटबॅटनांची इच्छा होती. युनायटेड नेशन्सच्या देखरेखीखाली काश्मीरमध्ये लोकमत घेण्यात यावं, असा त्यांचा प्रस्ताव होता. जवाहरलालही त्याला सहमत होते; पण सरदार मात्र अत्यंत कडवा विरोध करत होते. आंतरराष्ट्रीय डावपेचांच्या मसलतीत फिर्यादी म्हणून जाण्यापेक्षा आरोपी म्हणून उभं राहणं अधिक फायद्याचं आहे, असं सरदारांना वाटत होतं. लोकमताला सैद्धांतिक विरोध करता येण्यासारखं नसल्यानं लोकमत घेण्याचं तर त्यांनी मान्य केलं; परंतु लोकमत घेण्याची प्रक्रिया बाहेरच्या कोण्या तिसऱ्याच सत्तेच्या दखलगिरीविना झाली पाहिजे, असं त्यांनी स्पष्टपणे म्हटलं.

सरदार आणि जवाहरलाल दोघांच्याही मनात परस्परांबद्दल कटुता निर्माण व्हावी अशी घटना याच काळात घडली. या दोघा सर्वोच्च नेत्यांची कार्यपद्धती काही विषयांबाबतीतल्या धोरणात एकमेकांहून अगदी भिन्न होती; पण गांधीजींप्रती दोघांची निष्ठा, तसंच देशप्रेम या दोन गोष्टी दोघांच्याही इतक्या दृढ होत्या, की मतभेद असूनही त्यांची कामं मात्र एकमेकांबद्दलच्या आदरासह आणि आपुलकीनं चालली होती.

विद्यमान परिस्थितीमुळे काश्मीरमधलं जनजीवन चांगलंच विस्कळीत झालं होतं. महाराज जम्मूमध्येच होते. श्रीनगरचा कारभार शेख अब्दुल्लांच्या देखरेखीखाली सुरू होता. विस्कळीत झालेल्या नागरी सोयीसुविधा पुन्हा मार्गावर आणण्यासाठी काश्मिरी सरकारला दीडशे वाहनांची तत्काळ गरज आहे, असं त्यांच्या लक्षात आलं होतं. जवाहरलालांशी संपर्क करून दीडशे वाहनं ताबडतोब पाठवून देण्याची व्यवस्था करण्याचं त्यांनी कळवलं. ही मागणी पूर्ण करण्यासाठी योग्य ती पावलं उचलावीत असं जवाहरलालांनी गोपालस्वामी अय्यंगारांना लिहिलं. गोपालस्वामी अय्यंगार त्या वेळी मंत्रिमंडळात बिनखात्याचे मंत्री होते. जवाहरलालांच्या सूचनेनुसार, तेवढी वाहनं श्रीनगरला पाठवावीत असं पत्र गोपालस्वामींनी पूर्व पंजाबच्या प्रांतिक सरकारला आणि लष्करप्रमुख जनरल थिमैय्यांना धाडलं. माहितीखातर त्यांनी आदेशाच्या पत्राची एक प्रत रियासती खात्याकडे पाठवली. काश्मीर हे एक देशी राज्य असल्यानं ते रियासती खात्याच्या हुकूमतीखाली येतं, असा विचार करून गोपालस्वामींनी त्या पत्राच्या प्रती रियासती खात्याकडे पाठवल्या होत्या. ती पत्रं पाहून सरदार अस्वस्थ झाले. काश्मीर प्रश्न रियासती खात्याच्या कार्यक्षेत्रात येत असल्यामुळे जवाहरलालांनी काश्मीरच्या कारभारासाठीची मागणी, कार्यवाही करण्यासाठी

रियासती खात्याकडे पाठवायला हवी होती. त्यांनी आधी अय्यंगारांना त्याबद्दल विचारलं, तेव्हा अय्यंगार म्हणाले, "तुम्ही म्हणता ते अधिकृतपणाच्या दृष्टीनं बरोबर आहे; परंतु कार्यवाहीची सूचना मला खुद्द पंतप्रधानांकडून आली होती. इथून पुढे तुमच्या खात्यासंबंधातील कोणतीही सूचना मी थेट तुमच्याकडेच पाठवत जाईन."

पंतप्रधानांची अशी कार्यपद्धती सरदारांना योग्य वाटत नव्हती. याआधीसुद्धा एकदा असं घडलं होतं. कुठल्या तरी विशिष्ट प्रकल्पासाठी केंद्रीय अर्थसाहाय्य म्हणून वीस लाख रुपये शेख अब्दुल्लांनी पंतप्रधानांकडून मागवले होते आणि पंतप्रधानांनी रियासती खात्याला न कळवता तेवढी रक्कम शेख अब्दुल्लांकडे पाठवून दिली होती. त्या वेळी सरदारांनी पंतप्रधानांसमोर आपली नाराजी स्पष्ट करत म्हटलं होतं, "काश्मीरचा दर्जा एखाद्या देशी राज्याइतकाच आहे आणि त्याच्या आर्थिक व्यवहारांसाठी विशेष सल्लागारही आहेत. एवढ्या मोठ्या रकमेची तरतूद त्या सल्लागारांचा अभिप्राय कळल्यानंतर रियासती खात्यामार्फतच व्हायला हवी."

त्या वेळी सरदारांच्या मताकडे जवाहरलालांनी फारशा गंभीरपणे लक्ष दिलं नव्हतं आणि सरदारांनीदेखील तो मुद्दा तेवढ्यावर सोडून दिला होता.

आता पुन्हा दुसऱ्यांदा तेच घडलं होतं. त्यावरून एक गोष्ट स्पष्ट होत होती – काश्मीर देशी राज्य असूनही त्याचा कारभार संविधानाच्या धोरणानुसार रियासती खात्यामार्फत करण्याऐवजी पंतप्रधान स्वत: त्यात लक्ष घालत आहेत! असंच चालू राहिलं, तर काम अधिकच कठीण होत जाणार होतं. काश्मीरच्या शासनाला पंतप्रधानांकडून एक आणि रियासती खात्याकडून वेगळी सूचना दिली गेली तर भलतीच विचित्र परिस्थिती उद्भवण्याची शक्यता होती. अशी वेळ येऊ नये म्हणून एका विशिष्ट, निर्धारित कार्यपद्धतीचा अंगीकार करून त्यानुसारच चालण्याचा आग्रह धरणारं एक तपशीलवार पत्र सरदारांनी जवाहरलालांना लिहिलं.

उत्तरादाखल जवाहरलालांनी म्हटलं, "तुमचं पत्र वाचून मला अतिशय आश्चर्य वाटलं. देशी राज्यांचं खातं कोणत्या तत्त्वानुसार काम करतं, ते मला कळतच नाही. हे खातं म्हणजे सरकारच्या आतलं आणखी एक सरकार नव्हे. काश्मीरच्या मुद्द्याशी आंतरराष्ट्रीय आणि लष्करी मुद्देही निगडित आहेत आणि ते देशी राजांच्या खात्याच्या कक्षेबाहेर आहेत. फार तर जी पावलं उचलली गेली असतील, त्यांची माहिती देशी राज्यांच्या खात्याला दिली जावी, यापेक्षा अधिक काय? मला वाटतं, देशी राज्यांच्या खात्यानं यात पडू नये. माझ्या सांगण्यावरून जे केलं गेलं असेल, त्याची जबाबदारी माझी आहे आणि मी ती झटकू शकत नाही. एका साथीदाराप्रती असायला हवं त्या सौजन्यानुरूप तुमचं पत्र नाही."

जवाहरलालांच्या पत्रातून एखाद्या साथीदाराऐवजी एक शासकीय वरिष्ठ डोकावत

आहे असं सरदारांना वाटलं. सरदारांच्या प्रकृतीला ते मानवण्याजोगं नव्हतं. गांधीजींशी चर्चा करून एक कायमस्वरूपी, निश्चित अशी कार्यपद्धती शोधून काढायचं त्यांनी ठरवलं. या मुद्द्यावर जवाहरलालांशी अधिक चर्चा करण्यापेक्षा मंत्रिमंडळाच्या बैठकीतच त्यावर विचारविनिमय व्हावा, असं त्यांना वाटू लागलं.

तसं झालं नाही. मंत्रिमंडळात या मुद्द्यावर काही विचार होण्याआधीच सरदारांच्या धोरणपद्धतीमुळे नाराज झालेल्या जवाहरलालांनी एक पाऊल उचललं होतं. गोपालस्वामी अय्यंगार तेव्हा बिनखात्याचे मंत्री होते. यापूर्वी काश्मीर राज्याचे दिवाण या नात्यानं काही वर्षं त्यांनी काम केलं होतं. त्या अनुभवाच्या आधारे काश्मीर प्रश्नासंबंधात ते सध्याही जवाहरलालांना मदत करत होते. रियासती खात्याला कळवल्याविना काश्मीरबद्दलचा कोणताही निर्णय घेतला जाऊ नये या सरदारांच्या धोरणावर जवाहरलाल आणि गोपालस्वामी दोघंही नाखूश होते. काश्मीरच्या बाबतीत सध्या जवळजवळ युद्धसदृश परिस्थिती निर्माण झाली आहे असं जवाहरलालांना वाटत होतं. त्यातच आणखी, हा मुद्दा युनायटेड नेशन्समध्ये घेऊन जावा असा आग्रह व्हाइसरॉय धरत होते. आंतरराष्ट्रीय प्रतिष्ठेचा विचार करता पाकिस्तानला आक्रमणखोर ठरवण्यासाठी युनोत जावं, असं जवाहरलालांचंही मत होतं. या गोष्टीशी सरदार सहमत नाहीत हे जवाहरलाल जाणून होते. काश्मीरचा प्रश्न रियासती खात्याच्या अखत्यारीतच राहिला, तर तो युनोमध्ये न्यायला सरदार कधीच तयार झाले नसते. आता काश्मीर म्हणजे केवळ 'पाचशेबासष्ट राज्यांपैकी एक' उरलेलं नाही, इथून पुढे काश्मीरशी आपलं परराष्ट्र-धोरणसुद्धा जोडलं जाणार आहे. हे सर्व लक्षात घेता काश्मीर रियासती खात्याकडून काढून घेऊन परराष्ट्रखात्याच्या अमलाखाली ठेवावं आणि बिनखात्याचे मंत्री असलेल्या आणि काश्मीरच्या अंतर्गत मामल्यांचा प्रत्यक्ष अनुभव असलेल्या गोपालस्वामी अय्यंगारांकडे हा प्रश्न सोपवावा, म्हणजे पंतप्रधान म्हणून आपलं काम पार पाडणंही सोपं होईल, असे विचार जवाहरलालांच्या मनात येऊ लागले. नाहीतरी जवाहरलालांनी परराष्ट्र खातं स्वत:कडेच ठेवलं होतं, त्यामुळे काश्मीरसंबंधात कोणताही निर्णय घ्यायला आपण मुखत्यार आहोत, असा त्यांनी सरळ हिशोब केला.

तो लगेच प्रत्यक्षात उतरवलादेखील!

एके दिवशी सायंकाळी उशिरानं सरदार १, औरंगजेब रोडवर आपल्या निवासस्थानी पोहोचले, तेव्हा जवाहरलालांचं एक पत्र त्यांची वाट पाहत होतं. पाकिटावर 'टॉप सिक्रेट' आणि 'मोस्ट अर्जंट' असे शब्द होते. शंकर आपल्या कचेरीतल्या दालनात बसले होते. सरदार दिवाणखान्यात येऊन सोफ्यावर टेकतात न टेकतात तोच शंकरांनी ते पाकीट सरदारांपुढे धरलं. सरदार डोळे विस्फारून थोडा वेळ त्या दोन शब्दगुच्छांकडे बघत राहिले. मग ओठ आवळून घेत मानेनंच त्यांनी शंकरांना पाकीट

उघडायची सूचना केली. पाकीट उघडून त्यातला कागद शंकरांनी पुन्हा सरदारांकडे धरला. सरदारांनी कागद हातात घेतला. एकाग्रचित्तानं ते वाचू लागले. त्यांच्या कपाळावर आठ्यांचं जाळं पसरू लागलं. ओठ घट्ट आवळले गेले. कपाळावरच्या शिरा तटतटल्या.

जवाहरलालांनी लिहिलं होतं, ''आजपासून काश्मीरप्रश्न रियासती खात्याकडून काढून घेऊन परराष्ट्र खात्याकडे सोपवण्यात येत आहे. गोपालस्वामी अय्यंगार परराष्ट्र खात्याला त्यासंबंधी साहाय्य करतील.''

सरदारांनी दीर्घ श्वास घेतला. मग हातातला कागद पुन्हा शंकरांच्या हाती दिला. मणिबेन दिवाणखान्याच्या उंबरठ्याशी उभ्या होत्या. मणिबेनकडे पाहून सरदार म्हणाले, ''एक कोरा कागद आणि फाउंटनपेन आणा बघू.''

''सर,'' शंकर मधेच बोलले, ''काही डिक्टेशन द्यायचं असेल, तर स्टेनो हजर आहे...''

''नाही,'' सरदार म्हणाले, ''डिक्टेशन वगैरे काही नाहीये. या पत्राचं उत्तर मी स्वत: माझ्या हातानं लिहीन.''

मणिबेन कागद आणि फाउंटनपेन घेऊन आल्या. सोफ्यासमोरच्या टीपॉयवर कागद ठेवून सरदार लिहू लागले – ''तुमच्या पत्रानं मला अत्यंत दु:ख झालं आहे. आपल्या दोघांत चर्चा झाल्यावर याविषयी निर्णय घेतला गेला असता, तर ते अधिक गौरवास्पद ठरलं असतं. तुमच्या आत्ताच्या या कृतीवरून, तुमचा माझ्यावर विश्वास नाही, असाच अर्थ निघतो. अशा परिस्थितीत मी काम करू शकेन असं मला वाटत नाही. त्यामुळे मी राजीनामा देत आहे.''

पत्र पूर्ण करून शंकरांच्या हाती देत सरदार म्हणाले, ''पाठवून द्या.'' तेवढं बोलून ते सोफ्यावरच आडवे झाले.

मणिबेन आणि शंकर दोघंही चरकले. काही क्षण तसेच गेले. मग शंकर हलकेच बाहेर आले. सर्वप्रथम त्यांनी मेननांशी संपर्क साधला. इकडंच तिकडचं काही न बोलता, प्रस्तावनेत वेळ न दवडता त्यांनी फक्त एवढंच म्हटलं, ''सर, तुम्ही क्षणाचाही उशीर न करता सरदारांच्या घरी निघून या.''

थोड्याच वेळात मेनन येऊन पोहोचले. जवाहरलालांचं पत्र आणि त्यावर सरदारांनी लिहिलेलं उत्तर दोन्ही शंकरांनी त्यांच्यापुढे ठेवलं. मेननांच्या चेहऱ्यावर अपार काळजी पसरली. शंकरांच्या खांद्यावर हात ठेवत त्यांनी म्हटलं, ''शंकर, हे पत्र पाठवून उपयोगाचं नाही. चला, आपण भेटू सरदारांना!''

सरदार सोफ्यावर आडवे पडून होते. चेहरा अत्यंत व्यथित होता. त्यांच्या अगदी नजिक जाऊन मेनन म्हणाले, ''सरदार, या पत्रानुसार करणं अशक्य आहे. देशाला आत्ता तुमची सर्वांत जास्त गरज आहे.''

सरदारांनी फक्त मान हलवली.

"काश्मीर हे पाचशेबासष्ट राज्यांपैकी एक आहे..." मेनन म्हणत होते.

"आणि ते आंतरराष्ट्रीय अजगराच्या विळख्यात जखडलं जाईल अशी मोठीच भीती आहे." शंकरांनी वाक्य पूर्ण केलं.

"सर," मेननांनी आपलं बोलणं तसंच पुढे रेटलं. "पाचशेबासष्ट राज्यांच्या विलीनीकरणाचं काम अजून आपल्याला पूर्ण करायचं आहे. सगळ्या राज्यांचं 'काश्मीर' व्हावं असं तुम्हाला वाटतं का?" त्यांनी वेधक प्रश्न विचारला.

सरदारांनी डोळे मिटून घेतले. थोड्याच महिन्यांपूर्वी रियासतीसंबंधात गांधीजींशी झालेला छोटासा संवाद त्यांना मिटल्या डोळ्यांनीच आठवू लागला. गांधीजींचे शब्द कानात खणखणू लागले, "काठेवाड म्हणून ओळखल्या जाणाऱ्या मुठीएवढ्या मुलखात दोनशेबावीस राजे आणि आठशेसाठ सरहद्दी आहेत. मी या जगाचा निरोप घेण्यापूर्वी त्या सगळ्याच्या सगळ्या आठशेसाठ सरहद्दी पुसल्या जाऊन सौराष्ट्राचा एकच संघ झालेला मला बघायचा आहे."

ह्यावर उत्तर देताना उच्चारलेले स्वत:चेच शब्द पुन्हा सरदारांच्या कानावर पडू लागले. "असा सौराष्ट्र तुमच्या चरणांशी ठेवायचं मी वचन देतो."

ते वचन अजून पूर्ण करायचं होतं. एकसंध सौराष्ट्राची भेट बापूंच्या चरणी वाहिल्याविना, हाती घेतलेलं काम स्वत:च सोडून दिलं, तर तो बापूंशी केलेला द्रोह नाही का? अविश्वास, अपमान, जे काही वाट्याला येईल ते येवो; सहन करावं लागेल ते सगळं सहन करूनही बापूंची इच्छा पूर्ण करायलाच हवी! या क्षणी आपण बाजूला झालो तर बापूंची इच्छा कोण पूर्ण करेल?

त्यांनी मान वर केली. मेननांकडे दृष्टी खिळवली. मग हळूच म्हणाले, "ठीक आहे."

मेननांनी राजीनाम्याचा तो कागद मणिबेनच्या हातावर ठेवला अन् म्हणाले, "जपून ठेवू नका, फाडून टाका."

बावीस

सरदारांचं काम दिवसेंदिवस अधिकाधिक बिकट होऊ लागलं होतं. प्रकृती अजिबात साथ देत नव्हती. जवाहरलालांशी असलेले संबंध जणू अविश्वास सोबत घेऊनच निघाले होते. जातीयवादानं अक्राळविक्राळ रूप धारण करून संपूर्ण देश व्यापून टाकला होता. नेमक्या अशाचवेळी स्वत:ला मुसलमानधार्जिणे म्हणवणाऱ्या नेत्यांनी घेतलेल्या पवित्र्यामुळे सरदार खूपच नाराज होत होते.

निर्वासितांच्या प्रश्नाबाबत बिर्लाहाऊसच्या मैदानावर एक सभा घ्यायचं मृदुला साराभाईंच्या मनात होतं. गांधीजींच्या सभा याच मैदानावर होत असत, परंतु मृदुलांच्या सभेसाठी घनश्यामदास बिर्लांनी अनुकूलता दाखवली नाही. मृदुला साराभाईंनी ही गोष्ट सरदारांच्या कानावर घालून घनश्यामदासजींची संमती मिळवून द्यायला सांगितलं.

"मृदुला," समजावणीच्या स्वरात सरदार म्हणाले, "बिर्लाहाऊस ही घनश्यामदासजींची खासगी मालमत्ता आहे. गांधीजींना तिचा वापर करू देणं हा त्यांच्या मनाचा मोठेपणा आहे. आता प्रत्येक राजकारणी नेता अशा सभांसाठी घनश्यामदासजींवर दबाव आणू लागला तर त्यांच्या उदारपणाचा दुरुपयोग केल्यासारखं होईल."

सरदारांचं बोलणं ऐकून मृदुला साराभाई नाराज झाल्या. स्वत: ठरवलेली सभा त्यांनी अन्यत्र घेतली आणि मैदानाच्या भाड्यासह एकूण खर्चाचं तेहतीस हजार रुपयांचं बिल रियासती खात्याकडे पाठवून दिलं. 'अशा प्रकारे निर्वासितांच्या नावाखाली जर नातेमंडळी वैयक्तिकरीत्या सभा घेऊ लागली, तर सरकार त्या सभांचा खर्च भागवू शकणार नाही' असा सरदारांनी शेरा मारला. सरदारांच्या शेऱ्यानं मृदुला साराभाई भडकल्या. स्वत:चं वजन खर्च करून सरदारांनी बिर्लाहाऊसची जागा सभेसाठी मिळवून दिली नाही म्हणून त्या सरदारांवर नाराज होत्याच. रियासती खात्यानं केलेल्या टिप्पणीसह ते बिल त्यांनी परराष्ट्र खात्याकडे पाठवून दिलं.

पराराष्ट्रखातं जवाहरलालांकडे होतं. मृदुलांनी त्यांच्याकडून बिल मंजूर करवून घेतलं, एवढंच नव्हे; तर सरदारांविरुद्ध तक्रारही केली. तेवढ्यावरही भागलं नाही. निर्वासितांच्या बाबतीत सरदार सहकार्य करत नाहीत अशी त्यांनी गांधीजींकडे देखील तक्रार केली.

ह्याच काळात पाकिस्तानच्या बहवालपूर राज्यातून काही निर्वासित दिल्लीत आले होते. बहवालपूर सरहद्दीवरचं एक नबाबी राज्य होतं, ते पाकिस्तानात विलीन झालं होतं. दिल्लीहून पाकिस्तानात गेलेल्या सरकारी कर्मचाऱ्यांच्या रिकाम्या जागांवर आपल्याला सामावून घेतलं जावं, अशी या आलेल्या निर्वासितांनी सरदारांकडे मागणी केली. सरदारांनी सहानुभूतीपूर्वक त्यांचं म्हणणं ऐकून घेतलं. मग म्हणाले, ''त्याचं काय आहे, इथल्या रिकाम्या झालेल्या जागांवर पाकिस्तानातून निर्वासित म्हणून आलेल्या सरकारी कर्मचाऱ्यांची आधी नियुक्ती होणं, हे न्यायाला धरून आहे. त्यानंतर जर जागा शिल्लक राहिल्या, तर त्या जागांसाठी इतर निर्वासितांचा नक्कीच विचार केला जाईल.''

सरदारांच्या उत्तरानं त्यांचं समाधान झालं नाही. ते आपली मागणी घेऊन गांधीजींकडे गेले. त्यांच्याशी गांधीजींचं बोलणं होत होतं तेव्हा योगायोगाने मणिबेन तिथेच होत्या. सरदारांनी या निर्वासितांचं सांत्वन करून जे काही म्हटलं होतं, त्याचा काहीच उल्लेख न करता ते गांधीजींकडे रागारागाने तक्रार करत होते. ते निघून गेल्यानंतर मणिबेननी घडलेली सर्व हकिकत गांधीजींना सविस्तरपणे सांगितली. मणिबेनच्या बोलण्यावर विश्वास ठेवण्याऐवजी सरदारांचे खासगी चिटणीस शंकर यांना बोलावून समक्ष शहानिशा करावी, हे गांधीजींना अधिक योग्य वाटलं. शंकरना बोलावून घ्यायची त्यांनी सुशीला नैय्यरांना सूचना केली. आजच्या आजच गांधीजींना भेटून सत्य परिस्थितीचा काय तो खुलासा करावा, असं सुशीला नैय्यरांनी शंकरांना फोन करून सांगितलं.

शंकर सनदी अधिकारी होते. उपपंतप्रधानांचा खासगी चिटणीस या हुद्द्यावर असलेल्या आपल्यासारख्या अधिकाऱ्यानं उपपंतप्रधानांना न कळवता, केवळ सुशीला नैय्यरांच्या म्हणण्यावरून गांधीजींना भेटावं, यात सरकारी कार्यपद्धतीच्या चौकटीनुसार गोपनीयता आणि शिस्त दोन्ही गोष्टींचं उल्लंघन होणार असं त्यांना वाटलं. थोडा विचार करून त्यांनी म्हटलं, ''मॅडम, बापूंना माझा नमस्कार कळवा. बापूंनी माझी आठवण काढावी, हे माझं सद्भाग्यच आहे; परंतु माझी कर्तव्यं सरदारांचा खासगी चिटणीस या नात्यानं आहेत. असं असता, सरदारांना विचारल्याविना मी बापूंशी सरकारी कामकाजासंबंधी काही चर्चा केली, तर तो शिस्तभंग ठरेल. कृपा करून आपण सरदारसाहेबांशीच थेट संपर्क करू शकाल का?''

सुशीला नैय्यरांचा क्रोधाग्नी अधिकच भडकला. एका सनदी अधिकाऱ्यानं

गांधीजींचं म्हणणं डावलावं हे त्यांना सहन होईना. "मिस्टर शंकर, तुम्ही गांधीजींचं म्हणणं ऐकलं नाहीत, तर होणारे परिणाम तुम्हाला भोगावे लागतील," त्यांनी बजावलं.

शंकरांनी एकूण हकिकत सरदारांना सांगितली आणि पुढे काय करावं, असंही विचारलं. दुसऱ्या दिवशी सरदार मणिबेनना म्हणाले, "मणिबेन, त्या लोकांनी बापूंना सगळा प्रकार सांगितला तेव्हा तुम्ही तिथे हजर होतात आणि जे खरं खरं घडलं होतं, तेही तुम्ही बापूंना स्पष्टपणे सांगितलं होतं. खरं ना?"

मणिबेननी होकारार्थी मान डोलावली.

"...आणि तरीसुद्धा बापूंना याबद्दल आणखी खुलासा हवाय," सरदार पुढे म्हणाले. "मग मला वाटतं, शंकरऐवजी तुम्हीच पुन्हा एकदा आजच्या आजच बापूंकडे जावं आणि त्यांचं समाधान होईल असं सगळं स्पष्टीकरण द्यावं हे बरं."

सरदार म्हणाले म्हणून मणिबेन गेल्या. त्या दिवशी स्वत:च्या डोळ्यांनी पाहिलेलं आणि कानांनी ऐकलेलं सगळं काही त्यांनी बापूंना सांगून टाकलं. बापूंनी ते ऐकून घेतलं; पण मग म्हटलं, "मणी, सरदारांना म्हणावं मला शंकरला भेटून याबद्दल थोडी चौकशी करायची आहे."

मणिबेन घरी परतल्या. शंकर आणि सरदार दोघंही तिथेच होते. मणिबेननी गांधीजींचा निरोप सांगितला. निरोप ऐकून सरदार विलक्षण खिन्न झाले. मनातील खिन्नता त्यांच्या चेहऱ्यावर पसरली. क्षणभर विचार करून त्यांनी शंकरांना म्हटलं, "माझ्यासोबत चला शंकर... किंवा असं म्हणू या, की मी तुमच्याबरोबर येतो. आपण दोघंही भेटून येऊ बापूंना!"

शंकर थक्क झाले. सरदार अशा तऱ्हेनं आपल्याला घेऊन गांधीजींना भेटायला जातील ही त्यांच्यालेखी कल्पनातीत गोष्ट होती.

जे शंकरांच्या कल्पनेपलीकडचं होतं, ते गांधीजींच्याही कल्पनेपलीकडचं होतं. शंकरसोबत सरदारही आलेले पाहून गांधीजींना खळखळून हसू आलं. त्यांना हसताना पाहून सरदार जरा गमतीने म्हणाले, "बापूजी, साक्षात शंकरच तुम्हाला दर्शन द्यायला इथं हजर झालेत, त्यामुळे माझ्यासारख्या नंदीला तुमच्या दर्शनाचा लाभ झालाय."

हसणं थांबवून गांधीजींनी शंकरांकडे पाहिलं. एकही प्रश्न विचारला नाही. सरदारांना फक्त एवढंच म्हणाले, "सगळं बदलून गेलंय इथं!"

काश्मीरनं भारतात विलीन होण्यासंबंधातील सर्व कायदेशीर कार्यवाही पूर्ण झाली होती. भारताचे प्रतिनिधी म्हणून गव्हर्नर जनरल माऊंटबॅटन आणि पाकिस्तानचे प्रतिनिधी म्हणून संवैधानिक प्रमुख कायदेआझम जीना यांच्यात लाहोरमध्ये वाटाघाटी

झाल्या, पण त्या निष्फळच ठरल्या. त्यानंतर लियाकत अली खान हिंदुस्थानात येऊन गेले तरीसुद्धा शांततापूर्ण तोडगा सापडण्याच्या दिशेनं काही प्रगती झाली नाही. हा प्रश्न युनोमध्ये नेण्यासाठी माऊंटबॅटनना मंत्रिमंडळाची संमती हवी होती. एवढंच नव्हे, तर काश्मीर शांत झाल्यानंतर युनोच्या देखरेखीखाली तिथे सार्वमत घेण्यात यावं, असासुद्धा त्यांचा आग्रह होता. जवाहरलाल त्यांच्याशी सहमत होते; पण सरदारांचा मात्र या प्रस्तावाला सक्त विरोध होता. सरदारांचं म्हणणं होतं, की नाहीतरी आता एकदा लष्करी पाऊल उचललं गेलंच आहे, हल्लेखोरही काढता पाय घेत आहेत, शिवाय आपल्या ब्रिटिश सेनापतींच्या मर्जीविरुद्ध पाकिस्तान या युद्धात थेट उतरू शकत नाही, अशा परिस्थितीत आपल्या सैन्यानं काश्मीरवर पूर्ण ताबा मिळवल्यानंतरच काय तो इतर गोष्टींचा विचार करावा.

एकीकडे परिस्थितीचा गुंता तसाच होता. त्यातच, जवाहरलालांनी पंतप्रधान या नात्यानं ऑल इंडिया रेडिओवरून काश्मीरच्या प्रजेचं सांत्वन करावं, असं माऊंटबॅटननी सुचवलं आणि जवाहरलालांनी ते मान्य करून टाकलं. त्या सांत्वनपर भाषणात काश्मीरमध्ये शांतता स्थापन झाल्यावर जनमत घेण्यात येईल, असं वचन दिलं गेलं आणि हे सार्वमत युनोच्या अध्यक्षतेखाली घेतलं जाईल, अशी पुस्तीसुद्धा जोडण्यात आली.

माहिती अणि प्रसारण खातं सरदारांच्या हाती होतं. खात्याचे प्रमुख या नात्यानं रेडिओवरून होणाऱ्या कोणत्याही अधिकृत भाषणाची प्रत भाषणापूर्वी सरदारांना मिळायला हवी अशी पद्धत होती. जवाहरलालांचं भाषण रात्री सव्वा आठ वाजता प्रसारित व्हायचं होतं. पंतप्रधान स्वत: रेडिओस्टेशनवर जाऊन भाषण देणार होते. भाषणाची प्रत सरदारांच्या हातात पडली, तेव्हा संध्याकाळचे साडेसात वाजून गेले होते. सरदारांनी भाषण वाचलं. जनमताशी संबंधित युनोच्या निरीक्षकांबद्दलचा उल्लेख वाचून ते चकित झाले. भिंतीवरच्या घड्याळाकडे त्यांनी नजर टाकली. शंकरना बोलावण्यासाठी नेहमीप्रमाणे घंटीचं बटण दाबायचं विसरून ते जवळ जवळ ओरडलेच, "शंकर..."

सरदारांचा इतका मोठा आवाज शंकरांनी कधीच ऐकला नव्हता. ते धावतच आले. वेगानं फिरणाऱ्या सेकंद काट्यावर सरदारांची दृष्टी खिळली होती.

"शंकर, आत्ताच्या आत्ता पंतप्रधानांना फोन लावा. एक सेकंदही दवडू नका." सरदारांच्या धारदार आज्ञेपुढे इतर काहीही न बोलता शंकरांनी रिसीव्हर उचलला. १७, यॉर्क रोडचा नंबर फिरवला. पंतप्रधान रेडिओस्टेशनवर जाण्यासाठी घरून निघून गेले होते.

शंकरांनी ते सरदारांना सांगितलं. "या क्षणी रेडिओस्टेशनवर जायला निघा शंकर," सरदार तत्काळ उद्गारले. "काय वाटेल ते करून पंतप्रधानांचं भाषण

थांबवा. त्यांच्या भाषणातला युनोचा उल्लेख कदापि व्हायला नकोय. त्याच्यामुळे देश निश्चितच अडचणीत येईल. घाई करा. वाटलं तर आजचं भाषण तहकूब करायला लावा. आता क्षणभरही थांबू नका, जा.''

परिस्थिती शंकरांच्या पूर्णपणे लक्षात आली. ते तडक निघाले. मोटार पळवत शंकर रेडिओस्टेशनवर पोहोचले. संध्याकाळच्या भरगच्च रहदारीतून वाट काढून पंतप्रधानांची गाडी रेडिओस्टेशनवर आधीच पोहोचली होती. रस्त्यातले सगळे अडथळे पार करत शंकरांची गाडी तिथे पोहोचली, तेव्हा जवाहरलाल स्टुडिओच्या माईकजवळ बसून आपलं भाषण वाचत होते. कान देऊन शंकर ऐकू लागले. जनमताबद्दलचं ते दुर्दैवी वर्तमान युनोच्या निरीक्षकांसोबतच हवेतून प्रसारित होऊन सगळ्या जगभर पोहोचलं होतं. शंकरांनी कपाळावर हात मारून घेतला.

स्वातंत्र्य मिळाल्यावर लवकरात लवकर आसामला जायचं सरदारांच्या मनात होतं. आसामचा सिल्हट जिल्हा पूर्व पाकिस्तानात सामील करण्यात आल्यानं आसामी लोक नाराज होते. आसामच्या उत्तरेकडच्या टोकाकडील हिमालयाच्या कुशीतल्या डोंगराळ भागातले बहुतांश लोक देशातल्या मुख्य प्रवाहात विशेष मिसळत नसत. चेहरामोहरा, सामाजिक रीतीरिवाज किंवा इतर सांस्कृतिक बाबी, अशा कोणत्याही बाबतीत इकडची प्रजा हिंदुस्थानच्या मुख्य प्रवाहात व्हावी तितकी एकरूप होत नव्हती. त्याहीपेक्षा अधिक महत्त्वाचं म्हणजे या पहाडी मुलुखात ख्रिस्ती धर्माचा प्रसार मोठ्या प्रमाणात झाला होता. तिकडची प्रजा स्वत:ला ख्रिस्तीच मानत होती. आत्तापर्यंत दिल्लीतही ख्रिस्ती हुकमत असल्यानं या सगळ्या लोकांच्या मनात खोलवर कुठेतरी इंग्रजांच्या शासनाबद्दल आपुलकीची कोमल भावना होती, असं सरदारांना वाटत होतं.

आपल्या इतर कार्यक्रमात फेरबदल करून सरदारांनी आसामात जायचा कार्यक्रम आखला. आसामात त्या वेळी अकबर हैदरी गव्हर्नर आणि गोपीनाथ मुख्यमंत्री होते. आपल्या तिथल्या वास्तव्यादरम्यान वेगवेगळ्या भागातल्या लोकांशी मोकळेपणानं गाठीभेटी घेऊन संवाद साधता येईल असे जास्तीत जास्त कार्यक्रम योजावेत, अशी सरदारांनी मुख्यमंत्र्यांना खास सूचना देऊन ठेवली होती.

पूर्ण चार दिवस सरदार आसामात राहिले. हिमालयाच्या गिरिकंदरात, ब्रह्मपुत्रेच्या तीरावर राहणाऱ्या लोकांना ते दिलखुलासपणे भेटले. त्यांचं म्हणणं ऐकून घेतलं. त्यांचं जीवन न्याहाळलं. त्यांची राहणी, रीतीरिवाज, त्यांचा सांस्कृतिक कल, त्यांच्या आवडीनिवडी सर्व काही सरदारांनी नीट पाहिलं.

जातीयवादानं देशात थैमान घातलं होतं त्या वेळी इथल्या प्रजेच्या मनात सिल्हट जिल्ह्यातल्या मुसलमानांपेक्षाही सरहद्दीला खेटून असलेल्या पश्चिम बंगालमधल्या

बंगाल्यांबद्दल अधिक अविश्वास होता. सरदारांनी सगळ्यांची मनातल्या मनात पक्की नोंद करून ठेवली अन् मगच गव्हर्नर अकबर हैदरी आणि मुख्यमंत्री गोपीनाथजींशी राजभवनात बसून बोलणी केली.

"हे बघा, या प्रदेशातल्या प्रजेशी एकरूप व्हायचा तुम्ही प्रयत्न करा. त्यांना तुमच्या स्वतःच्या प्रवाहात मिसळून टाकायची घाई करू नका, तुम्ही त्यांच्या प्रवाहात मिसळा. दिल्लीत आता ख्रिस्ती शासन नसल्यामुळे आपण अनाथ झालो आहोत, असल्या शंकाकुशंका इथले ख्रिस्ती पाद्री लोकांच्या मनात निर्माण करत आहेत. असं काही नाही, हे तुम्ही लोकांना समजावून सांगा. त्यांच्यासमोर मोठमोठ्या प्रगतीच्या आणि विकासाच्या गप्पा करण्याऐवजी त्यांचे संस्कार, त्यांचे व्यवहार, त्यांच्या रीतीभाती या गोष्टींना मान द्या. तुमचं विज्ञान आणि तुमची आधुनिकता त्यांना सुखी करू शकेल असं मानून कोणतीही गोष्ट त्यांच्यावर लादू नका."

गोपीनाथ स्वतः आसामी होते; पण अकबर हैदरांना हे सगळं अपरिचित आणि नवं होतं. आसामी असूनदेखील स्थानिक लोकांचे संस्कार, त्यांची संस्कृती गोपीनाथांना जुनाट वाटत होती. त्यामुळे स्थानिक लोकांना नव्या प्रगतिशील प्रवाहात सामील करून घ्यायला ते उत्सुक होते. सरदारांनी त्यांच्या उत्साहावर पाणी ओतत म्हटलं, "गोपीनाथजी, आसामची आणि ईशान्य भारताच्या डोंगराळ प्रदेशाची स्थिती वेगळी आहे. मुख्य प्रवाहात सामील करून घ्यायचे प्रयत्न करण्याआधी त्यांना विश्वासात घेतलं पाहिजे, अन्यथा ते नाराज होण्याची शक्यता अधिक आहे आणि ते नाराज झाले, तर सगळ्या देशापुढे अडचणी उभ्या करतील. मुसलमानांपेक्षासुद्धा बंगाल्यांबद्दल त्यांच्या मनात अधिक नापसंती आहे, हे लक्षात घेऊन आवश्यक ती पावलं लगेच उचलायला हवीत. परिस्थिती खूप नाजूक आहे, तेव्हा ती नीट सांभाळा."

आसामचं असं निखळ दर्शन घेऊन सरदार दिल्लीला परतले आणि त्यांच्यावर जणू आभाळच कोसळलं. पायाखालची जमीन सरकली. ते राजधानीत हजर नसल्याचा फायदा घेऊन पंतप्रधान जवाहरलालांनी काश्मीर प्रश्न युनोत दाखल करून टाकला होता. देश आता युनोच्या डावपेचांसमोर फिर्यादीसारखा दीनवाण्या चेहऱ्यानं उभा राहणार होता. सरदार कमालीचे हताश झाले. केवळ एवढंच म्हणाले, "जिल्हा पातळीवरच्या सामान्यातल्या सामान्य वकिलालाही ठाऊक असतं, की एकदा का तुम्ही कोर्टाची पायरी चढलात की सगळी केस सिद्ध करण्यासाठी जबाबदारी तुमच्याच माथी येते. आरोपीला फक्त नन्नाचा पाढा म्हणत मान हलवायची असते. जवाहरलालांनी अशी काही घोडचूक करून ठेवली आहे, की एक दिवस त्यांच्यावर डोकं आपटून पश्चात्ताप करायची अन् घसा फोडून रडायची वेळ येणार आहे."

कमालीच्या अनिश्चित आणि अत्यंत तंग राजकीय परिस्थितीच्या या काळातच

लखनौमध्ये मुसलमान-ए-हिंद नावाच्या एका संस्थेनं आपलं अधिवेशन भरवलं. अधिवेशनाला मौलाना आझाद आणि बिहारचे काँग्रेसी नेता सैय्यद महमूदांसह सत्तर हजार मुसलमान हजर होते. अधिवेशनातल्या विविध वक्त्यांनी हिंदुस्थानातच राहिलेल्या मुसलमानांच्या सुरक्षेच्या आणि अधिकारांच्या नावाखाली पुन्हा एकदा जातीयवादी पवित्रा उघड केला. देशातल्या मुसलमानांना सर्व तऱ्हेचे संपूर्ण अधिकार आहेत हा मुद्दा वेगवेगळ्या वक्त्यांनी मांडला. डॉ. सैय्यद महमूद असंही म्हणाले, की 'या देशातून मुसलमान नष्ट करायची कोणाची इच्छा असेल तर ते मूर्खांच्या जगात आहेत असंच म्हटलं पाहिजे. मुसलमानांचा नाश करण्याच्या प्रयत्नात स्वत:चाच नाश ओढवेल हे हिंदूंनी आणि शीखांनी पक्कं लक्षात घेतलं पाहिजे.' 'द स्टेट्समन' नावाच्या दिल्लीच्या एका इंग्रजी वृत्तपत्रानं या अधिवेशनाबद्दल लिहिलं, 'ही भाषणं ऐकताना असं वाटत होतं, की १५ ऑगस्ट, १९४७ पासून मुस्लीम लीगनं अर्धवट सोडलेलं कामच पूर्ण करायला हे लोक निघाले आहेत.'

चार दिवसांनंतर लखनौला सरदारांची एक जाहीर सभा भरणार होती. मुसलमानांच्या त्या अधिवेशनात बोलल्या गेलेल्या गोष्टींची नोंद घेत सरदार त्या सभेत म्हणाले, "कालपर्यंत जे पाकिस्तानधार्जिणे होते, त्यांच्या निष्ठा रातोरात बदलतील असं मानणं देशातल्या कोट्यवधी जनतेला शक्य नाही. त्या लोकांना आपल्या निष्ठेचा पुरावा द्यावा लागेल. जुनागढच्या आणि काश्मीरच्या बाबतीत त्यांनी पाकिस्तानवर टीका का केली नाही? का धारेवर धरलं नाही पाकिस्तानला? अजूनसुद्धा ज्यांना वेगळा मताधिकार आणि आरक्षित जागा मागायच्या असतील, त्यांनी कृपा करून इथला निरोप घ्यावा आणि जिथे कुठे सुखानं राहता येईल अशी जी कोणती भूमी असेल, तिथे सुखानं राहावं आणि आम्हालाही राहू द्यावं. या देशाप्रत तुम्ही निष्ठा वाहू शकत नसाल, तर आता दोन दगडांवर पाय ठेवणं बंद करा. आता यापुढे आणखी फाळण्या आम्हाला नको आहेत."

सरदारांचं हे भाषण वाचताक्षणीच जवाहरलालांनी गांधीजींचं तिकडे लक्ष वेधलं. गेल्या काही काळापासून जवाहरलाल आणि सरदार दोघांत ज्या पद्धतीनं तात्त्विक आणि व्यावहारिक मतभेद झाले होते, ज्या पद्धतीनं मानसिक दुरावा निर्माण झाला होता, ते सगळं गांधीजींना चांगलं ठाऊक होतं. दोघांना प्रत्यक्ष भेटून गांधीजी त्यांच्याशी बोलले होते. मतभेदांची दरी इतकी खोल आहे, की आता एकत्र राहून काम करणं शक्य नाही, असं दोघांनीही प्रामाणिकपणे गांधीजींसमोर कबूल केलं होतं. गांधीजींनाच नव्हे, तर जवाहरलालांनाही सरदारांनी सांगून टाकलं होतं की, 'मंत्रिमंडळातलं माझं असणं हे तुमच्या कामाचा भार हलका करण्यासाठी आहे. माझ्यामुळे तुमच्यावरचा भार कमी होण्याऐवजी वाढत आहे असं जर तुम्हाला वाटत असेल, तर मी सन्मानानं बाजूला व्हावं यातच आपल्या दोघांची प्रतिष्ठा आहे.'

तिकडे जवाहरलालांनीसुद्धा गांधीजींना म्हटलं होतं की, 'पंतप्रधान म्हणून काम करताना मला स्वातंत्र्य मिळणार नसेल, तर मग सरदारांनीच खुशाल सरकार सांभाळावं. मी स्वत:ला मोकळा करतो.'

मृदुला साराभाई, मौलाना आझाद, जयप्रकाश नारायण हे सर्वजण सरदारांबद्दलचे आपले अनुभव गांधीजींना येऊन सांगत होते. त्यामुळेही गांधीजींना वाटू लागलं होतं, की आता जवाहरलाल आणि सरदार दोघं एकमेकांसोबत काम करू शकणार नाहीत. दोघांपैकी एकाला मोकळं केल्यावाचून दुसरा कोणताही पर्याय आता शिल्लक उरला नाही.

या अशा परिस्थितीतच सरदारांच्या लखनौच्या भाषणाचं टिपण गांधीजींकडे आलं. गांधीजी अतिशय व्यथित झाले. सरदारांच्या मनाच्या तळाशी मुसलमानांबद्दलचा अविश्वास दाटून राहिला आहे, असं त्यांना वाटू लागलं.

तेवीस

देशाची फाळणी होऊन चुकली होती. अखंड हिंदुस्थानच्या आर्थिक मालमत्तेची, संपत्तीची, ठेवींची त्याचप्रमाणे जबाबदाऱ्यांचीही काही निश्चित मापदंड लावून वाटणी व्हावी हे आता साहजिकच होतं. अशी वाटणी करण्यासाठी एका उच्चस्तरीय समितीची नेमणूक झाली होती. पाकिस्तानकडून या समितीत अब्दुल रब निश्तार होते, तर ही जबाबदारी सांभाळण्यासाठी हिंदुस्थानतर्फे सरदार पटेल नियुक्त होते. विषय किचकट होता. खूप गुंतागुंतीचा होता. दोन्ही देशांचं प्रतिनिधिमंडळ सगळ्याची गणिती खातरजमा करत एक एक मुद्दा हातावेगळा करण्यासाठी रात्रंदिवस खपत होतं.

या दरम्यान भारताच्या वाट्याला आलेल्या पूर्व पंजाबचे मुख्यमंत्री गोपीचंद भार्गव यांनी केंद्रीय अर्थमंत्री षण्मुखम् चेट्टींना एक पत्र पाठवलं. 'पंजाब प्रांताची फाळणी झाल्यानं पाकिस्तानात गेलेल्या पंजाबकडून आपल्या वाट्याचा पैसा आणि इतर मिळकत ठरल्याप्रमाणे पूर्णपणे मिळत नाही' असं त्यांनी अर्थमंत्र्यांच्या निदर्शनाला आणून दिलं. अखंड पंजाबची तत्कालीन राजधानी लाहोर होती आणि फाळणीमुळे लाहोर पाकिस्तानच्या वाट्याला गेलेल्या पंजाबची राजधानी बनली होती. तेव्हा आता लाहोरकडून आपल्या वाट्याची रक्कम आणि इतर मालमत्ता हिंदुस्थानातल्या पंजाबला मिळेल याची काळजी घ्यायला गोपीचंद भार्गवांना षण्मुखम् चेट्टींनी विनंती केली. आर्थिक वाटणीबद्दल केंद्रीय स्तरावरून पाकिस्तानशी जेव्हा बोलणी होतील, तेव्हा पूर्व पंजाबच्या 'घेण्याकडे' दुर्लक्ष होणार नाही याकडे विशेष लक्ष पुरवायला सांगितलं.

विभाजन समितीत सरदार भारताचं प्रतिनिधित्व करत होते, म्हणून षण्मुखम् चेट्टींनी ते पत्र सरदारांच्या माहितीखातर त्यांना दिलं. सरदारांनी पत्र काळजीपूर्वक वाचलं. पत्रामागचा सूचितार्थ त्यांना समजला. पाकिस्तानच्या वाट्याची चीजवस्तू एकदा का त्यांना देऊन टाकली की नंतर त्याबदल्यात त्यांनी जे काय चुकतं करायचं असेल, त्यात मात्र ते अडवणूक केल्यावाचून राहत नाहीत, असाच पाकिस्तानबद्दलचा अनुभव होता. सरदार षण्मुखम्ना म्हणाले, "गोपीचंदजींना एक अधिकृत पत्र

पाठवून द्या. आणि म्हणावं, तुमचं म्हणणं अगदी वाजवी आहे आणि विभाजन समिती त्याबाबत शक्य ते सगळं करेल.''

गोपीचंद भार्गवांच्या म्हणण्यावर सरदार विचार करत होते. पश्चिम पंजाबकडून पूर्व पंजाबचं घेणं कसं वसूल करता येईल या विचारात असतानाच भारतीय लष्करप्रमुख जनरल थोरातांनी सरदारांची भेट मागितली. थोरातांनी दिलेल्या माहितीनं सरदार अगदी चकित झाले. फाळणीच्या वेळी पैसाअडका, मालमत्ता, आर्थिक जबाबदाऱ्या आणि इतर नागरी पुरवठ्याबाबतीत दोन्ही देशात अदलाबदल करण्यासंबंधी तडजोड झाली होती. त्याच धोरणानुसार अखंड हिंदुस्थानपाशी असलेल्या शस्त्रांचीदेखील देवाण-घेवाण करायची होती. रायफलींपासून ते रणगाडे, लढाऊ विमानं वगैरे सगळ्यांची जागोजागच्या शस्त्रागारातून दोन्ही देशांच्या हिश्श्याप्रमाणे अदलाबदल करायची होती. देवघेवीचा संपूर्ण व्यवहार ठरावीक काळातच पूर्ण व्हावा, यासाठी दोन्ही देशांच्या सेनापतींनी तारखाही निश्चित केल्या होत्या.

दरम्यान झालं असं, की काश्मीर आघाडीवर जवळजवळ युद्धच सुरू असल्यासारखी परिस्थिती होती. पाकिस्ताननं आपल्या शस्त्रागारातल्या शस्त्रांचा काही एक भाग त्या मोर्च्यावर लढणाऱ्या हल्लेखोरांकडे पाठवून दिला होता. त्यामुळे ठरलेल्या तारखेला हिंदुस्थानकडे पाठवायचा शस्त्रपुरवठा पोहोचवण्यात त्यांनी टाळाटाळ करायला सुरुवात केली. इकडे भारतीय लष्कराकडून मात्र ठरलेल्या काळात पाकिस्तानच्या वाटणीची शस्त्र पोहोचवणं सुरूच होतं. शस्त्र वाटण्याचं काम जनरल थोरात बघत होते. आपल्या वाट्याची शस्त्रं काश्मीरमध्ये हिंदुस्थानविरुद्ध लढण्यासाठीच जर पाकिस्तान वापरत असेल आणि करारभंग करत असेल, तर आपण मात्र कराराचं पालन करून शस्त्रं पाठवत राहायचं असं कुठवर चालणार? कराराचा अंमल एकपक्षी होऊ शकत नाही.

भारतीय सैन्याचे सर्वोच्च प्रमुख कमांडर इन चीफ जनरल रॉय बुचर नावाचे ब्रिटिश होते. थोरातांनी ही बाब त्यांच्या लक्षात आणून दिली आणि पुढे काय करावं असं विचारलं. रॉय बुचर फक्त एवढंच म्हणाले, ''काही काळजी करू नका. ते पाठवोत की न पाठवोत, आपण करारबद्ध आहोत, त्यामुळे आपण करार अमलात आणला पाहिजे.''

थोरातांना बुचरांचं म्हणणं अजिबात पटलं नाही. सैन्याची शिस्त पाळायची म्हणजे कमांडर इन चीफसमोर वाद घालणं शक्यच नव्हतं, परंतु त्यांच्या म्हणण्यानुसार करणं म्हणजे भारतीय सैन्यानं स्वत:च्याच शस्त्रांनी आत्महत्या करण्यासारखं होतं. दूरवरचा विचार करून त्यांनी सरदारांची भेट मागितली. पुढच्या कारवाईसाठी सरदारांचं मार्गदर्शन मिळावं म्हणून त्यांनी सगळी हकिकत सरदारांच्या कानावर घातली.

सगळं नीट ऐकून घेतल्यावर किंचितसं हसून सरदार म्हणाले, ''या बाबतीत तुम्ही पंतप्रधानांचा सल्ला घ्यायला हवा होता असं नाही वाटत तुम्हाला?''

''ठाऊक आहे सर! हा प्रोटोकॉल मला ठाऊक आहे, पण...''

''पण काय जनरल, थांबलात का?'' ओठांचा छोटासा चंबू करत सरदारांनी मार्मिकपणे विचारलं.

''तुम्हाला माहीतच आहे सर,'' थोरातांनी डोळे जरा बारीक करून म्हटलं, ''मला निश्चित अशा 'दिशादर्शक' सूचना हव्यात.''

''मग मी एकच 'दिशादर्शक' सूचना करू शकतो, ती म्हणजे तुमचं कर्तव्य पार पाडण्यात अती उत्साह दाखवू नका.''

''म्हणजेच, मीसुद्धा आपल्याकडून पाठवायच्या शस्त्रांचा साठा अडवून ठेवायचा! पण... कमांडर इन चीफची आज्ञा मानली नाही, तर माझं काय होईल?''

''काही नाही होणार तुमचं जनरल!'' सरदार स्पष्टपणे म्हणाले. ''काळजी करू नका, मी तुमच्या साथीला आहे. सी-इन-सींनी विचारलं तर कोणतं सयुक्तिक कारण पुढे करायचं, तेवढं तुम्हाला जमत असेलच. हुशार आहात तुम्ही.'' विषय संपवत सरदारांनी आदेशात्मक स्वरात म्हटलं.

थोरात काय ते समजले. सरदारांची आपल्याला साथ आहे, हा विचारच त्यांना दिलासा द्यायला पुरेसा होता. सरदार म्हणाले ते खरंच होतं. सी इन सींनी विचारलंच तर पुढे करण्याजोगी अनेक कारणं त्यांच्या जिभेच्या टोकावर होती.

अखंड हिंदुस्थानच्या तिजोरीत १५ ऑगस्ट, १९४७ रोजी तीनशेपंचाहत्तर कोटी रुपयांची राशी जमा होती. या रकमेची वाटणी करण्याबद्दलचे नियम विभाजन समितीनं त्यापूर्वीच ठरवून ठेवले होते. त्यानुसार पाकिस्तानच्या हिश्श्यात येणाऱ्या रकमेचा यापुढच्या बैठकीत निर्णय घ्यायचा होता. पाकिस्तानतर्फे महंमदअली चौधरी आणि भारतातर्फे डॉ. हीरूभाई पटेल हे दोघं मिळून नक्की रक्कम किती ते ठरवणार होते. असं असलं, तरीसुद्धा पाकिस्तानला रोजच्या तात्कालिक व्यवहारात अडचण येऊ नये म्हणून वीस कोटी रुपये इतकी रक्कम आधीच देऊन टाकलेली होती. निश्चित रोख रक्कम ठरवतानाच अन्य काही अनिर्णित गोष्टीसुद्धा मार्गी लागाव्यात म्हणून विभाजन समितीचे वेगवेगळे अधिकारी कामाला लागले होते. त्या वेळी गोपीचंद भार्गव आणि जनरल थोरातांच्या अनुभवातून मिळणारे संकेत सरदारांच्या मनात घोळत होते. पाकिस्तानबरोबर करायच्या कोणत्याही करारात त्यावेळचे सगळेच प्रश्न एकाचवेळी सामावून घेण्याची गरज आहे, असं त्यांना प्रकर्षानं जाणवू लागलं.

रोख रकमेच्या वाटणीविषयी हीरूभाई आणि महंमदअली यांच्यात एकाच दिवसात करार झाला. अखंड हिंदुस्थानच्या तिजोरीतून भारताने पाकिस्तानला पंचावन्न

कोटी रुपये द्यावेत असा करार झाला, त्यावर आवश्यक ते सही-शिक्के झाले. सरदारांच्या सूचनेवरून हीरूभाईंनी झालेल्या कराराचा एक भाग म्हणून असाही खुलासा केला, की विभाजन समितीच्या अधिकाराखाली येणाऱ्या इतर करारांशी हा करार निगडित असेल. कराराविषयी सरदारांना कळल्यावर त्यांनी जवाहरलालांना सांगितलं, "सगळ्या करारांची अंमलबजावणी एकाचवेळी करावी लागेल, असं परराष्ट्र खात्याकडून पाकिस्तान सरकारला अधिकृतपणे कळवलेलं बरं... आणि जवाहरलाल, त्यांत काश्मीर प्रश्नाचासुद्धा समावेश होतो. तसंच उद्याच्या मंत्रिमंडळाच्या बैठकीतही या करारावर संमतीची मोहोर उठवण्याची गरज आहे."

जवाहरलालांनी ते तत्काळ मान्य केलं आणि पाकिस्तानला कळवण्यासाठी परराष्ट्र खात्यातून ताबडतोब तशी तार पाठवून दिली.

दुसऱ्या दिवशी मंत्रिमंडळाच्या बैठकीत विभाजन समितीच्या कामकाजाचा अहवाल सरदारांनी सादर केला. आजपर्यंत झालेले करार आणि साचून राहिलेले इतर प्रश्न इत्यादींची मंत्रिमंडळाला माहिती दिल्यानंतर सरदार म्हणाले, "पाकिस्तानला पंचावन्न कोटी रुपये देणं इतर सगळ्या प्रश्नांचं निराकरण होण्यावर अवलंबून आहे. इतर प्रश्न तसेच भिजत पडलेले असतील, तर हे पंचावन्न कोटी रुपये देऊन टाकले जाऊ नयेत, याविषयी या बैठकीत निर्णय व्हायलाच हवा."

आरंभी जवाहरलालांचं मत जरा डळमळीत होतं. जसजसा एकेक प्रश्न सुटत जाईल, तसतशी त्याची अंमलबजावणी करत गेलं, तर उरलेल्या प्रश्नांवर तोडगा काढणं अधिक सोपं जाईल, असं त्यांचं म्हणणं होतं. श्यामाप्रसाद मुखर्जी, गाडगीळ, आंबेडकर, नियोगी इत्यादींनी मात्र सरदारांना पाठिंबा दिला. शेवटी जवाहरलाल तयार झाले आणि पंचावन्न कोटी रुपयांची रक्कम देण्याचा करार सशर्त मान्य झाला.

दुसऱ्य दिवशी मात्र 'भारतानं कबूल करूनही पंचावन्न कोटी रुपये पाकिस्तानला द्यायचा इन्कार केला आहे', अशा बातम्या पसरल्या. परदेशी वृत्तपत्रांनी भारताचं हे पाऊल गैरवाजवी असल्याचं म्हटलं. संध्याकाळी सरदार गांधीजींना भेटले. गांधीजींनी आपली नाराजी व्यक्त केली. ते म्हणाले, "कबूल केलेली रक्कम ताबडतोब देऊन टाकणं हा आपला धर्म आहे, सरदार!"

"बापू, मंत्रिमंडळाचा निर्णय आहे हा!"

"होय, जवाहरलालशी माझं बोलणं झालंय यावर," गांधीजी म्हणाले. "तुम्ही आग्रह धरलात म्हणून मंत्रिमंडळानं ही गोष्ट मान्य केली, असं ते म्हणतात. असं केल्यानं आपली आंतरराष्ट्रीय प्रतिष्ठा उणावते, असं मला वाटतं. शिवाय, सचोटीच्या आणि नीतिच्या दृष्टीनं पाहतासुद्धा तुमचं म्हणणं मला पटत नाही."

गांधीजींच्या एकेका शब्दाच्या मुळाशी पोहोचण्याचा सरदार अगदी लक्षपूर्वक

प्रयत्न करत होते. आंतरराष्ट्रीय प्रतिष्ठा या शब्दांनी जवाहरलाल आणि माऊंटबॅटन दोघंही झपाटलेले होते. नीती, धर्म, अप्रामाणिकपणा या भावनांबद्दल गांधीजींच्या संवेदना खूप तीव्र होत्या, हे सरदार जाणून होते. बापूंचा निरोप घेऊन बिर्लाहाऊसमधून बाहेर येताक्षणीच त्यांनी चौकशी करायला सुरुवात केली. त्या दिवशी अथवा आदल्या दिवशी गांधीजींना भेटायला येणाऱ्यांच्या नोंदी त्यांनी तपासल्या. त्यात जवाहरलालांखेरीज माऊंटबॅटनांचंही नाव होतं. सरदार तडक व्हाइसरॉय भवनावर जाऊन थडकले. आधी काही न कळवता सरदार एकाएकी आलेले पाहून माऊंटबॅटनना नवल वाटलं.

"युवर एक्सलन्सी," औपचारिक स्वागत पूर्ण होताच सरदारांनी मुद्द्याला हात घातला. "काल आपण बापूंना भेटलात तेव्हा पाकिस्तानला द्यायच्या पंचावन्न कोटींबद्दल आपण काय मत व्यक्त केलंत, ते मला कळू शकेल का?"

व्हाइसरॉयांनी कान टवकारले. नजर उचलून त्यांनी मान ताठ केली. मग म्हणाले, "अर्थात, ती अगदीच औपचारिक भेट होती. या मुद्द्यांवर बापूंना माझं मत जाणून घ्यायचं होतं, म्हणून मी त्यांना म्हटलं की, रक्कम चुकती करणं थांबवून ठेवल्यानं एक स्वतंत्र राष्ट्र म्हणून असलेली आपली आंतरराष्ट्रीय प्रतिष्ठा धोक्यात येईल. शिवाय आपण अप्रामाणिक आणि अनीतिमान ठरू!"

"युवर एक्सलन्सी, क्षमा करा; पण गव्हर्नर जनरलच्या संवैधानिक हुद्द्यावर असल्यानं आपण आपलं मत प्रगट करून सनदी क्षेत्रात पेच निर्माण केला आहे, असं आपल्याला नाही वाटत?"

"बापूंची न् माझी भेट अगदी औपचारिक होती," माऊंटबॅटन म्हणाले. "एखाद्या औपचारिक भेटीत स्वत:चं वैयक्तिक मत प्रगट न करणं, हा जास्तच अप्रामाणिकपणा म्हटला जाईल. बापूंनी मला विचारलं, म्हणून मी सांगितलं. गव्हर्नर जनरल संविधानाप्रमाणे प्रमुख असले, तरी त्यांचं व्यक्तिगत स्वातंत्र्य तुम्ही जपणार नाही का?"

रात्री आपल्या शयनकक्षात पलंगावर आडवे झालेले सरदार अत्यंत थकलेले होते. त्यांच्या अडचणी वाढतच चालल्या होत्या. आता एकट्या हाती गांधीजी आणि जवाहरलाल या दोघांचाही सामना करायची वेळ जवळ येऊन ठेपली आहे, असं त्यांना वाटू लागलं. ज्या गांधीजींना त्यांनी आपलं अवघं जीवन समर्पित करून टाकलं होतं, त्या गांधीजींचा आता त्यांच्यावर विश्वास उरला नव्हता. संपूर्ण देशाची इच्छा – नव्हे मागणी – असतानादेखील ज्या जवाहरलालांना पंतप्रधान करण्यासाठी ते आपणहून जवाहरलालांच्या मार्गातून दूर झाले होते, ते जवाहरलालसुद्धा आता त्यांच्या विरुद्ध होते. अशा परिस्थितीत...

सरदारांना आज झोप लागणं शक्य नव्हतं. रात्रीच्या नि:स्तब्ध काळोखात

एकाएकी गोळीबाराचे आवाज ऐकू येत होते. कर्फ्यू असूनही कोण्या टोळ्यांनी ठोकलेल्या आरोळ्या मधूनच कानावर पडत होत्या. सरदारांना काळजीनं ग्रासून टाकलं. तेवढ्यात मणिबेन आत आल्या. ''बापू... पोलीस कमिशनर आलेत. आत्ताच भेटायचं म्हणताहेत.''

सरदार उठले. खांद्यावरून शाल लपेटून घेतली. मग बाहेर आले. पोलीस कमिशनरांनी दिलेली बातमी धक्कादायक होती. ''दिल्लीच्या पुराना किल्ला आणि जयपूर हाऊस या भागांतून सतत गोळीबार सुरू असायचा, म्हणून पोलिसांच्या तुकड्या त्या भागात घुसल्या असता, तिथे त्यांना खूप मोठा शस्त्रसाठा सापडला. तिथल्या घरांमधून पोलिसांनी तलवारी, पिस्तुलं, रायफली आणि छोट्या तोफांसकट अनेक शस्त्रं ताब्यात घेतली आहेत. त्या संपूर्ण भागाला पोलिसांनी वेढा घातला आहे, परंतु गोळीबार सुरूच आहे.''

एवढी माहिती दिल्यावर पोलीस कमिशनर सरदारांचं लक्ष वेधत म्हणाले, ''हिंदू आणि शीख निर्वासितांच्या टोळ्या आज मध्यरात्रीनंतर फैजबाजार जवळच्या एका मशिदीवर हल्ला करून मशीद नष्ट करणार आहेत, अशी बातमी हाती आली आहे.''

''चला, मी येतो तुमच्याबरोबर,'' क्षणाचाही विलंब न करता सरदार म्हणाले. ''सगळ्यात आधी फैजबाजाराजवळची मशीद वाचवायला हवी. तिथली सुरक्षा व्यवस्था भक्कम करू, चला.''

पोलिसांच्या ताफ्यासह सरदार फैजबाजारात पोहोचले, तेव्हा तिथे स्मशानशांतता पसरली होती. कोणत्याही क्षणी मशिदीवर हल्ला होईल या भीतीनं मशिदीत लपलेले मुसलमान थरथर कापत होते. सरदारांनी त्यांना दिलासा दिला. काय वाटेल ते झालं तरी मशीद वाचलीच पाहिजे, अशी त्यांनी पोलिसांना ताकीद दिली. गरज पडली तर गोळीबार करण्याची सूचना देऊन ठेवली आणि पोलिसांची कुमक वाढवली. त्यानंतर सरदार सोबतच्या ताफ्यासह जयपूर हाऊस भागात पोहोचले, तेव्हा मध्यरात्रीचा सुमार झाला होता. तिथल्या मुसलमानांच्या घरातून अजूनही गोळीबार सुरूच होता. स्वतःचा जीव धोक्यात घालून सरदार थोडा वेळ निश्चलपणे उभे होते. मग निश्चयी स्वरात म्हणाले, ''मिस्टर कमिशनर जिथून गोळीबार होतोय, जिकडून शस्त्रं सापडली, त्या भागातल्या प्रत्येक घराची झडती का घेत नाही तुम्ही?''

''सर, खरंय तुमचं म्हणणं; पण अशी झडती घ्यायला पोलिसांकडे जेवढं संख्याबळ लागतं, तेवढं आमच्याकडे नाहीये.''

''का? असं का बरं?''

''कारण... सर, तुम्हाला माहीत आहेच की... दिल्लीतले अर्ध्याहून अधिक पोलीस मुसलमान आहेत. त्यांपैकी बहुतेक पाकिस्तानात गेलेत, बाकीचे कामावर

येतच नाहीत. जे थोडे ड्युटीवर येतात, तेसुद्धा प्रामाणिकपणे काम करत नाहीत. त्यांच्यावर विश्वास नाही ठेवता येत सर!'' पोलीस कमिशनरांनी सरदारांपुढे वस्तुस्थिती तपशीलवार मांडली.

सरदार विचारात बुडून गेले. ज्या इमारतींमधून इतकी विनाशकारी शस्त्रं सापडली होती, तिथेही पोलीस पाऊल ठेवू शकत नव्हते. देशाच्या राजधानीतच सुरक्षा व्यवस्था इतकी बिघडली असताना, राज्यकारभार धर्माच्या अन् नीतिच्या तराजूत तोलणं कसं शक्य आहे?

''कमिशनर,'' सरदारांनी विचारलं, ''देशाचे शत्रू घराघरांत लपून बसले असतील, त्यांच्याकडे भरपूर शस्त्रं असतील आणि तुमच्याकडे पुरेशी माणसं नसतील अशावेळी दुसरा कोणता पर्याय उरतो?''

''एकच. घरं बाहेरून उडवून टाकायची एवढा एकमात्र पर्याय उरतो.''

अजूनही ज्या इमारतींमधून गोळीबार होत होता तिकडे सरदार मान उंचावून बघू लागले. मग म्हणाले, ''मिस्टर कमिशनर, जो पर्याय तुमच्याकडे उपलब्ध आहे, तो अमलात आणायला बिचकू नका. तुमच्या दृष्टीनं सुरक्षा हाच तुमचा सर्वांत मोठा धर्म आहे.'' आज्ञा करत असावेत अशाप्रकारे सरदारांनी आपलं बोलणं संपवलं.

सरदार आपल्या निवासस्थानी परतले तेव्हा मध्यरात्रीचे टोल वाजून पुष्कळ वेळ झाला होता.

रावळपिंडीहून अमृतसरला येणारी एक मेल आगगाडी हिंदू आणि शीख निर्वासितांनी ठासून ठासून गच्च भरली होती. सर्वस्व गमावलेल्या, जीव वाचवून नेसत्या वस्त्रानिशी पळून येणाऱ्या त्या निर्वासितांवर पाकिस्तानातल्या पंजाब प्रदेशात मुसलमान टोळ्यांनी हल्ला केला. गाडी थांबवली, स्त्रियांवर अत्याचार केले. कोणालाही पळून जायची संधी न देता एकजात सगळ्यांची कत्तल केली गेली. स्त्री-पुरुषांच्या गुप्तांगांची चीरफाड करून, पुन्हा सगळ्यांना डब्यात कोंबून टाकल्यावर गाडी अमृतसरला जाऊ दिली. अमृतसरच्या शीखांचा आणि हिंदूंचा त्या घटनेनं थरकाप उडाला. त्यांचा संताप, त्यांचा वैराग्नी माणुसकीच्या सगळ्या मर्यादा ओलांडून उफाळून आला होता. मुसलमान निर्वासितांनी भरलेली एक गाडी अमुक एके दिवशी दिल्लीहून रावळपिंडीला जाणार असल्याची खबर अमृतसरला पोहोचली. आधी घडलेल्या अमानुष घटनेचा बदला घ्यायला हजारो शीख अमृतसरनजिक रेल्वे रुळापाशी जमले होते. शीखांच्या या भयानक क्रोधाग्नीची बातमी सरदारांना कळली. परिस्थितीचं भयाण गांभीर्य त्यांनी ओळखलं. त्यांनी आपले सगळे ठरलेले कार्यक्रम तहकूब करून टाकले. ज्या दिवशी ती विशिष्ट गाडी दिल्लीहून सुटणार होती, त्याच्या आदल्या दिवशी ते अमृतसरला गेले. फार मोठ्या संख्येनं हत्यारबंद शीख

लोक एका जागी जमले होते. सरदार तिथे गेले. साक्षात सरदार अचानक आपल्यात हजर असलेले पाहून तो विराट समुदाय स्तंभित झाला. एका उंच ओट्यावर तात्पुरत्या उभारलेल्या छोट्याशा शामियान्यात सरदार उभे होते. लोकांच्या गर्दीतून कुठून तरी टाळ्यांचा कडकडाट होऊ लागला. मधेच कुठून तरी 'वाहे गुरू!'च्या घोषणा ऐकू आल्या. सरदारांनी दोन्ही हात उंच उभारले. एकीकडे प्रकृती अस्वास्थ्यानं गांजलेला बहात्तर वर्षांचा एक वृद्ध पुरुष केवळ आपले दोन हात उंच करून उभा होता आणि समोर पिस्तुलं, तलवारी, कृपाणं, बंदुका अन् सुरे घेतलेले हजारो शीख उभे होते. सगळीकडे नीरव शांतता पसरली. काही क्षण तसेच गेले. नंतर सरदारांचा आवाज ऐकू येऊ लागला – "याच शहरात एक स्मारक उभं करण्यासाठी मी आलो होतो. त्याला अजून फार वर्षं झाली नाहीत. जालियाँवाला बागेचं स्मारक होतं ते. देशाच्या स्वातंत्र्यासाठी ज्यांनी जालियाँवाला बागेत आपणहून स्वत:च्या प्राणांच्या आहुती दिल्या, ते फक्त शीख नव्हते. त्यांत मोठ्या प्रमाणात हिंदूही होते आणि मुसलमानसुद्धा होते. पाकिस्तानातून आलेल्या गाडीत आपल्या अनेक निर्दोष, निरपराध बंधू-भगिनींची कत्तल झाली, त्याबद्दल आपल्या सगळ्यांच्या मनात तीव्र संताप आहे. त्या संतापाचं शमन करण्यासाठी आपणदेखील त्यांच्याप्रमाणेच इतर हजारो निरपराध्यांची कत्तल केली, तर जालियाँवाला बागेत जे शहीद झाले, त्यांचे वारस म्हणवायला आपण पात्र ठरू का?

"इथून थोड्याच अंतरावर असलेल्या लाहोरमध्ये आपण सगळ्यांनी मिळून संपूर्ण स्वराज्याचा ठराव केला होता. हिंदू, शीख, मुसलमान सगळ्यांनी एकमेकांच्या सोबतीनं ठराव केला नव्हता का? ते एकमेकांचे साथीदार नव्हते? शीख प्रजा बहादूर आहे. शूर आहे. बहादूर शीख प्रजेनं अशाप्रकारे निरपराध्यांची कत्तल केल्याची कोठेही नोंद नाही. आपल्या पूर्वजांच्या उज्ज्वल इतिहासाला कलंक लागावा अशी तुमची इच्छा आहे का? गुरू गोविंदसिंहांनी तुमच्या हाती शस्त्रं दिली, ती जुलमी, पापी, खुन्यांपासून धर्माचं रक्षण व्हावं म्हणून. आता तुम्ही ती शस्त्रं निर्दोष बायका-मुलांवर, म्हाताऱ्याकोताऱ्यांवर चालवलीत, तर गुरूंचा आत्मा संतुष्ट होईल का?"

पूर्ण पंचेचाळीस मिनिटं सरदार बोलत होते आणि क्रोधानं खवळलेला लढवय्या शीखांचा तो विराट समुदाय एकदाही अडथळा न आणता, एकाग्र होऊन, एकचित्तानं सरदारांची वाणी ऐकत होता. सरदार बोलायचे थांबले. टाचणी पडली तरी ऐकू येईल, अशा शांततेत सरदारांचा स्वर लोकांच्या कानात गुंजत राहिला. टाळ्यांच्या कडकडाटात प्रचंड घोष झाला – "वाहे गुरू! सत् श्री अकाल!"

दुसऱ्या दिवशी हजारो मुसलमान निर्वासित घेऊन निघालेली गाडी अमृतसर स्टेशन मागे टाकून निर्विघ्नपणे पुढे निघून गेली.

चोवीस

काश्मीर प्रश्न युनोत दाखल होऊन चुकला होता. त्या जागतिक संस्थेत भारताची बाजू मांडण्यासाठी कोण सर्वांत अधिक उपयुक्त आहे यावर मंत्रिमंडळात चर्चा सुरू होत्या. जवाहरलालांनी या कामासाठी गोपालस्वामी अय्यरांचं नाव सुचवलं. रियासती खात्याकडून काढून घेतलेला काश्मीर-प्रश्न जवाहरलालांच्या मार्गदर्शनाखाली गोपालस्वामी अय्यंगारच हाताळत होते. शिवाय काश्मीर राज्याचे दिवाण म्हणून त्यांनी दोन वर्षं सेवा रुजू केली होती. त्यामुळे ते काश्मीरचा इतिहास, भूगोल, लोकमानस याचे विशेष जाणकार आहेत, असं जवाहरलालांना वाटत होतं.

त्रावणकोर राज्याचे दिवाण सर सी.पी. रामस्वामी अय्यरांनी त्रावणकोर राज्य भारतात विलीन न व्हावं एवढ्यासाठी राष्ट्रीय तसंच आंतरराष्ट्रीय करार, प्रथापद्धती, परंपरा इत्यादींचा बारकाईनं अभ्यास केला आहे, हे सरदारांच्या निदर्शनाला आलं होतं. त्यांनी या गोष्टीची मनात नोंद करून ठेवली होती. त्रावणकोर राज्याचं विलीनीकरण रोखण्यासाठी रामस्वामींनी शर्थीचे प्रयत्न केले होते आणि त्यांना कडक शब्दांत पत्र लिहिणं सरदारांना भाग पडलं होतं. अखेर स्वतंत्र त्रावणकोर भारत संघात जोडलं गेल्यावर रामस्वामींनी सरदारांना एक पत्र पाठवलं होतं. पत्रात त्यांनी म्हटलं होतं, “त्रावणकोरचा दिवाण या नात्यानं जे जे काही करणं माझं कर्तव्य होतं, तेच मी केलं आहे. भारत देशाबद्दल माझ्या मनात भक्ती आणि प्रेम यांखेरीज अन्य काही नाही. माझ्या सेवेचा जेव्हा जेव्हा जिथे कुठे उपयोग होईल असं तुम्हाला वाटेल, त्या त्या वेळी तुमच्या मार्गदर्शनाखाली काम करायला मला आवडेल.”

हे पत्र मिळाल्यानंतर सरदारांनी रामस्वामींना दिल्लीच्या आपल्या घरी पाहुणचार घ्यायला बोलावलं होतं. सरदारांच्या आमंत्रणाचा खुल्या दिलानं स्वीकार करून रामस्वामी पूर्ण तीन दिवस १, औरंगजेब रोडवर सरदारांचे पाहुणे म्हणून राहिले होते. रामस्वामींच्या सेवांचा देशासाठी लाभ करून घेता आला तर ते हितकारक ठरेल, अशी तीन दिवसांच्या अनुभवावरून सरदारांची खात्री पटली होती.

युनोतील भारतीय प्रतिनिधी म्हणून जवाहरलालांनी गोपालस्वामी अय्यंगारांचं नाव पुढे आणलं, त्या वेळी सरदारांनी स्वत:ला अधिक उचित वाटत असलेल्या रामस्वामी अय्यरांना ही कामगिरी सोपवावी असं जवाहरलालांना सुचवलं.

"सर सी.पी. रामस्वामी अय्यर?" जवाहरलाल नाव ऐकूनच चकित झाले. "ज्या माणसानं संस्थानांचं विलीनीकरण होऊ नये म्हणून आपल्यापुढे अडचणींचे डोंगर उभे केले होते, त्या माणसावर कसा काय विश्वास ठेवावा?"

"जवाहरलाल," सरदार शांतपणे म्हणाले, "भूतकाळात ज्यांनी ज्यांनी आपल्याविरुद्ध काम केलं आहे त्या सगळ्यांना हाच निकष लावला, तर सनदी कारभारातले तमाम आय.सी.एस. अधिकारी, देशाचं संपूर्ण पोलीस दल यांच्यावर तरी आपल्याला कसा विश्वास ठेवता येईल? या सगळ्यांनीच त्या काळी इंग्रजांच्या सांगण्यावरून स्वातंत्र्य चळवळीच्या विरोधात काम केलं होतं."

"सनदी कामकाजाची गोष्ट वेगळी आणि एका व्यक्तीची गोष्ट वेगळी सरदार! दोन्ही एकच म्हणता येत नाही." असं म्हणून जवाहरलालांनी सरदारांच्या प्रस्तावाचा विषय संपवला.

पाकिस्ताननं आपला प्रतिनिधी म्हणून जफरुल्लाखान यांची नियुक्ती केली होती. इतिहासाचे अभ्यासक आणि कुशाग्र बुद्धीचे वक्ता अशी त्यांची ख्याती होती. भारताचे प्रतिनिधी गोपालस्वामी अय्यंगार युनोमध्ये आपले प्रतिस्पर्धी आहेत हे कळल्यावर पाकिस्तानी पत्रकारांसमोर आपली खुशी व्यक्त करत त्यांनी एवढंच म्हटलं, "भारतानं चांदीच्या तबकातून काश्मीरची भेट आपल्यापुढे ठेवली आहे, असं मला वाटतंय."

सर सी.पी. रामस्वामी अय्यर त्या वेळी अमेरिकेला जाणार होते. सरदार त्यांना म्हणाले, "तुमच्या अमेरिकेच्या प्रवासादरम्यान तुम्ही एक काम करावं, अशी माझी इच्छा आहे, कराल?"

"तुम्ही सांगितलेलं कोणतंही काम करण्यानं मला धन्य वाटेल."

"तसं असेल तर, अमेरिकेतल्या तुमच्या वास्तव्याच्या काळात वेगवेगळ्या देशांच्या प्रतिनिधींपाशी, तसंच अमेरिकेच्या उच्चभ्रू समाजात, जिथे जमेल तिथे तुम्ही काश्मीर प्रश्नाबद्दल आपल्या पक्षाची बाजू मांडत राहावं, असं मला वाटतं. त्यासाठी अमेरिकेतल्या आपल्या भारतीय संस्थांची आणि आपल्या दूतावासाचीही तुम्ही मदत घेऊ शकता."

सरदारांची सूचना सी.पीं.नी मोठ्या आनंदानं मान्य केली.

मुसलमान वस्तीतल्या राहत्या घरांमध्ये साठवून ठेवलेला विपुल शस्त्रसाठा पकडला गेला आणि त्या भागाला स्वत: सरदारांनी मध्यरात्री भेट देऊन, कडक

कारवाई करण्याचे पोलिसांना आदेश दिले, ही बातमी वृत्तपत्रांतून प्रसिद्ध झाली, त्या वेळी एकच हाहाकार माजला. धर्माच्या नावानं मागितलेल्या पाकिस्तानाची स्थापना झाल्यानंतरदेखील जर या देशात आणि विशेष करून राजधानीतच राहणारे मुसलमान अशा तऱ्हेनं बेधडकपणे हिंसेच्या तांडवाची तयारी करत असतील, तर कायदा, सुव्यवस्था आणि शांतताप्रिय नागरिकांची सुरक्षा सांभाळणं कसं काय जमणार, असे प्रश्न चारही बाजूंनी विचारले जाऊ लागले. त्याउलट, पोलिसांनी ज्या पद्धतीनं शस्त्रसाठा काबीज केला आणि नंतर सरदारांच्या आदेशावरून शस्त्रं गोळा करून बसलेल्या मुसलमानांच्या घरांवर धाडी घालून कडकपणे कायद्याचा अंमल केला, त्यामुळे मुसलमानांचा फार मोठा वर्ग नाराज झाला होता. पाकिस्तानातून जीव वाचवून पळून आलेले शरणार्थी शहरातल्या अनेक मशिदींमध्ये आश्रय घेऊन राहत होते. हिंदू वस्तीतल्या त्या मशिदी दंग्यांमुळे कित्येक दिवसांपासून रिकाम्या पडल्या होत्या. आता त्या मशिदी मुसलमानांना परत हव्या होत्या. मशिदीत बायका-मुलांसह, वृद्धांसह आसरा घेऊन राहणारे निर्वासित त्याला विरोध करत होते.

एके दिवशी दिल्लीतल्या काही मुल्ला-मौलवींनी गांधीजींची प्रार्थनासभेच्या आधी भेट घेतली. दिल्लीतले मुसलमान जीव मुठीत घेऊन भीत भीत जगत आहेत आणि त्यांची धर्मस्थळंसुद्धा त्यांच्याकडून हिसकावून घेतली गेली आहेत, अशी गाऱ्हाणी त्यांनी गांधीजींपुढे मांडली. तक्रारी सांगून झाल्यावर शेवटी ते म्हणाले, "बापू, विभाजित हिंदुस्थानात आम्ही सुरक्षित आहोत या तुमच्या वचनावर विसंबून आम्ही इथे राहिलो. आझाद हिंदुस्थानचं सरकार जर आता आमचं रक्षण करू शकत नसेल, तर कृपा करून आम्हाला इंग्लंडचं तिकीट काढून द्या, कारण आत्तापर्यंत आम्ही तुमच्यासोबत राहत होतो म्हणून पाकिस्तानातही आता कोणी आम्हाला जवळ करणार नाही."

गांधीजी थोडा वेळ गप्प राहिले. त्यांच्या चेहऱ्यावर अपार व्यथा उमटली. मग ते सावकाश म्हणाले, "या देशाला तुम्ही आपलं घर मानलंत हे मी मान्य करतो; पण राहत्या घराला आग लागली असेल, तर ती आग विझवायला धावाल, का घर आगीत तसंच जळतं सोडून दुसरीकडे निघून जाल?"

गांधीजींच्या वेधक प्रश्नावर मुल्ला-मौलवींकडे उत्तर नव्हतंच. त्यांनी पुन्हा पुन्हा आपलं जुनंच रडगाणं सुरू ठेवलं. तरीसुद्धा मुसलमानांच्या रक्षणासाठी सरदार पुरेसे उपाय करत नाहीत असं हे मुल्ला-मौलवी सुचावताहेत, त्यातलं तथ्य नाकारता येणार नाही, असंही गांधीजींना वाटलं. खेरीज, मुसलमानांच्या निष्ठेबद्दल लखनौच्या सभेत आणि इतरत्र सरदारांनी केलेल्या वक्तव्यानं गांधीजी खूप नाराज झालेच होते. नंतर सरदार भेटले तेव्हा गांधीजी त्यांना म्हणालेसुद्धा, "आपल्याला

इथं न्याय मिळत नाही, आपलं रक्षण होत नाही असं देशातल्या अल्पसंख्यांकांना वाटलं, तर ते आपलं अपयशच मानतो मी सरदार!''

''बापू, अहो कालपर्यंत जे पाकिस्तानची मागणी करत होते, ते एका रात्रीत या देशाशी एकनिष्ठ होतील ही गोष्ट अन्य कोट्यवधी माणसांना मान्य होणं कठीणच आहे,'' सरदार उत्तरले. ''या इतक्या कोट्यवधी माणसांच्या भावनादेखील आपण लक्षात घ्यायला पाहिजेत.''

''अल्पसंख्याकांचा विश्वास जिंकणं, हा आपल्यापुढचा सर्वांत मोठा प्रश्न आहे सरदार!''

''बापू, एक विचारू का?'' छातीवर लपेटलेल्या शालीवरच हाताची घडी घालत सरदारांनी हलकेच प्रश्न विचारला, ''असा विश्वास आपण त्यांचा जिंकायचा, की त्यांनी आपल्याला द्यायचा? जिंकण्याशी हरणं जुळलेलं असतं. त्यांनी आपणहून स्वत:च्या वर्तनानं देशनिष्ठा सिद्ध करून दाखवली, तर जिंकण्या-हरण्याचा प्रश्नच उद्‌भवत नाही, असं नाही का वाटत तुम्हाला?'' एका दमात सरदारांनी बोलून टाकलं. एक एक शब्द उच्चारताना कष्ट होत असावेत, असं शेवटचा शब्द बोलताना त्यांना दमल्यासारखं वाटलं. त्यांचे ओठ थरथरू लागले. गांधीजी बघत होते.

''सरदार, अल्पसंख्यांकांना नेहमीच असुरक्षित असल्यासारखं वाटतं. त्यांच्या अवस्थेचा जरा आणखी सहानुभूतीनं विचार करून मुसलमानांची बाजू घेणं तुम्हाला शक्य होणार नाही का?'' ते म्हणाले.

''कसं शक्य आहे बापू? तीस वर्षं तुमच्या पायाशी बसून न्यायाचे अन् नीतीचे धडे गिरवलेत मी. त्यात 'हिंदूच्या बाजूचा' किंवा 'मुसलमानांच्या बाजूचा' होण्याचा पाठ कधीच शिकलो नाही.'' एवढं बोलून सरदारांनी मान फिरवून घेतली.

''मंत्रिमंडळातसुद्धा या मुद्द्यावरून तुमच्यात अन् जवाहरमध्ये मतभेद आहेत, हे मला माहीत आहे.'' गांधीजी म्हणाले. ''जवाहरशी मी या बाबतीत बोललो आहे. जवाहर माझं म्हणणं समजून घ्यायचा प्रयत्न करतात, तुम्ही आता तेवढंही करत नाही!''

सरदार थक्क झाले. त्यांचा श्वासोच्छ्वास वेगानं होऊ लागला. एक एक अक्षर बळजबरीनं ओठाबाहेर ढकलत ते म्हणाले, ''असं काय बोलताय बापू? तुम्ही तर असं म्हणताय, की जणू काही मुसलमानांच्या हत्यांना मीच जबाबदार आहे.''

''मी सध्या दिल्लीतच आहे सरदार, चीनमध्ये नाही. माझे डोळे, कान अजून शाबूत आहेत. माझ्याच डोळ्या-कानांचं ऐकू नये असं जर तुम्ही म्हणत असाल, तर मी तुमची समजूत घालू शकणार नाही आणि तुम्हीही मला काही समजावू शकणार नाही. माझं म्हणणं एवढंच आहे, एक तर तुम्ही तरी काम करा, नाहीतर जवाहरला तरी करू द्या.''

"काम करायचे माझे दिवस संपत आलेत असं वाटतंय बापू! आता जवाहरनंच काम करावं हे अधिक चांगलं! पण माझी एक विनंती आहे..."

नजर स्थिर करून गांधीजींनी सरदारांकडे पाहिलं.

"...एकसंध काठेवाड तुमच्या चरणी अर्पण करायचं मी वचन दिलं होतं तुम्हाला. ते वचन पूर्ण होण्याची घडी जवळ आली आहे. एकलव्याच्या अंगठ्यासारखीच माझी गुरुदक्षिणा तुमच्या चरणांपाशी ठेवून मी नक्कीच मोकळा होईन. माझ्याच्यानंही आता अशा तऱ्हेनं काम होणं शक्य नाही." सरदारांच्या शेवटच्या वाक्याला नकळत किंचित कडवट छटा आली.

जडशीळ निश्चल क्षण काही काळ त्या चार भिंतींच्या आत तसेच खिळून राहिले.

मग गांधीजी बोलले, "निर्वासित लोक ज्या मशिदीत राहताहेत, त्या मशिदी ताबडतोब रिकाम्या करून द्याव्यात. हे पहिलं पाऊल तत्काळ उचललं जावं, अशी माझी इच्छा आहे."

"ठीक आहे बापू. पोलीस खात्याला मी तसं कळवतो, परंतु त्या निर्वासितांच्या पुनर्वसनासाठी..."

"त्याबद्दलसुद्धा संबंधित खात्यांना आवश्यक ते करायचं तुम्ही कळवून टाका आणि ...ज्या मशिदींची मोडतोड झाली आहे, त्यांची सरकारी खर्चानं दुरुस्ती करण्याचा जाहीरनामाही प्रसिद्ध करा. त्यामुळे मुसलमानांना विश्वास वाटू लागेल."

"सरकारी खर्चानं दुरुस्ती फक्त मशिदींचीच... की सगळ्या धर्मस्थळांची?"

गांधीजी काहीच बोलले नाहीत. फक्त थोडंसं हसले.

राजस्थानलगतच्या आता पाकिस्तानी प्रदेश बनलेल्या भागातून शेकडो हिंदू शरणार्थी राजस्थानात पळून आले होते. पंजाबच्या सरहद्दीवरूनसुद्धा हजारो शीख जीव वाचवून राजस्थानात येऊन पोहोचले होते. अजमेरच्या आणि त्याच्या आसपासच्या भागातल्या सरकारी शरणार्थी शिबिरातून अथवा अन्यत्र हे लोक खूप मोठ्या संख्येनं राहू लागले होते. अजमेर हे मुसलमानांचं तीर्थस्थान होतं. तिथे मुसलमानांचं प्रमाणही खूप जास्त होतं. शिवाय यात्रेकरूंची बरीच ये-जा होती. आपल्या कुटुंबीयांची आपल्या डोळ्यांदेखत कत्तल होत असताना ज्यांना पाहावी लागली होती, त्या हिंदू निर्वासितांना तिन्हीत्रिकाळ नजरेसमोर असे ये-जा करणारे मुसलमान पाहणं भाग पडत होतं. त्यांना ते कठीण जात होतं. परिणाम व्हायचा तोच झाला. अजमेरच्या आसपास मोठे दंगे उसळले. मुसलमान अतिशय धास्तावले. भीतीपोटी ते धावपळ करू लागले. त्यादरम्यान सरदार जयपूरला आले होते. मुसलमानांचं प्रतिनिधिमंडळ त्यांना भेटलं. अजमेरचे चीफ कमिशनर शंकरप्रसाद यांना बोलावून घेऊन सरदारांनी

त्यांच्याशी विचारविनिमय केला. परिस्थितीचा अंदाज घेतला आणि परिस्थिती स्थिरस्थावर करण्यासाठी आवश्यक त्या सूचना केल्या. या बाबतीत केलेल्या कार्यवाहीचं एक अधिकृत निवेदन गृहखात्यातर्फे प्रसिद्ध झालं.

अजमेर आणि त्याच्या जवळचा प्रदेश केंद्रशासित होता. त्या प्रदेशाचे शासनप्रमुख म्हणून शंकरप्रसादांना चीफ कमिशनरचा हुद्दा होता. चीफ कमिशनरकडे प्रांतांच्या गव्हर्नरसारखी स्वतंत्र सत्ता होती. अर्थात, त्यांच्यापाशी मंत्रिमंडळ अथवा विधिमंडळ नसल्यानं थेट गृहखात्याच्या सचिवांशी त्यांचा संपर्क असे. लहान-मोठे सर्व प्रश्न सचिवांमार्फत सरदारांपुढे येत.

अजमेरमध्ये घडलेल्या घटनांमुळे मुसलमानांमध्ये घबराट फैलावल्याचं जवाहरलालांना जाणवलं. पंतप्रधान या नात्यानं आपण अजमेरला जाऊन तिथल्या मुसलमानांना भेटलो आणि त्यांचं सांत्वन केलं, तर त्यांच्यात विश्वास बळावेल आणि देशाच्या एकूणच जातीय स्थितीत त्यामुळे थोडी सुधारणा होईल, असं त्यांना वाटू लागलं. आपला उद्देश त्यांनी सरदारांना कळवला. जवाहरलालांच्या सदिच्छाभेटीचं सरदारांनी स्वागतच केलं.

तसं झालं मात्र नाही. भेट द्यायच्या ठरलेल्या तारखेच्या आदल्या दिवशीच दुर्दैवानं जवाहरलालांच्या एका पुतण्याचं निधन झालं. आपली अजमेरची भेट रद्द करून त्यांनी आपल्याऐवजी आपले स्वीय सहायक आणि सचिव असलेल्या एस.व्ही.आर. अय्यंगार यांना पाठवलं. अय्यंगारांनी अजमेरला जाऊन शंकरप्रसादांकडून माहिती मिळवली, काही मुसलमान प्रतिनिधीमंडळांची भेट घेतली. समोर आलेल्या हकिकती तपासल्या आणि जणू स्वत:चाच अहवाल सादर करत असावेत, अशा तऱ्हेनं पंतप्रधानांना परिस्थितीची कल्पना दिली.

आपला हुद्दा प्रांतांच्या गव्हर्नराच्या बरोबरीचा आहे. त्यामुळे आपल्या कारभाराची चौकशी करण्याचा अधिकार सर्वप्रथम गृहखात्याला, त्यानंतर पंतप्रधान वा अन्य एखाद्या केंद्रीय मंत्र्यालाच आहे, असं शंकरप्रसादांचं मत होतं. पंतप्रधानांच्या कार्यालयातला सचिवाच्या श्रेणीचा एखादा अधिकारी अशा तऱ्हेनं आपली चौकशी करायला यावा, यात आपला अपमान आहे आणि आपल्यावरचा अविश्वासही आहे असं त्यांना वाटलं. आपली ही भावना व्यक्त करणारं पत्रं त्यांनी सरदारांचे खासगी सचिव शंकरांना पाठवलं, "परिस्थितीचा संपूर्ण तपशील देणारं आणि त्यावरच्या नियंत्रणाच्या कार्यवाहीबद्दल पुरेसा खुलासा करणारं जाहीर निवेदन गृहखात्यानं दिल्यानंतरसुद्धा, पंतप्रधानांच्या सचिव श्रेणीच्या एखाद्या अधिकाऱ्यानं अशाप्रकारे जाहीरपणे तपास करावा, यामुळे लोकांमध्ये अविश्वासाची भावना निर्माण झाली आहे आणि त्याचमुळे माझी स्थिती कमकुवत झाली आहे."

शंकरप्रसादांच्या म्हणण्यात तथ्य आहे, असं सरदारांचं मत झालं. त्यांनी

जवाहरलालांना म्हटलं, "अजमेरच्या दंग्याची प्रत्यक्ष माहिती काढायला तुम्ही स्वत: गेला असतात, तर बरं झालं असतं. कौटुंबिक कारणांमुळे तुम्ही जाऊ शकला नाहीत ते मी जाणतो, पण अशावेळी ते काम तुम्ही तुमच्या एखाद्या सहकारी मंत्र्याकडे सोपवलं असतंत, तर अधिक उचित झालं असतं."

"याचा अर्थ असा होतो, की जेव्हा जेव्हा मला एखाद्या गोष्टीचा थेट अहवाल मिळवायचा असेल, त्या त्या वेळी मी माझ्या मर्जीनुसार काम करूच शकणार नाही. असं नियंत्रणाखाली राहणं माझ्याच्यानं होणार नाही."

"गैरसमज करून घेताहात तुम्ही! तुमच्या स्वातंत्र्यावर गदा येईल असं काही मी कधीच करणार नाही. प्रश्न आहे तो औचित्याचा! औचित्य सांभाळलं गेलं नाही, तर माझ्यासारखे तुमचे सहकारी मंत्री पेचात सापडतात."

"या बाबतीत एखादी निश्चित मार्गरेषा असली पाहिजे असं तुम्हाला वाटत असेल, तर आपण गांधीजींना भेटून त्यावर बोलून घेऊ." जवाहरलालांनी म्हटलं, "दुर्दैवानं या मुद्द्यावर तत्त्वत: तुम्हाला किंवा मला सरकारबाहेर पडावं लागलं, तर मी आनंदानं राजीनामा देऊन सत्तेचा लगाम तुमच्या हाती देईन."

"असा निर्णय शुभेच्छापूर्वक व्हायला हवा, या मुद्द्यावर मी तुमच्याशी सहमत आहे जवाहरलाल," सरदारांनी म्हटलं. "राजीनाम्याचा प्रश्न उद्‌भवलाच तर सरकार तुम्ही चालवावं, मीच स्वखुषीनं सरकार सोडून जाईन, कारण स्वातंत्र्याची आणि मर्यादांची तुमची कल्पना माझ्या कल्पनेपेक्षा अगदी भिन्न आहे."

बोलणं एवढ्यावरच थांबलं, पण त्यानंतर लगेच जवाहरलालांनी ही संपूर्ण घटना, सरदारांशी झालेले मतभेद, जातीय प्रश्नांबद्दलचं सरदारांचं धोरण या सगळ्यांचं टिपण गांधीजींकडे पाठवलं. टिपणाच्या अखेरीस त्यांनी असंही म्हटलं की, आपला राजकीय उद्देश थोडाफार साध्य झाला आहे. आम्ही दोघंही एकमेकांशी जुळवून घेण्याचे सर्वतोपरी प्रयत्न करत असूनही, एकमेकांच्या धोरणपद्धतीतल्या तफावतीमुळे तसं घडून येताना दिसत नाही आणि उत्तरोत्तर अडचणीच वाढत आहेत. पंतप्रधान स्वतंत्रपणे निर्णय घ्यायला समर्थ आहेत हे जर सरदारांच्या धोरणात बसत नसेल, तर माझं सत्तेवर टिकून राहणं व्यर्थच आहे. सरदारांच्या हातात सत्ता द्यायला मी तयार आहे. याविषयी तुम्ही सरदारांशी बोलून घ्या किंवा आपण तिघं एकत्र बसून यावर चर्चा करू."

जवाहरलालांच्या टिपणीतील मजकुराचा उल्लेख करून गांधीजींनी सरदारांपाशी त्याचा खुलासा मागितला. सरदार म्हणाले, "बापू, आम्हा दोघांत एकमेकांविषयी आदर आणि प्रेम पहिल्यासारखंच गाढ आहे; पण कार्यपद्धती आणि नीति-धोरणं यामध्ये आमच्यातले मतभेदही तेवढेच तीव्र आहेत. संसदीय लोकशाहीत पंतप्रधान सर्वांत अग्रभागी असतात; पण ते सर्वसत्ताधीश नसतात. प्रस्थापित परंपरा आणि

आपले सहकारी यांची अवगणना करण्याचा त्यांना अधिकार नाही. अजमेरबद्दल सगळी माहिती मी पंतप्रधानांना दिली होती. मिळालेल्या माहितीची पडताळणी करून पाहण्यासाठी त्यांनी माझ्या नकळत, अय्यंगारांसारख्या सचिव श्रेणीच्या सनदी अधिकाऱ्याला तिकडे पाठवलं. ते अर्थातच उचित नव्हतं. म्हणूनच मला वाटतं, की वृद्धपणामुळे मी दुर्बल झालो आहे आणि जवाहरच्या कामाचा भार हलका करू शकत नसेन, तर मीच स्वत:ला सरकारमधून मोकळं करून घ्यायला हवं. माझ्याबद्दलच्या तक्रारी तुमच्याकडे याव्यात आणि तुम्ही अवघड परिस्थितीत सापडावं, हे मला अगदी असह्य होतंय.''

जवाहरलाल आणि सरदार दोघांतले तीव्र मतभेद आणि दोघांनीही पदत्याग करण्याचा गांधीजींपुढे ठेवलेला प्रस्ताव आदी गोष्टी माऊंटबॅटनना कळल्या, तसे ते ताबडतोब गांधीजींना भेटायला गेले. सरकारात राहायच्या बाबतीत दोघांपैकी जवाहरलालांकडे गांधीजींचा कल अधिक आहे, असं माऊंटबॅटनना वाटत होतं. गांधीजींकडून तसाच संकेत मिळताच माऊंटबॅटन म्हणाले, ''बापू, सरदार आणि जवाहर दोघांनाही माझ्यापेक्षा तुम्हीच जास्त चांगलं ओळखता; परंतु माझ्या अनुभवावरून सांगायचं झालं तर मी म्हणेन, की सरदारांचे पाय जमिनीवर आहेत, जवाहरलालांचे नाहीत. सरदारांविना एकटे जवाहर राज्याची धुरा कधीच सांभाळू शकणार नाहीत. सरदारांनी पदत्याग केला, तर संपूर्ण देशावर संकटच कोसळेल. असं करण्यात फार मोठी जोखीम आहे. कसंही करून तुम्ही दोघांना एकत्रच ठेवावं.''

सूत कातता कातता गांधीजी त्यांचं बोलणं ऐकत होते. माऊंटबॅटन बोलायचे थांबले. गांधीजींनी नवा पेळू घेऊन कातणं पुन्हा सुरू केलं. माऊंटबॅटन गांधीजींच्या चेहऱ्याकडे टक लावून बघत होते. गांधीजींचा चेहरा मात्र निर्विकार होता.

गांधीजींशी अखेरचा विचार-विनिमय करताना
सरदार. बिर्ला हाउस, नवी दिल्ली, ३० जानेवारी, १९४८.

आयुष्यातल्या प्रत्येक क्षणाचा गांधीजी सदुपयोग करत. फिरायला जातानासुद्धा देशापुढील अनेक गंभीर समस्यांबद्दल चर्चा घडत; त्याच वेळी मधुर हास्याचा प्रवाहदेखील अखंडपणे वाहत असे. चित्रातील त्रिमूर्ती वल्लभभाई, गांधीजी आणि जवाहरलाल सेवाग्राम येथून फेरफटका मारायला निघताना.

दिल्लीतील एका समारंभात देवदास गांधी सरदार पटेलांना आधार देताना

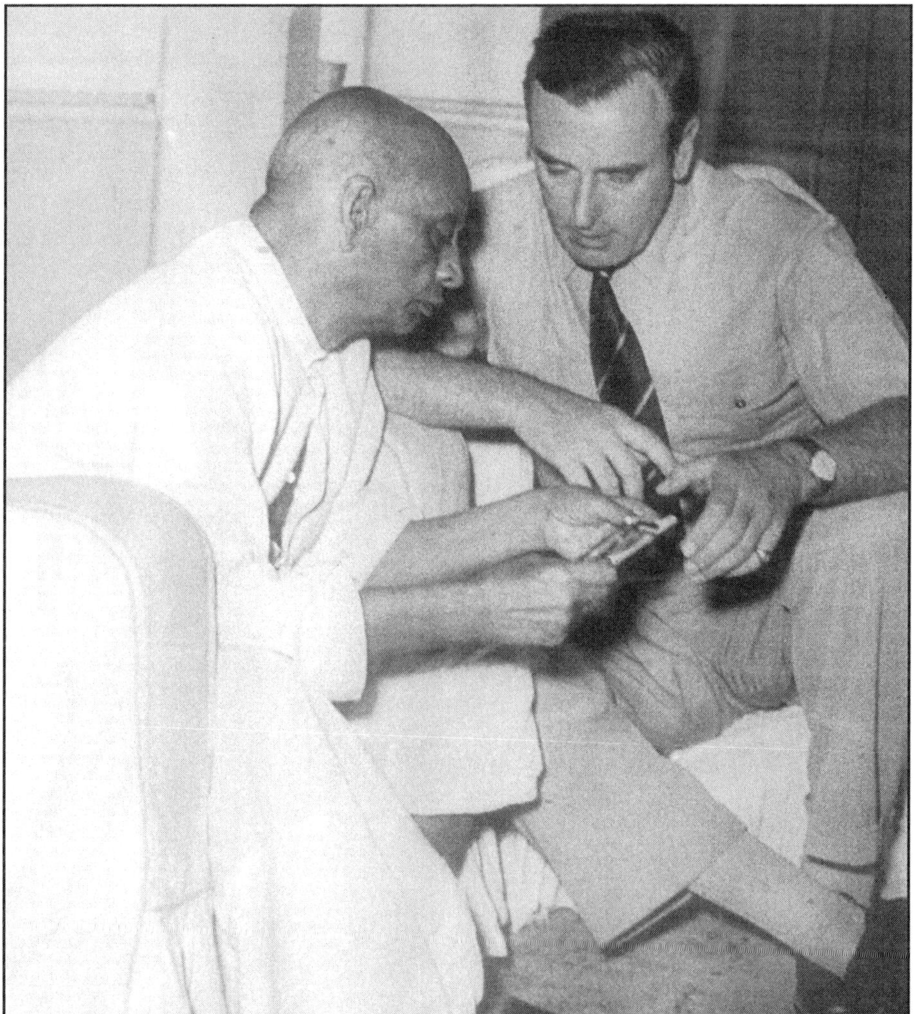

दोन महापुरुषांचे आदर्शवत वर्तन. १९४८ मध्ये जून महिन्यात अर्ल माऊंटबॅटन डेहराडून येथे सरदारांच्या विश्रांतिकाळात त्यांना भेटायला गेले. त्या वेळी देशापुढे अनेक प्रश्न होते. गव्हर्नर जनरलांनी सरदारांच्या मतांची गांभीर्याने दखल घेतली आणि परखडपणे चर्चा केली. हा बहुधा काश्मीरचा प्रश्न असावा. दोघांचे चेहरे गंभीर दिसत आहेत, सरदारांचा अधिकच गंभीर! कोणत्याही कृतीच्या परिणामांचा खोलवर विचार केल्याशिवाय सरदारांनी कधी 'हो'कार दिला नाही.

विचारात गढलेले सरदार

'तुमची सद्दी संपली आहे...' जुनागढ येथे 'आरजी हुकूमत' आंदोलन यशस्वी झाल्यानंतर एका विशाल रॅलीमध्ये सरदारांनी ठामपणे हात उंचावून केलेली घोषणा. देशी राज्यांच्या विलीनीकरणाच्या दिशेने टाकलेले हे पहिले पाऊल होते. (१९४७)

भारताचे गव्हर्नर राजाजी, पंतप्रधान नेहरू, मद्रासचे राज्यपाल असलेले भावनगरचे महाराज आणि स्पीकर दादासाहेब मावळंकर यांसमवेत भोजन करताना सरदार पटेल. (१९४८)

बापूंसमवेत सरदारांचे हे मुक्त हास्य म्हणजे केवळ पोकळ हास्य नव्हे. 'भारत छोडो' चळवळ सुरू करण्याचा दृढनिश्चय त्यामागे दडला आहे. (८ ऑगस्ट, १९४२)

'विमान जयपूरजवळ सुरक्षितपणे उतरले आहे आणि सरदार पटेल सुखरूप आहेत' या बातमीने देशभर आनंदाची लाट उसळली होती. या दैवी कृपेबद्दल भारतीय घटनासमितीच्या शुभकामना व्यक्त करत, पंतप्रधान नेहरूंनी सरदार पटेलांना विमानाची प्रतिकृती भेट दिली.

तीन विभूतींचे चहापान. पंतप्रधान नेहरू राष्ट्रपती राजेन्द्रप्रसादांना काहीतरी समजावून सांगत आहेत. सरदारांच्या चेहऱ्यावरून समस्येसंबंधी त्यांच्या मनोभावांचा अंदाज बांधणे कठीण आहे.

राष्ट्रपती राजेन्द्रप्रसाद सरदार पटेलांना उप-पंतप्रधानपदाची शपथ देताना

भारतीय राष्ट्रीय काँग्रेसच्या नाशिक अधिवेशनात सरदार पटेल
बाबू पुरुषोत्तमदास टंडन यांच्याशी थट्टा-विनोद करताना. सोबत
डॉ. पट्टाभी सीतारामय्या, राजाजी आणि सरदारांची कन्या मणिबेन. (१९५०)

हैदराबाद म्हणजे भारतीय राजकारणातील भळभळती जखम बनले होते. आपल्या काही सहकाऱ्यांचा तीव्र विरोध असूनही सरदार पटेलांनी खंबीरपणे त्वरित पोलीस कारवाई करून महानतम यश प्राप्त केले. त्यानंतर हैदराबाद विमानतळावर सरदारांचे आगमन झाले तेव्हा निजामाने नम्रपणे सरदारांना अभिवादन केले.

सरंजामशाहीचे लोकशाहीत रूपांतर करण्याच्या कार्यात सरदार पटेल जामसाहेबांना मदत करताना (१९४८)

एखादा मुद्दा प्रभावीपणे मांडताना सरदारांच्या चेहऱ्यावर वेगळीच चमक येत असे. हा असाच एक क्षण तर नव्हता? जणू एका योद्ध्याला दुसरा योद्धा भेटला असावा, असे अँथनी एडन यांच्या मुद्रेवरून वाटत आहे. ब्रिटिश कॉंझर्व्हेटिव्ह पार्टीच्या उपनेत्याने १९४९ मध्ये मार्च महिन्यात भारताच्या उपपंतप्रधानांची भेट घेतली तेव्हा

अहमदाबादेतील प्रतिष्ठित नागरिकांच्या वतीने सरदार पटेलांचा सत्कार करण्यात आला त्या प्रसंगी- २१ जानेवारी १९४८.

भारताच्या फाळणीची, तसेच सत्तासमर्पणाची घोषणा- ३ जून १९४६

जुनागढयेथील सभेत सरदारांचा सत्कार करताना 'आरजी हुकूमत' चे अग्रणी शामलदास गांधी- १३ नोव्हेंबर, १९४७

प्रार्थनासभेला जाताना

स्वभावतः धर्मनिष्ठ असूनही सरदारांनी आपल्या धार्मिकतेचे प्रदर्शन केले नाही. १९५० सालच्या मे महिन्यात एका दुर्मिळ प्रसंगी सरदार सच्च्या हिंदू भक्ताच्या वेषात कन्याकुमारी येथील मंदिरात गेले असताना. सोबत व्ही. शंकर (सरदारांचे विश्वासू सचिव) आणि टी. के. नारायण पिल्लई. (त्रावणकोर-कोचिनचे मुख्यमंत्री)

जयपूर येथील खुल्या अधिवेशनात भाषण करताना सरदार (१९४८)

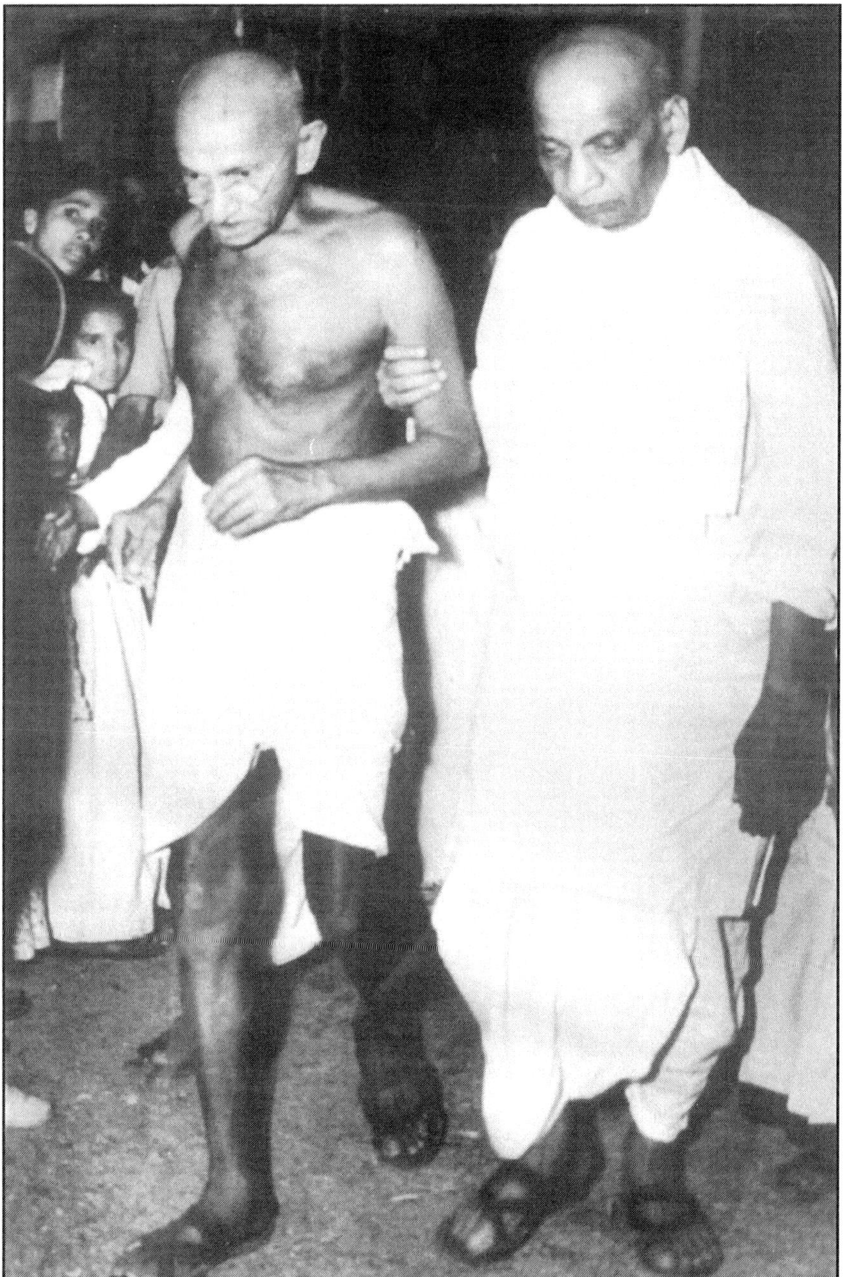

गांधीजींना आधार देत प्रार्थनासभेस जाताना

मृत्यूच्या काही महिन्यांपूर्वी सरदारांनी अहमदाबादला अखेरची भेट दिली होती. आपल्या सार्वजनिक सेवाकार्याचा प्रारंभ त्यांनी या शहरातूनच केला होता. एकतेच्या दृढपायावर विशाल भारताची स्थापना करून ते लोकप्रियतेच्या शिखरावर पोहोचले होते. अहमदाबाद शहरातील रस्त्याच्या दोन्ही बाजूंवर, हर्षनाद करत शिस्तबद्धपणे उभ्या असलेल्या जनतेच्या मधून मोटारीतून जाताना सरदार पटेल

१९४९मध्ये डिसेंबर महिन्यात माळवा संघाची निर्मिती झाली. माळवा संघाच्या विधानसभेच्या सत्राचे उपपंतप्रधान पटेलांद्वारा उद्घाटन झाले. सभाभवनाबाहेर येताना सरदार पटेलांसमवेत ग्वाल्हेरचे महाराज, इंदूरचे महाराज आणि विधानसभा सभासद

प्रेमळ पित्याच्या छायेत कन्या मणिबेन

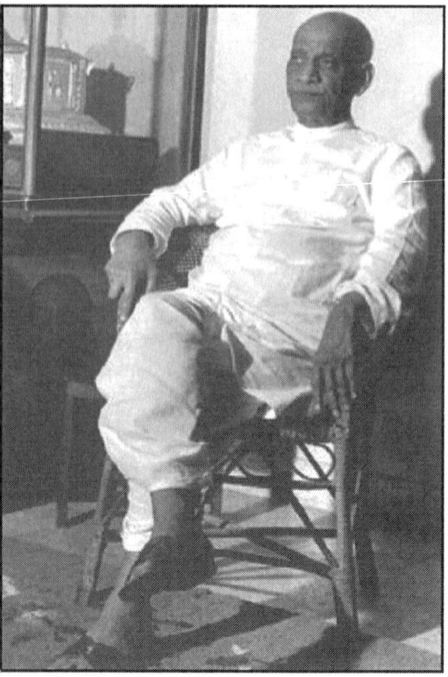

स्वप्नद्रष्टा सरदार पटेल

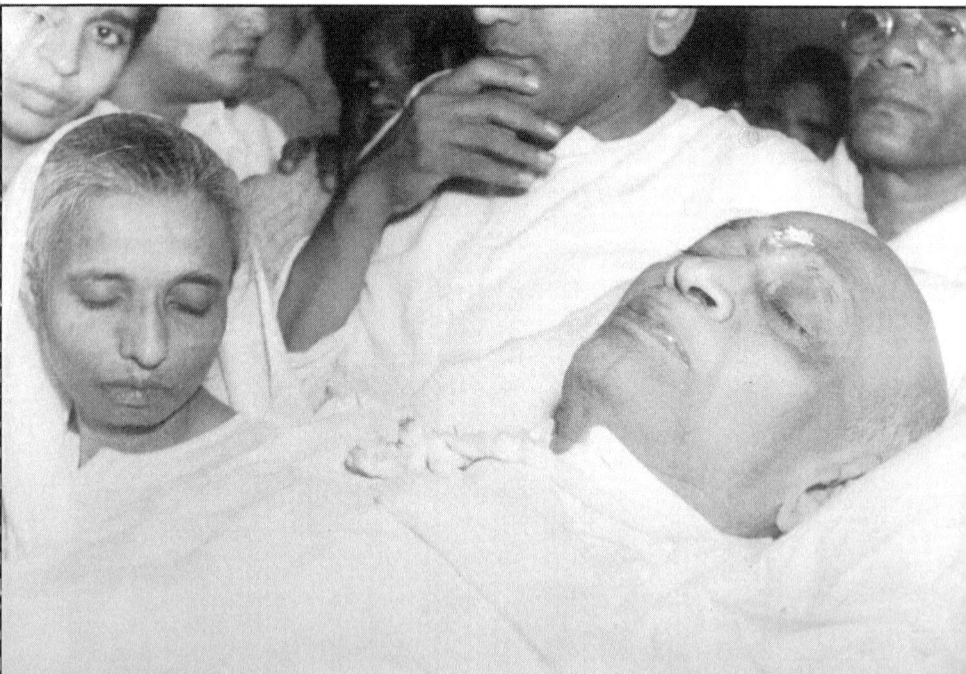

उरल्या केवळ स्मृती

पंचवीस

“इथून पुढे आम्ही पाकिस्तानात जायची शक्यता नाही आणि इथे हिंदुस्थानचं सरकारही आमचं रक्षण करू शकत नाहीये, आता आम्हाला इंग्लंडचं तिकीटच काढून द्या बापू...” आदल्या दिवशीचं त्या मौलवींचं वाक्य गांधीजींच्या जिव्हारी लागलं होतं. रात्रभर त्यांना झोप लागली नव्हती. सकाळी जवाहर आणि सरदार एका पाठोपाठ एक भेटायला आले, तेव्हाही त्यांनी आपल्या मनातील बेचैनी दोघांना कळू दिली नव्हती. नाइलाजानं अशा परिस्थितीकडे उघड्या डोळ्यांनी फक्त बघतच बसायचं असेल, तर उपवास हेच एक अंतिम शस्त्र आपल्याजवळ शिल्लक आहे, असं गांधीजींना वाटायला लागलं. त्या दिवशी सायंकाळच्या प्रार्थनासभेत त्यांनी उपोषणाला बसत असल्याची घोषणा केली. त्यांनी म्हटलं, की दिल्लीतील अशांतता आणि हिंसाचार यापुढे कशाचाच निभाव लागत नसल्यानं नाइलाजानं मी उपोषण सुरू करत आहे. या उपोषणात माझा मृत्यू ओढवणार असेल, तर मला शांतपणे मरू द्या. या पवित्र कामासाठी माझ्या प्राणांहून अधिक मौल्यवान दुसरी कोणती आहुती मी देऊ शकतो?

गांधीजींच्या उपोषणाची बातमी पसरताच सर्वत्र भयाण शांतता पसरली. आदल्या दिवशीपर्यंत इंग्लंडचं तिकीट काढून मागणाऱ्या मौलवींनी प्रत्यक्ष भेटून गांधीजींची क्षमा मागितली. गांधीजी त्यांना म्हणाले, “इंग्लंडचं तिकीट मागताना शरम वाटली नाही? लाथ मारून झाल्यावर आता माफी मागता? तुम्ही असंच वागत राहिलात, तर देश तुमची वागणूक फार काळ सहन करणार नाही.”

उपोषणाची बातमी कळल्याबरोबर जवाहरलाल आणि सरदार दोघं गांधीजींकडे आले. पंचावन्न कोटी रुपये पाकिस्तानला न देऊन मंत्रिमंडळानं जे अनीतिचं वर्तन केलं आहे, त्यामुळेदेखील आपल्याला दुःख झालं आहे आणि दिल्लीतल्या हिंसाचारामुळे होणाऱ्या दुःखात या दुःखानं भरच टाकली आहे, असं गांधीजींनी त्या दोघांना सांगून टाकलं.

सरदार विचारात पडले. दिल्लीतला हिंसाचार आणि पंचावन्न कोटी रुपये थकवून ठेवणं या दोन्ही बाबींशी आपला थेट संबंध आहे, असा अर्थ गांधीजींच्या बोलण्यातून निघत आहे, असं त्यांना वाटलं. गृहखातं आपल्याकडे असल्यामुळे हिंसाचारालासुद्धा आपणच जबाबदार आहोत असं गांधीजींना सुचवायचं आहे, असंही त्यांना वाटू लागलं. पंचावन्न कोटी रुपयांसंबंधीचा निर्णय जरी मंत्रिमंडळाचा असला, तरी विभाजन समितीचे प्रतिनिधी या नात्यानं या निर्णयाबद्दल सरदारांचाच आग्रह होता.

"...बापू!" सरदारांचा कंठ दाटून आला. बापूंच्या पायाशी बसत ते म्हणाले, "पंचावन्न कोटी रुपये देण्यासंबंधातला निर्णय मंत्रिमंडळात घेतला आहे..."

"हं!" बापू म्हणाले, "बोललोय मी जवाहरशी. जवाहरचं म्हणणं आहे, की असा ठराव करायला मुळात आपली केस तेवढी वाजवी नाही. मंत्रिमंडळानं निर्णय घेतला तो सरदारांच्या आग्रहाखातर. कायद्याचे डावपेच आहेत हे!"

सरदार थक्क झाले. काही बोलले नाहीत. डोळ्यांतलं पाणी दिसू नये म्हणून त्यांनी मस्तक आणखी खाली झुकवलं.

गांधीजी बिर्लाहाऊसमध्ये उपोषणाला बसले होते. ताबडतोब दुसऱ्याच दिवशी बिर्लाहाऊसमध्ये गांधीजींच्या पलंगाभोवताली मंत्रिमंडळाची बैठक भरली. पंचावन्न कोटी रुपये पाकिस्तानला तत्काळ दिले जावेत, असा ठराव तिथे दोन मिनिटांत संमत झाला. ठराव होताच बैठक बरखास्त झाली. गांधीजींच्या खोलीबाहेर दाराशी उभ्या असलेल्या आपल्या सोबत्यांना सरदार म्हणाले, "बहुदा ही माझी शेवटचीच बैठक! आपण सर्वांनी मिळून, सर्वानुमते घेतलेला निर्णय पंतप्रधानांना गैरवाजवी वाटत असेल, 'कायद्याचे डावपेच' वाटत असेल, तर आता यापुढे काम करणं मला शक्य होणार नाही." एवढंच बोलून सरदार खाली बसले. कितीही प्रयत्न केले तरी त्यांचे डोळे त्यांना साथ देईना झाले. बाहेर बसलेल्या मणिबेननी सरदारांच्या खांद्यावर हात ठेवून त्यांना सावरण्याचा प्रयत्न केला.

एवढं झाल्यानंतरही त्याच दिवशी, "पंचावन्न कोटी रुपये देऊ नयेत म्हणून तुम्ही आग्रह धरत होतात, मंत्रिमंडळानंसुद्धा सर्वानुमते तोच निर्णय घेतला होता आणि आता हे 'घूमजाव'... काय संगती लावायची याची?" या पत्रकारांच्या प्रश्नाला सरदारांनी ताडकन् उत्तर दिलं होतं, "बापूंचे प्राण वाचवण्यासाठी पंचावन्न कोटींची रक्कम किरकोळच म्हणायची!"

पूर्वनियोजित कार्यक्रमानुसार दुसऱ्या दिवशी सकाळी सात वाजता सरदार काठेवाडला रवाना होणार होते. काठेवाडच्या संस्थानिकांच्या एकत्रीकरणाचा प्रश्न अंतिम टप्प्यावर पोहोचला होता. संस्थानांच्या नव्या संघाच्या कारभाराची रूपरेषा ठरवण्यासाठी सरदारांची ही भेट योजलेली होती. सरदार मोठ्याच पेचात अडकले

होते. बापूंचं उपोषण सुरू असताना दिल्ली सोडून जाणं त्यांच्या जिवावर आलं होतं. त्याउलट, बापूंचं उपोषणाला बसणं आणि त्यामागची त्यांनी दिलेली कारणं, यामुळे हे उपोषणच मुळात सरदारांच्या विरोधात असल्याचा समज दिल्लीत जोर धरू लागला होता. आपल्या कामगिरीबद्दल खुद्द बापूंनीच निमित्त होऊन संशयाचे ढग निर्माण केलेले पाहून सरदार संतापत होते, त्याचवेळी व्यथितही होत होते. म्हातारे झाल्याची जाणीव त्यांना ग्रासून टाकत होती. 'काठेवाड संघ' रचण्याच्या दृष्टीनं ही बैठक निर्णायक ठरणार होती. अशावेळी तिथे उपस्थित न राहिल्यास 'काठेवाड-संघा'ची भेट बापूंच्या चरणी अर्पण करण्याचं वचन लांबणीवर पडणार होतं. काठेवाडला जाण्यात अधिक दिरंगाई करून चालणार नाही, असं सरदारांना वाटू लागलं. त्यातच भर पडली सायंप्रार्थनेच्या वेळी पत्रकारांनी गांधीजींना विचारलेल्या प्रश्नाची आणि त्यावर गांधीजींनी दिलेल्या उत्तराची! सरदार त्यामुळे अधिकच बुचकळ्यात पडले.

पत्रकारांनी विचारलं होतं, "दिल्लीतले मुसलमान असुरक्षित आहेत, गृहमंत्री सरदार पटेल मुस्लीमविरोधी आहेत अशी तक्रार मुसलमानांनी तुमच्याकडे केली, त्या वेळी तुम्ही म्हटलं होतं की सरदार आता केवळ 'हो ला हो' करणारे राहिले नाहीत. खूप बदलले आहेत. तर मग सध्याचं तुमचं उपोषण सरदारांचं हृदयपरिवर्तन व्हावं यासाठी आहे?"

उत्तर देताना गांधीजी म्हणाले होते, "साध्या सरळ शब्दांतून निष्कारण भलते अर्थ काढताहात तुम्ही! सरदार फटकळ असले, तरी फार मोठ्या मनाचे आहेत. माझी अन् पंडित नेहरूंची वाखाणणी करून, आम्हाला हरभऱ्याच्या झाडावर चढवून तुम्ही सरदारांना आमच्यापासून अलग करू शकणार नाही."

दुसऱ्या दिवशी पहाटेच काठेवाडला जायला निघायचं होतं, म्हणून सरदार रात्री गांधीजींना भेटायला गेले. बापूंच्या पाया पडून ते म्हणाले, "काठेवाड एकीकरण समितीच्या बैठकीला जाणं तर अपरिहार्य आहे; पण या कष्टी अवस्थेत तुम्हाला असं सोडून जाणंसुद्धा आवडत नाहीये."

"सरदार," गांधीजी म्हणाले, "ज्या कामासाठी तुम्ही जाताय ते काम अधिक काळ लांबणीवर टाकता येण्यासारखं नाही. तुम्हाला जायलाच हवं."

"जाता जाता एक विनंती करतो बापू, वारंवार माझा बचाव करायची वेळ तुमच्यावर येते असं दिसतंय. मला वाटतं, आता तुम्ही जितक्या लवकर मला मोकळं कराल तेवढं देशाचं अधिक भलं होण्याचा संभव आहे." एवढं बोलून सरदार उठले. पाठ फिरवून दोन पावलं पुढे गेले मग एकाएकी मागं वळून म्हणाले, "तुमचं उपोषण सुटावं म्हणून मी काही करू तर शकत नाही; तरीपण कृपा करून उपोषण सोडा, एवढी माझी कळकळीची विनंती आहे."

गांधीजींनी काही उत्तर देण्याआधीच सरदार बाहेर पडले.

दरम्यान, दिल्लीच्या वातावरणात उघडपणे दिसून येण्याइतक्या वेगानं सुधारणा होत होती. मुल्लामौलवी, राष्ट्रीय स्वयंसेवक संघाचे कार्यकर्ते, शिखांचे प्रतिनिधी, पाकिस्तानातून पळून आलेले हिंदू निर्वासित... सगळ्यांनीच गांधीजींना भेटून, उपोषण सोडण्यासाठी विनवलं होतं. राजेंद्रप्रसादांच्या नेतृत्वाखाली स्थापन झालेल्या नागरिक समितीनं गांधीजींच्या काही अटी अमलात आणण्याचं वचन दिलं. हिंदू निर्वासितांनी मशिदी रिकाम्या करून द्याव्यात, मुसलमानांची घरंसुद्धा मोकळी करून द्यावीत आणि दिल्ली सोडून गेलेल्या मुसलमानांनी आपल्या घराचा पुन्हा ताबा घ्यावा असं ठरलं. त्यानंतर मौलाना आझादांच्या हातून संत्र्याचा रस घेऊन गांधीजींनी उपोषण सोडलं.

काठेवाडची भेट आटोपून सरदार तोवर मुंबईला पोहोचले होते. काही माणसं गांधीजींच्या हत्येचा कट रचत असल्याची माहिती मुंबई प्रांताचे गृहमंत्री मोरारजीभाई देसाईंनी त्यांना दिली. मुंबईच्या रुईया कॉलेजातल्या एका प्राध्यापकाकडून मोरारजीभाईंना हे समजलं होतं. मदनलाल नावाच्या एका निर्वासिताला ते प्राध्यापक अधूनमधून मदत करत असत. त्यांना या मदनलालनंच गांधीजींच्या हत्येच्या कारस्थानाबद्दल माहिती पुरवली होती. मदनलालबद्दल मोरारजीभाईंनी अधिक माहिती मिळवण्याचे प्रयत्न केले होते, पण फारसं काही हाती लागलं नव्हतं.

मुंबईहून सरदार अहमदाबादला गेले. दिल्लीला गांधीजींच्या प्रार्थनासभेत बॉम्ब फुटल्याचं त्यांना कळलं. त्या स्फोटामुळे जीवितहानी मात्र झाली नव्हती. एका भिंतीचा थोडा भाग तुटण्यापलीकडे विशेष नुकसानही झालं नव्हतं.

सरदार दिल्लीला परतले. काठेवाड एकीकरण समितीनं सर्वानुमते संमत केलेला, स्वतंत्र राजकीय संघाबद्दलचा ठराव त्यांनी बापूंच्या कानावर घातला. त्यावर गांधीजींनी संतोषही व्यक्त केला. गांधीजींच्या खुनाच्या कटाची मुंबईत मिळालेली माहिती आणि पाठोपाठ बिर्लाहाऊसमधल्या प्रार्थनासभेत झालेला बॉम्बस्फोट यांमुळे सरदार अतिशय काळजीत पडले होते. दिल्लीतले जवळपास निम्मे अधिक पोलीस पाकिस्तानात निघून गेल्यामुळे पोलिसांची संख्या खूपच रोडावली होती. अशा परिस्थितीत गांधीजींनी आपली रोजची जाहीर सायंप्रार्थनासभा बंद केली, तर शासनावरचा पुष्कळसा भार हलका होईल असं त्यांना वाटलं. ते बापूंना म्हणाले, ''हिंसाचार रोखण्यासाठी आपण इतके सारे प्रयत्न करूनदेखील लोकांच्या मनात द्वेषाची आणि तिरस्काराची भावना जास्त जास्तच बळावत चालली आहे. शिवाय हाताशी असलेल्या साधनांचीही टंचाईच आहे. हे सगळं पाहता मला वाटतं बापू, तुमची रोजची प्रार्थना काही दिवस बंद ठेवली तर बरं होईल.''

''कसं शक्य आहे?'' बापू म्हणाले, ''साधी प्रार्थनासभासुद्धा जिथे निर्भयपणे घेता येत नाही, तिथे मी राहणारच कसा?''

''तसं असेल तर बापू, प्रार्थनासभेला येणाऱ्या प्रत्येक व्यक्तीची मुख्य प्रवेशद्वारापाशी पोलिसांनी झडती घ्यायची व्यवस्था मला करू द्या.''

''तेही अशक्य आहे,'' गांधीजी म्हणाले. ''मी स्वतःला परमेश्वराच्या हाती सोपवलंय. माझं रक्षण करणं ईश्वराच्या हाती!''

''ठीक आहे.'' सरदारांनी शेवटचं सुचवून पाहिलं, ''साध्या वेषातल्या पोलिसांना प्रार्थनासभेत हजर राहू द्यायची आणि तुमच्यासोबत अंगरक्षक ठेवायची तरी परवानगी द्या.''

''सरदार,'' गांधीजी उद्गारले, ''परमेश्वरावर माझा विश्वास नाही, पण पोलिसांवर मात्र भरवसा आहे, एवढाच अर्थ निघतो यातून! राहू द्या सगळं. साध्या वेषातल्यासुद्धा पोलिसाला प्रार्थनासभेत कामाला लावू नका.''

सरदार अगदी हताश झाले. त्यांचे सगळे प्रयत्न तोकडे पडत होते. तरीसुद्धा आणखी एकदा शेवटचा प्रयत्न करून पाहायचं त्यांनी ठरवलं. ''बापू, केवळ खबरदारी म्हणून असं केलं तर...? प्रार्थनासभेत येणाऱ्या इतर नागरिकांमध्ये ठरावीक जागी पोलिसांची थोडी माणसं पेरून ठेवली तर...''

''तर मी प्रार्थनाच बंद करीन.'' गांधीजींनी निश्चयी स्वरात म्हटलं.

सरदारांपाशी काहीही पर्याय उरला नव्हता. गांधीजींच्या मर्जीविरुद्ध, त्यांच्या नकळत, सभेच्या जागी साध्या वेषात पोलीस उभे करावे असा विचार त्यांच्या मनात आला; पण लगेच अंतर्मनानं एक चपराक लगावली. बापूंशी बेईमानी? फसवणूक करायची? बापूंची?

माऊंटबॅटननी सरदारांसंबंधी दिलेल्या सल्ल्यावर गांधीजींनी पूर्ण विचार करून ठेवला होता. जवाहरलाल आणि सरदार दोघांमध्ये वैचारिक तफावत असली, तरी दोघांनी एकमेकांच्या साथीनं काम करणं देशाच्या किती हिताचं होतं, हे माऊंटबॅटनप्रमाणेच गांधीजींना स्वच्छपणे दिसत होतं.

दोन दिवसांतच सरदार पाटण्याला जाणार होते. गांधीजी त्यांना म्हणाले, ''तुम्ही आणि जवाहरलाल दोघंही माझ्यापाशी जे बोलला होतात, त्यावर मी खूप विचार केलाय...''

''मग केव्हा मोकळं करताहात मला?''

गांधीजी हसले. सरदारांच्या खांद्यावर हात ठेवत म्हणाले, ''मोकळं होण्याआधी बरीच कामं उरकायची आहेत अजून सरदार!''

सरदार चपापले. काय म्हणायचंय बापूंना? पुन्हा एकवार त्यांना जाणवलं – बापूंचं बोलणं अवघडच असतं कळायला!

"खरंच!" गांधीजी पुढे म्हणाले, "तुम्ही आणि जवाहर, दोघांनी सोबत राहायचं आहे, सोबत चालायचं आहे आणि एकमेकांच्या साथीनंच काम करायचं आहे."

"बापू..."

"हो. याबाबतीत जवाहरशी बोललोय मी. आपण एकदा एकत्र बसू आणि मनात जे काय असतील नसतील ते सगळे गैरसमज काढून टाकू."

गांधीजींच्या तोंडून निघालेले शब्द चकित करणारे होते, त्याहीपेक्षा अधिक आनंददायक होते. सरदारांना बरं वाटलं. कित्येक दिवसांपासून असलेलं मनावरचं दडपण एका क्षणात हलकं झालं. तितक्याच वेगानं त्यांच्या मनात दुसरा एक विचार आला – बापू म्हणतात तशी तिघांची एकत्र बैठक होण्यापूर्वी आपणच बापूंशी एकट्याशी बोलून काही गोष्टींचा खुलासा करण्याची गरज आहे, असं त्यांना प्रकर्षानं जाणवलं. यापुढे स्वाभिमान जपत काम करायचं असेल, तर कामाच्या सध्याच्या चौकटीत थोड्या सुधारणा केल्यावाचून गत्यंतर नाही. आपण मुसलमानविरोधी आहोत अशी खुद्द बापूंनी करून घेतलेली समजूत किती एकतर्फी आहे, याचा एकदा स्पष्ट खुलासा व्हायलाच हवा असं त्यांना वाटलं.

"बापू," ते म्हणाले, "आपण तिघं एकत्र बसून बोलू; पण त्यापूर्वी मला तुमच्या एकट्याशी एकदा मोकळेपणानं बोलायचंय. कित्येक गोष्टींबद्दल तुमच्यापाशी मन मोकळं करायचंय, तुमचं मार्गदर्शन मागायचंय."

"ठीक आहे." बापू म्हणाले. "तुम्ही पाटण्याहून आलात की ३० जानेवारीला दुपारी चार वाजता आपण भेटू. मग प्रार्थनासभेला जायची वेळ होईपर्यंत तासभर बोलू."

३० तारखेला दुपारी चार वाजता ठरलेल्या बैठकीच्या आदल्या दिवशी दुपारच्या जेवणासाठी सरदार घरी आले, तेव्हा पन्नास एक स्त्री-पुरुषांचा जमाव लहान मुलांसह त्यांची प्रतीक्षा करत दरवाज्याजवळ उभा होता. त्यातल्या बहुतांश लोकांच्या अंगावर जखमा झालेल्या दिसत होत्या. पाकिस्तानातल्या पंजाब प्रांतातून निसटून आलेले निर्वासित होते ते. मुसलमान हल्लेखोरांनी आदल्या रात्री पाकिस्तानातच त्यांची गाडी अडवून लुटालूट, मारहाण केली होती. त्यातून बचावलेल्यांचा हा जमाव दिल्ली स्टेशनावरून थेट सरदारांच्या निवासस्थानी आश्रय घेण्यासाठी आला होता. सरदार त्यांच्यात बसले. त्यांची हृदयद्रावक कहाणी सरदारांनी अतिशय सहानुभूतीनं ऐकून घेतली. इथून पाकिस्तानला जाणाऱ्या गाडीतल्या ज्या मुसलमान निर्वासितांचा जीव वाचवण्यासाठी आपण अमृतसरला जाऊन संतापानं धुमसणाऱ्या शिखांची समजूत घातली होती आणि त्या निरपराध मुसलमानांचा पाकिस्तानला जायचा मार्ग मोकळा करून दिला होता, त्याच गाडीवर पाकिस्तानातून परत येत

असताना आदल्या रात्रीच हा हल्ला झाला आहे, हे ऐकून सरदार फार व्यथित झाले. आपल्याकडे आलेल्या त्या निर्वासितांसाठी ताबडतोब व्यवस्थित सोय करून द्यायची त्यांनी शंकरना आज्ञा केली.

जेवण आटोपून सरदार विश्रांती घेत होते. तेवढ्यातच अचानक घनश्यामदास बिर्ला येऊन थडकले. विश्रांती झाल्यावर सरदार दिवाणखान्यात आले तेव्हा घनश्यामदास तिथे वाट पाहत बसलेले त्यांना दिसले. दुसऱ्या दिवशी गांधीजींना भेटायचं ठरलं होतं, त्याबद्दल सरदार बिर्लांशी बोलणार होते. गेल्या काही दिवसांत ज्या पद्धतीनं घडामोडी आकार घेत होत्या, त्यांची बिर्लाजींना कल्पना होती. बापूंचं उपोषण एकदाचं निर्विघ्नपणे पार पडल्यानं हायसं वाटल्याचं बिर्लाजींनी बोलून दाखवलं, तेव्हा सरदार म्हणाले, "या उपोषणामुळे जातीय तणाव शांत झाला आहे असं म्हटलं, तर कोणाला खरं वाटेल का?" थोड्याच वेळापूर्वी आपल्याकडे आलेल्या निर्वासितांनी सांगितलेले त्यांचे अनुभव सरदारांनी बिर्लाजींना ऐकवले. "एकीकडे इथून पाकिस्तानात गेलेल्या लोकांची घरं ओस पडली आहेत, एवढाल्या मोठाल्या मशिदी तशाच रिकाम्या पडलेल्या आहेत आणि असं असूनही या लोकांना मात्र आपण गुराढोरांसारखं शरणार्थी शिबिरांत कसं कोंबायचं बिर्लाजी? कसे शांत राहतील ते? कसे स्वस्थ बसतील?"

"खरंय तुमचं!" बिर्लाजी म्हणाले. "बापूंच्या उपोषणानं कोणाचं हृदयपरिवर्तन झालं असेलसं वाटत नाही."

"...कारण, उपोषणासाठी ही वेळच अयोग्य होती." असं म्हणून सरदारांनी जवाहरलाल आणि गांधीजी यांच्याशी केलेल्या पत्रव्यवहाराच्या काही नकला बिर्लाजींपुढे ठेवल्या. "पुष्कळशा गोष्टी तुम्हाला ठाऊकच आहेत बिर्लाजी! ही पत्रं वाचून झाल्यावर तुम्हाला काही सांगावंसं वाटलं, तर उद्या दुपारपर्यंत माझ्याशी संपर्क करा."

३० जानेवारीला दुपारी ठीक चार वाजता मणिबेनना घेऊन सरदार बिर्लाहाऊसमध्ये बापूंना भेटायला गेले. आपल्या खोलीत गादीवर बसून बापू चरखा फिरवत होते. मणिबेनसह आत येत सरदार अगदी सहजपणे म्हणाले, "किती दिवसांनी तुम्हाला असं बघतोय बापू! आजूबाजूला माणसांची गर्दी नाही, शांतपणे एकटे बसलाहात... खूप बरं वाटलं!"

"...आणि तुम्हाला इतकं स्वस्थ, निवांत पाहिलं की मला दुप्पट शांत वाटतं." गांधीजी हसत म्हणाले.

"तुमची 'शांती' थोडी थोडी आमच्यातसुद्धा वाटून टाका, बापू!" गांधीजींसमोर त्यांच्या गादीवर बसत सरदार म्हणाले.

"तुमच्यातच काय, मला सगळ्या देशभर शांती वाटायची आहे; पण तुमच्याशिवाय हे काम कोण करणार?"

"आता मी काम करण्याजोगा कुठे राहिलोय बापू?"

"तुमच्याविना कोणतंही काम होणार नाही सरदार." गांधीजींचा स्वर अगदी मृदू झाला होता. "तुम्हाला जवाहरलालच्या सोबत राहावं लागेल. मी ठरवलंय तसं."

"गेल्या तीस वर्षांत जेव्हा केव्हा मला तुमची आज्ञा मोडावी लागली आहे, तेव्हा मला किती यातना झाल्या आहेत, ते तुम्हाला माहीतच आहे बापू!" सरदार म्हणाले. "मला जवाहरचे हात बळकट करणं जमलं नाही, तर मी त्यांच्यावर केवळ भार बनून सरकारमध्ये राहणार, मग जवाहर माझ्याविरुद्ध तुमच्याकडे तक्रार करणार, मग तुम्हाला माझा बचाव करावा लागणार... असह्य आहे ते."

"अशा कित्येक असह्य गोष्टी आपण सगळ्यांनी मिळून सह्य केल्या आहेत सरदार," गांधीजी म्हणाले. "सध्या देश अत्यंत नाजूक अवस्थेतून जात असताना आपण एकत्र राहून आणखी एक गोष्ट सह्य केली नाही, तर इतिहास आपल्याला क्षमा करणार नाही."

बोलणं सुरू असताना बापूंच्या संध्याकाळच्या भोजनाची थाळी घेऊन आभाबेन तिथे आल्या. थोडी फळं आणि उकडलेल्या भाज्यांची बशी त्यांनी सरदारांपुढे ठेवली. गांधीजी सावकाश जेवू लागले. सरदारांनी बशीतील एक फोड तोंडात टाकली.

"बापू, एक विनंती करायची आहे." ओठ किंचित मुडपत सरदार म्हणाले, "आता उपोषणाची गोष्ट मात्र काढू नका!"

बापू खळखळून हसले, "दुसरं काय करू शकतो मी? तुम्ही मला सरकार चालवायला तर देत नाही!"

"खरं तर बापू, संविधानानुसार गव्हर्नर जनरल जसे सरकारचे प्रमुख आहेत, तसे आमच्या सरकारचे नैतिक प्रमुख तुम्हीच आहात," सरदारांनी उत्तर दिलं. "तुम्ही उपोषणाला बसलात की सगळ्या देशाचा जीव टांगणीला लागतो. मुख्य म्हणजे उपोषणानंतर तुम्हाला वाटते, तशी कोणती खास सुधारणा तर झालेली दिसत नाहीच."

"बघा, दिल्लीत शांतता निर्माण झाली, मुसलमानांमध्ये सुरक्षिततेची भावना निर्माण झाली..."

"अशा सुरक्षित झालेल्या मुसलमानांपैकी कोणी तुमच्या रोजच्या प्रार्थनासभेत आलेले दिसतात का?"

"हो!" गांधीजी म्हणाले, "हाच प्रश्न मी काल प्रार्थनासभेत विचारला होता, तेव्हा एका श्रोत्यानं बोट वर केलं होतं."

"चला, म्हणजे शुभारंभ तरी झाला म्हणायचा," असं म्हणून सरदार मोकळेपणानं हसले. "शेगावला जायच्या तुमच्या कार्यक्रमाचं काय झालं?"

"तुम्हा दोघांतले मतभेद जोवर पूर्णपणे निवळत नाहीत आणि एकत्र काम करण्यासाठी तुम्ही आणि जवाहर दोघंही हातमिळवणी करत नाही, तोवर मी दिल्ली सोडून जाणार नाही." बापूंनी ठामपणे म्हटलं.

बापूंचं खिशात ठेवायचं घड्याळ जवळच एका बैठ्या मेजावर पडलं होतं. मणिबेननी ते उचलून बापूंसमोर धरलं. बापू हसले. प्रार्थनेसाठी निघायची वेळ झाली होती. बापूंचं भोजन आटोपलं होतं. दोन्ही हात टेकवत ते उठले. आभाबेन दारातच उभ्या होत्या. त्या म्हणाल्या, "काठेवाडचे रसिकभाई आणि ढेबरभाई आलेत. बाहेर बसलेत. तुम्हाला भेटायचं म्हणताहेत."

बापूंनी घड्याळाकडे नजर टाकली. पाच वाजून पाच मिनिटं झाली होती. त्यांनी आभाला म्हटलं, "त्यांना म्हणावं, प्रार्थनेनंतर भेटेन मी त्यांना... जिवंत असलो तर!"

मनूबेन आणि आभाबेन दोघींच्या खांद्यावर बापूंनी आपला एक एक हात टेकवला. उठून उभ्या राहिलेल्या सरदारांकडे पाहिलं. मग म्हणाले, "उद्या मी नेहरूंना माझ्याकडे बोलावलं आहे. तुम्हीसुद्धा या. तुम्ही कुठे जायचं नाही अन् नेहरूंनी पण जायचं नाहीये. तुम्ही दोघांनी एकत्र राहायचंय."

क्षणभर बापू आणि सरदार एकमेकांकडे बघत राहिले. बापूंचा निरोप घेऊन सरदार वळले. खोलीच्या एका दारातून बापू प्रार्थनासभेसाठी निघाले, दुसऱ्या दारातून सरदार आणि मणिबेन बिर्लाहाऊसबाहेर पडले.

घरी जाऊन सरदार दिवाणखान्यात बसले. टीपॉयवर पडलेल्या सायंदैनिकातले मथळे पाहू लागले. भेटायला आलेल्या कोणाशी तरी बोलत मणिबेन अजून व्हरांड्यातच होत्या, तेवढ्यात बंगल्यापुढच्या हमरस्त्यावरून वेगानं जाणाऱ्या गाडीनं करकचून ब्रेक लावल्याच्या आणि जोरात टायर घासल्याच्या आवाजानं आसमंत भरून गेला. पाठोपाठ गाडी थांबल्याचा आवाज आला. गाडीतून गांधीजींच्या ब्रिजकृष्ण नावाच्या सहकाऱ्यानं घसा फाटून जाईल इतक्या जोरात किंकाळी फोडली, "सरदार... सरदार... लवकर चला, बापूंची हत्या झालीये, बापूंवर गोळी झाडलीये..."

बाहेर उभ्या असलेल्या मणिबेन धावतच आत आल्या. सरदारांचा हात ओढत म्हणाल्या, "चला लवकर, चला चला, बिर्लाहाऊसमध्ये बापूंची हत्या केलीये कोणीतरी..."

जवळजवळ धावतच सरदार अन् मणिबेन ब्रिजकृष्णांच्या गाडीत चढले.

सव्वीस

बापूंच्या अशा अगदी अनपेक्षित जाण्यानं जवाहरलाल आणि सरदार दोघंही अवाक् झाले होते. दोघांनी एकत्र राहून सरकार चालवावं ही बापूंची अंतिम इच्छा दोघांनाही थेट बापूंकडूनच समजली होती. बापूंच्या अंतिम इच्छेचा मान ठेवणं ही दोघांची समान जबाबदारी होती, हेसुद्धा त्या दोघांना कळून चुकलं होतं.

'बापूंची हत्या होऊ नये यासाठी पुरेसे सुरक्षाउपाय योजण्यात गृहमंत्रालय निष्फळ ठरलं आहे' अशा प्रकारचे लेख बापू गेल्यानंतर चौथ्या दिवशी कलकत्त्याच्या 'स्टेट्समन' दैनिकात आणि 'मद्रास मेल' नावाच्या आणखी एका वृत्तपत्रात छापून आले. सरदारांनी ते पाहिले. त्यांचं अंत:करण अतिशय जड झालं. 'स्टेट्समन'मध्ये लेखकानं म्हटलं होतं, 'दहा दिवसांपूर्वीच गांधीजींच्या प्रार्थनासभेत बॉम्ब फेकला गेला होता. असं असूनसुद्धा महात्माजींचं रक्षण करण्यात गृहमंत्री अयशस्वी झाले आहेत, म्हणूनच त्यांनी तत्काळ राजीनामा दिला पाहिजे.'

'मद्रास मेल'मधल्या लेखात पी. सुंदरय्या नावाच्या एका साम्यवादी नेत्यानं लिहिलं होतं, 'हिंदु महासभा, आरएसएस आणि सरकार यांनी भारतात फाशीवादी शासन लागू करण्यासाठी महात्मा गांधींना मारून टाकण्याची ही दीर्घ मुदतीची योजना आखली होती.'

सुंदरय्यांच्या लेखात निव्वळ असत्यच नव्हे, तर आंधळा द्वेषही होता हे सरदारांना कळत होतं. 'स्टेट्समन'मध्ये छापलेला मजकूर शासकीयदृष्ट्या खरा ठरू शकतो असं त्यांना वाटत होतं. प्रत्यक्षात, स्वत:च्या रक्षणासाठी प्रार्थनासभेच्या जागी कोणत्याही प्रकारची सुरक्षाव्यवस्था ठेवण्याबद्दल गांधीजी किती नाराज होते, हे फक्त सरदारांनाच ठाऊक होतं. या दोन वृत्तपत्रांतल्या अहवालांखेरीज, जयप्रकाश नारायणांच्या नावानं दुसऱ्या दिवशी एक निवेदन प्रसिद्ध झालं. ते पाहिल्यावर सरदार अधिकच क्षुब्ध झाले. जयप्रकाशांनी लिहिलं होतं, 'ऐन तिशीतलाच माणूस आपल्या बळकट खांद्यांवर जी जबाबदारी पेलू शकेल, अशी गृहमंत्रालयाची जबाबदारी

चौऱ्याहत्तर वर्षांच्या वृद्धाकडे सोपवून देशानं गांधीजींना गमावलं आहे. पंतप्रधानांनी आता लवकरात लवकर गृहमंत्री बदलून टाकण्याची गरज आहे.'

जयप्रकाश नारायण आणि त्यांच्या पत्नी प्रभावतीदेवी त्या काळात १७, यॉर्क रोडवर जवाहरलालांसोबत राहत होते. जवाहरलालांच्या घरी राहून त्यांनी असं निवेदन केल्यामुळे सरदार अतिशय नाराज झाले. अशा प्रकारचं जाहीर निवेदन करण्यापूर्वी त्यांनी जवाहरलालांना काहीच कळवलं नसेल असं होणं शक्य नाही, असं त्यांना वाटलं.

गांधीजींच्या मृत्यूनं सरदारांच्या मनावर मोठा आघात झाला होता. विशेषत: शेवटी शेवटी धोरणं, कार्यपद्धती इत्यादींविषयी दोघांमध्ये जो काही थोडा बेबनाव निर्माण झाला होता, ते सगळं आठवून सरदार मनोमन व्यथित होत होते. जवाहरलालांसोबत आपण सरकारमध्ये राहायलाच हवं अशी बापूंची इच्छा असली, तरी आता चौऱ्याहत्तराव्या वर्षी गृहमंत्रालयाचा भार पेलणं फार कठीण आहे, असं सरदारांना तीव्रतेनं वाटू लागलं. एका क्षणात त्यांनी निर्णय घेतला. केंद्रीय मंत्रिमंडळातल्या आपल्या मंत्रिपदाचा राजीनामा देत असल्याचं पत्र त्यांनी तयार केलं आणि ते पंतप्रधानांकडे ताबडतोब पाठवून देण्याची शंकरांना सूचना केली.

शंकरांनी पत्र वाचलं. लोहपुरुष वाटणारे सरदार गांधीजींचं निधन होताच पार ढासळून गेले आहेत, असं त्यांना वाटलं. बराच वेळ विचार केल्यानंतर त्यांनी तो कागद मणिबेनना दिला आणि म्हटलं, "हे पत्र घेऊन शंकर पंतप्रधानांकडे नाही जाणार, असं सरदारांना तुम्हीच सांगा मणिबेन. आणि हो, माझं हे वागणं म्हणजे शिस्तभंग असं सरदारांना वाटत असेल, तर त्यांनी माझ्यावर शिस्तभंगाची कारवाई खुशाल करावी."

शंकरांच्या मनातील सरदारांबद्दलची कळकळ मणिबेनना समजली. ती भावना मणिबेननी लगेच सरदारांपर्यंत पोहोचवली. सरदारांनी शंकरांना बोलावून घेतलं. "शंकर, मणिबेन म्हणतात ते खरं आहे का?"

"अगदी खरं!"

"माझ्या राजीनाम्यामुळे तुम्ही नाराज झाला आहात का?"

"क्षमा करा सरदारसाहेब, फक्त नाराजच नाही; हताशदेखील झालोय."

"हताश? यात तुम्ही हताश व्हावं असं काय आहे?"

"वृत्तपत्रांतील ही निवेदनं, जयप्रकाशांनी घेतलेला पवित्रा... यात अंशभर तरी सत्य आहे असं वाटतं का आपल्याला सरदारसाहेब?" शंकरांचा प्रश्न सरदारांना अगदीच अनपेक्षित होता. "केवळ टीका करायच्या भावनेनं प्रेरित होऊन लादलेलं हे धादांत असत्य आहे, हे आपल्या सगळ्यांनाच ठाऊक आहे. आणि तरीसुद्धा तुम्ही राजीनामा दिलात, तर हे असत्य नसून सत्यच आहे आणि ते आपण

मुकाट्यानं मान्य करत आहात, असाच अर्थ निघेल ना त्यातून?''

सरदार पाहत राहिले. त्यांना वाटलं, शंकरांच्या बोलण्यात आपल्या निर्णयाचा पुनर्विचार करावा इतपत तथ्य आहे खरं!

''शंकर,'' थोड्या वेळानं ते म्हणाले, ''लक्षात घेण्याजोगं आहे तुम्ही म्हणता ते!''

शंकरांनी सरदारांच्या हातातलं पत्र काढून घेतलं. दारात उभ्या असलेल्या मणिबेनपुढं तो कागद धरत म्हटलं, ''जपून ठेवा हा कागद. भविष्यकाळात त्याचं मूल्य फार मोठं ठरणार आहे.''

फक्त वृत्तपत्रीय निवेदन देऊन जयप्रकाश थांबले नाहीत. लवकरच त्यांनी गृहखात्याच्या कारभाराविरोधात एक जाहीर सभा आयोजली. सभेत सरदारांच्या अपयशाबद्दल जळजळीत भाषणं झाली. शेवटी सभेचं मोठ्या मिरवणुकीत रूपांतर झालं. जयप्रकाशांच्या नेतृत्वाखालील या मोर्चाला सरदारांना भेटून आपला रोष प्रगट करायचा होता. त्या वेळी संसदेचं कामकाज सुरू होतं. सरदार तिथे होते.

संसदेपासून मैलभर अंतरावर पोलिसांनी मोर्चा अडवला. जयप्रकाश रागावले. पोलीस अधिकाऱ्याला धमकावत ते म्हणाले, ''आत्ताच्या आत्ता सरदारांची भेट घ्यायची परवानगी दिली नाहीत, तर परिणाम गंभीर होतील.'' कोणत्याही प्रकारच्या निदर्शकांना संसदेपासून मैलभर अंतराच्या आत येऊ देऊ नये असा सरकारी फतवा खूप आधीपासून अमलात होता. या नियमावर बोट ठेवून 'पुढे जाऊ देता येणार नाही' असा खुलासा पोलीस अधिकाऱ्यांनी केला.

असा काही कायदा आहे, हे जयप्रकाशांना माहीत नव्हतं. कायदा कळल्यावर आपला राग निराधार असल्याचं त्यांच्या लक्षात आलं. टेलिफोनवरून सरदारांशी बोलण्याची परवानगी मिळावी, अशी त्यांनी मागणी केली. पोलिसांनी त्यांची मागणी तत्काळ मान्य केली.

संसदेत गुंतले असल्यानं सरदार टेलिफोनवर जयप्रकाशांशी बोलू शकले नाहीत. त्यांच्याऐवजी शंकर बोलायला आले. सरदार या क्षणी बाहेर येऊन जयप्रकाशांना भेटू शकत नाहीत आणि जयप्रकाशही आत येऊ शकत नाहीत, असं स्पष्ट करून शंकर नम्रपणे जयप्रकाशांना म्हणाले, ''कायद्याला धरून असणारी आपली अन्य कोणतीही सेवा करायला मी आनंदानं तयार आहे.''

जयप्रकाश काय ते समजले. ते शंकरांना म्हणाले, ''गृहखात्याच्या अपयशाबद्दल दिल्लीच्या नागरिकांच्या मनातल्या भावना तुम्ही सरदारांना कळवा.''

आपण हे काम अवश्य करू, अशी शंकरांनी हमी दिली.

झाला प्रकार सरदारांना कळला. पंतप्रधानांच्या घरी राहून जयप्रकाश अशा तऱ्हेच्या घडामोडीत भाग घेत असतील, तर त्यांना पंतप्रधानांचीही परोक्ष साथच

आहे असा संदेश लोकांपर्यंत पोहोचेल, असं त्यांना वाटलं. त्याच दिवशी त्यांनी पंतप्रधानांना पत्र लिहिलं. जयप्रकाशांच्या अशा प्रकारच्या हालचाली, त्याचप्रमाणे त्यांचं जवाहरलालांकडंच वास्तव्य, दोन्हीबद्दल सरदारांनी नाराजी व्यक्त केली. पत्राचं उत्तर सरदारांना कधीच मिळालं नाही; परंतु दोनच दिवसांत जयप्रकाशांनी जवाहरलालांच्या अधिकृत निवासस्थानातून आपला मुक्काम हलवला!

गांधीजींच्या निधनानंतर त्यांचे खासगी चिटणीस प्यारेलाल दंगलीमध्ये सर्वस्व गमावलेल्या दंगलग्रस्तांसाठी काम करत होते. मुसलमान दंगलग्रस्त त्यांना भेटत. राहण्यासाठी जागा, अन्न, औषधोपचार अशा कित्येक प्राथमिक गरजासुद्धा धडपणे भागत नसल्यामुळे खूप त्रास सहन करावा लागत असल्याच्या तक्रारी ते प्यारेलालांजवळ करत. प्यारेलालांनी नीट चौकशी केली. त्यांच्या तक्रारी तपासून पाहिल्या आणि त्यावर उपाय शोधण्यासाठी प्यारेलाल सरदारांना भेटले. गृहमंत्रालयात सरदारांच्या दालनात ते पोहोचले. आपण केलेली चौकशी, त्याबद्दल जे काय करणं शक्य आहे ते सर्व त्यांनी सरदारांच्या कानावर घातलं. प्यारेलालांनी करून ठेवलेल्या सगळ्या नोंदी सरदारांनी पाहिल्या. त्यापैकी ज्यावर स्वत: तत्काळ निर्णय घेऊ शकत होते, त्या सगळ्या बाबींची तपशीलवार माहिती त्यांनी प्यारेलालांना दिली. काही मुद्दे मात्र पंतप्रधानांच्या निदर्शनाला आणून दिले पाहिजेत, असं सरदारांना वाटलं. ते प्यारेलालांना म्हणाले, "या मुद्द्यांवरच्या उपाययोजनेसाठी तुम्ही जवाहरलालांना भेटावं ते बरं!"

योगायोगानं, या दोघांचं बोलणं सुरू असतानाच अचानक सरदारांच्या दालनाचं दार ढकलून जवाहरलाल आत शिरले. सरदार त्यांच्याकडे पाहत राहिले. क्षणभर काहीच बोलले नाहीत. प्यारेलाल उठून बाहेर गेले. जवाहरलालांच्या चेहऱ्यावर अपार चिंता पसरली होती, तेवढीच व्यथाही! त्यांचे डोळे खोल गेल्याचं सरदारांनी टिपलं.

एक अनपेक्षित परंतु अतिशय तातडीचं काम घेऊन जवाहरलाल आले तसेच घाईघाईनं निघून गेले. त्यांच्या पाठमोऱ्या आकृतीकडे सरदार बघत होते. त्यांनी बाहेर बसलेल्या चपराशाला लगेच आत बोलावलं. म्हणाले, "प्यारेलाल अजून इथून इतक्यातच कुठेतरी असतील, त्यांना ताबडतोब माझ्याकडे यायला सांगा."

पाच-दहा मिनिटांत प्यारेलाल हजर झाले. सरदार त्यांना म्हणाले, "तुम्ही इतक्यात पाहिलंत ना जवाहरलालांना..."

"जी."

"चेहरा किती उतरला होता त्यांचा, पाहिलात का? डोळे किती खोल गेलेत? किती भार आहे त्यांच्या माथी...!"

हे सगळं सांगायला सरदारांनी आपल्याला परत बोलावलं असेल? का बरं? प्यारेलाल बुचकळ्यात पडले.

“ते कागद दिलेत ना तुमच्यापाशी, ते नका देऊ जवाहरलालांना. त्यांच्या शिरावरचा भार आणखी वाढवायला नको.” सरदारांच्या आवाजात काळजी डोकावत होती. “जे काही प्रश्‍न असतील, ते संबंधित खात्यांच्या मंत्र्यांना भेटून सोडवून टाका आणि गरज वाटलीच तर पुन्हा मला भेटा.”

सरदार आणि नेहरू यांच्यातला वैचारिक संघर्ष प्यारेलाल जाणून होते. सरदारांचं आत्ताचं वागणं, विशेषत: जवाहरलालांबद्दलची त्यांची काळजी पाहून प्यारेलाल चकित झाले.

सरदार रोजच्यासारखे जेव्हा गृहखात्याच्या कचेरीतून १, औरंगजेब रोडवरच्या आपल्या निवासस्थानी आले, तेव्हा दुपारचा एक वाजला होता. दुपारच्या भोजनाला आज डॉ. सुशीला नैय्यर त्यांच्यासोबत होत्या. सरदार, सुशीला आणि मणिबेन तिघं डायनिंग टेबलाशी बसले. प्रथम सूप वाढलं गेलं. डॉ. सुशीलांशी औपचारिक बोलणं करत सरदारांनी एक दोन चमचे सूप घेतलं. एकाएकी त्यांच्या हातातला चमचा गळून पडला. आपला उजवा हात छातीवर दाबून धरत त्यांनी टेबलावर डोकं टेकवलं. शेजारीच बसलेल्या सुशीला ताडकन् उठल्या.

“काय होतंय सरदार?” त्यांनी धास्तावून विचारलं.

“इथं...” छातीवरचा हात तसाच दाबून धरत सरदार म्हणाले, “खूप दुखतंय.”

डॉ. सुशीला समजून चुकल्या. सरदारांचा चेहरा घामानं थबथबला होता. सुशीलांनी घाईघाईनं मणिबेनच्या आणि तिथे असलेल्या इतरांच्या मदतीनं सरदारांना पलंगावर निजवलं. डॉक्टरांना तातडीनं निरोप पाठवला. पंतप्रधानांनाही कळवलं. काही मिनिटांतच डॉक्टर हजर झाले. हृदयविकाराच्या झटक्यावरचे इलाज सुरू झाले. थोड्याच वेळात जवाहरलाल येऊन पोहोचले. एवढं होईतोवर सरदार डोळे मिटून पडले होते. पूर्ण दोन तासांच्या उपचारानंतर त्यांनी डोळे उघडले. समोर जवाहरलालांना बघितलं, दुसरीकडे मणिबेनना बघितलं आणि पुन्हा एकदा डोळे बंद करून घेतले. मिटल्या डोळ्यांतून झरझर आसवं वाहू लागली. जवाहरलालांनी सरदारांचा हात हातात घेतला. मणिबेननी पित्याच्या कपाळावर हात ठेवला. सरदारांचे ओठ हलले. सगळ्यांनी कान टवकारले. हळू आवाजात सरदार म्हणाले, “मला बापूंपाशी जायचं होतं, का थांबवलंत तुम्ही? बापू बिचारे एकटेच निघून गेले!”

सगळ्यांचे डोळे पाणावले. कोणी एक शब्दही बोलू शकलं नाही. नंतर सरदारांना शांत झोप लागली.

त्यांनी पुन्हा जेव्हा डोळे उघडले, तेव्हा रात्र झाली होती. सुशीला नैय्यर तिथेच तशाच उभ्या होत्या. सरदारांना बरीच हुशारी वाटत असावी. सुशीलांनी सरदारांच्या

चेहऱ्याजवळ मस्तक झुकवलं. सरदार म्हणाले, "सुशीला, अगं तू मला बापूंकडे जाऊ दिलं नाहीस; बघ बापू तुला दोष देतील बरं. सगळ्यांना वाटतंय, मी बापूंची पुरेशी काळजी घेतली नाही..." एवढं बोलताच सरदारांच्या डोळ्यांतून पुन्हा अश्रू वाहू लागले.

दोन-तीन दिवस पूर्ण विश्रांती घेतल्यानंतर त्यांची प्रकृती बऱ्यापैकी सुधारली. गांधीजींचे पुत्र देवदास त्यांच्या प्रकृतीची चौकशी करण्यासाठी आले. डोळे किंचितसे बारीक करून, मार्मिकपणे जरासं हसत सरदार म्हणाले, "देवदास, बापूंना काही निरोप द्यायचा असेल, तर सांगून टाक. उशीर नाही झाला अजून."

हृदयविकाराच्या झटक्यातून सरदार तात्पुरते सावरले, परंतु त्यांचं स्वास्थ्य दिवसेंदिवस ढासळत चाललं होतं. कामाचा बोजा कमी होत नव्हता. नादुरुस्त प्रकृतीला दिल्लीचं हवामान मानवत नव्हतं. हवापालट करण्यासाठी त्यांना कुठेतरी थंड हवेच्या ठिकाणी घेऊन जाण्याचा डॉक्टरांनी सल्ला दिला. त्याप्रमाणे थोड्या दिवसांसाठी सरदार डेहराडूनला गेले. अर्थात, तिथेही दिल्लीहून महत्त्वाच्या फायली रोजच येत होत्या. शंकर आणि त्यांचे काही सहकारी सरदारांपाशी डेहराडूनलाच राहत होते. याच काळात ब्रिटिश पार्लमेंटच्या हुजूरपक्षाचे नेता बटलर यांनी भारत सरकारनं – विशेषत: सरदार पटेलांनी – हैदराबादचा प्रश्न ज्या प्रकारे हाताळला त्यावर कठोर टीका केली होती. हिंद स्वातंत्र्य कायद्यानुसार हैदराबादला पाकिस्तानात विलीन होण्याचा अथवा स्वतंत्र राहण्याचा पूर्ण अधिकार आहे, हैदराबादच्या भौगोलिक स्थितीचा गैरफायदा घेऊन भारत सरकार गैरकायदेशीरपणे वागत आहे, असं त्यांचं म्हणणं होतं. बटलरांच्या निवेदनापाठोपाठ हुजूरपक्षाचे अध्यक्ष विन्स्टन चर्चिल यांनीसुद्धा भारताच्या हैदराबाद धोरणावर कडाडून टीका केली होती. 'हिंदुस्थानचं स्वातंत्र्य हे ब्रिटिश सरकारनं देशी राजेरजवाड्यांना दिलेल्या वचनाविरुद्ध आहे,' एवढं म्हणायला त्यांनी कमी केलं नाही.

त्या दिवशीच्या वर्तमानपत्रातलं चर्चिलांचं ते निवेदन सकाळी दहा वाजता सरदारांच्या वाचनात आलं. थोडा वेळ त्यातल्या शब्दांवर सरदारांनी विचार केला. मग शंकरांना बोलावणं धाडलं. चर्चिलांचं निवेदन त्यांच्यासमोर फडफडवत सरदारांनी प्रश्न केला, "शंकर, वाचलंत का हे?"

"होय," शंकर उत्तरले. "माझ्या मते चर्चिलांनी असं करायला नको होतं."

"निर्लज्ज वसाहतवादी आहे हा चर्चिल. ब्रिटिश संसदेच्या इतिहासात विरोधी पक्षाच्या कोणत्याही नेत्यानं एखाद्या स्वतंत्र देशाच्या अंतर्गत मामल्यात अशी दखल दिली नसेल. मी उत्तर देणार आहे त्या चर्चिलला!"

शंकर जरासे अडखळले. मग म्हणाले, "सर, असं जाहीरपणे तुम्ही चर्चिलना उत्तर द्यावं, हे कदाचित पंतप्रधानांना सोयीचं ठरणार नाही... आणि उत्तर द्यायचं

असेल तर त्याचा मसुदा पंतप्रधानांना नजरेखालून घालण्यासाठी पाठवावा लागेल. परराष्ट्रीय धोरणाशी संबंध येतोय ना...!''

''शंकर,'' सरदारांनी अत्यंत करारीपणानं म्हटलं, ''उत्तराचा मसुदा जर का पंतप्रधानांकडे पाठवला, तर ते उत्तर चर्चिलपर्यंत कधी पोहोचणारच नाही.'' मग पुन्हा ते म्हणाले, ''मी तुम्हाला मुद्दे सांगतो. तुम्ही निवेदन तयार करा. संध्याकाळपर्यंत ते निवेदन घोषित केलं जाईल, अशी तजवीज करा.''

दुपारच्या भोजनानंतर सरदारांनी एक डुलकी काढली. उठले तोवर शंकरांनी मसुदा लिहून तयार ठेवला होता. सरदारांनी तो वाचला. आवश्यक त्या सुधारणा करून म्हटलं, ''जराही उशीर न करता हे वर्तमानपत्रांकडे पाठवून द्या.''

निवेदनात सरदारांनी म्हटलं होतं –

'हिंदुस्थानला स्वातंत्र्य द्यावं लागलं या आघातातून चर्चिल अद्याप सावरलेले दिसत नाहीत. चर्चिल हे स्वभावत:च उघडउघड साम्राज्यवादी आहेत. जगभरातला वसाहतवाद शेवटच्या घटका मोजत आहे, एवढं समजण्याइतकंही भान उरलं नाहीये त्यांना. ब्रिटनच्या सत्ताधारी पक्षानं, मजूर पक्षानं आणि हिंदुस्थानचा शेवटच्या व्हाइसरॉय लॉर्ड माऊंटबॅटननं हिंदी नागरिकांमध्ये ब्रिटनबद्दल जी सद्भावना निर्माण केली आहे, त्यावर त्या चर्चिलनं पाणी फिरवलं आहे. असं करून ब्रिटिश प्रजेची ते मोठी हानीच करताहेत. काश्मीरमध्ये पंच्याहत्तर टक्के मुसलमान आहेत असं म्हणणारे चर्चिल, हैदराबादमध्ये ऐंशी टक्के हिंदू आहेत हे बोलायचं विसरतात! एका स्वतंत्र देशाच्या अंतर्गत बाबींमध्ये दखल द्यायची चर्चिलची ही नीती कितपत स्वीकारायची, ते ब्रिटिश प्रजेच्या शहाणपणावर अवलंबून आहे. अर्थात, माझी पूर्ण खात्री आहे की, ब्रिटनचं शाही सरकार आणि जाणती प्रजा दोघंही चर्चिलच्या या कुरापतीला भीक घालणार नाहीत.'

दुसऱ्या दिवशी सकाळी वर्तमानपत्रात निवेदन प्रसिद्ध झालं आणि संपूर्ण देशातून सरदारांवर अभिनंदनाचा जणू वर्षाव होऊ लागला. या वर्षावाच्या गदारोळातच दिल्लीहून व्ही.पी. मेननांनी शंकरांना टेलिफोन करून उच्चरवात म्हटलं, ''तुम्ही हे निवेदन थांबवून ठेवायला हवं होतंत शंकर, किती झालं तरी परराष्ट्रधोरणाचा मामला आहे हा!''

''ठाऊक आहे सर!'' शंकर म्हणाले. ''ते मी सरदारांच्या नजरेला आणून दिलं होतं.''

''पंतप्रधानांना हे आवडलेलं नाही आणि कदाचित माऊंटबॅटनही नाराज झाले असण्याची शक्यता आहे.''

''असतीलही,'' शंकर म्हणाले, ''परंतु लाखो हिंदुस्थानी मात्र याच्यामुळे खूश झाले आहेत, याला मी साक्षी आहे.''

"शंकर, ऐका! सरदारांना म्हणावं, नाराज झालेले नेहरू त्यांना एखादेवेळेस फोनदेखील करतील. तुम्ही मामला जरा सांभाळून घ्या."

तसं झालं मात्र नाही. याविषयी सरदारांना जवाहरलालांचा फोन कधीच आला नाही.

काही दिवसांनंतर ब्रिटनच्या हुजूरपक्षात चर्चिलच्या खालोखाल स्थान असणारे अँथनी ईडन भारतात आले होते. त्यांनी सरदारांची भेट घेतली होती. राष्ट्रीय आणि आंतरराष्ट्रीय पातळीवरच्या अनेक विषयांवर समान हितसंबंधात सविस्तर चर्चा केल्यावर अँथनी ईडन यांनी एकाएकी आठवण झाल्यासारखं करून म्हटलं, "सरदार, चर्चिलांचा एक निरोप आहे तुमच्यासाठी."

सरदार सावध झाले. डेहराडूनहून त्यांनी चर्चिलांना दिलेला सडेतोड जबाब चर्चिलांच्या साम्राज्यवादी मनोवृत्तीला सहन होण्यासारखा नव्हता, हे सरदार समजून होते. 'नंगा फकीर' म्हणून प्रत्यक्ष गांधीजींची तुच्छतेनं हेटाळणी करणारा हा माणूस डंख मारेल यात काय नवल! हिंदुस्थानला स्वातंत्र्य द्यायला याचा प्रचंड विरोध होता, देशाचे तुकडे तुकडे व्हावेत यासाठी शक्य ते सगळे प्रयत्न करून झाले होते, अशा माणसानं अँथनी ईडनसोबत पाठवलेला निरोप जाणून घ्यायला सरदारांनी कान टवकारले.

"चर्चिलांनी तुमच्या निवेदनातला शब्दन्‌शब्द वाचला आणि वाचल्यानंतर त्यांना वाटलं, की सरदारांनी आपली प्रतिभाशक्ती राष्ट्रीय स्तरापुरतीच सीमित न ठेवता, राष्ट्रीय सीमेपलीकडे वैश्विक स्तरावर तिचा प्रसार केला पाहिजे."

सरदार अवाक्‌ झाले. चर्चिलांकडून अशा प्रतिक्रियेची त्यांना अजिबात अपेक्षा नव्हती. भावनावश होऊन त्यांनी अँथनी ईडनना म्हटलं, "सर, मिस्टर चर्चिलांचे माझ्या वतीनं खास आभार मानावेत. ज्या शब्दांत त्यांनी माझ्याबद्दल आपुलकी दाखवली आहे, ती मी कधीच विसरणार नाही."

सत्तावीस

गांधीजींच्या हत्येसंबंधात पकडलेल्या सर्वच आरोपींचा थोड्याफार प्रमाणात आरएसएसशी किंवा हिंदुमहासभेशी संबंध होता. दंगलींच्या काळात या दोन्ही संस्था हिंदूंच्या रक्षणकर्त्यांच्या रूपात पुढे आल्या होत्या, त्याचप्रमाणे कडव्या हिंदुत्ववादाचा प्रचारही करत होत्या. कट्टर मुस्लीमवादाचा प्रतिकार तेवढ्याच कडव्या हिंदुत्ववादानंच होऊ शकतो, असं या दोन्ही संस्थांच्या नेत्यांना आणि कार्यकर्त्यांना वाटत होतं. गांधीहत्येच्या आरोपींनी नोंदवलेली निवेदनं लक्षात घेऊन, गृहखात्यानं या दोन्ही संस्थांवर तत्काळ कायदेशीर बंदी घातली होती.

या कायदेशीर बंदीला हिंदूंच्या एका विशिष्ट वर्गानं तात्त्विक विरोध दर्शवला होता. देशाचे तुकडे करायला भाग पाडणारी मुस्लीम लीग, पाकिस्तान निर्माण झाल्यानंतरसुद्धा मुस्लीम लीग या नावानंच कायदेशीर संस्था म्हणून हिंदुस्थानात कार्यरत होती. इतक्या महाविनाशानंतरदेखील मुस्लीम लीग जर कायदेशीर म्हटली जात असेल, तर आरएसएस आणि हिंदुमहासभा यांच्यावर बंदी कशी घालता येईल, असा प्रश्न सर्वत्र घोळत होता. दोन्ही संघटनांच्या असंख्य कार्यकर्त्यांना आणि नेत्यांनाही अटक झाली होती. तरीसुद्धा फार मोठ्या संख्येनं देशभर पसरलेले इतर कार्यकर्ते आणि हितचिंतक मुक्त होते, शासनात आणि राज्यकारभारात गुंतले होते. आरएसएसच्या तसंच हिंदुमहासभेच्या अधिकाधिक कार्यकर्त्यांना अटक केली पाहिजे, त्यांच्याशी संबंध असणाऱ्या सरकारी अधिकाऱ्यांना आणि कर्मचाऱ्यांना शासनातून दूर केलं पाहिजे, असं जवाहरलाल नेहरूंना वाटू लागलं. ही माणसं जोवर शासकीय खात्यांमध्ये बसली आहेत तोवर ती पीडित मुसलमानांना न्याय मिळू देणार नाहीत, अशा विचारानं जवाहरलाल सरदारांना म्हणाले, ''या संशयाच्या छायेतल्या लोकांना शासकीय कारभारातून वगळायला हवं.''

''त्याला माझी काही हरकत नाही,'' सरदारांनी म्हटलं, ''तुमची इच्छा हीच तुमची आज्ञा, असं मानून मी त्या सगळ्यांना काढून टाकेन.'' एवढं बोलून सरदार

किंचित काळ थांबले. मग पुढे म्हणाले, "त्या सगळ्यांच्या नावाची यादीच तुम्ही मला द्या. मी तीवर अंमल करेन." सरदार पुन्हा एकदा बोलायचे थांबले; पण पुन्हा बोलू लागले, "मात्र या गोष्टीचा जो काही परिणाम घडून येईल, त्या परिणामाला तोंड द्यायला तुम्ही तयार असलं पाहिजे."

जवाहरलालांच्या सगळं लक्षात आलं. सरदारांचा इशारा स्पष्ट होता. धोरणात्मक विरोध असल्याच्या कारणांवरून जर या लोकांना काढून टाकलं, तर उग्र जन-आक्षेपाला सामोरं जायची पाळी येईल. एवढंच नव्हे, तर त्यामुळे न्यायालयीन खटलाही उभा राहू शकतो, हे त्यांनी ओळखलं. याबाबतीत सरदारांनी अगदी स्पष्ट पवित्रा घेतला होता. त्यांनी म्हटलं होतं की, गांधीहत्येच्या आरोपींचा भले आरएसएसशी किंवा हिंदुमहासभेशी संबंध असेल, परंतु संघटना म्हणून यापैकी एकही त्यांच्या कटात सामील नव्हती. गांधीहत्येला आरोपी व्यक्तिश: जबाबदार होते. त्यांची स्वत:ची वैयक्तिक विचारसरणी काहीही असली, तरी या दोन संघटनांचा अशा तऱ्हेनं कटाशी संबंध जोडता येणार नाही.

त्यानंतर मात्र शासकीय सेवेतल्या कर्मचाऱ्यांना किंवा अधिकाऱ्यांना काढून टाकण्यासाठी कोणतीही यादी जवाहरलालांनी सरदारांकडे कधीही पाठवली नाही.

ज्यांच्यावर गांधीहत्येचा खटला भरला गेला ते बहुतेक सर्वजण महाराष्ट्रात राहणारे होते. गांधीजींच्या मारेकऱ्यांबद्दल सहानुभूती असल्याच्या संशयावरून तत्कालीन मुंबई प्रांत, मध्य भारत, पंजाब आणि दिल्ली या सर्व ठिकाणच्या आरएसएसच्या आणि हिंदुमहासभेच्या कार्यकर्त्यांना अटक झाली होती. त्यांपैकी अधिकतर लोकांना त्या त्या प्रांताच्या न्यायालयानं पुरेशा पुराव्याअभावी सोडूनही दिलं होतं. दोन्ही संस्थांचे वरिष्ठ नेते आपल्या संस्थांवरील बंदी उठवावी, म्हणून सरदारांना भेटले होते. गांधीहत्येनं संपूर्ण देश हबकला होता. जातीय दंगली तात्पुरत्या तरी शमल्या होत्या. सरदारांनी त्या नेत्यांचं म्हणणं शांतपणे ऐकून घेतलं. मग म्हणाले, "हे पाहा, तुमची देशभक्ती, तुमचं देशप्रेम याबद्दल माझ्या मनात अजिबात शंका नाही."

सरदारांच्या या प्रतिक्रियेनं ते नेते प्रोत्साहित झाले. देशाच्या संकटकाळात आपल्या संघटनेच्या कार्यकर्त्यांनी प्राणाची बाजी लावून केलेल्या कामांची तपशीलवार माहिती त्यांनी सरदारांना पुरवली. त्यांनी सांगितलेल्यांपैकी अनेक कामं खरोखरच नि:स्वार्थीपणानं आणि जीव धोक्यात घालून केलेली आहेत, हे सरदारांना पटलं. खरं म्हणजे सरदारांना ते आधीच ठाऊक होतं. ते म्हणाले, "तुम्ही कोणी चोर-दरोडेखोर नाही, स्वदेशावर तुमचं उत्कट प्रेम आहे, हेही मला मान्य आहे; पण गांधीजींच्या खुनाचा खटला तूर्त न्यायालयात दाखल आहे, त्यामुळे या हत्येत तुम्ही कितपत गोवलेले आहात ते मी आत्ताच सांगू शकणार नाही."

“सरदार,” ते लोक म्हणू लागले, “मुसलमानांचा जातीयवाद देशात धुमाकूळ घालून सर्वनाश करत असेल, अशा वेळी हिंदूंना मात्र आपल्या भावना चिरडून टाकायला सांगणं कितपत वाजवी म्हणता येईल?”

“जातीयवाद विनाशकारीच असतो. त्याच्यामुळे देशात भयाचं, अविश्वासाचं आणि दहशतवादाचं वातावरण निर्माण होत असतं. असं वातावरण तयार करण्यात मुस्लीम लीग इतकीच हिंदुमहासभाही जबाबदार आहे, असं मला वाटतं,” सरदार म्हणाले. “तुमचं देशप्रेम मान्य करूनदेखील मी तुम्हाला एवढंच सांगेन की, तुम्ही भरकटत चालला आहात. माझं ऐकणार असाल, तर देशाच्या दूरगामी हिताच्या दृष्टीनं मला तुम्हाला एकच सल्ला द्यायचा आहे. तुम्ही सगळे काँग्रेसला येऊन मिळा. सरकारचे हात बळकट करा आणि शांतिस्थापनेच्या काँग्रेसच्या प्रयत्नांत सहभागी व्हा!”

सरदारांचा सल्ला आरएसएसच्या किंवा हिंदुमहासभेच्या पचनी पडला नाही. ती भेट तेवढ्यावरच संपली.

गांधीजींच्या हत्येशी संबंधित आणखी एका घटनेनं सरदारांचं लक्ष वेधून घेतलं होतं. बिर्लाहाऊसमध्ये गांधीजींची हत्या झाली होती. गांधीजी दिल्लीत असले की बिर्लाहाऊसमध्येच त्यांचा मुक्काम असे. त्याखेरीज सरदार अथवा अन्य नेतेसुद्धा बिर्लाजींचा पाहुणचार घेत असत. काँग्रेस कार्यकारिणीच्या बैठकाही गांधीजी राहत असताना बिर्लाहाऊसमध्येच होत. याच बिर्लाहाऊसच्या प्रांगणातल्या हिरवळीवर रोज गांधीजींच्या प्रार्थनासभा घेतल्या जात. अशा प्रार्थनासभेतच याच बिर्लाहाऊसच्या याच प्रांगणात गांधीजींवर हल्ला झाला आणि त्यातच त्यांचे प्राण गेले. त्यांचा मृतदेह रात्रभर बिर्लाहाऊसमध्ये ठेवला होता आणि दुसऱ्या दिवशी अंत्यसंस्कारांसाठी राजघाटावर नेला गेला होता. त्यामुळे बिर्लाहाऊस हे राष्ट्रीय स्मारक समजलं जावं आणि केंद्र सरकारनं ते ताब्यात घेऊन 'राष्ट्रीय स्मारक' म्हणून ते सांभाळावं, असं दिल्लीतल्या काही प्रभावी नेत्यांना वाटत होतं. त्यात घटनासभेचे काही सभासद आणि केंद्र सरकारचे मंत्रीसुद्धा होते. ते जवाहरलालांना भेटले. बिर्लाहाऊस ताब्यात घेण्याची त्यांनी जवाहरलालांना विनंती केली. त्यासाठी बिर्लाजींशी चर्चा करावी, असं त्यांनी सुचवलं. बिर्लाहाऊस अशाप्रकारे ताब्यात घेऊन टाकावं, हे जवाहरलालांना फारसं रुचलं नाही. तरीही सभासदांच्या आग्रहाखातर त्यांच्या भावना बिर्लाजींपुढे मांडायचं त्यांनी मान्य केलं.

अशी मागणी करणारं जवाहरलालांचं पत्र बिर्लाजींना मिळालं. ते अगदी थक्क झाले. गांधीजींना घनश्यामदास आपल्या पुत्रवत होते. घनश्यामदासही त्यांना पितृतुल्य मानत होते. असं असलं तरी त्यांचं बालपण, त्यांचं तारुण्य ज्या वास्तूत त्यांनी कंठलं

होतं आणि आता वृद्धावस्थाही ते ज्या वास्तूत व्यतीत करत होते, त्या वास्तूशी त्यांच्या अनेक कौटुंबिक स्मृती निगडित होत्या. कितीतरी भावबंध जुळलेले होते. घनश्यामदास द्विधा मन:स्थितीत सापडले. बापूंची पवित्र आठवण असलेली ती जागा एखाद्या तीर्थधामाप्रमाणे आपल्या कुटुंबातल्या पुढच्या पिढ्यांकडून जपली जावी, अशीही त्यांची इच्छा होती. शेवटी मार्गदर्शनासाठी त्यांनी सरदारांकडेच धाव घेतली.

बिर्लाहाऊसचं राष्ट्रीय स्मारकात रूपांतर करण्याचा विचार सरदारांना मुळातच आवडला नव्हता. जवाहरलालांपाशी त्यांनी आपला तीव्र विरोध नोंदवला होता. बिर्लाजींनी स्वत:ला हवा तो निर्णय घ्यावा, परंतु जवाहरलालांनी पंतप्रधान या नात्यानं त्यासाठी वजन खर्ची घालावं, हे त्यांना रुचलं नव्हतं.

याच दरम्यान मुंबईतल्या गावदेवी भागातल्या मणिभुवन नावाच्या इमारतीविषयी पण असाच प्रश्न उपस्थित झाला होता. लंडनला शिकायला गेले असतानापासून गांधीजींचे डॉ. प्राणजीवन मेहता यांच्याशी वैयक्तिक घरोब्याचे संबंध होते. प्राणजीवन मेहतांचे बंधू रेवाशंकर मेहता मणिभुवनचे मालक होते. रविशंकर मेहतांचे जावई श्रीमद् राजचंद्र यांना गांधीजी आपले गुरू मानत असत. अध्यात्मासंबंधीच्या शंकांचं निरसन करून घेण्यासाठी त्यांचं मार्गदर्शन घेत. अशा संबंधांमुळे मुंबईत असतील तेव्हा गांधीजींचा मुक्काम हमखास मणिभुवनमध्येच असे. गांधीजींच्या मुक्कामादरम्यान दिल्लीतल्या बिर्लाहाऊसप्रमाणेच आघाडीच्या राष्ट्रीय पुढाऱ्यांची मुंबईतल्या मणिभुवनमध्ये सतत ये-जा असे.

गांधीजींच्या मृत्यूनंतर तत्कालीन मुंबई सरकारचे गृहमंत्री असलेल्या मोरारजीभाई देसाईंनी गांधीस्मारक म्हणून मणिभुवन सरकारनं ताब्यात घ्यावं, असं सुचवलं. मणिभुवनचे मालक रविशंकर निवर्तले होते, पण ज्यांच्या नावावरून पित्यानं त्या इमारतीला मणिभुवन हे नाव दिलं होतं, त्या मणिलालांना मोरारजीभाईंचा प्रस्ताव अजिबात आवडला नाही. विरोधाचा सूर लावत त्यांनी म्हटलं, "ही इमारत जशी राष्ट्रीय स्मारक आहे, तशीच ती माझ्या दृष्टीनं कौटुंबिक स्मारकसुद्धा आहे. माझ्या पित्यानंदेखील याच इमारतीत शेवटचा श्वास घेतला होता."

अशाप्रकारे बिर्लाहाऊससोबत मणिभुवनचा मुद्दाही तापला.

मणिभुवनचा मामलादेखील सरदारांपुढे सादर झाला. क्षणाचाही विलंब न लावता सरदारांनी तो फेटाळून लावला. "आपली असली इच्छा बापूंना कळली, तर त्यांना अत्यंत दु:ख होईल. अशा प्रकारे जिथे जिथे बापूंचं वास्तव्य झालं त्या सगळ्या जागा राष्ट्रीय स्मारकाच्या नावाखाली आपण घशात घालत गेलो, तर भविष्यकाळात कोणाही थोर पुरुषाला या देशात कोणी आपल्या घरी ठेवून घेणार नाही."

सुदैवानं दोन्ही घरांबद्दलचा प्रश्न फारसा उग्र बनला नाही. गांधीजी राहत असत तेवढा बिर्लाहाऊसचा भाग पूर्ण प्लॉटमधून वेगळा करून तो 'गांधी स्मारक

ट्रस्ट'च्या ताब्यात दिला गेला. मणिभुवनचे मालक मणिलाल यांच्या देहावसानानंतर त्यांच्या कुटुंबाला मोबदल्याखातर विशिष्ट रक्कम देऊन गांधी स्मारक ट्रस्टनं मणिभुवन ताब्यात घेतलं.

देशाचे शेवटचे गव्हर्नर जनरल म्हणून लॉर्ड माऊंटबॅटन यांच्या हुद्द्याची मुदत २० जून, १९४८ रोजी पूर्ण होत होती. देशाची घटनासमिती नवी घटना बनवण्यात व्यग्र होती. नवीन घटना तयार होऊन ती अमलात येईपर्यंत वर्तमान ब्रिटिश व्यवस्थेनुसारच शासनाचं तंत्र यथावत राखलेलं होतं.

संस्थानांच्या विलीनीकरणात सरदारांच्या कामगिरीत माऊंटबॅटनांचाही बहुतांशी सकारात्मक सहभाग होता. राज्यांच्या सामीलनाम्यासंबंधी तसंच जातीय वादासंबंधात दोघांमध्ये बरेच मतभेद होते; पण कायदा आणि व्यवहार दोहोंची ते अशी काही सांगड घालत, की मतभेद असतानादेखील सरदार त्यांची प्रशंसा करत. उलटपक्षी, कठोर वास्तव लक्षात घेऊन, दीर्घकालीन परिणामांचा विचार करून, सरदार मोठ्या हिमतीनं जी पावलं उचलत, त्यानं माऊंटबॅटन विशेष प्रभावित होत. मुळात माऊंटबॅटन ब्रिटिश राजकारणी होते! दृढमूल झालेल्या पारंपरिक ब्रिटिश हितसंबंधांपासून ते अलिप्त राहू शकत नव्हते. त्यामुळेच आपल्या कारकिर्दीत अत्यंत सावधपणे ब्रिटिश हित जपण्याचे राजकारणी डावपेच दामटताना सरदारांपेक्षा त्यांना जवाहरलाल अधिक सोयीचे वाटत होते. आंतरराष्ट्रीय प्रतिष्ठा, युनायटेड नेशन्स, धर्मनिरपेक्षता अशा लोभस आणि मोह शब्दांनी जवाहरलालांना आपल्या बाजूला वळवून घेता येईल, हे ओळखायला माऊंटबॅटनना वेळ लागला नाही. सरदार शब्दांच्या मायाजालात अडकत नसत. पाय जमिनीवर भक्कमपणे रोवून पुढे कसं जाता येईल, हे बघणाऱ्यांपैकी ते होते. जी गोष्ट जवाहरलालांच्या गळी उतरवणं आपल्याला शक्य होत नसेल, ती गोष्ट आपली पत्नी आणि देशाची 'फर्स्ट लेडी' एडविना हिच्यामार्फत कशी साधता येईल हे माऊंटबॅटनना ठाऊक होतं. एडविना आणि जवाहरलाल यांच्यात निर्माण झालेल्या विशेष प्रकारच्या स्नेहसंबंधापासून कोणीही अपरिचित नव्हतं, अगदी माऊंटबॅटनसुद्धा!

ठरल्याप्रमाणे आपला हुद्दा सोडून ब्रिटनला परत जाण्यापूर्वी हैदराबाद राज्याच्या विलीनीकरणाचा प्रश्न सोडवून टाकायला माऊंटबॅटन उतावळे झाले होते. हैदराबाद एकतर स्वतंत्र राहावं अथवा पाकिस्तानात विलीन व्हावं अशी लंडनमध्ये बसलेल्या चर्चिलांची इच्छा होती, हे त्यामागचं खरं कारण होतं. चर्चिलांची इच्छा पूर्ण करणं माऊंटबॅटनांच्या हाती नव्हतं. तरीसुद्धा निदान इतर संस्थानांपेक्षा विशेष असा खास दर्जा हैदराबादला देता आला, तर चर्चिलांनी आपल्यावर दाखवलेला विश्वास यथार्थ होता, हे सिद्ध करता आलं असतं, असं त्यांना वाटत होतं.

हैदराबाद राज्य हिंदुस्थानच्या नकाशाच्या मधोमध होतं. मोगल साम्राज्याचा सूर्य जेव्हा पूर्ण तेजानं तळपत होता, त्या वेळी दिल्लीचे सुलतान हे राज्य आपल्या सुभ्याच्या देखरेखीखाली ठेवत असत. मोगल सल्तनतीचा पाया डळमळीत होताच निजाम-उल-मुल्क असा किताब धारण करून हा सुभा स्वतंत्र झाला होता. हे स्वातंत्र्य फार काळ टिकलं नाही, कारण इकडे मोगल सल्तनतीचा अंत होत होता आणि तिकडे ब्रिटिश साम्राज्यवादाचा सूर्य उगवू लागला होता. या उगवत्या सूर्यानं निजामाला पराभूत केलं आणि हैदराबाद राज्यसुद्धा ब्रिटिश साम्राज्याच्या अमलाखाली गेलं. स्वतंत्र असताना हे राज्य विस्तार, वस्ती आणि आर्थिक उत्पन्न या तीनही दृष्टींनी हिंदुस्थानातलं शिखरावरचं राज्य होतं. राज्यातील पंच्याऐंशी टक्के वस्ती हिंदूंची होती आणि केवळ पंधरा टक्के मुसलमान होते. स्वातंत्र्यकाळातल्या निजामाचं नाव होतं मीर उस्मान अली. त्याच्याकडे अमाप संपत्ती होती. इतकी, की जगभरातला सर्वाधिक धनिक म्हणून त्याची गणना होत असे.

स्वतंत्र राहणं हेच आपल्या राज्याचं भवितव्य असल्याचं ठरवून या निजामानं स्वतंत्रच राहण्याची आपली इच्छा आहे, असं जाहीर केलं. निजाम हा जीनांचा मित्र होता. पाकिस्तानच्या स्थापनेलाही त्याचा पाठिंबा होता. पाकिस्तानच्या नव्या शासनाला आर्थिक अडचणी येऊ नयेत, म्हणून निजामानं जीनांना वीस कोटी रुपयांची मदत पाठवली होती. निजामाचा कारभार मुसलमानधार्जिणा होता. सर्व शासकीय अधिकारी, कर्मचारी, पोलीस दल आणि लष्कर सर्वत्र बहुत करून मुसलमानांचीच नेमणूक झाली होती. राज्याचे कायदे घडवण्यात साहाय्यक असलेल्या कायदेमंडळातले साठ ते सत्तर टक्के प्रतिनिधी पंधरा टक्के वस्ती असलेल्या मुसलमानांचे प्रतिनिधित्व करत होते. लायकअली, आलियावर जंग, छत्तारीचे नबाब आणि कासीम रझवी यांसारखे कट्टर जिहादी हे निजामाचे सल्लागार होते. भारत सरकारशी वाटाघाटी करण्यासाठी, विलीनीकरणाची कायदेशीर प्रक्रिया समजावून सांगण्यासाठी, आंतरराष्ट्रीय कायद्यानुसार ब्रिटिश सार्वभौमत्वाचा अंत होताना हैदराबाद राज्याचं काय स्थान असेल, अशा अनेक गुंतागुंतीच्या मुद्द्यांवर मार्गदर्शन करू शकणाऱ्या एखाद्या सल्लागाराची निजामानं माऊंटबॅटनांकडे मागणी केली. सर वॉल्टन मॉंकटन नावाचा माऊंटबॅटनांचा एक सहाध्यायी या क्षेत्रात निष्णात होता. शिवाय, ब्रिटनच्या राजकारणात चर्चिलांच्या हुजूरपक्षाशी त्याचा संबंध होता. मॉंकटनला निजामाचा सल्लागार म्हणून नेमता आलं, तर हैदराबाद प्रकरणी चर्चिलांना खूश करता येईल आणि त्याचवेळी आपल्यामुळे निजामाची गरज भागली असं भासवून, वाटाघाटी करताना त्याच्याकडून काही सवलती घेता येतील, असा विचार माऊंटबॅटननी केला. भूतकाळात आंतरराष्ट्रीय स्तरावर झालेल्या घटनांची मॉंकटनकडून काही माहिती मिळवता आली, तर सरदारांच्या काही ताठर धोरणांमध्ये लवचीकपणा आणता

येईल, असंही त्यांना वाटलं. मॉंकटनना लंडनहून बोलावून घेऊन निजामाचा सल्लागार म्हणून माऊंटबॅटननी त्याची नियुक्ती करवून दिली.

१५ ऑगस्ट, १९४७ पर्यंत जवळपास सर्व संस्थानं सामीलनाम्यात समाविष्ट होऊन चुकली होती आणि अशावेळी निजाम मात्र एकामागून एक मागण्या पुढे करून वाटाघाटी लांबवत होता. हैदराबाद कोणातही विलीन न होता तटस्थ राहील, असा प्रस्ताव निजामानं सरदारांपुढे ठेवला. तटस्थ हैदराबादला सरदारांनी स्पष्ट नकार दिला. हैदराबाद संस्थान हिंदुस्थानात विलीन झालं, तर राज्यातले मुसलमान ते सहन करणार नाहीत आणि त्यातून जातीय दंगलीचा भडका उडेल, अशी भीती निजामानं व्यक्त केली. भोपाळच्या हमीदुल्लांची हीच धारणा होती; परंतु विलीन झाल्यानंतर भोपाळमध्ये चिटपाखरूसुद्धा फिरकलं नव्हतं आणि नबाबाचं म्हणणं खोटं ठरलं होतं, त्याची माऊंटबॅटननी निजामाला आठवण करून दिली. दरम्यान काश्मीर आघाडीवर युद्धसदृश परिस्थिती उद्भवलेली पाहून रझाकारांचा नेता असलेल्या कासीम रझवीनं निजामाला चिथावलं. तो म्हणाला, "हिंदुस्थान सध्या काश्मिरात अडकलं आहे. हैदराबाद प्रश्नावर आत्ता काही घडणार नाही. अशावेळीच परिस्थितीचा फायदा घेऊन आपण आपल्या मनासारखं करून घेतलं पाहिजे."

कासीम रझवी साक्षात गुंडच होता. दोन लाख धर्मवेड्या मुसलमानांना गोळा करून त्यानं रझाकारांचं अर्धलष्करी दल उभं केलं होतं. हे रझाकार हिंदूंना लुटत. त्यांची हत्या करत. हैदराबादमधून दक्षिणेकडून उत्तरेकडे आणि उत्तरेकडून दक्षिणेकडे जाणाऱ्या गाड्या थांबवून, लुटालूट करून सर्वत्र भीतीचं वातावरण माजवत. मॉंकटनसोबत हैदराबादच्या प्रतिनिधिमंडळात आला असताना कासीम रझवी सरदारांना भेटला होता. त्यानं सरदारांना म्हटलं, "हैदराबादच्या एकेका गल्लीबोळातून आम्ही लढू. अगदी शेवटच्या माणसाचा मुडदा पडेपर्यंत तुमचा मुकाबला करू."

"असं?" सरदारांनी शांतपणे म्हटलं, "आत्महत्या करायची असंच तुम्ही ठरवलं असेल, तर मी तुम्हाला कसं थांबवू शकणार?"

"हैदराबादमध्ये सव्वा कोटी हिंदू राहतात, हे तुमच्या लक्षात असू द्या." प्रतिनिधिमंडळातले आणखी एक सभासद अलियावर जंग सरदारांना म्हणाले.

"छान," पहिल्या इतक्याच शांतपणे सरदारांनी सावकाश उत्तर दिलं. "हैदराबादेत असलेल्या हिंदूंची संख्या तुमच्या जिभेच्या टोकावर आहे, त्या अर्थी हिंदुस्थानात राहणाऱ्या मुसलमानांची संख्यासुद्धा तुम्हाला तशीच माहीत असेलच."

हैदराबादी प्रतिनिधिमंडळाचा आवेश एकाएकी ओसरला.

अशा रीतीनं हैदराबादेहून येणाऱ्या प्रतिनिधींकडून भडक शब्दांतल्या बोलाचालींहून अधिक काही निष्पन्न होत नव्हतं.

अशा परिस्थितीत दोन्ही पक्षांमध्ये एक करार झाला. दोन्ही पक्षांना अधिक

विचार करण्यासाठी वेळ मिळावा म्हणून एक वर्षभर हैदराबादनं आपलं धोरण यथावत असू द्यावं, पाकिस्तानात विलीन होऊ नये आणि वाटाघाटींद्वारे तोडगा शोधावा, असं ठरलं. या कराराच्या काळात अधिक चर्चा, वाटाघाटी व्हाव्यात तसंच हैदराबादमध्ये भारताचा एजंट म्हणून कन्हैयालाल मुन्शींनी परिस्थितीवर देखरेख ठेवावी, असं उभयपक्षी मान्य झालं.

अठ्ठावीस

भारत सरकारचे एजंट म्हणून सरदारांनी मुन्शींच्या मस्तकावर मुकुट ठेवल्यानं निजाम संतप्त झाला. माऊंटबॅटनांशी स्नेहपूर्ण संबंध असलेल्या आपल्या कायदेशीर सल्लागार मॉंकटनांना त्यांनी म्हटलं, "मुन्शींबद्दल माझ्याकडे उपलब्ध असलेल्या माहितीप्रमाणे हा माणूस चारित्र्यवान असा प्रतिष्ठित बदमाश आहे. खरं सांगायचं तर नेहरू आणि पटेलांसारखाच सैतान आहे. माऊंटबॅटननी ही नेमणूक होऊ द्यायला नको होती. ही नेमणूक होऊ दिल्यामुळे माऊंटबॅटन हैदराबादशी असलेल्या मैत्रीला जागले नाहीत असं वाटतंय. असंच होत राहिलं, तर एकवेळ सैतान परवडला, अशी वेडपट कृत्यं हे लोक करत राहतील आणि परिस्थिती फारच गंभीर होईल."

यथावत करारादरम्यानच्या काळात निजामानं आणखी एक प्रतिनिधीमंडळ दिल्लीला पाठवलं. एक सार्वभौम राज्य म्हणून हैदराबादनं हिंदुस्थान आणि पाकिस्तान दोघांशीही मैत्री-करार करावा, असा प्रस्ताव या प्रतिनिधीमंडळानं आणला होता. मंडळ प्रस्तावावर चर्चा करण्यासाठी आल्याची खबर सरदारांना मिळाली तेव्हा सरदार एवढंच म्हणाले, "ज्या विमानातून ते आलेत त्याच विमानानं त्यांना परत पाठवून द्या."

सरदारांचा धीर संपत आला होता. हैदराबादेत निजामानं रझाकारांना सैल सोडलं होतं, त्यामुळे रझाकार अगदी मोकाट सुटले होते. तिथल्या हिंदू प्रजेवर जुलूम, अत्याचार होत होते, त्यामुळे सरदार अतिशय अस्वस्थ झाले होते. हैदराबादवर लष्करी कारवाई करण्याबाबत त्यांनी जवाहरलाल आणि माऊंटबॅटन दोघांशीही सविस्तर चर्चा केली.

कोणत्याही लष्करी कारवाईला माऊंटबॅटनांचा तीव्र विरोध होता. ते म्हणाले, "आंतरराष्ट्रीय धोरणानुसार बघता, लष्करी कारवाई करण्यानं बेअब्रू होण्याची भीती आहे. तसं करणं अप्रतिष्ठितपणाचं ठरेल. जगातले इतर देश आपल्याला आक्रमणखोर म्हणतील."

नव्यानं वर येणाऱ्या आपल्या स्वतंत्र देशाला आंतरराष्ट्रीय समाजानं 'आक्रमणखोर' म्हणावं, हे जवाहरलालांना अजिबात मान्य होत नव्हतं. त्यांनी लगेच माऊंटबॅटनना दुजोरा दिला. "आंतरराष्ट्रीय प्रतिष्ठेचा बळी देऊन आपण काही करणं शक्य नाही," असं निक्षून बजावत ते पुढे म्हणाले, "निजामावर लष्करी कारवाई केल्यानं देशातले मुसलमानसुद्धा चिडतील. फार काय, कशाबशा आटोक्यात आलेल्या दंगली पुन्हा उसळतील आणि देशातील शांतता धोक्यात येईल."

सरदारांना मात्र दोन्ही मुद्दे मान्य नव्हते. ते एवढंच म्हणाले, "आंतरराष्ट्रीय प्रतिष्ठा माझ्यालेखीसुद्धा महत्त्वाचीच आहे; पण ती राष्ट्रीय सुरक्षेचा बळी देऊन नव्हे! पोटातल्या अल्सरच्या चट्ट्यासारखा आपल्या देशावर पडलेला हा डाग काढू शकलो नाही, तर त्यामुळे होणारी अप्रतिष्ठा मला जास्त लाजिरवाणी वाटते." एवढं बोलून ते थांबले नाहीत. पुढे म्हणाले, "हिंदुस्थानातले मुसलमान हैदराबाद प्रश्नावरून दंगली घडवतील या अटकळीत मला तथ्य दिसत नाही."

या दरम्यान मुन्शींनी पाठवलेल्या अहवालानं सरदारांच्या चिंतेत भर पडली. रझाकारांच्या दिवसेंदिवस अधिकच उन्मत्त होत चाललेल्या वर्तनानं हिंदू प्रजेवर तिथून पळून जायची पाळी आणली होती. सरदारांनी मुन्शींमार्फत निजामाला निरोप पाठवला, "रझाकारांना ताबडतोब पायबंद घाला आणि तिकडे भयानक माजलेल्या अंदाधुंदीला आळा घालायला तुमची ताकद अपुरी पडत असेल तर भारताची मदत घ्या."

सरदारांच्या निरोपावर निजामानं उलट निरोप पाठवला, "तुम्हाला मिळालेली माहिती धादांत खोटी आहे. इथं सगळं काही सुरळीत चाललं आहे तरीसुद्धा तुमची इच्छा असेल, तर याबाबतीत अमेरिकेच्या अध्यक्षांचा लवाद मान्य करायला मी तयार आहे."

या निरोपानं सरदार भयंकर संतापले.

दरम्यान, माऊंटबॅटनना निरोप द्यायची तारीख जवळ येत चालली होती. सरदारांची प्रकृती पुन्हा एकदा ढासळली होती. डेहराडूनच्या पहाडी हवेत विश्रांती घ्यायला जायचा डॉक्टरांनी सल्ला दिला होता. सरदारांची डेहराडूनला जायची तयारी सुरू होती. तेवढ्यातच निजामाकडून आणखी एक संदेश येऊन पोहोचला. हैदराबाद राज्य चहूबाजूंनी भारतीय प्रदेशानं वेढलेलं असल्यानं भारतीय दलं हैदराबादची सीमा वारंवार ओलांडत आहेत, अशी फिर्याद घेऊन लायकअलींच्या नेतृत्वाखाली एक प्रतिनिधीमंडळ युनोला जायला निघालं होतं. या प्रतिनिधीमंडळाची दिल्लीहून न्यूयॉर्कला जायची सोय करून द्यावी, अशी निजामानं माऊंटबॅटनना विनंती केली होती. बातमी कळताच सरदारांनी स्पष्टपणे बजावलं, "निर्लज्जपणालासुद्धा मर्यादा असते. त्यांना म्हणावं, तुम्हाला दिल्लीच्या विमानतळावर उतरूसुद्धा देणार नाही." सरदारांचं

उत्तर हैदराबादला पोहोचलं तसा निजामाच्या प्रतिनिधीमंडळानं आपला मार्ग बदलून टाकला. दिल्लीमार्गे जाण्याऐवजी ते कराचीमार्गे न्यूयॉर्कला पोहोचले.

प्रकृती सुधारण्यासाठी सरदार डेहराडूनला गेले, त्याकाळात माऊंटबॅटन सतत निजामाशी संपर्क ठेवून होते. नेहरूंच्या आणि मॉंकटनांच्या साथीनं, स्वत: भारत सोडून जाण्यापूर्वी या प्रश्नावर काहीतरी तोडगा शोधून काढायला ते फार उत्सुक होते. मॉंकटनांनी माऊंटबॅटनांच्या सूचनेनुसार निजामाशी बोलणी केली. हैदराबादनं आपलं वेगळं अस्तित्व राखावं; पण दिल्लीच्या केंद्रसरकारकडून सूचना येतील त्या त्या वेळी त्यानुसार संरक्षण, परराष्ट्रीय बाबी आणि दळणवळण याबद्दल आवश्यक ते कायदे करावेत. रझाकारांना आवरावं आणि सैन्याची संख्या वीस हजाराहून अधिक ठेवू नये असं ठरलं. त्याखेरीज, निजामानं आपणहून हैदराबादेत लोकमत घ्यावं आणि आपली घटना परिषद आणि मध्यावधी सरकार बनवावं. या सरकारात निजामाला हवं असल्यास मुसलमानांचं बहुमत असू शकतं, असंही मान्य झालं.

निजामाची सहमती घेऊन मॉंकटन दिल्लीला आले. माऊंटबॅटननी तो खर्डा जवाहरलाल, राजेन्द्रप्रसाद आणि गोपालस्वामी अय्यंगार यांना दाखवला आणि त्यांची संमतीदेखील मिळवली. जवाहरलाल माऊंटबॅटनना म्हणाले, "या खर्ड्याशी सरदार कधीच सहमत होणार नाहीत, पण तरी तुम्ही त्यांची संमती मिळवलीत तर मग मी विरोध करणार नाही."

ठरल्याप्रमाणे माऊंटबॅटनांची आपला पदभार सोडून लंडनला जाण्यासाठीची सगळी तयारी आटोपली होती. भारताची घटना तयार करण्याची प्रक्रिया सुरू होती. त्यामुळे माऊंटबॅटनांच्या रिकाम्या झालेल्या जागेवर चक्रवर्ती राजगोपालाचारींची पहिले हिंदी गव्हर्नर म्हणून निवड जाहीर झाली होती. सरदार अद्याप डेहराडूनलाच होते. त्यांना शेवटचं भेटून त्यांचा निरोप घेण्यासाठी माऊंटबॅटन डेहराडूनला गेले. निजामाशी झालेल्या समेटाचा खर्डा सरदारांची संमती घेण्यासाठी सोबत घेऊन गेले.

वृद्धत्व, आजारपण आणि बापूंच्या मृत्यूनंतरही जवाहरलालांशी पूर्वीइतकेच तणावपूर्ण राहिलेले संबंध या सगळ्यांपुढे सरदार हताश झाले होते. माऊंटबॅटन डेहराडूनला आलेले पाहून त्यांना बरं वाटलं. औपचारिकपणे प्रकृतीची चौकशी वगैरे केल्यानंतर निजामाशी केलेल्या समझोत्याचा तो मसुदा माऊंटबॅटननी सरदारांपुढे ठेवला. सरदारांनी एका दमात तो वाचून काढला. दुसऱ्याच क्षणी विलक्षण संतापून ते म्हणाले, "उद्धटपणाचा कळस झाला हा! मी यावर कदापि सही करणार नाही."

सरदार फारच भडकले आहेत, हे माऊंटबॅटनांच्या लक्षात आलं. त्यांनी मसुदा परत घेतला. एकही शब्द न बोलता तो कागद त्यांनी खिशात ठेवून दिला. जणू काही झालंच नाही इतक्या सहजपणे त्यांनी विषय बदलून टाकला.

थोड्या वेळानं खेळीमेळीच्या वातावरणात भोजन झालं. जेवताना हलक्याफुलक्या

विषयांवर गप्पा झाल्या. जरा वेळापूर्वीचा तणाव ओसरल्यागत वाटत होतं. जेवण आटोपून सगळे दिवाणखान्यात आले. एकाएकी माऊंटबॅटननी अतिशय भावपूर्ण रीतीनं म्हटलं, "सरदार, आरंभीच्या काळात आपण कधीमधी भांडलो असलो, तरी तुम्ही माझे जवळचे मित्र होऊ शकाल, असं मला नेहमीच वाटायचं. आज आपण एकमेकांचा निरोप घेत आहोत. माझी समजूत खरी ठरली आहे, असं मला वाटतंय!"

"युवर एक्सलन्सी!" भावविवश होत सरदार म्हणाले, "तुमच्यासोबत काम करताना मला सदैव आनंद वाटला आहे. माझ्या कामात मला तुम्ही नेहमीच आपुलकीनं साथ दिली आहे. कोणत्या शब्दांत मी तुमचे आभार मानू?"

"खरोखरच तुम्हाला असं वाटत असेल सरदार, तर..." माऊंटबॅटनसुद्धा हळवे झाले होते. खिशात ठेवलेला तो मसुदा त्यांनी बाहेर काढला. सरदारांच्या पाठीवर हात ठेवून ते किंचित जवळ सरकले. म्हणाले, "तर या कागदावर तुमची सही द्या!"

सरदार चपापले. माऊंटबॅटन ब्रिटिश शासनाचे प्रतिनिधी होते. भारत काय किंवा पाकिस्तान अथवा हैदराबाद काय, कशाशीच आता त्यांचा प्रत्यक्ष संबंध उरला नव्हता. तरीसुद्धा हैदराबाद मुद्दा त्यांनी ज्या भावनाशीलतेनं हाताळला, त्यानं सरदार काहीसे विरघळले. त्यांनी हलकेच म्हटलं, "एवढा महत्त्वाचा वाटतो का तुम्हाला हा विषय?"

"होय," माऊंटबॅटन उत्तरले. "कारण, तो आपल्या प्रतिष्ठेचा विषय आहे."

सरदारांनी माऊंटबॅटनांच्या हातातून कागद घेतला. क्षणभर त्याकडे पाहिलं. काही न बोलता, दुसऱ्याच क्षणी माऊंटबॅटनांच्या खिशातलं फाऊंटनपेन काढून घेतलं आणि त्या कागदावर लगेच सही करून टाकली.

माऊंटबॅटनना हे अगदी अनपेक्षित होतं. त्यांच्या भावना उचंबळून आल्या होत्याच, आता डोळेही पाणावले. सगळी औपचारिकता बाजूला सारून त्यांनी सरदारांना आलिंगन दिलं.

सरदार त्यांच्या कानात कुजबुजले, "आपणहून मान्य केलेला हा करार निजाम कितपत अमलात आणू शकेल, याबद्दल मला शंकाच आहे युवर एक्सलन्सी!"

सरदारांच्या मनातील शंका लवकरच प्रत्यक्षात साकार झाली.

सरदारांनी संमत केलेला मसुदा माऊंटबॅटननी मॉंकटनांकडे सोपवला. त्याचा अंतिम दस्तऐवज करण्यासाठी मॉंकटन हैदराबादला गेले. समझोत्याच्या खर्ड्यातल्या कलमांची खबर हैदराबादेत पसरलीच होती. रझाकारांना विखरून टाकायची सूचना कासीम रझवी कधीच मान्य करणार नाहीत, असा सरदारांचा होरा होता, तो खरा ठरला. तीस एक हजार रझाकारांनी मॉंकटनच्या घराला वेढा घातला. समझोत्यातील

अट निजामाला भले मान्य असली, तरी अशा अटींनिशीचा कुठलाच दस्तावेज रझाकारांना बंधनकारक नव्हता. त्यांनी मॉकटनना निजामाच्या महालाकडे जाऊच दिलं नाही. शिवाय, दिल्लीला अनुकूल असतील असे कायदे हैदराबादनं करावेत ही अट लायकअलीला मुळातच मान्य नव्हती. त्यानं आपल्या दहशतवादी साथीदारांसह निजामाच्या महालातच मुक्काम ठोकून निजामाला जणू नजरकैदेतच टाकलं.

मॉकटनांपाशी काही पर्याय उरला नव्हता. समझोत्याचा मसुदा रद्द झाल्याचं त्यांनी माऊंटबॅटनना कळवलं. हैदराबादेत असलेल्या भारतीय एजंट मुन्शींनी ते सरदारांना कळवलं. सरदार फक्त एवढंच म्हणाले, "मला हे अपेक्षितच होतं. निजामाला ना स्वतःचं मत आहे, ना इच्छाशक्ती!"

नियत तारखेला माऊंटबॅटन आपल्या पदावरून पायउतार झाले. ते पद राजाजींनी सांभाळलं. माऊंटबॅटन लंडनला रवाना झाले.

सरदार डेहराडूनहून दिल्लीला परतले होते. हैदराबादेत रझाकारांचे आणि साम्यवाद्यांचे अत्याचार सुरूच होते. ऐकणाऱ्याच्या अंगावर काटा आणणाऱ्या त्या अत्याचारांचे अहवाल रोजच्या रोज दिल्लीला येऊन धडकत होते. सरदारांचा धीर संपायच्या बेताला आला होता. तत्काळ लष्करी कारवाई करण्याचा त्यांनी मनोमन निश्चय करून टाकला. हैदराबादच्या परिस्थितीचा शेवटचा अगदी ताजा अंदाज घेण्यासाठी त्यांनी मुन्शींना फोन केला. हैदराबादमध्ये सर्वत्र अंदाधुंदी आणि अराजकता माजली होती. वातावरण अतिशय अशांत होतं. मुन्शींनी परिस्थितीची तपशीलवार माहिती दिली. मग विचारलं, "सरदार, माऊंटबॅटननी कराराचा एक मसुदा तयार केला होता, त्याला तुमची संमती होती... त्याबाबत आता काय करायचं आहे?"

"माऊंटबॅटनांबरोबरच तो करारसुद्धा पोहोचला लंडनला. आपण आता त्याबाबत काहीही करायचं नाही!" सरदारांनी उत्तर दिलं.

त्यानंतर, प्रस्तावित लष्करी कारवाईला मंत्रिमंडळाचा आदेश मिळवण्यासाठी लगेच बैठक बोलवावी असं त्यांनी जवाहरलालांना सुचवलं. बैठक झाली. पाच-सात दिवसांनंतर म्हणजे १३ सप्टेंबरच्या पहाटे हैदराबादवर होणाऱ्या तिहेरी लष्करी चढाईची संपूर्ण योजना सरदारांनी मंत्रिमंडळाला समजावून दिली. योजनेची संपूर्ण पूर्वतयारी झाल्याची खात्री सैन्याच्या सदर्न कमांडर जनरल राजेन्द्रसिंहांनी सरदारांना दिली होती.

वृद्ध झालेल्या, आजारी असलेल्या सरदारांच्या योजनेची आणि संपूर्ण तयारीची माहिती ऐकून जवाहरलाल धास्तावले. "आंतरराष्ट्रीय समुदाय याला नक्कीच 'आक्रमण' समजेल. आधीच आपण काश्मीर प्रश्नात अडकलेले आहोत. निजामावरच्या आपल्या कारवाईमुळे देशभरातले मुसलमान आपल्यावर नाराज होतील आणि देशात अशांतता माजेल." त्यांनी म्हटलं.

सरदार म्हणाले, "आत्ता आपण हे पाऊल उचललं नाही, तर हैदराबादेतले तमाम हिंदू धोक्यात येतील. हैदराबादला पाकिस्तानची साथ आहे आणि जगातले मुसलमान देश पाकिस्तानाचं समर्थन करतील. अशा रीतीनं मोगल साम्राज्याला मागच्या दारानं शिरू द्यायची संधी देणार का तुम्ही? अशा परिस्थितीत या ठुसठुसणाऱ्या गळवाचा आपणच निचरा केला नाही, तर आपण स्वतःच स्वतःसाठी खड्डा खोदल्यासारखं होईल."

सरदारांच्या त्या सुस्पष्ट धोरणाला मंत्रिमंडळातल्या जवळपास सगळ्या सभासदांनी अनुमोदन दिलं. जवाहरलाल एकटे पडलेले दिसू लागले. तरी पण ते आपला हेका सोडत नाहीत हे पाहून, अतिशय नाराज होऊन सरदार मंत्रिमंडळाची बैठक सोडून निघून गेले. या बैठकीला गव्हर्नर जनरल राजाजी हजर होते. दुपारी त्यांनी जवाहरलालांची खासगीत भेट घेतली. आपल्या मनाविरुद्ध जवाहरलालांनी राजाजींचं म्हणणं मान्य केलं खरं, परंतु या बाबतीत सदर्न कमांडर जनरल राजेन्द्रसिंहांखेरीज ब्रिटिश सरसेनापती रॉय बुचर यांचंही मत घ्यावं असा आग्रह धरला.

त्या दिवशी संध्याकाळी राजाजी, सरदार आणि नेहरू तिघं एकत्र जमले. रॉय बुचरांचं मत घ्यायला सरदारांचा विरोध नव्हता. ते संमती देणार नाहीत, हे सरदारांना ठाऊक होतं. सहमत न होण्यामागच्या त्यांच्या संभाव्य कारणांवर त्यांना निरुत्तर करून टाकणारे उपाय सरदारांनी आधीच योजून ठेवले होते.

सरदारांना वाटलं होतं तसंच झालं. दुसऱ्या महायुद्धातला संहार रॉय बुचरांनी स्वतःच्या डोळ्यांनी पाहिला होता. हवाई युद्धात नागरी वस्तीचा कसा विनाश होतो, त्याचं चित्र त्यांच्या मनात अजून ताजं होतं. मुख्य म्हणजे लष्करी कारवाईमुळे थोड्याफार विनाशासह हैदराबादचा पराभव तर निश्चितच होता. एक ब्रिटिशर म्हणून त्यांच्या मनात खोलवर कुठेतरी मुसलमानांबद्दल सहानुभूती होती. त्यामुळे 'ही कामगिरी मोठी जोखमीची आहे आणि सरदारांना तीपासून थांबवलं पाहिजे' असं त्यांचं म्हणणं पडलं. ते म्हणाले, "सरदार, मी युद्ध प्रत्यक्ष पाहिलं आहे. मुंबई, अहमदाबाद यांसारख्या धावत्या शहरांत दोन-चार क्षणांत आगीच्या भडकत्या ज्वाळांत हजारो माणसं नष्ट व्हावीत..."

"जनरल," सरदार मधेच म्हणाले, "असा बॉंबमारा हिटलरनं लंडन शहरावर सतत किती वर्षं केला होता?"

बुचरांचा चेहरा उतरला. ते हळूच म्हणाले, "जवळ-जवळ चार वर्षं!"

"आणि तरीही ती तीन-चार वर्षं ब्रिटिश प्रजेनं त्या बॉंबमाऱ्याला तोंड दिलं. जी गोष्ट ब्रिटिश प्रजा तीन-तीन, चार-चार वर्षं करू शकते, ती गोष्ट भारतीय प्रजा केवळ काही दिवस का नाही करू शकणार?"

बुचर गप्प झाले.

१२ सप्टेंबरच्या मध्यरात्री लष्करी तुकड्यांनी आपापली जागा घेतली. 'काऊंट डाऊन' सुरू झालं. नेमक्या त्याचवेळी कराचीहून जीनांच्या मृत्यूची बातमी दिल्लीला येऊन थडकली. कलकत्त्याहून पश्चिम बंगालचे मुख्यमंत्री बिधनचंद्र रॉय यांनी सरदारांना फोन करून विचारलं, "जीनांचा मृत्यू झाला म्हणून आपण आपला राष्ट्रध्वज अर्ध्यावर उतरवायला हवा का?"

"कशासाठी?" सरदारांचा आवाज चढला. "तुमच्या नात्यातला आहे का तो?"

यावर बिधनचंद्रांकडे उत्तर देण्यासारखं काही नव्हतंच. ते शांत राहिले, पण त्या रात्री सरदारांना मात्र झोप मिळायची नव्हती. जीनांच्या मृत्यूची बातमी ऐकल्यावर 'या निमित्तानं चढाई तात्पुरती थांबवता येईल,' असं रॉय बुचरांना वाटलं. त्यांच्यालेखी हा आंतरराष्ट्रीय सौजन्याचा भाग होता. त्यांनी अर्ध्या रात्री जवाहरलालांना उठवलं.

"सर," ते म्हणाले, "जीनांच्या मृत्यूचा गैरफायदा घेऊन आपण हे अशोभनीय कृत्य करत आहोत, अशीच आंतरराष्ट्रीय क्षेत्रावर छाप पडेल. शिवाय मला मिळालेल्या खात्रीलायक बातमीवरून असं दिसतं, की निजामानं शंभर एक बॉम्बर्स सौदी अरेबियात तयार ठेवली आहेत. इकडे आपण चढाई केली, की लगेच ही बॉम्बर विमानं मुंबई अहमदाबादसारख्या शहरांवर तुटून पडतील."

जवाहरलालांनी बुचरांच्या दोन्ही बातम्या काळजीपूर्वक ऐकल्या. त्यांना त्या बातम्यांमध्ये तथ्य आहे असं वाटलं, परंतु लष्करी दलं मोर्चे बांधून सज्ज होती. त्यांना थांबवण्यासाठी सरदारांची परवानगी घेणं अत्यावश्यक होतं. त्यांनी लगेच फोन उचलला, सरदारांना झोपेतून उठवलं.

सरदारांनी जवाहरलालांचं बोलणं ऐकून घेतलं. मग म्हणाले, "जवाहरलाल, साध्या भिजण्यानं ज्यांना पडसं होत असेल, त्यांनी पोहण्याच्या शर्यतीत उतरूच नये. युद्धात बॉम्बमारा होणार नाही तर दुसरं काय होणार? तुम्ही निश्चिंत राहा. तसलं काही होणार नाहीये. वेळ फार थोडा उरलाय. तुम्ही निजा अन् मलाही निजू द्या."

१३ सप्टेंबरला पहाटे पहाटे भारतीय लष्करानं ठरल्या वेळी एकत्रितपणे तिहेरी चढाई सुरू केली. लष्करानं या चढाईला 'ऑपरेशन पोलो' हे नाव दिलं होतं. एक-दोन दिवसांतच निजामाचे सैनिक एकतर पळून गेले किंवा पकडले गेले. त्या सैनिकांपेक्षा कासीम रझवीच्या रझाकारांनी जास्त कडवा प्रतिकार केला. जास्त विनाशही ओढवून घेतला.

१७ तारखेला सायंकाळी निजामानं शरणागती पत्करली. कासीम रझवी आणि लायकअलीसारख्या कागदी वाघांच्या डरकाळ्या विरल्या; त्यांचं अवसान गळालं. ते कैद झाले. पकडले जाण्यापूर्वी रझाकारांनी आपली शस्त्रं सशस्त्र क्रांतीवर विश्वास ठेवणाऱ्या साम्यवाद्यांना देऊन टाकली होती.

'ऑपरेशन पोलो' संपलं आहे आणि निजामानं शरणागती पत्करली आहे' ही बातमी सरदारांनी मंत्रिमंडळाला दिली, त्या वेळी त्यांचं वार्धक्य अंतर्धान पावलं होतं. त्यांनी मोठ्या आवेशानं सांगितलं, "निजाम नष्ट झाला आहे; हिंदुस्थानच्या छातीमधला कॅन्सर आपण काढून टाकला आहे. निजामाचा वंश इथेच समाप्त झाला आहे."

निजामाच्या वंशाच्या निर्मूलनाचं सरदारांचं बोलणं जवाहरलालांना रुचलं नाही. ते म्हणाले, "निजाम हा देशातल्याच नव्हे, तर जगभरातल्या कोट्यवधी मुसलमानांच्या लेखी एक आदरणीय व्यक्ती आहे. खिलाफत भले नेस्तनाबूत झाली असेल; पण निजाम विवाहसंबंधानं खलिफाच्या वंशाशी जोडला गेलेला आहे. आपण त्यांचा मान राखला पाहिजे. एवढंच नव्हे, तर निजामाला आपण अपमानास्पद वागणूक दिली, तर आपल्याच देशातले कोट्यवधी मुसलमान नाराज होतील."

मिटल्या ओठांनी सरदार जवाहरलालांकडे बघत राहिले. मग खांद्यावरची शाल लपेटून घेत ते म्हणाले, "हे फार होतंय जवाहरलाल! हैदराबादच्या निजामाच्या पराजयानंतरसुद्धा आपण त्यांची अशी काळजी घेत बसायचं असेल, तर मग काश्मीरच्या महाराजांसाठीसुद्धा असाच निकष लावायला नको का?"

जवाहरलालांनी काहीच उत्तर दिलं नाही. उत्तराची अपेक्षा नसल्यागत सरदारांनीही दुर्लक्ष केलं.

"भारतानं हैदराबादेत केलेली लष्करी कारवाई न्यायोचित ठरवण्यासाठी सरदारांनी परदेशी दूतावासात निमंत्रण पाठवून तिथल्या राजदूतांसोबत एक बैठक ठरवून घ्यावी" असा मंत्रिमंडळातल्या गोपालस्वामी अय्यंगारांनी प्रस्ताव मांडला.

एका क्षणाचाही विलंब न लावता सरदारांनी ती सूचना धुडकावून लावली.

"हा परदेशी मामलाच नाहीये. हा आपला अंतर्गत मामला आहे. एखाद्या अपराध्याप्रमाणे परदेशी लोकांकडून प्रमाणपत्र मिळवायची आपल्याला गरजच काय?"

तो विषय तिथे तेवढ्यावरच संपला.

एकोणतीस

हैदराबाद-विजयानंतर तीन महिने सरदार दिल्ली सोडून जाऊ शकले नाहीत. त्यानंतर ते हैदराबादला गेले तेव्हा हैदराबादच्या विमानतळावर एखाद्या अतिथीच्या स्वागतासाठी खुद्द निजाम आले, असं निजामाच्या कारकिर्दीच्या इतिहासात पहिल्यांदाच घडलं. हैदराबाद-विजयानंतर दुसऱ्याच आठवड्यात पंतप्रधान जवाहरलाल नेहरूंनी हैदराबादला भेट दिली होती, पण त्यांच्या सत्कारार्थसुद्धा निजाम विमानतळावर आले नव्हते. विमानातून बाहेर पडत असतानाच सरदारांना खाली उभे असलेले निजाम दिसले. जरासं स्मित करत त्यांनी शेजारीच असलेल्या शंकरांच्या कानात म्हटलं, ''ही अशी लोळागोळा झालेली नामदारांची स्वारीसुद्धा आलेली दिसतेय.''

''होय सर! खरंय.'' शंकर म्हणाले, ''त्यांची अशी लोळागोळा अवस्था होण्यामागचं कारण म्हणजे अफू! अफूशिवाय त्यांना चालतच नाही आणि ऑपरेशन पोलोनंतर त्यांच्या अफूचं प्रमाण दुप्पट झालं आहे.''

जुना, रंग विटलेला लांब डगला, तेलाचे डाग पडलेली टोपी, फाटल्यासारखी दिसणारी, तळाशी दोन-तीनदा दुमडलेली ढगळ तुमान अशा अवतारातल्या 'महाराजस्वारी' निजामसाहेबांनी सरदारांना नमस्कार केला. हात पुढे करून सरदारांनी त्यांच्याशी हस्तांदोलन केलं. औपचारिक स्वागतसोहळा आटोपून सरदार तडक सर्किटहाऊसकडे गेले. तिथून शाही परंपरेचा मान राखला जाईल अशा रीतीनं निजामाच्या महाली त्याच्या भेटीला गेले. इथेही खुद्द सरकारस्वारी भव्य प्रासादाच्या मुख्य प्रवेशद्वारापाशी सरदारांच्या स्वागताला उभी होती.

भव्य दालनाच्या मध्यभागी कारंजं होतं. अर्धवर्तुळाकारात समोरासमोर बैठकीची व्यवस्था होती. एका बाजूला निजामासोबत सरदार आणि समोरच्या बाजूला लष्करप्रमुख जनलर चौधरी आणि शंकर आपापल्या बैठकांवर बसले. बोलण्याला प्रारंभ करत सरदारांनी निजामाच्या प्रकृतीची चौकशी केली. मग हवापाण्याविषयी एखाद दुसरं वाक्य बोलून लगेच त्यांनी मुद्द्याला हात घातला, ''नामदार, जे काय घडलंय,

त्याचे अत्यंत तीव्र आणि प्रतिकूल पडसाद देशभर उमटलेत, हे तुम्हाला माहीतच आहे. त्याचप्रमाणे तत्त्व बाजूला सारूनसुद्धा, शक्यतो तुमचा मानसन्मान जपला जाईल अशा तऱ्हेचा तोडगा काढायचा आमचा प्रयत्न होता, हेही तुम्हाला चांगलंच ठाऊक आहे...''

"होय, होय,'' निजाम म्हणाले, "पण काय करणार, मी परिस्थितीच्या कचाट्यात असा काही सापडलो होतो...''

"ऐका!'' त्यांचं वाक्य तोडत सरदार म्हणाले, "रझाकारांचे हिंसाचार तुम्ही थांबवले नाहीत. एवढंच नाही, तर हैदराबादचा कारभारच रझाकारांच्या हाती असावा असा दहशतवाद तुम्ही निर्माण होऊ दिला.''

सरदारांच्या एकेका शब्दानिशी निजामाच्या चेहऱ्यावरचा नूर पालटत होता. त्यांचा चेहरा पांढराफटक पडू लागला, ओठ थरथरू लागले. सरदारांच्या ते लक्षात आलं. आपल्या आवाजाची धार कमी करून ते म्हणाले, "जाऊ द्या नामदार. आता ते सगळं भूतकाळात जमा झालं. तुम्हाला खरोखरच पश्चात्ताप होत असेल, तर झालं गेलं विसरून दिल्लीच्या सरकारशी मिळतं घ्या आणि देशाच्या मुख्य प्रवाहात मिसळून जा. आम्हाला कोणत्याही प्रकारचं वैर धरायचं नाहीये.''

"आभारी आहे आपला सरदार!'' निजाम हलकेच उद्गारले. "माझ्या प्रजेला कोणत्याही भेदभावाविना न्याय मिळावा असेच माझे प्रयत्न होते; पण दुर्दैवानं रझाकारांचा असा काही भयानक रेटा होता...''

"नामदार, तुम्ही कोणाचंच म्हणणं ऐकून घेतलं नव्हतंत. फार काय, हिंदू प्रजेवर अन्याय करण्यात पुढेमागे पाहिलं नाहीत तुम्ही.''

"तसं नाही सरदार! विश्वास ठेवा माझ्यावर. मी अगदी अगतिक होतो. नाइलाज होता माझा!''

"असं? मग पाकिस्तानशी तुमची ती छुपी बोलणी, जीनांना केलेली आर्थिक मदत, शिवाय युनोत केलेली फिर्याद हेसुद्धा त्या नाइलाज असलेल्या अगतिक अवस्थेतच होत होतं का?''

"माझा आणि माझ्या कुटुंबीयांचा जीव धोक्यात होता, सरदार. जे काही झालं ते माझ्या सल्लागारांच्या आणि कारभाऱ्यांच्या दबावामुळेच झालं.'' निजामानं नम्रपणे म्हटलं. मग बोलणं सुरू ठेवत पुढे म्हटलं, "हिंदूबद्दलचं माझं धोरण तर सदैव धर्मनिरपेक्षतेचंच आहे.'' एवढं बोलेतो निजाम पारच ढेपाळून गेले.

"असं?'' सरदारांनी तिखट आवाजात म्हटलं. मग ओठातल्या ओठात किंचितसं हसत विचारलं, "तुम्ही म्हणे हिंदूंविरुद्ध गझलादेखील लिहिल्या आहेत. खरं का?''

"गझला?'' एव्हाना निजाम विलक्षण बावरले होते. "न.. नाही नाही. मी असं काही नाही लिहिलं.''

"खरंच ना?" असं म्हणून सरदारांनी शंकरांकडे चेहरा वळवला. "शंकर कुठल्याशा अंकात या नामदारसाहेबांची गझल छापून आली होती, तो अंक द्या बरं त्यांना, म्हणजे त्यांची स्मृती पुन्हा ताजी होईल."

शंकर तयारच होते. १९३९ सालच्या फेब्रुवारी महिन्यात आर्यसमाजानं सुरू केलेलं एक आंदोलन देशभर पसरलं होतं. त्या वेळी कडव्या, धर्मांध मुसलमानांनी त्या आंदोलनाला जोरदार विरोध केला होता. त्या विरोधात आपलाही सूर मिसळणारी एक गझल निजामानं एका उर्दू नियतकालिकात लिहिली होती. त्या अंकाची प्रत जवळ ठेवायची सूचना सरदारांनी शंकरांना आधीच देऊन ठेवली होती.

"वाचा शंकर, वाचा ती गझल आणि तिचा अर्थसुद्धा समजावून सांगा नामदारसाहेबांना!" निर्विकार चेहऱ्यानं सरदारांनी म्हटलं.

शंकरांनी वाचायला सुरुवात केली.

"बन्द नाकूस हुआ सुन के निदा-ए-तक्बीर
जलजला आ ही गया हलक-ए-जुन्नार पे था

(अल्ला हो अकबरची ललकारी ऐकताक्षणीच शंखनाद बंद पडला, कारण जानवं घातलेल्या कंठाला अल्ला हो अकबरच्या भूकंपानं हादरवून टाकलं होतं.)

एवढं ऐकताच निजामाचा चेहरा पांढरा फटफटीत पडला. मान खाली घालत ते म्हणाले, "माफी असावी सरदार. असली गझल लिहिली नसती तर बरं झालं असतं, असं मला वाटतंय. पण आता मी सच्ची प्रतिज्ञा घेतो की, भारत सरकारशी आणि भारत देशाशी माझी शंभर टक्के निष्ठा राहील. माझ्या सगळ्या सेवांचा आपण यथेच्छ लाभ घेऊ शकता!"

"तुमच्या शब्दांवर विश्वास ठेवतो मी नामदार," सरदार म्हणाले. "जोवर तुम्ही आपल्या शब्दांतला सच्चेपणा निष्ठापूर्वक राखाल, तोपर्यंत तुमचा मान आणि तुमची शान यथावत सांभाळली जाईल याची मी खात्री देतो."

निजामाचा कंठ दाटून आला. मस्तक मागे टाकून ते एवढंच म्हणाले, "माझ्यावर फार उपकार झाले आपले सरदार, खूप खूप आभारी आहे मी!"

सरदार दिल्लीला परतले. अगदी अनपेक्षित परिस्थिती त्यांची प्रतिक्षा करत होती. हैदराबादच्या पोलीस कारवाईत पकडल्या गेलेल्या रझाकारांसोबत पुष्कळशा निरपराध मुसलमानांना अटक झाली आहे अशी तक्रार मृदुला साराभाई, मौलाना आझाद, जयप्रकाश नारायण इत्यादींनी जवाहरलालांकडे केली होती. हिंसाचारात सामील झाल्याकारणाने त्यांना अटक झाली नसून, हैदराबादेतल्या हिंदुधार्जिण्यांच्या सांगण्यावरून सूडबुद्धीनं त्यांना अटकेत ठेवलं गेलं आहे, असा आक्षेप घेतला जात होता. अशा बिनबुडाच्या आक्षेपांवर विश्वास ठेवून जवाहरलालांनी सरदारांना जाब विचारला तेव्हा पकडलेल्या रझाकारांची संख्या, त्यांपैकी प्रथमदर्शनी अहवालानंतर

मुक्त केलेल्यांची संख्या आणि आत्ता ज्यांच्यावर न्यायालयीन कारवाई सुरू आहे अशा अपराध्यांची संख्या अशी सर्व आकडेवाडी सरदारांनी सादर केली. आपण जातीयवादी धोरणाचा अवलंब करत असल्याचा पंतप्रधानांचा गर्भितार्थ सरदारांना सहन होत नव्हता. हैदराबाद राज्याची राजभाषा उर्दू होती. मुक्तीनंतर राज्याच्या प्रजेनं उर्दूऐवजी स्थानिक तेलगू भाषेला तो दर्जा द्यावा, अशी मागणी केली होती. तरीसुद्धा उर्दूची हकालपट्टी करण्याची मागणी सरदारांनी मान्य केली नव्हती. मुसलमानांच्या भावना जपण्याची त्यांनी पूरेपूर काळजी घेतली होती आणि तरीही जवाहरलालांसारख्या जुन्या सोबत्यानं असा संकेत द्यावा, या गोष्टीमुळे सरदार फार नाराज झाले होते.

जवाहरलालांची गोष्ट वेगळी होती. बापूंच्या मृतदेहासमोर निःशब्द प्रतिज्ञा घेतली असतानाही यापुढे सरदारांच्या खांद्याला खांदा लावून काम करता येईल, असं जवाहरलाल आता मानत नव्हते. दोघांमध्ये मतभेद पूर्वीही होतेच, परंतु आता बापूंचं नियंत्रण दूर झाल्यानं मतभेदाची दरी दिवसेंदिवस अधिकच रुंदावत चालली होती. सरदारांना सत्तेवरून हटवून, त्यांच्या जागी जयप्रकाश नारायणांना आणण्याची एक योजना त्यांनी आखून ठेवली होती. मौलाना आझादांचा आणि रफी अहमद किडवाईंचा त्यांच्या या योजनेला पाठिंबा होता. तत्कालीन मंत्रिमंडळातल्या श्रीप्रकाशांना या आतल्या बातमीचा सुगावा लागला. सरदारांना भेटून श्रीप्रकाशांनी त्यांना ही माहिती दिली.

“सरदार,” श्रीप्रकाश सांगू लागले, “मंत्रिमंडळात सध्या जवाहरलालांचा गट आणि सरदारांचा गट अशा दोन गटांत संघर्ष सुरू आहे, अशा चर्चांना राजकीय वर्तुळात ऊत आला आहे.”

“असं?” सरदारांनी विचारलं. मग हसून म्हणाले, “पण मी स्वतःच जवाहरलालांच्या गटातला आहे त्याचं काय? तशी बापूंची आज्ञाच आहे मला.”

“ही आज्ञा बहुदा पंतप्रधानांना मान्य नसावी.” श्रीप्रकाश म्हणाले, “तुम्हाला मंत्रिमंडळातून मोकळं करायचं आणि त्याजागी जयप्रकाशांना आणायचं या दृष्टीनं डाव रचला जातोय.”

“ठाऊक आहे ते मला. अच्युत पटवर्धनांनी ही खुशखबर देवदासला दिली होती अन् देवदासनं स्वतः ती मला कळवली होती.”

श्रीप्रकाशांकडे यावर बोलण्यासारखं काही उरलं नव्हतं.

जणू त्या योजनेचा एक भाग म्हणून, थोड्याच दिवसांत सरदारांना जवाहरलालांचं एक पत्र आलं. पत्रात म्हटलं होतं, “तुम्ही जपलेले आदर्श आणि पाहिलेली स्वप्नं समूळ नष्ट होत असलेली पाहून मला अतिशय दुःख होत आहे. तीस वर्षं सोबतीनं काम केल्यानंतर आता यापुढे आपण एकमेकांसोबत काम करू शकणार नाही, असं मला वाटू लागलं आहे.”

उत्तरादाखल सरदारांनी लिहिलं, "मला वाटतं, आता तुमचा माझ्यावर विश्वास उरला नाही. केवळ बापूंच्या सांगण्याखातर मी तुमच्यासोबत राहिलो आहे. तुमचा काही अन्य विचार असेल, तर मला तुम्ही मोकळं करू शकता."

अशाप्रकारच्या अंतर्गत घडामोडींदरम्यानच जवाहरलालांसहित अवघ्या देशाला स्तंभित करून टाकणारी एक घटना घडली. साऱ्यांचाच जीव टांगणीला लागला.

नव्यानं रचलेल्या राजस्थान प्रांताचे राजप्रमुख म्हणून जयपूरच्या महाराजांची नेमणूक झाली होती. त्यांच्या शपथविधी सोहळ्यासाठी एका खास विमानानं सरदार दिल्लीहून जयपूरला जात होते. विमानात त्यांच्यासोबत मणिबेन, शंकर आणि जोधपूरचे महाराजही होते. दिल्लीहून निघाल्यानंतर तासाभरातच विमानतळाशी असलेला विमानाचा संपर्क एकाएकी तुटला. यांत्रिक बिघाड झाल्यामुळे जयपूरपर्यंतचा प्रवासही सुरक्षितपणे होण्याची शक्यता उरली नाही. विमानातल्या कर्मचाऱ्यांनी शंकरांना वस्तुस्थिती सांगितली. शंकरांनी इतर सर्वांना संभाव्य दुर्घटनेची कल्पना दिली. एखाद्या मोकळ्या जागेवर विमान ताबडतोब उतरवण्याचे प्रयत्न पायलट करू लागला. काही मिनिटे घिरट्या घातल्यावर एका अज्ञात; परंतु सुरक्षित जागी विमान उतरवण्यात पायलटला यश आलं. मुख्य दार उघडता आलं नाही, तर संकटकाळी उघडायच्या दारानं सगळ्यांनी बाहेर पडावं, अशी सूचना त्यानं दिली. संकटकाळचा दरवाजा अरुंद होता. घाबरल्याचं कोणतंही चिन्ह चेहऱ्यावर नसलेले सरदार शांतपणे बसले होते. दरवाजा उघडला तेव्हा मात्र जोधपूरच्या महाराजांकडे वळून ते म्हणाले, "युवर हायनेस, आपण सगळ्यात शेवटी उतरावं." मणिबेन, शंकर आणि महाराज तिघंही बुचकाळ्यात पडले. सरदारांचं बोलणं त्यांना उलगडेना.

"असं बघा," सरदार उलगडा करत म्हणाले, "हे दार अगदीच अरुंद आहे. त्यातून जाताना महाराजसाहेब समजा दारात अडकून बसले, तर आपण कोणीच बाहेर निघू शकणार नाही. आपण एकदा उतरून घेतलं आणि नंतर ते दारात अडकले, तर आपण सगळे मिळून त्यांना ओढून बाहेर काढू." त्यांचा इशारा अर्थातच महाराज साहेबांच्या भरभक्कम देहाकडे होता.

मृत्यूच्या भयाच्या सावटाखाली असूनही सगळ्यांना हसू आवरेना; महाराज-साहेबांनासुद्धा!

अचानकच एक विमान शेतात उतरताना पाहून आसपास काम करत असलेले काही गावकरी धावतच तिथे आले. विमानात सरदार असल्याचं कळल्यावर आधी त्यांना चिंता वाटत होती, पण नंतर मात्र त्यांनी अतिशय आनंदानं सरदारांचं स्वागत केलं. खाली उतरलेले सरदार एका मोठ्या दगडाला टेकून उभे होते. गावकऱ्यांनी पळत जाऊन दोन-तीन खाटा आणल्या. सरदार खाटेवर बसले. त्या लोकांनी दूध, मिठाई, असं जे सुचलं ते सरदारांच्या पुढे केलं. विमानातले कर्मचारी पुढील

व्यवस्था करण्यात गुंतले होते, तोवर गावकऱ्यांनी आपापल्या परीनं सरदारांचं मनोरंजन करून त्यांचं मन गुंतवून ठेवायचा प्रयत्न केला.

दिवसाचा प्रकाश ओसरू लागला होता. लोकांनी शेकोट्या पेटवल्या. थोडासा उजेड पसरला. ती जागा जयपूरहून साधारण तीस एक मैल दूर होती. अर्ध्या तासाचा रस्ता पार केल्यानंतर पक्की सडक लागत होती. मुख्य मार्गावरून जाणाऱ्या वाहनांपैकी एक वाहन थांबवलं गेलं. ते नेमकं रेडिओवाल्यांचं वाहन होतं. सरदारांच्या सभेचा वृत्तान्त घेण्यासाठी ऑल इंडिया रेडिओचे अधिकारी त्या वाहनानं जयपूरला निघाले होते.

संपूर्ण घटनेदरम्यान सरदार अगदी शांत होते. त्यांनी ना यांत्रिक बिघाडाबद्दल चौकशी केली, ना कसली भीती व्यक्त केली. महामार्गावरून जाणाऱ्या वाहनात बसताना एवढं मात्र विचारलं, ''जोधपूरचे महाराज आणि बाकी सगळे कसे येतील? त्यांची काय व्यवस्था केलीये?''

रात्री अकरा वाजता सगळा तांडा जयपूरला पोहोचला.

दरम्यान संपूर्ण देशात चिंतेचं वातावरण पसरलं होतं. बातमी कळताच जवाहरलाल अगदी गडबडून गेले होते. तीन तास ते अस्वस्थपणे येरझाऱ्या घालत होते. तोवर मेनन जयपूरला पोहोचले होते. बेचैन झालेल्या जवाहरलालांनी मेननांना फोन करून ताबडतोब दिल्लीला बोलावून घेतलं. मेनन दिल्लीला परतले, तोवर मध्यरात्र उलटून गेली होती. नेहरूंना भेटून मेनन उलटपावली त्याच विमानानं जयपूरला परत आले. सकाळी सरदारांची भेट झाली तेव्हा मेननांचे डोळे पाणावले होते. सरदार हसले. मेननांना उराशी धरत म्हणाले, ''अरेच्चा! इतकी वर्षं माझ्याबरोबर काम करताहात ना तुम्ही? मला काही होणार नाही याची खात्री कशी नव्हती तुम्हाला?''

जयपूरचं काम आटोपून दिल्लीला परत आल्यावर सरदारांनी संसदेत प्रवेश केला, त्या वेळी संसदेच्या सभासदांनी शिस्तीचे सगळे नियम गुंडाळून ठेवून एकच जल्लोष केला. खासदार आनंदानं अक्षरश: नाचू लागले. धावत येऊन जवाहरलाल वल्लभभाईंच्या गळ्यात पडले. वल्लभभाईंचा कंठ दाटून आला. त्यांनी थोडा वेळ जवाहरलालांच्या पाठीवरून हात फिरवला. मग दोन्ही हात उंचावून संसदेतल्या लोकांना शांत राहायची विनंती केली.

आयसीएस म्हणून ओळखल्या जाणाऱ्या सर्वोच्च सनदी अधिकाऱ्यांमध्ये ब्रिटिश आणि हिंदी असे दोन्ही अधिकारी होते. हिंदी अधिकाऱ्यांत हिंदू आणि मुसलमान दोन्हींचा समावेश होता. १५ ऑगस्ट, १९४७ रोजी स्वातंत्र्य घोषित होताच ब्रिटिश अधिकाऱ्यांनी आपापली पदं रिकामी करून लंडनला जायचं ठरवलं.

नोकरीच्या अटींनुसार, ऐच्छिक निवृत्ती स्वीकारली तर विशिष्ट हिशोबाप्रमाणे मोबदला देण्यात यावा अशी तरतूदच होती. हा मोबदला दिल्लीच्या तिजोरीतून चुकता केला जावा, असा भारत सोडून जाणाऱ्या ब्रिटिश सरकारनं आग्रह धरला. सरदारांनी तो प्रस्ताव स्पष्टपणे नाकारला. आयसीएस अधिकाऱ्यांची निवड हिंदुस्थान आणि ब्रिटन अशा दोन्ही स्तरांवर होत असे आणि त्यांच्या नियुक्तीवर लंडनच्या भारतमंत्र्यांची कचेरी अंतिम शिक्कामोर्तब करत असे. त्यामुळे ब्रिटिश अधिकारी भारताचे नव्हे, तर ब्रिटिश सरकारचे कर्मचारी म्हटले पाहिजेत, असं सरदारांचं म्हणणं होतं. ब्रिटिश सरकारनं आपल्या शासनव्यवस्थेच्या सुलभतेसाठी त्यांची भारतात नेमणूक केली असली, तरी त्यांच्या नोकरीच्या अटींची पूर्तता करण्याची जबाबदारी ब्रिटिश सरकारचीच आहे, आझाद हिंदुस्थानची नाही, असं सरदारांनी ठणकावून सांगितलं. सरदारांच्या दाव्याला माऊंटबॅटननी विरोध केला; पण सरदारांनी कणखरपणे आपलं म्हणणं लावून धरलं. शेवटी सरदारांचं म्हणणं माऊंटबॅटननी मान्य केलं.

मुसलमान अधिकाऱ्यांनी पाकिस्तान सरकारची चाकरी पत्करली. परिणामी सनदी आयसीएस अधिकाऱ्यांची संख्या खूपच रोडावली. हिंदी आयसीएस अधिकाऱ्यांपैकी निम्मे पोलीस दलाशी संबंधित होते आणि निम्मे शासकीय कारभाराशी निगडित होते. नेमणुकीच्या वेळी ब्रिटिश शासनानं देऊ केलेल्या सर्व सोयीसवलती आणि अटी स्वतंत्र भारतातही आपल्याला जशाच्या तशा मिळाल्या पाहिजेत अशी सर्व अधिकाऱ्यांची मागणी होती. सरदारांनासुद्धा ती मागणी वाजवी वाटत होती आणि घटनेत समाविष्ट व्हावी अशी त्यांची इच्छा होती.

त्या वेळी घटनासमिती संसदेच्याही भूमिकेत होती. त्यातल्या काँग्रेसच्या सभासदांना सरदारांचं म्हणणं आवडलं नाही. ज्या हिंदी सनदी अधिकाऱ्यांची नवं सरकार आज बाजू घेत आहे, त्याच अधिकाऱ्यांनी स्वातंत्र्य संग्रामात ब्रिटिश सरकारच्या 'कुऱ्हाडीचा दांडा' बनून आज संसदेत बसलेल्या बहुसंख्य नेत्यांची डोकी फोडली होती, त्यांना अटक केली होती, त्यांना तुरुंगवास घडवला होता आणि इतर सामान्य स्वयंसेवकांवरही अनन्वित अत्याचार केले होते. अशा अधिकाऱ्यांना – मग भलेही ते हिंदी असोत – ब्रिटिश सरकारनं दिलेल्या राजेशाही सुविधा आझाद भारताच्या सरकारनं का म्हणून सुरू ठेवाव्यात? असा त्यांचा खडा सवाल होता.

या युक्तिवादामागे न्यायापेक्षा सूडबुद्धीचा विचार अधिक आहे, असं सरदारांना वाटलं. स्वातंत्र्याच्या प्रारंभकाळातच अशाप्रकारे सूडबुद्धीला थारा मिळाला, तर पुढे जाता शासनव्यवस्थेत मोठा अनर्थ ओढवेल असं त्यांना जाणवू लागलं. ब्रिटिश आणि मुसलमान सनदी अधिकारी निघून गेल्यानं आझाद हिंदुस्थानच्या शासकीय यंत्रणेत सनदी अधिकाऱ्यांची टंचाई होणार होतीच. मध्यावधी सरकारचे गृहमंत्री म्हणून काम करताना अशा प्रकारची तंगी सरदारांनी अनुभवली होती. तशी टंचाई

निवारण्यासाठी त्यांनी त्याचवेळी सनदी अधिकाऱ्यांची नवी केडर निर्माण करण्यासाठी आयएएस परीक्षा आणि त्यासाठीची यंत्रणा उभी केली होती. त्याद्वारे स्वातंत्र्यानंतर लगेच नव्यानं भरती झालेले आयएएस अधिकारी शासनाचा कारभार सांभाळू शकतील, अशी योजना अमलात आणली गेली होती. असं असलं, तरीही स्वातंत्र्यपूर्व काळातल्या सरकारनं जे वचन दिलं असेल, ते आपण पाळलं पाहिजे, असं सरदारांचं मत होतं.

आयसीएस अधिकाऱ्यांच्या नोकरीच्या अटी यथावत चालू ठेवण्याचा खर्डा घटनासमितीपुढे ठेवला गेला, तेव्हा बहुसंख्य सभासदांनी त्याला तीव्र विरोध दर्शवला होता. बराचवेळपर्यंत सरदारांनी त्या सगळ्यांचा आवेश ओसरू दिला. सभासद काहीसे शांत झाल्यावर सरदार म्हणाले, "पूर्वसूरींनी केलेले करारनामे त्यांच्या अनुयायांवर बंधनकारक असतात, त्यांनी ते पाळायचे असतात, अशी इतिहास आणि संस्कृती दोन्हींची आपल्याला शिकवण आहे. आपण त्यानुसार वागलो नाही, तर कोणत्याही वचनाचं, कोणत्याही कराराचं पावित्र्यच उरणार नाही आणि आपण सगळे अविश्वासाच्या अंध:कारात अडकून पडू.

"या सनदी अधिकाऱ्यांनी ब्रिटिशांच्या काळात केलेल्या कारभाराला आपण ब्रिटिशधार्जिणा म्हणतो ते जरी खरं असलं, तरी त्यांच्या दृष्टीनं तो त्यांच्या कामाच्या नियमांप्रमाणे वागण्याचा भाग होता, तो त्यांचा धर्मच होता. सरकारी आदेशाचं त्यांनी केवळ तटस्थपणे पालन केलं हा त्यांचा दोष ठरतो का?... आणि समजा आपण तसं मानलं, तर मग याच अधिकाऱ्यांकडून सरकारी पदं सांभाळणारे आपण काम कसं करवून घेऊ शकू? वैरभावनेवर शासन चालत नसतं!

"... तरीही तुम्हाला हे अधिकारी नकोच असतील, तर तुम्ही तुमचा निर्णय घेऊ शकता; परंतु मी तुम्हाला निखालसपणे सांगतो, की ते जातील तसाच त्यांच्यासोबत मीही येथून निघून जाईन. काठी उगारून 'आम्ही सार्वभौम संसद आहोत' असं कृपा करून म्हणू नका. दिलेलं वचन तोडण्यात का तुमचं सार्वभौमत्व आहे?"

टाचणी पडली तरी ऐकू येईल अशा शांततेत सर्वजण सरदारांची धीरगंभीर; पण वेदनाव्याकूळ वाणी ऐकत होते. सरदारांनी आपलं बोलणं पूर्ण केलं, तेव्हाच त्यांचा सूचितार्थ लक्षात आल्यासारखे सगळे चपापले. अचानक कोणीतरी बाकावर तळवा आपटून अनुकूल प्रतिक्रिया व्यक्त केली. त्याबरोबर संपूर्ण सभागृह टाळ्यांच्या कडकडाटानं दुमदुमून गेलं. घटकाभरापूर्वी रागानं तांबडेलाल झालेले चेहरे निवळून सौम्य दिसू लागले. सरदारांचं म्हणणं सगळ्यांच्या गळी उतरलं होतं. खर्डा संमत झाला.

तीस

काश्मीर आघाडीवर युद्धविराम झाला होता खरा, पण त्या एकूणच भागात युद्धासारखंच आणीबाणीचं वातावरण होतं. आंतरराष्ट्रीय कायद्याच्या प्रक्रियेनुसार संपूर्ण काश्मीर भारतात विलीन झालं होतं, तरीसुद्धा युनोच्या मध्यस्थीनं काश्मीर खोऱ्यातला बराचसा भाग पाकिस्ताननं घशात घातला होता. भारतीय सैन्य तिथे उभं होतं, परंतु सैन्याचे हात बांधले गेले होते.

लाखो निर्वासितांच्या पळापळीनंतर पंजाब सरहद्द थंडावली होती. दैनंदिन व्यवहार सुरू झाले होते. दोन तुकड्यांत विभागली गेलेली बंगाल सरहद्द मात्र अजून शांत झाली नव्हती. पश्चिम पाकिस्तानातले बहुसंख्य हिंदू आणि शीख स्थलांतर करून भारतात आले होते, पण पूर्व पाकिस्तानात राहणारे हिंदू अजूनही आपली जन्मभूमी कवटाळून बसले होते. तिथल्या सगळ्या हिंदूंना हिंदुस्थानच्या वाटणीला आलेल्या पश्चिम बंगालमध्ये येनकेनप्रकरेण ढकलून द्यायला, पूर्व पाकिस्तानचं सरकार उतावीळ झालं होतं. परिणामी, पूर्व बंगालची सरहद्द ओलांडून शेकडो निर्वासित अजूनही रोजच्या रोज इकडे येत होते. अशा लाखो निर्वासितांची व्यवस्था करण्याची पश्चिम बंगालच्या सरकारच्या शिरावरची कठीण कामगिरी वाढत चालली होती. पश्चिम बंगालमधून मुसलमान पूर्व पाकिस्तानात गेले नाहीत आणि पूर्व पाकिस्तानातून आलेल्या निर्वासितांची संख्या अशीच वाढत राहिली तर सरकारला फार जड जाणार होतं. पश्चिम बंगालचे डॉ. श्यामाप्रसाद मुखर्जी आणि डॉ. नियोगी हे दोघं केंद्रीय मंत्री होते. या मुद्द्यासंदर्भात दोघंही पंतप्रधानांना भेटले, नंतर सरदारांशीही त्यांनी बोलणी केली.

परिस्थितीवर सरदारांचं बारीक लक्ष होतं. अशीच स्थिती अधिक काळपर्यंत लोंबकळत ठेवणं शक्य नाही असं त्यांनाही वाटत होतं. एकतर पाकिस्तान सरकारनं बंगाली हिंदूंना पुरेसं संरक्षण देऊन तिथेच शांतपणे राहू दिलं पाहिजे किंवा तेवढ्याच संख्येनं बंगाली मुसलमानांना आपल्या प्रदेशात नेलं पाहिजे. यापैकी काहीच झालं

नाही, तर भारत सरकार हात बांधून स्वस्थ बसून राहू शकणार नाही. पूर्व पाकिस्तानातून हिंदुस्थानात येणाऱ्या लाखो लोकांच्या पुनर्वसनासाठी हिंदुस्थाननं पूर्व पाकिस्तानकडे भूभागही मागितला पाहिजे... सरदारांचं विचारचक्र सुरूच होतं.

सरदारांनी कडक भाषेत याबद्दल आपलं धोरण जाहीर केलं, तेव्हा मंत्रिमंडळातल्या जवाहरलाल, गोपालस्वामी, मौलाना, रफी इत्यादी सगळ्या सहकाऱ्यांनी नाराजी दर्शवली. श्यामाप्रसाद आणि नियोगींसारख्या मंत्र्यांनी पूर्व पाकिस्तानचा प्रदेश बळजबरीनं घेऊन टाकावा असा आग्रह धरला. सरदारांचं धोरण वाजवी आहे असं वाटणाऱ्यांचं मंत्रिमंडळात बहुमत होतं. जवाहरलाल त्यामुळे संतापले. त्यांनी म्हणून टाकलं, "बहुमत असो की अल्पमत असो, जोवर मी पंतप्रधान आहे, तोवर माझं धोरणच अमलात येईल."

जवाहरलालांच्या या निवेदनामुळे श्यामाप्रसाद आणि नियोगी दोघांनाही राग आला. बैठक सोडून ते निघून गेले. आपल्याच मंत्रिमंडळातल्या आपल्याच सहकाऱ्यांनी आपला वैचारिक अव्हेर करून आपल्याला अपमानित केलं आहे, असं जवाहरलालांना वाटलं. मंत्रिमंडळात आपल्यामागे बहुमत नसेल, तर पंतप्रधान म्हणून काम करणं आपल्याला शक्य होणार नाही. हा एक प्रकारे जणू काही आपल्याविरुद्ध संमत झालेला अविश्वासाचा ठरावच आहे, असं त्यांना वाटू लागलं. ते द्विधा मन:स्थितीत सापडले. खूप विचारांती त्यांनी सरदारांना एक पत्र लिहिलं, "अशा प्रकारे काम करणं माझ्याच्यानं होणार नाही. या परिस्थितीत पक्ष माझ्या बाजूनं नसेल, तर पंतप्रधानपदाची जबाबदारी तुम्ही सांभाळा. मी मोकळं व्हावं आणि गांधीजींप्रमाणे बंगाल सरहद्दीवर निर्वासितांमध्ये जाऊन काम करावं हे बरं!"

सरदारांनी पत्र वाचलं. जवाहरलालांचं एवढ्यातेवढ्यानं नाराज होणं, रुसणं, भावनावश होणं या गोष्टी आता सरदारांना चांगल्याच परिचयाच्या झाल्या होत्या. सदैव स्वत:च्याच मनाजोगं घडत राहावं, आपल्याला हवं ते करता यावं या पद्धतीनं जवाहरलालांचं संगोपन झालं आहे, पुढचा विकासही त्याच धर्तीवर झाला आहे आणि व्यावहारिक कठोर वास्तव समजून घेणं त्यांना जड जातं, हे सरदारांना माहीत होतं. राजेन्द्रबाबूंनी एकदा हसत हसत सरदारांना म्हटलं होतं, "मोतीलाल गेल्यापासून तुम्ही अन् बापूंनी मिळून जवाहरला लाडावून ठेवलं आहे." त्या वेळी सरदारांनीदेखील गमतीनंच उत्तर दिलं होतं, "आणि तुम्हीसुद्धा!"

सरदारांनी जवाहरलालांना लिहिलं, "पक्षाची चिंता तुम्ही करू नका. जोपर्यंत मी आहे, तोपर्यंत पक्ष तुमच्याच बाजूनं असेल. बापूंसारखं पूर्व बंगालात निर्वासितांमध्ये काम करायचा विचार सोडून द्या. बापूच जिथे अयशस्वी झाले, तिथे तुम्ही यशस्वी व्हाल का? त्या भ्रमातून बाहेर या."

बंगाल सरहद्दीवर दिवसेंदिवस बिघडत चाललेल्या परिस्थितीकडे पंतप्रधान

काणाडोळा करू शकत नव्हते. पाकिस्तानचे पंतप्रधान लियाकत अली खान यांच्याशी सरकारी पातळीवरून आरोप-प्रत्यारोपांची देवाण-घेवाण सुरू होती. अखेरीस या मुद्द्यावर प्रत्यक्ष चर्चा करून तोडगा काढायला लियाकत अली कबूल झाले. लियाकत अलींचं चर्चा करायला कबूल होणं म्हणजे पूर्व बंगालमधून निर्वासित येत असल्याची अप्रत्यक्ष कबुलीच होती.

लियाकत दिल्लीला आले. राष्ट्रपतिभवनात त्यांचा मुक्काम होता. जवाहरलालांशी झालेल्या पहिल्याच बैठकीत त्यांनी म्हटलं, ''मला वाटतं, आपल्या वाटाघाटीत सरदार पटेल सामील झाले असते तर बरं झालं असतं.''

चर्चेत भाग घेण्यासाठी जवाहरलालांनी सरदारांना निमंत्रण दिलं होतं, पण ते सरदारांना उचित वाटलं नव्हतं. दोघा पंतप्रधानांच्या शिखर परिषदेत समोरच्या पक्षाचा आणखी एखादा मंत्री सहभागी होत असेल तरच आपण हजर राहण्यात औचित्य आहे असं त्यांचं मत होतं. लियाकत अलींनी सरदारांना भेटायचा आग्रह धरला, तेव्हा जवाहरलालांनी त्यांची इच्छा सरदारांपर्यंत पोहोचवण्याचं काम शंकरांना सोपवलं. शंकरांनी आणलेला निरोप ऐकून सरदार फक्त एवढंच म्हणाले, ''मला भेटायची लियाकत अलींची इच्छा असेल, तर त्यांनी पंतप्रधानांमार्फत मला अधिकृतपणे आमंत्रण दिलं पाहिजे.''

दुसऱ्या दिवशी लियाकत अलींच्या सन्मानार्थ राष्ट्रपतिभवनात एक भोजनसमारंभ आयोजित केला होता. त्या समारंभाला सरदार उपस्थित होते. जवाहरलालांच्यासमोर लियाकत अलींनी सरदारांना म्हटलं, ''माझी अशी इच्छा आहे सरदार, की या मुद्द्यावर आपण दोघांनी एकदा भेटावं. तुमची संमती मिळाली, तर कोणत्याही कराराला अधिक दृढता लाभेल.''

लियाकत अलींचं आमंत्रण सरदारांनी स्वीकारलं. दुसऱ्या दिवशी आपल्या मुक्कामाच्या ठिकाणी लियाकत अलींनी सरदारांचं स्वागत केलं. दोघं डायनिंग टेबलाशी बसले. सरदारांनी केवळ फलाहार करून थोडंसं दूध घेतलं. लियाकत सरदारांना म्हणाले, ''इतिहासाच्या वळणानं आपल्याला भलेही अलग केलं असेल, पण शतकानुशतकं आपण सोबतच होतो. निर्वासितांचा प्रश्न मानवतेच्या दृष्टिकोनातूनच सोडवला जावा, असं मला मनापासून वाटतं.''

''जो प्रश्न आपण अमानवीय दृष्टिकोनातून निर्माण केला आहे, तो मानवतेच्या दृष्टीनं सोडवता आला, तर मला सर्वांत जास्त आनंद होईल.'' सरदार म्हणाले.

''त्यासाठी पाकिस्तानतर्फे अत्यंत निष्ठापूर्वक प्रयत्न करायची माझी इच्छा आहे.''

सरदारांना खूप नवल वाटलं. १९४६ मध्ये मध्यावधी सरकारात सहकारी असलेल्या या लियाकत अलींनी केवढा गोंधळ घातला होता, ते सरदार अजून

विसरले नव्हते. 'सरकार चालवायला नव्हे तर तोडायलाच आम्ही आलो आहोत' असं म्हणणाऱ्या गझनफरअली खानांना त्या वेळी लियाकत अलींनी रोखलं नव्हतं, उलट त्यांची पाठ थोपटली होती. असं असूनही आत्ता लियाकत जे म्हणत होते त्याचं सरदारांनी मनोमन स्वागतच केलं. ते म्हणाले, "नबाबसाहेब, वाट चुकलेला माणूस पुन्हा सरळ मार्गावर येत असेल, तर त्याला दोष न देता त्याचं स्वागतच केलं पाहिजे. निर्वासितांबद्दलची सत्यपरिस्थिती संपूर्णपणे आपल्यासमोर आहे. इकडे आलेल्या निर्वासितांचं पुन्हा तिकडे नीट पुनर्वसन होईल अशी परिस्थिती तरी निर्माण करा अथवा इथल्या तेवढ्याच लोकांचं तिकडे स्थलांतर करायचं तरी बघा."

"सरदारसाहेब, पंतप्रधानांच्या स्तरावर आमच्यात कराराचा मसुदा तयार झालाच आहे. त्या मसुद्याला तुमचं अनुमोदन मिळालं, तरच त्या मसुद्याचं करारात रूपांतर होईल, एवढं मला प्रांजलपणे म्हणू द्या."

"माझ्याप्रती तुमच्या मनातल्या या भावनेबद्दल मी आभारी आहे. आमचे पंतप्रधान जो करार करतील, त्याला माझं अनुमोदन असेल."

संभाषणाचा शेवट करत असल्यासारखं लियाकत म्हणाले, "सरदारसाहेब, आपण दोघंही एकमेकांसोबत होतो. दोघांनी कामही सोबतच केलं आहे. आपली धरती, आपला इतिहास, आपली संस्कृती एकच आहे; परंतु यापुढच्या पिढ्यांची मुळं पार वेगळी असतील. आपल्याप्रमाणे ते एकमेकांचे मित्र वा परिचित नसतील. उलट एकमेकांना अगदीच अनोळखी असतील. जो समेट आपण करू शकू, तो करणं भावी पिढ्यांना जमणार नाही."

भूतकाळातला अनुभव जमेस धरता लियाकत अलींच्या निष्ठेबद्दल आणि प्रामाणिकपणाबद्दल सरदार साशंक होते. तरीही त्यांचं शेवटचं वाक्य सरदारांना सच्चेपणाचं आणि परिणामकारक भासलं. ते म्हणाले, "तुम्ही निश्चिंत राहा. तुमच्या भावनेचा मी स्वीकार करतो. कराराचा मसुदा मी पाहिला आहे आणि त्याला मी पाठिंबाही दिला आहे. निर्वासितांच्या समस्येनंच गांधीजींचा प्राण घेतला आहे आणि आता जवाहरलालांची मला अहोरात्र काळजी लागून राहिली आहे. असा एखादा करार प्रत्यक्षात साकार झाला, तर माझ्यावरचा चिंतेचा भार हलका होईल."

कराराचा मसुदा श्यामाप्रसाद मुखर्जींना आणि नियोगींनाही दाखवावा असा सल्ला सरदारांनी जवाहरलालांना दिला. जवाहरलालांच्या मनात दोघांबद्दल नाराजी होती, त्यामुळे करार करण्याआधी त्यांनी दोघांना विश्वासात घेतलं नव्हतं. एवढंच नव्हे, तर मौलाना आझाद आणि रफी अहमद किडवाई यांच्याशी मात्र त्याबाबत चर्चा केली होती. बंगालच्या दोन्ही भागात अल्पसंख्यांकांसाठी खास मंत्री नेमावा म्हणजे निर्वासितांची समस्या थोडी सौम्य होईल असं कलम मसुद्यात घालावं, अशी सूचना मौलाना आझादांनी केली. मौलानांची सूचना चतुरपणे उचलून धरत लियाकत

अलींनी त्यात आणखी एक सुधारणा सुचवली.

"निर्वासितांचा प्रश्न थोड्याबहुत प्रमाणात दोन्ही देशात आहे. हा प्रश्न काही बंगालपुरताच मर्यादित नाही. त्यामुळे दोन्ही देशात केंद्रीय स्तरावर एक तत्त्व म्हणूनच हे कलम अमलात आणलं, तर अधिक चांगलं होईल."

लियाकलअलींचा प्रस्ताव जवाहरलालांनी सरदारांपुढे ठेवला. त्यासरशी सरदार ताडकन गरजले, "एक पाकिस्तान देऊन बसलोय तेवढं पुरे आहे, आता आणखी दुसरं पाकिस्तान घडवायला कारणीभूत व्हायचं नाहीये."

सरदारांच्या तेवढ्या विरोधानंतर दोन्ही राज्यांदरम्यान अल्पसंख्याकांसाठी कमिशनं नेमावीत, नागरिकांना समान अधिकार द्यावेत, दोन्ही बंगाल आणि आसाम या राज्यांच्या सरकारात अल्पसंख्यांकांच्या प्रतिनिधींना स्थान असावं, असा मोठा समावेशक करार झाला. करार जाहीर होताच श्यामाप्रसाद आणि नियोगी दोघांनी आपापले राजीनामे सादर केले. दोघंही तडक कलकत्त्याला निघून गेले. कराराविरुद्ध कलकत्त्यात असंतोष भडकला होता. लाखो बंगाली लोकांनी श्यामाप्रसादांचं एखाद्या 'हिरो'प्रमाणे स्वागत केलं. बंगाल्यांचा असंतोष आणि श्यामाप्रसादांचा सत्कार दोन्हींचे पडसाद वर्तमानपत्रांतून प्रगटले. बंगाली जनतेच्या भावना समजून घेण्यासाठी आणि त्यांचा रोष शमवण्यासाठी पंतप्रधानांनी कलकत्त्याला जावं असं मंत्रिमंडळानं सुचवलं. मंत्रिमंडळाची बैठक संपल्यावर जवाहरलाल सरदारांना म्हणाले, "कलकत्त्याच्या जनतेचा उग्र असंतोष लक्षात घेता असं वाटतंय, की मी तिकडे गेलो, तरी लोक माझं ऐकणार नाहीत. कदाचित दगडही फेकून मारतील अशी भीती आहे. मला वाटतं माझ्याऐवजी तुम्हीच जावं."

जवाहरलालांच्या सूचनेचं सरदारांना फारसं नवल वाटलं नाही. कराराच्या समर्थनार्थ पंतप्रधान या नात्यानं नेहरूंनी संसदेत केलेल्या भाषणाला संसदेच्या सभासदांची कडाक्याच्या चर्चेनंतर शेवटी धुडकावून लावलं होतं. त्यानंतर सरदारांनीच सभासदांची समजूत काढली होती आणि सरदारांच्या भाषणानंतरच संसदेनं करार संमत केला होता. आपल्या ढासळत्या प्रकृतीकडे लक्ष न देता सरदारांनी कलकत्त्याला जायचं मान्य केलं.

पूर्ण पाच दिवस सरदार कलकत्त्यात राहिले. रोज पहाटेपासून ते रात्री उशीरापर्यंत कित्येक राजकीय आणि बिनराजकीय प्रतिनिधीमंडळांशी त्यांनी आपुलकीनं आणि सहानुभूतीनं संवाद साधला. पूर्व पाकिस्तानातून आलेल्या काही जुन्या काँग्रेसजनांना पुन्हा परत जाण्यासाठी त्यांनी समजावलं. त्या काँग्रेसजनांच्या परतीच्या मुद्द्याला वर्तमानपत्रांतून मोठा सकारात्मक प्रतिसाद मिळाला. कलकत्त्याहून परतण्यापूर्वी सरदारांनी एक जाहीरसभा घेतली. लाखभर माणसं सभेला लोटली. एवढ्या मोठ्या संख्येनं जमलेल्या बंगाल्यांना सरदारांनी अतिशय भावपूर्ण शब्दांत म्हटलं, "जे

घडलं, ते आता इतिहासजमा झालं आहे. इतिहासाचे काटे उलट फिरवणं आपल्या हातात नाही. पाकिस्तानचा आपला अनुभव कटू आहे हे मान्य केलं, तरी लियाकत अली खानांनी माझ्याशी बोलताना सच्चेपणाची आणि निष्ठेची ग्वाही दिली आहे. त्यावर विश्वास ठेवावा असं मला वाटतं. पाकिस्तानातल्या आणि आपल्या आजच्या पिढीनंच या प्रश्नावर तोडगा शोधण्याचं काम केलं नाही, तर भावी पिढ्या ते कधीच करू शकणार नाहीत, हे आपण लक्षात घेतलं पाहिजे. आणखी एक गोष्ट. या संदर्भात आपल्याकडूनसुद्धा काही निंदनीय वर्तन घडलं आहे. त्यामुळे काही अंशी आपली बाजूसुद्धा लंगडी पडली आहे.''

सरदारांच्या भाषणानं बंगाल्यांचा रोष तात्पुरता थंड केला. दुसऱ्या दिवशी बंगाली वर्तमानपत्रांनी म्हटलं, 'वल्लभभाई जवाहरलालांची 'आधारशिला' बनले आहेत.'

जवाहरलालांशी अनेक बाबतीत मतभेद असूनही त्यांना पाठिंबा देण्याचं गांधीजींना दिलेलं वचन सरदारांनी पाळलं, हा त्यांचा मोठेपणा लंडनला लॉर्ड माऊंटबॅटनांपर्यंत पोहोचला. त्यांनी सरदारांना लिहिलं, 'अनेक वर्षांपासून तुम्ही म्हणजे भारतातलं एक कणखर व्यक्तिमत्त्व आहात. तुमचा पाठिंबा असेल, तोवर जवाहरलालांना काही अडचण येणारच नाही. तुम्ही एखादी गोष्ट पक्की ठरवलीत, की त्यासमोर उभं राहण्याचं धाडस करणारा एकही माणूस संपूर्ण देशात सापडेल, असं मला वाटत नाही. माझ्या मनात तुमच्याबद्दल आत्यंतिक स्नेहभाव आहे. तुम्ही आजवर जे करत आला आहात, त्याबद्दल मला अतिशय आदर वाटतो... बाहेर देशातील माणसं तुमच्याकडे डोळे लावून बसली आहेत...'

१५ ऑगस्ट, १९४७. वर्षांनुवर्षं ब्रिटिश शासनाखाली असलेला भारत स्वतंत्र झाला होता. कायदेशीररीत्या आणि व्यावहारिक दृष्टीनं भारताला स्वातंत्र्य मिळालं अरालं, तरी एखाद्या स्वतंत्र देशाला साजेसं संविधान अजून तयार झालं नव्हतं. स्वातंत्र्य प्राप्त होता होताच सुरू झालेली घटना घडवण्याची प्रक्रिया आता अंतिम टप्प्यावर येऊन पोहोचली होती. ब्रिटिश सत्तेखाली असलेल्या प्रांतांतून निवडून आलेले सभासद तसंच संस्थानिकांचे प्रतिनिधी असे सर्व मिळून घटना तयार करण्यात गुंतले होते. घटनेचा खर्डा तयार करण्यासाठी खर्डासमिती नियुक्त झाली होती. खर्डासमितीनं सादर केलेल्या प्रत्येक कलमावर घटनासमिती सांगोपांग चर्चा करून मगच ते कलम मंजूर किंवा नामंजूर करत होती किंवा त्यात सुधारणा करत होती.

निवडून आलेल्या लोकप्रतिनिधींच्या संख्येबाबत खर्डासमितीनं एक विशेष कलम घटनासमितीपुढे सादर केलं, त्या वेळी हजर असलेल्या बहुतेक मुसलमान

सभासदांनी त्यात एक सुधारणा सुचवली. ब्रिटिश शासनकाळात मुसलमानांना एक वेगळा मताधिकार मिळाला होता. या अलग मताधिकारानंच त्यांना देशाच्या मुख्य प्रवाहापासून दूर ठेवलं होतं. या देशात राहत असले तरी ते इतरांपेक्षा वेगळे, काही विशेष आहेत अशी भावना बळकट होत गेली होती. भारत देशातल्या तमाम नागरिकांनी धर्म, जात अथवा भाषा लक्षात न घेता, समानतेचं धोरण ठेवून आपले लोकप्रतिनिधी निवडून द्यावेत, असा प्रस्ताव नव्यानं रचल्या जात असलेल्या घटनेत मांडला होता. या प्रस्तावाविरुद्ध आता पुन्हा विशेष मताधिकार मागणं शक्य नव्हतं. त्यामुळे मुसलमान सभासदांनी लोकसंख्येच्या प्रमाणानुसार मुसलमानांसाठी निर्धारित प्रमाणात बैठका आरक्षित ठेवाव्यात अशी मागणी केली. ही मागणी करणाऱ्यांत काँग्रेसचे काही सभासद सामील झाले होते. मौलाना आझादांनीही अशा मागणीचं समर्थन केलं. स्वतःला राष्ट्रीय मुसलमान म्हणवणाऱ्या सभासदांनी, 'देशाची एकूण लोकसंख्या पाहता मुसलमान धाकट्या भावाप्रमाणे आहेत, म्हणून थोरल्या भावाप्रमाणे असणाऱ्या हिंदूंनी आपल्या धाकट्या भावाचं मन राखलं पाहिजे, जेणेकरून त्यांचं प्रेम आणि त्यांचा विश्वास मिळवता येईल,' असं म्हणत भावनेला हात घातला.

त्यांच्या एकेका मुद्द्याचा सरदारांनी क्रमशः जबाब दिला. ते म्हणाले, "दोन वर्षांपूर्वी या देशाशी एकनिष्ठ राहण्याची शपथ घेणारे कित्येक महान मुसलमान नेते रातोरात कराचीला जाऊन पोहोचले आहेत, हे आपण सर्वजण जाणताच. ज्या भूमीवर मुक्तपणे श्वास घेता येईल अशी भूमी आम्हाला मिळाली पाहिजे, असं म्हणणाऱ्यांना आता त्यांची तशी भूमी मिळाली आहे. त्यांनी कृपा करून तिथे जावं आणि सुखेनैव तिथे राहावं, आम्हालाही इथं सुखानं राहू द्यावं. आपण जिथे राहतो त्या देशाच्या हितापेक्षा आपलं स्वतःचं हित वेगळं आहे असं जर कोणी मानत असतील, तर ती त्यांची फार मोठी चूक आहे, मग ते कोणत्याही जाति-धर्माचे असोत. कृपा करून आता तरी भूतकाळ विसरून जा अन् तसं करणं जमत नसेलच, तर जे कोणतं तुमच्या विचारांशी अनुकूल असं स्थान असेल त्या श्रेष्ठ स्थानी खुशाल जा.

"मुसलमान अल्पसंख्य असल्यामुळे त्यांच्यासाठी आरक्षित जागा असाव्यात, अशी घटनेच्या कलमात सुधारणा सुचवली गेली आहे. मला त्याबद्दल तुम्हाला एक विचारायचं आहे. देशाची शकलं पाडायला निघालेल्या अल्पसंख्येला अल्पसंख्या म्हणूच कसं शकता तुम्ही? या देशाचे तुकडे करू शकण्याइतकी ताकद असलेले, इतके संगठित असलेले हे अल्पसंख्याक, यांना आणखी कोणते वेगळे विशेषाधिकार हवेत? अल्पसंख्याकांचा भविष्यकाळ हा बहुसंख्याकांवर विश्वास ठेवण्यावर अवलंबून असतो, हे नीट लक्षात असू द्या. बहुसंख्य जर

वाईट वागतील, तर त्यांनाही दु:खच भोगावं लागेल. फुटीरपणाचा अनुभव घेऊन चुकलो आहोत एकदा. आता त्याची पुनरावृत्ती नकोय. मुसलमानांखेरीज इतर जातीदेखील आहेत या देशात. त्यांच्यापैकी कोणासाठी आरक्षित जागांची मागणी होत नाही, मग मुसलमानांसाठीच काय म्हणून?''

सरदारांचं बोलणं संपलं तेव्हा तथाकथित राष्ट्रीय मुसलमानांचे चेहरे पांढरेफटक पडले होते. तेवढ्यात घटनेच्या खर्डासमितीच्या एक मुसलमान सभासद बेगम रसूल उठून उभ्या राहिल्या व म्हणाल्या, ''सरदारांच्या म्हणण्याला माझा शंभर टक्के पाठिंबा आहे. ज्या अर्थी मुसलमान हे भारतीय नागरिक आहेत, त्या अर्थी जे काही इतर भारतीय नागरिकांना मिळणार असेल, तेवढंच मुसलमानांनाही मिळावं. त्याहून अधिक काही त्यांना देता येणार नाही.''

राष्ट्रीय मुसलमानांकडे आता बोलण्याजोगं काही उरलं नव्हतं. ते गप्प राहिले. त्यांनी सुचवलेल्या सुधारणा हवेत विरून गेल्या.

मुसलमान सभासदांना तोंड द्यायची सरदारांवर वेळ आली, तशीच डावे-उजवे हात समजल्या जाणाऱ्या कन्हैयालाल मुन्शी आणि पुरुषोत्तमदास टंडन या दोघा सोबत्यांच्या विरोधालासुद्धा त्यांना सामोरं जावं लागलं. घटनेमध्ये असं एक कलम समाविष्ट होतं की, प्रजासत्ताक भारतात प्रत्येक नागरिकाला आपापला धर्म पाळायचं स्वातंत्र्य असेल. एवढंच नव्हे, तर आपल्या धर्माचा प्रचार करण्याचाही त्याला अधिकार असेल.

१९३१ मध्ये सरदारांच्या अध्यक्षतेखाली कराचीत भरलेल्या काँग्रेस अधिवेशनात पक्षाचं धोरण म्हणून एक ठराव संमत करण्यात आला होता. तो असा की, देशभरात सर्वजण आपापल्या धर्माचं पालन करू शकतील, पण कोणालाही आपल्या धर्माचा प्रचार करण्याचा अधिकार नसेल. घटना तयार होताना मात्र समाविष्ट करण्यात आलेल्या कलमात धर्मपालन आणि धर्मप्रचार दोन्हींची सवलत देण्यात आली. घटनासमितीचे सभासद कन्हैयालाल मुन्शींनी या कलमाचा घटनेच्या मसुद्यात समावेश करायला हरकत घेतली. आपल्या विरोधाचं कारण देण्यासाठी त्यांनी काँग्रेसच्या कराची अधिवेशनात सरदारांच्या अध्यक्षतेखाली संमत झालेल्या त्या ठरावाचा आधार घेतला. मुन्शींच्या विरोधाला पुरुषोत्तमदास टंडनांनी पुष्टी दिली. ते कलम फक्त धर्मपालनापुरतंच मर्यादित ठेवावं, असा त्या दोघांनी सरदारांना खूप आग्रह केला. धर्मप्रचाराची सूट देणं हे काँग्रेसनं स्वीकारलेल्या नीतीच्या विपरीत ठरेल, फार काय; त्यामुळे पुढेमागे जातीय विसंवाद उग्र रूप धारण करेल, अशी धोक्याची सूचनाही त्यांनी दिली. सरदारांनी मात्र त्यांचं म्हणणं फारसं मनावर घेतलं नाही. दोघांना शांत करत ते म्हणाले, ''१९३१ मध्ये आपण जे धोरण स्वीकारलं असेल, तेच दोन दशकांनंतरही तसंच्या तसंच

चालू ठेवलं, तर बदलती परिस्थिती आपल्याला सामावून घेता येणार नाही. राजकारणातील धोरणं त्या त्या वेळच्या परिस्थितीनुसार ठरत असतात. शाश्वत नियम नसतात ते.''

मुन्शी आणि टंडन दोघांनी आपला विरोध मागे घेतला. धर्मपालनासोबतच धर्मप्रचारसुद्धा संवैधानिक अधिकार म्हणून मान्य करण्यात आला.

एकतीस

अमेरिकेच्या अध्यक्षांचं आमंत्रण स्वीकारून जवाहरलाल नेहरू अमेरिकेला जायला निघाले होते. पंतप्रधान म्हणून हा त्यांचा पहिलाच परदेश दौरा होता. या दौऱ्याला जोडूनच ब्रिटन आणि इतर युरोपीय देशांना भेट द्यायचं ठरलं होतं. सुमारे दीड महिन्यांच्या या दौऱ्यादरम्यानच्या दीर्घ काळात पंतप्रधानपदाचा कार्यभार सरदार पटेलांकडे सोपवला गेला होता. तथापि, काश्मीरप्रश्नासंबंधीचे अधिकार मात्र गोपालस्वामी अय्यंगारांकडेच होते. काश्मीरचा प्रश्न 'वादग्रस्त प्रदेश' म्हणून युनोच्या देखरेखीखाली आला होता. देशातील इतर संस्थानं देशाचं अविभाज्य अंग बनली होती, परंतु काश्मीरला मात्र विशेष दर्जा दिला होता. काश्मीरच्या गव्हर्नरांना सदर-ए-रियासत असं म्हटलं जात होतं आणि मुख्य प्रधान हे पंतप्रधान समजले जात होते. काश्मीरचा स्वत:चा वेगळा ध्वज असेल, हेसुद्धा मान्य झालं होतं. इतर राज्यांतल्या भारतीय नागरिकांनी काश्मीरमध्ये राहण्यावर किंवा तेथील रहिवाशांशी विवाह करण्यावर देखील विशेष बंधनं होती. काश्मीर प्रश्न रियासती खात्याकडून काढून घेऊन स्वत:च्या अखत्यारीत घेतल्यानंतर जवाहरलाल नेहरूंनी हे सगळे करार केले होते. शेख अब्दुल्लांशी माऊंटबॅटनांच्या उपस्थितीत सर्व प्रश्नांवर चर्चा झाली होती आणि संविधानात समावेश करण्यासाठी एक खास कलम तयार करण्यात आलं होतं. जवाहरलाल परदेशी गेले त्या वेळी शेख अब्दुल्लांच्या सोबतीनं गोपालस्वामी अय्यंगारांनी काश्मीरशी संबंधित खास कलमाचा मसुदा तयार केला होता. घटनासमितीमध्ये त्या मसुद्याला कन्हैयालाल मुन्शींनी अंतिम स्वरूप दिलं होतं. काश्मीरला विशेष दर्जा देण्यासंबंधातले सर्व विशेषाधिकार त्या मसुद्यात समाविष्ट करून घेतले होते. काश्मीरचा कार्यभार सांभाळणारे मंत्री या नात्याने गोपालस्वामींनी तो मसुदा घटनासमितीच्या काँग्रेस पक्षापुढे ठेवावा, अशी व्यवस्था करून जवाहरलाल अमेरिकेला गेले. या दरम्यान सर्व घडामोडींपासून सरदार मात्र अगदी अलिप्त होते. काँग्रेस पक्षाच्या बैठकीत अय्यंगारांनी तो मसुदा मांडताच

चहूबाजूंनी एकच गदारोळ माजला. काश्मीरला या प्रकारचा विशेष दर्जा देणं कोणालाच पसंत नव्हतं. शेख अब्दुल्ला बैठकीत हजर होते. विशेष दर्जाखेरीज त्यांच्या आणखीही मागण्या होत्या. काश्मीरची स्वत:ची स्वतंत्र घटनासमिती असावी आणि राजा हरिसिंहांनी किंवा त्यांच्या वंशजांनी सदर-ए-रियासत होऊ नये अशी तरतूद करावी असं त्यांचं म्हणणं होतं. सभेत एकच गोंधळ माजला. कोणी कोणाचं ऐकून घ्यायला तयार नव्हतं. शेवटी सभा तहकूब करावी लागली.

मसुद्याची कलमं पक्षबैठकीत सादर झाली तेव्हाच सरदारांना ती पहिल्यांदा कळली. काश्मीरची काही खास वैशिष्ट्यं असल्यामुळे ते इतर राज्यांपेक्षा वेगळं समजलं जावं ही गोष्ट त्यांना तत्त्वत: मान्य होती, परंतु सर्व सभासदांचा इतका तीव्र निषेध पाहता आणखी कोणतीही गोष्ट मागणं शेख अब्दुल्लांना शक्य नव्हतं. आपली नाराजी आणि असंतोष दर्शवण्यासाठी त्यांनी त्याच दिवशी रात्री दिल्ली सोडून तडक श्रीनगरला जायचं ठरवलं.

पक्ष बैठकीत सभासदांची समजूत काढण्यात अयशस्वी झालेल्या गोपालस्वामी अय्यंगारांनी सरदारांना विनंती केली, ‘‘पंतप्रधान सध्या परदेशात आहेत आणि तूर्त तुम्ही त्यांचा कारभार सांभाळत आहात. खुद्द जवाहरलालांनी तयार केलेली कलमं उद्याच्या पक्षबैठकीत मंजूर झाली नाहीत, तर जवाहरलालांविरुद्ध अविश्वास दर्शवल्यासारखंच होईल. तुम्ही जरा मामला सांभाळून घ्यावा, अशी माझी विनंती आहे.’’ जरासं थांबून ते पुढे म्हणाले, ‘‘बैठक सोडून शेख अब्दुल्ला निघून गेले आहेत. आज रात्रीच आपण दिल्ली सोडून श्रीनगरला जात आहोत, असंसुद्धा त्यांनी मला सांगितलं आहे.’’

दोन्ही बाबींचा सरदारांनी गंभीरपणे विचार केला. खुद्द जवाहरलालांनी संमत केलेला मसुदा त्यांच्या गैरहजेरीत पक्षानं मान्य केला नाही, तर सरकारला ते लाजिरवाणं ठरलं असतं. शिवाय, आपण हंगामी पंतप्रधान असताना हा मसुदा पक्षानं अमान्य केला, तर एकप्रकारे आपण जवाहरलालांचा विश्वासघात केला असा आरोप होण्याची शक्यता आहे, असंही त्यांना वाटलं. हे सर्व विचारात घेऊन, पक्षबैठकीच्या वेळी परिस्थिती सांभाळून घेण्याचं सरदारांनी अय्यंगारांना आश्वासन दिलं. इतकं सगळं घडत असताना इतक्या अनिश्चित परिस्थितीत ज्याअर्थी शेख अब्दुल्ला अर्ध्यातूनच श्रीनगरला जायला निघतात, त्याअर्थी तिथे नक्कीच काहीतरी नवीन समस्या निर्माण करणार, असा सरदारांनी कयास बांधला. त्यांना ताबडतोब थोपवलं पाहिजे, असं सरदारांना वाटू लागलं. गांधीजींचे सहकारी डेहराडूनचे काँग्रेस पुढारी महावीर त्यागी यांच्यावर त्यांनी हे काम सोपवलं. महावीर त्यागी मोजकं पण परखड बोलण्याबद्दल प्रसिद्ध होते. सरदारांप्रमाणेच, सत्य कटू असलं तरी कठोर शब्दांत स्पष्टपणे बोलताना ते मागेपुढे बघत नसत. शेख रात्री ज्या गाडीनं जाणार

होते त्या गाडीवर ते जाऊन धडकले. शेख अब्दुल्लांचा कंपार्टमेंट त्यांनी शोधून काढला. शेख अब्दुल्लांना हे अगदीच अनपेक्षित होतं. त्यांनी आश्चर्य व्यक्त केलं.

"शेखसाहेब, सरदारांचा एक खास निरोप तुम्हाला द्यायला मी आलो आहे." महावीर त्यागी म्हणाले.

शेख चपापले. पक्षाच्या आजच्या बैठकीत एवढा ऊहापोह झाला; परंतु त्यात सरदारांनी भाग घेतला नाही, याची नोंद शेख अब्दुल्लांनी घेतली होती. आत्ता एवढ्या निकडीनं सरदारांचा निरोप आल्याचं पाहून ते सावध झाले.

"सरदारांनी सांगितलं आहे की, आज पक्षाच्या बैठकीतून सभात्याग करून निघून गेला असलात, तरी आत्ता तुम्ही दिल्ली सोडून जाऊ शकत नाही." त्यागींनी निरोप सांगितला.

"म्हणजे?" ताठरपणे शेख म्हणाले.

"म्हणजे काय ते मला सरदारांनी सांगितलेलं नाही, कारण या निरोपाचा अर्थ अगदी सरळ आहे." त्यांनी मोघमपणे म्हटलं.

शेख विचारात पडले. आत्ताच आपल्याला अटक करण्याची सरदारांनी तयारी करून ठेवली नसेल कशावरून? त्यांना हरिसिंहांसोबतचे दिवस आठवले. हरिसिंहांनी अटक केली होती त्या वेळी...

कुठल्याही प्रकारचं प्रत्युत्तर न देता शेख अब्दुल्लांनी लगेच आपली सूटकेस उचलली. इकडे-तिकडे पाहिलं अन् म्हणाले, "चला उतरा, गाडी सुटायची वेळ झालीये."

दुसऱ्या दिवशी काँग्रेस पक्षाच्या सभेत, शेख अब्दुल्लांच्या उपस्थितीत सरदारांनी सूत्रं आपल्या हाती घेतली. सभासदांना उद्देशून ते म्हणाले, की काश्मीरचा दर्जा इतर राज्यांपेक्षा वेगळा आहे, कारण आता काश्मीर आंतरराष्ट्रीय कायदेकानू आणि आंतरराष्ट्रीय धोरणांशी निगडित आहे. तूर्त आपण संविधानात काश्मीरसंबंधी जे काही समाविष्ट करू, ते शेवटी भविष्यकाळात आवश्यकतेनुसार बदलता येऊ शकेल असंच असेल. भारतसंघात विलीन होण्यामुळे काश्मिरी जनतेत आत्मविश्वास निर्माण होईल आणि भारतातल्या इतर राज्यांना काश्मीरचं महत्त्व पटेल, अशा तऱ्हेनं आपल्याला निर्णय घ्यायचा आहे."

सरदारांनी असं सविस्तर समजावून दिल्यानंतर सभासदांनी मसुदा मंजूर केला.

काश्मीरचा विशेष दर्जा ज्या प्रकारे साकारला जात होता, तो सरदारांना मनापासून मान्य नव्हता. असा दर्जा देणं इतर संस्थानिकांना अन्यायकारक आहे, असंही त्यांना वाटत होतं. सरदारांच्या मनातील गोष्ट शंकर जाणत होते. त्या दिवशी रात्री त्यांनी सरदारांना विचारलं, "सर, ज्यावर तुमचा विश्वास नाही, ते तुम्ही मान्य का केलंत?"

"झाली गोष्ट मला आवडली नाही हे तुमचं म्हणणं बरोबर आहे," सरदार म्हणाले. "पण हा मसुदा नामंजूर करण्यात मीसुद्धा भाग घेतला, तर तो पंतप्रधानांचा पराजय ठरतो." काही काळ थांबून ते पुन्हा म्हणाले, "शेवटी एक देश म्हणून आपण कसे आणि किती समर्थ आहोत, यावर सगळं अवलंबून आहे."

सरदारांच्या उत्तरानं शंकरांचं समाधान झालं नाहीच; पण त्यांनी बोलणं आणखी लांबवलं नाही.

नव्यानं तयार होत असलेल्या घटनेनुसार गव्हर्नर जनरलचं पद नाहीसं होणार होतं. भारतीय संघराज्याचे प्रमुख म्हणून राष्ट्रपतींचं पद निर्माण होणार होतं. माऊंटबॅटन परत गेल्यानंतर गव्हर्नर जनरलपदी राजाजी काम करत होते. घटनेची अंमलबजावणी होऊन भारत प्रजासत्ताक संघराज्य म्हणून स्थापित झाल्यावर पहिले राष्ट्रपती म्हणून राजाजींनाच नियुक्त करावं, अशी जवाहरलालांची इच्छा होती. राजाजींबद्दल सरदारांना काही नाराजी नव्हती; परंतु काँग्रेस पक्षातल्या बहुतांश सभासदांचं तसं नव्हतं. १९४२ मध्ये इंग्रज सरकार आणि मुस्लीम लीगशी समेट करण्यासाठी राजाजींनी काँग्रेस सोडली होती आणि 'भारत छोडो' आंदोलनाच्या वेळी ते अलिप्त राहिले होते. ही गोष्ट पक्षातले लोक विसरले नव्हते. सर्वांची पसंती राजेन्द्रप्रसादांना होती. एवढंच नव्हे, तर कॉन्स्टिट्युअंट असेंब्लीचे अध्यक्ष म्हणूनसुद्धा बहुतेक सभासदांची पसंती राजेन्द्रबाबूंच्या नावालाच मिळाली.

अमेरिकेला जाण्यापूर्वीच राजाजींच्या नावाला पक्षाची संमती मिळवायची जवाहरलालांची इच्छा होती. आपली इच्छा त्यांनी पक्षाचे प्रतोद सत्यनारायण सिन्हांना बोलून दाखवली. सिन्हा म्हणाले, "पंडितजी, या बाबतीत तुम्ही सरदारांची मदत घेतलीत, तर गुंता सोडवणं सोपं जाईल." जवाहरलालांना सिन्हांचा हा सल्ला आवडला नाही. बहुतेक सर्व सभासदांचा कल राजेन्द्रबाबूंकडे होता, हे सिन्हांना माहीत होतं. सरदारांच्या मदतीशिवाय आपण हे काम पार पाडू शकणार नाही, हा सिन्हांचा गर्भित अर्थ जवाहरलालांना फार झोंबला. राजाजींच्या नावाला आपली पसंती असल्याचं राजेन्द्रबाबूंना स्पष्टपणे कळवून टाकायचं, असं त्यांनी ठरवलं. राजाजींची निवड करण्याकडे आपला कल आहे, असं कळल्यावर राजेन्द्रबाबू आपणहून स्वत:चं नाव पुढे येऊ देणार नाहीत, असं जवाहरलालांना वाटत होतं. त्यांनी राजेन्द्रबाबूंना पत्र लिहून टाकलं. पत्रातलं एक वाक्य वाचून राजेन्द्रबाबू चकित झाले. जवाहरलालांनी लिहिलं होतं, "या बाबतीत मी वल्लभभाईंशी चर्चा केली आहे. आम्हाला दोघांनाही असं वाटतं की, सध्या आहे तीच व्यवस्था चालू ठेवणं हा सर्व दृष्टीने सुरक्षित आणि उत्तम मार्ग आहे... म्हणजे राजाजीच अध्यक्ष राहावेत... अर्थात, अध्यक्षपदी तुमची निवड झाली, तर ते स्वागतार्हच आहे; पण त्यासाठी काही फेरफार करावे लागतील. परिणामत: वेगळी व्यवस्था करावी लागेल... तुम्ही

सहमत व्हाल अशी आशा आहे. या बाबतीत दुसऱ्या कोणी सुचवण्यापेक्षा तुम्ही स्वत:च तशी सूचना केलीत, तर ते तुमच्या दृष्टीनेही अधिक उचित ठरेल.''

आपल्याला अजिबात विश्वासात न घेता जवाहरलालांनी आणि सरदारांनी मिळून परस्परच निर्णय घेऊन टाकला असेल, तर ती अत्यंत अपमानास्पद गोष्ट आहे, असं राजेन्द्रबाबूंना वाटू लागलं. 'राजाजींच्या नावाला सरदारांची संमती आहे' हे वाचून तर त्यांना मोठाच धक्का बसला. वास्तविक सरदारांशी खासगीत बोलणं निघालं असताना 'तुमच्या नावाचा विचार करीन' असं खुद्द सरदारांनीच त्यांना म्हटलं होतं. आता आपल्याला न कळवता सरदारांनी अशाप्रकारे स्वत:चा शब्द फिरवावा, हे राजेन्द्रबाबूंच्या गळी उतरेना! त्यांनी लगोलग सरदारांशी संपर्क साधला. जवाहरलालांशी आपलं राजाजींच्या नावासंबंधात कसलंही बोलणं झालं असल्याचा सरदारांनी स्पष्ट इन्कार केला. सरदारांकडून असा खुलासा झाल्यावर मात्र सत्य परिस्थिती काय आहे ते जवाहरलालांनी खरंखुरं सांगून टाकावं, असा राजेन्द्रप्रसादांनी आग्रह धरला. शेवटी 'आपण सरदारांच्या नावाचा चुकून उल्लेख केला होता' असं जवाहरलालांनी कबूल केलं.

जवाहरलाल दीड महिन्यासाठी परदेशी जायला निघाले होते. आता राष्ट्रपतीपदासाठी पक्षाकडून राजाजींच्या नावाला मान्यता मिळवणं हा जवाहरलालांना प्रतिष्ठेचा मुद्दा वाटू लागला. आपण म्हणतो तसं झालं नाही, तर सत्यनारायण सिन्हांनी उपरोधानं मारलेला टोमणा प्रत्यक्ष साकार होण्याची भीती होती.

सत्यनारायण सिन्हांचा टोमणा जवाहरलालांच्या जिव्हारी लागला होता. त्यांचा 'अहम्' दुखावला होता. सरदारांचं श्रेष्ठत्व त्यांनी मनोमन स्वीकारलं असलं, तरी आपण सर्वोच्च नेता असूनही निर्णय घेण्यासाठी सरदारांची संमती घ्यावी लागते, ही गोष्ट त्यांना मुळीच रुचली नव्हती.

त्याउलट, जे काय चाललं होतं त्याचा सरदार खोलवर विचार करत होते. जवाहरलालांनी आता अधिक ताणून धरलं, तर आपण आपल्या मनाविरुद्ध यात पक्षकार म्हणून ओढले जाऊ असं त्यांना वाटलं. राजाजींबद्दल त्यांच्या मनात कसलीच नाराजी नव्हती. शक्यतोवर राजाजींच्या पूर्वसंमतीनंच राजेन्द्रप्रसादांचं नाव मांडलं जावं, अशी सरदारांची इच्छा होती. परिस्थितीच्या अशा नाजूक वळणावर जवाहरलालांनी दोघांशी केलेल्या पत्रव्यवहारामुळे वातावरण नाहक गढुळलं होतं. राजेन्द्रप्रसादांना पाठवलेल्या पत्रात सरदारांचं नाव घालण्याचा खोटेपणा केल्यानं जवाहरलालांना पक्ष संघटनेतील त्यांची मर्यादा दाखवलीच पाहिजे, असं सरदारांना वाटायला लागलं.

अखेरीस जवाहरलालांनी पक्षाच्या खासदारांची बैठक बोलावली. या बैठकीत राष्ट्रपतिपदासाठीच्या नावाचा प्रस्ताव न मांडण्याचा सरदारांनी त्यांना सल्ला दिला.

सरदारांच्या सल्ल्यानं अधिकच दुखावल्या गेलेल्या जवाहरलालांनी त्या बैठकीत राजाजींच्या नावाचा प्रस्ताव मांडून टाकला. जवाहरलालांच्या भाषणात राजाजींच्या नावाचा उल्लेख होताच सभासद मोठ्या आवेशानं विरोध करू लागले. परिस्थिती इतकी चिघळली, की जवाहरलालांना पुढे बोलणंही शक्य होईना. भाषण अर्धवट सोडून ते खाली बसले. रागावलेले खासदार त्यानंतरदेखील अतिशय कडवटपणे आरडाओरड करत राहिले. सरदारांना ही बेशिस्त अजिबात आवडली नाही. त्यांनी ध्वनिक्षेपक हातात घेतला आणि बोलायला सुरुवात केली. सरदारांचं बोलणं सुरू होताक्षणीच आरडाओरडा थांबला. सरदार म्हणाले, "काँग्रेसपक्ष एक विशिष्ट विचारसरणी अंगिकारणारा शिस्तबद्ध पक्ष आहे. याआधी, भूतकाळातसुद्धा आपण अनेक वैचारिक मतभेद सौहार्दानं आणि शिस्तपूर्वक सोडवले आहेत. आत्ता इथे जे काही घडतंय, ते आपल्या भूतकाळाला शोभेसं नाही. तुम्ही तुमच्या भावना स्पष्टपणे मांडल्या आहेत. आपले नेते तुमच्या भावनांची निश्चितच नोंद घेतील, याबद्दल मला खात्री आहे. तुमचं समाधान होईल असा निर्णय ते नक्कीच घेतील. तुम्हा सर्वांना माझी वैयक्तिक विनंती आहे, की आपले नेता परदेशी जायला निघाले आहेत, त्यांना आपण तूर्त शुभेच्छा देऊ आणि ते परत आले की मग या मुद्द्यावर शांतपणे योग्य तो निर्णय घेऊ."

जेमतेम दहा मिनिटं चाललेलं सरदारांचं भाषण सर्व खासदारांनी कान देऊन ऐकलं. टाळ्यांचा एकच कडकडाट झाला. जवाहरलाल अतिशय संतापले होते. ते दुसऱ्या दिवशीच निघणार होते. निराशा, क्रोध आणि अपमान अशा सगळ्याच भावना त्यांच्या चेहऱ्यावरून ओघळत होत्या. सरदारांच्या तीक्ष्ण नजरेनं ते टिपलं. गोविंदवल्लभ पंतांना आपल्यापाशी बोलावून सरदारांनी हलकेच म्हटलं, "तुम्ही जवाहरलालांसोबतच राहा पंतजी. रात्रीसुद्धा त्यांना एकटं टाकू नका. नीट काळजी घ्या त्यांची."

रात्री सरदार आपल्या निवासस्थानी पोहोचले, तेव्हा जवाहरलालांच्या हस्ताक्षरातलं एक पत्र त्यांची वाट पाहत होतं. पत्रात लिहिलं होतं, "आजच्या बैठकीत जे घडलं त्यावरून पक्षानं मला नाकारलं आहे, असा स्पष्ट अर्थ निघतो. तूर्त वेळ अगदी कमी आहे. उद्याच्या माझ्या जाण्यात आता ऐनवेळी बदल करता येणं शक्य नाही, तेव्हा परदेशाहून परतल्यावर लगेच मी माझा राजीनामा सादर करेन. सरकारचं नेतृत्व करायला गव्हर्नर जनरलनं तुम्हाला आमंत्रण द्यावं, असं मी सुचवेन."

रात्रीचे साडेनऊ वाजून गेले होते. सरदार हातातल्या पत्रावर आणखी काही विचार करणार तोच गोविंदवल्लभ पंत तिथे येऊन पोहोचले. आपण सतत दोन तास जवाहरलालांसोबतच होतो; परंतु त्या दरम्यान जवाहरलाल आपल्याशी एक शब्दही बोलले नाहीत, असं त्यांनी सांगितलं. परिस्थितीचं गांभीर्य सरदारांनी ओळखलं.

जवाहरलाल दुसऱ्या दिवशी सकाळी विमानतळावर पोहोचण्यापूर्वीच त्यांना भेटून सरदार म्हणाले, "जवाहरलाल राजीनाम्याची बातच विसरून जा. पक्षाच्या अविश्वासाचीसुद्धा चिंता करू नका. तुम्ही परत आल्यावर राष्ट्रपतिपदाच्या मुद्द्यावर सगळ्यांचं समाधान होईल, असा काहीतरी तोडगा आपण शोधू. तूर्त चिंतेचा कोणताही भार शिरावर न घेता तुम्ही निश्चिंतपणे अमेरिकेला जाऊन या."

सरदारांनी जवाहरलालांची समजूत घातली. जवाहरलाल दीड महिन्याच्या परदेशप्रवासाला निघून गेले. जातेवेळी निराशेच्या भरात आपण स्वत:च्या राजीनाम्यासंदर्भात काही लिहिलं होतं, हे परत आल्यानंतर जणू काही त्यांच्या स्मरणातच नव्हतं; पण राजेन्द्रप्रसादांना राष्ट्रपती करू नये ही स्वत:ची इच्छा मात्र त्यांनी सोडली नव्हती. पक्षाचं बहुमत राजाजींच्या पाठीशी नव्हतं, हे काँग्रेसपक्षाच्या बैठकीत त्यांनी प्रत्यक्ष स्वत:च्या डोळ्यांनी बघितलं होतं. तरीसुद्धा अमेरिकेहून परतल्यानंतर राजेन्द्रबाबूंना भेटून काँग्रेसपक्षाचं अध्यक्षपद स्वीकारण्याची आणि निर्माण होऊ घातलेल्या, देशाच्या पहिल्या नियोजनमंडळाच्या प्रमुखपदाची जबाबदारी घेण्याची गोष्ट त्यांनी काढली. दरम्यान सरदारांनी राजेन्द्रबाबूंसाठी सगळी तयारी करून ठेवली होती; पण आपल्या स्वभावानुसार जवाहरलालांच्या बोलण्यात अडकून राजेन्द्रबाबू कदाचित पाऊल मागे घेतील की काय, अशी काळजी त्यांना वाटू लागली. द्वारकाप्रसाद मिश्र या आपल्या प्रौढ आणि अनुभवी सहकाऱ्यांमार्फत त्यांनी कळवलं – "अगर दुल्हा खुद पालकी छोड़ के भाग न जाए, तो तुम्हारी शादी पक्की है!"

राजेन्द्रबाबूंची नियुक्ती व्हावी असं सरदारांना वाटत होतं, त्याचप्रमाणे राजाजींच्या मनात कोणत्याही प्रकारची कटुता राहू नये, याचीही त्यांना खबरदारी घ्यायची होती. राजाजींना भेटून त्यांनी तसं बोलूनही दाखवलं. "सत्यनारायण सिन्हांच्या सल्ल्यानं उगाचच दुखावले जाऊन जवाहरलालांनी गडबड केली नसती, तर सगळं व्यवस्थित पार पडलं असतं. तुमच्याबद्दल माझ्या मनात कसलीही नाराजी नाहीये."

सरदारांना काय म्हणायचं आहे, ते राजाजींना कळलं. नेहरूंनी घाई केली नसती, तर सरदारांनीसुद्धा राजेन्द्रबाबूंच्या पारड्यात इतकं वजन टाकलं नसतं, असं त्यांना वाटलं. सरदारांचं बोलणं ऐकून राजाजींनी त्यांना मिठी मारली. फक्त एवढंच म्हणाले, "तुमच्यावर भरवसा न ठेवणारा वेडपटच म्हणायचा!"

...आणि काँग्रेसपक्षाच्या बैठकीत खुद्द राजाजींनीच राष्ट्रपतिपदासाठी राजेन्द्रप्रसादांच्या नावाचा प्रस्ताव मांडला. २६ जानेवारी, १९५० रोजी नवीन घटनेनुसार भारतीय प्रजासत्ताकाचा जन्म झाला. राजेन्द्रप्रसाद राष्ट्रपती बनले आणि नवे राष्ट्रपती शपथविधीनंतर लगेचच सरदारांच्या निवासस्थानी आले. राष्ट्रपतींना सोबत घेऊन सरदार बापूंचे आशीर्वाद घ्यायला राजघाटावर पोहोचले.

हिंदुस्थानावरचं ब्रिटिशसाम्राज्य त्या वेळी लयाला गेलं नसलं, तरी अस्ताचली नक्कीच गेलं होतं. स्वातंत्र्य – अखंड हिंदुस्थानाचं असो की विभाजित – आता अगदी उंबरठ्याशी येऊन ठेपलं आहे, हे दगडावरच्या रेषेइतकं स्पष्ट होतं.

भारताचा महाकाय शेजारी चीन त्या वेळी रक्तरंजित अंतर्गत संघर्षात आकंठ बुडाला होता. माओ-त्से-तुंग आणि चांग-कै-शेक या दोघांच्या पाठिराख्यांमध्ये देशभर तुंबळ संघर्ष सुरू होता. अशा परिस्थितीत तत्कालीन ब्रिटिश सरसेनापतीनं ब्रिटिश सरकारकडे एक टिपण पाठवलं – 'चीनचा अंत:स्थ हेतू कळणं कठीण आहे. या अंतर्गत संघर्षांत माओ-त्से-तुंग जिंको किंवा चांग-कै-शेक, पण जो कोणी जिंकेल त्याचा इरादा तिबेट गिळंकृत करायचाच असेल. सध्या चीन यादवीत अडकला आहे, तोवरच आपण तिबेटवर कब्जा करावा, हे दूरगामी भविष्याच्या दृष्टीनं हिताचं आहे.'

ब्रिटिश सरकारनं त्याकडे फारसं लक्ष दिलं नाही. आधीच दुसऱ्या महायुद्धामुळे ब्रिटनचं कंबरडं मोडलं होतं, त्यात आता पुन्हा लगेचच युद्धाची कोणतीही जोखीम पत्करायची त्याची तयारी नव्हती. शिवाय, हिंदुस्थानमध्येही ब्रिटिश शासनाचा अस्त होणार होता, त्यामुळे नाहीतरी यापुढे चीन हिंदुस्थानचा शेजारी देश असणार होता. हिंदुस्थानच्या शेजाऱ्यासाठी ब्रिटिश सरकारला आत्ता नाहक त्रास ओढवून घ्यायची काय गरज? ब्रिटिश सरकारनं सरसेनापतींची टिप्पणी बासनात गुंडाळून ठेवली. नंतर भारतीय उपखंडाचं विभाजन झालं आणि तिबेट तात्पुरता तरी भारताचा सीमेलगतचा शेजारी झाला. चीनमधील यादवी अजून संपली नव्हती. ब्रिटिश संस्कृती शतकानुशतकं साम्राज्यवादावरच पोसलेली असल्यामुळे ब्रिटिश सरसेनापतींनी तिबेट ताब्यात घेण्याचा सल्ला दिला होता. तिबेटचं शासन तिथल्या धर्मगुरूंच्या नावानं चालत असल्याचं सरदारांच्या लक्षात आलंच होतं. भारताला स्वातंत्र्य मिळालं तेव्हा दलाई लामा अवघे तेरा-चौदा वर्षांचे होते. पुढे जाता चीननं तिबेट बळकावून टाकला तर त्यात भारताला धोका आहे, हे सरदारांनी हेरलं. ब्रिटिश सरसेनापतींप्रमाणे सरदारांना तिबेटवर कब्जा मिळवायचा नव्हता, कारण भारतीय संस्कृतीत साम्राज्यवादाला स्थान नव्हतं; परंतु अंतर्गत यादवी संपल्यावर चीननं तिबेट बळकावू नये एवढ्यासाठी स्वतंत्र हिंदुस्थानच्या सरकारला आत्तापासूनच हालचाल करणं भाग आहे, असं त्यांचं मत होतं. आपलं मत त्यांनी जवाहरलालांच्या कानावर घातलं होतं, परंतु जवाहरलाल वेगळ्या प्रकारे विचार करत होते. चीन कधीच साम्राज्यवादी धोरण अंगिकारणार नाही, उलट भारत आणि चीन यांच्यात घट्ट मैत्रीसंबंध निर्माण झाले, तर पाश्चिमात्य राष्ट्रांशी खंबीरपणे लढा देता येईल याबद्दल जवाहरलालांना खात्री वाटत होती. ब्रिटिशांच्या तावडीतून जशी हिंदुस्थानाची सुटका झाली आहे, तशीच याआधी ब्रिटिश सरकारनं केलेल्या अन्यायातून तिबेटची

मुक्तता करण्यासाठी चीनही शांतिपूर्ण उपाय योजेल, असं चीननं हिंदुस्थानच्या नव्या सरकारला आधीच कळवून टाकलं होतं. चीनची ही घोषणा म्हणजे सरदारांच्या मते चेतावणी होती, तर जवाहरलाल तिला मित्रत्वानं देऊ केलेली माहिती मानत होते.

सरदार नेहरूंना म्हणाले, "ज्याला तुम्ही मित्रत्वानं दिलेली माहिती समजत आहात, ती म्हणजे आपल्या दृष्टीनं धोक्याच्या सूचनेसारखी आहे असं मी मानतो. कोणतेही साम्यवादी आंतरराष्ट्रीय क्षेत्रात कधीही काहीही शांततापूर्वक करत नाहीत. आपल्या देशातल्या ईशान्य भागातील जनता आपल्यापेक्षा जास्त चिनी आणि तिबेटी प्रजेसारखी आहे. ते मंगोलियन आहेत आणि त्यांची सांस्कृतिक जडणघडणसुद्धा आपल्यापेक्षा वेगळी आहे, हे सतत लक्षात ठेवले पाहिजे. भविष्यकाळात चीन या गोष्टीचा फायदा घेतल्यावाचून राहणार नाही."

सरदारांचं म्हणणं खोडून काढत जवाहरलाल म्हणाले होते, "चीन साम्राज्यवादी बनेल, हे मुळात मान्य होण्यासारखं नाहीये. आपलं म्हणणं चीन शांतपणे ऐकून घेतो, एवढी एक गोष्टसुद्धा असली शंका उडवून लावायला पुरेशी आहे."

त्यानंतर खास करून चीनबद्दलच चर्चा करण्यासाठी मंत्रिमंडळाची बैठक भरली. त्या बैठकीत न. वि. गाडगीळांनी सरदारांच्या मताला दुजोरा दिला. ते म्हणाले, "आपल्याला भविष्यकाळात चीनशी वैर ओढवून घ्यायचं आहे असं नव्हे; पण तिबेट ताब्यात घेऊन चीन ईशान्य भारतापर्यंत येऊन ठेपला, तर मात्र आपल्याला निश्चितच धोका संभवतो."

गाडगीळांचं बोलणं ऐकून जवाहरलालांना हसू आलं. ते बोलून गेले. "गाडगीळजी, चीनचा इतिहास तुम्हाला कदाचित ठाऊक नसला तर एकवेळ ठीक आहे; पण हिंदुस्थानचा भूगोलसुद्धा तुम्हाला माहीत नसावा, हे फारच झालं! अहो, तिबेट अन् हिंदुस्थान यांच्यामध्ये एवढा मोठा हिमालय आडवा पडलाय, ते तुम्हाला माहीत नाही का?"

जवाहरलालांच्या बोलण्यावर गाडगीळांना उत्तर सुचलं नाही; पण कन्हैयालाल मुन्शी मात्र मधेच बोलले, "पंडितजी, मला फक्त भूगोलच नव्हे; तर इतिहाससुद्धा चांगलाच माहीत आहे आणि सातव्या शतकात तिबेटी लोकांनी हिमालय ओलांडून कनोजवर स्वारी केली होती, याची इतिहासात स्पष्ट नोंद आहे. सातव्या शतकातला हिमालय ओलांडणं जेवढं कठीण होतं, त्यामानानं विसाव्या शतकातला हिमालय ओलांडणं तेवढं कठीण आहे, असं आता म्हणता येणार नाही."

जवाहरलाल मुन्शींकडे डोळे फाडून बघत राहिले. मग त्यांचं बोलणं उडवून लावल्यासारखं म्हणाले, "नॉनसेन्स!"

बत्तीस

जवाहरलाल नेहरूंच्या सरकारमध्ये अर्थखातं जॉन मथाई सांभाळत होते. जवाहरलालांच्या कार्यपद्धतीशी जुळवून घेणं जॉन मथाईंना फारसं जमत नव्हतं. ते अधूनमधून सरदारांचं त्याकडे लक्ष वेधून आपला असंतोष व्यक्त करत. अशातच एका प्रसंगानं मथाई फारच नाराज झाले.

अर्थखात्याच्या आकडेवारीच्या इंद्रजालात उत्पन्न आणि खर्च यांच्या रकमांचा ताळेबंद लावण्यासाठी मथाई झटत होते. दोन्ही बाजूंचा समतोल राखणं दिवसेंदिवस कठीण जात होतं. रिझर्व बँकेतील शिल्लक रक्कम झपाट्यानं तळ गाठत होती. करवाढीच्या प्रस्तावांसाठी पुढील अंदाजपत्रकाच्या बैठकीपर्यंत थांबणंसुद्धा शक्य होणार नाही, असं त्यांना वाटू लागलं होतं. आवश्यक ती आकडेवारी गोळा करून ते जवाहरलालांकडे गेले. म्हणाले, ''पंडितजी, रिझर्व बँकेची शिल्लक पार तळाला चालली आहे. जमाखर्चाचे आकडे तुमच्यासमोरच आहेत. त्यात तत्काळ सुधारणा केली नाही, तर आपल्यापुढे आणीबाणीचं संकट उभं राहणार आहे.''

बराच वेळ त्यांचं बोलणं मुकाट्यानं ऐकल्यावर जवाहरलाल म्हणाले, ''अर्थखात्याच्या आकडेवारीत मला फारसं गम्य नाही. यातून मार्ग काढणं तुम्हाला जमत नसेल, तर सरदारांचा सल्ला घ्या.''

जवाहरलालांचे शब्द मथाईंना खटकले. देश मोठ्या आर्थिक आणीबाणीकडे ढकलला जात असताना देशाच्या पंतप्रधानांनी विशेष लक्ष घालण्याऐवजी किंवा अडचणी समजून घेण्याऐवजी, दुसऱ्याच्या काठीनं साप मारण्याचा प्रयत्न करून मुद्दा गुंडाळून टाकावा, हे मथाईंना अजिबात आवडलं नाही.

तरीसुद्धा दुसऱ्या दिवशी मथाई सरदारांना भेटले. सरदारांनी त्यांचं सगळं बोलणं लक्षपूर्वक ऐकलं. सरदारांना भेटून मार्ग शोधण्याचा जवाहरलालांनी दिलेला सल्ला ऐकून ते काही काळ विचारात पडले. पुढच्याच आठवड्यात जवाहरलाल इंडोनेशियाला जाणार होते. चीन आणि हिंदुस्थानसहित आशियातल्या देशांची एक

परिषद इंडोनेशियातल्या बांडुंग शहरात भरणार होती. पंतप्रधान या नात्यानं जवाहरलाल त्या परिषदेला हजर राहणार होते. पुन्हा एकदा पंतप्रधानांचा कार्यभार तात्पुरता सरदारांनाच वाहायचा होता.

जवाहरलाल इंडोनेशियाला गेले त्याच दिवशी सरदारांनी जॉन मथाईंना बोलावून सांगितलं, "मिस्टर मथाई, कोणतंही कुटुंब असो वा संस्था असो, खर्च हा नेहमी उत्पन्नाच्या प्रमाणातच करत असतात. आता मला सांगा, उत्पन्न वाढवणं शक्य नसेल, तर अशावेळी काय करावं?"

"अर्थातच," मथाई उत्तरले. "त्या कुटुंबानं अथवा संस्थेनं आपला खर्च कमी केला पाहिजे."

"छान! छान!" सरदार उत्साहानं म्हणाले, "खर्च भागवण्याइतकं उत्पन्न वाढवता आलं तर सर्वांत उत्तम; पण तसं शक्य नसेल, त्या वेळी खर्चात कपात करण्यातच शहाणपणा आहे."

"मी तुमच्याशी सहमत आहे, सरदार!" मथाईंनी दुजोरा दिला.

"या मुद्द्यावर हा उत्तम तोडगा आहे असं आपण दोघंही मानत असलो, तर मग आता देशाला आर्थिक आणीबाणीचं भय नाही. आपल्याला उत्पन्न वाढवण्याची नव्हे, तर खर्च कमी करण्याची गरज आहे."

"पण सर," मथाई म्हणाले, "ते होणार कसं? आपण फार तर केंद्र सरकारच्या कारभारात काटकसर करू शकू; पण प्रांतिक सरकारांची साथ मिळाल्याशिवाय अपेक्षित परिणाम हाती येणार नाही."

"का बरं? प्रांतिक सरकारांनी साथ का देऊ नये तेच मला कळत नाही. असं करा मथाई, तूर्त तुम्ही निश्चिंत राहा! देशातल्या सगळ्याच प्रांतांच्या मुख्यमंत्र्यांची मी एक तातडीची बैठक बोलावतो."

जवाहरलाल इंडोनेशियाहून परतण्यापूर्वीच हंगामी पंतप्रधान म्हणून सरदारांनी देशातल्या सगळ्या प्रांतांच्या मुख्यमंत्र्यांना दिल्लीला बोलावून घेतलं. देशाच्या ढासळत्या आर्थिक परिस्थितीची सगळ्यांना जाणीव करून देत ते म्हणाले, "अशा परिस्थितीत तुम्ही सर्वांनी सरकारी खर्चात जिथे म्हणून आणि जेवढी म्हणून कपात करणं शक्य आहे, तेवढी ताबडतोब करावी, असा माझा तुम्हाला सर्वांना सल्ला आहे."

खर्च कपातीची बाब राज्याच्या अर्थमंत्र्यांच्या अखत्यारीतील असल्यामुळे त्यांचं म्हणणं कळल्याविना निश्चित असा निर्णय आत्ताच घेता येणार नाही, असा सगळ्या मुख्यमंत्र्यांनी सूर लावला.

"ऐका," सरदार म्हणाले, "तुमचे अर्थमंत्री म्हणजे काही अर्थशास्त्राचे मोठे निष्णात तज्ज्ञ लागून गेले नाहीत. काल-परवापर्यंत सत्याग्रहाच्या लढ्यात ज्यांना

खादीचं किंवा चरख्याचंसुद्धा अर्थशास्त्र नीट कळत नव्हतं, तेही राजकीय कारणांमुळेच मंत्री बनले आहेत, हे कटू सत्य आपण विसरता कामा नये.''

सरदारांच्या तोंडचे हे शब्द ऐकून सगळ्यांनीच कान टवकारले. घडीभर श्वास रोखून हे कठोर आणि कटू सत्य पचवण्याचा ते प्रयत्न करू लागले.

''प्रत्येक राज्यात अशा विशिष्ट विषयात तुमचे निष्णात सल्लागार नियुक्त करा. त्या त्या क्षेत्रातल्या तुमच्या ज्या काही शंका-अडचणी असतील, त्यात या सल्लागारांनी मार्गदर्शन करावं आणि तुम्ही त्याकडे पुरेसं लक्ष द्यावं...''

सल्लागार नेमण्याची सरदारांची सूचना मुख्यमंत्र्यांना रुचली नाही. आपल्या अबाधित सत्तेला लगाम घातला जात आहे, असा त्यांचा समज झाला. सगळ्यांनी एकसुरात या प्रस्तावाबद्दल नापसंती दर्शवली.

''असं बघा मंडळी, मंत्रिपदावर विराजमान झालो म्हणजे आपल्याला सगळ्याच विषयांचं संपूर्ण ज्ञान असतं, असं समजून चालायची गरज नाही. गृहखातं, रियासती खातं आणि माहिती-प्रसारण खातं अशी तीन खाती माझ्याकडे आहेत आणि गरज पडल्यास या तीनही खात्यांसाठी सल्लागारांची मदत घेण्याचा मी नियमच करून टाकला आहे. तुम्हाला सल्लागाराची गरज नाही असं वाटत असेल, तर तुम्ही सर्वजण माझ्याहीपेक्षा अधिक जाणकार आणि अनुभवी आहात, असा त्याचा अर्थ होतो. खरोखरच तसंच असेल, तर तुम्हीच मला तसं खुलासेवार सांगा.''

दालनात नीरव शांतता पसरली. कुणीच काहीच प्रत्युत्तर दिलं नाही.

''...तर या सल्लागारांच्या मदतीनं तुमच्या अर्थमंत्र्यांना राज्याच्या सरकारी खर्चात ताबडतोब कपात करायला सांगा. अशाप्रकारे काटकसर केली, तरच आपण या आर्थिक संकटातून पार पडू शकू.''

तमाम मुख्यमंत्र्यांनी सरदारांची सूचना मुकाट्यानं मान्य केली. जवाहरलाल इंडोनेशियाहून परतले, तोवर केंद्र सरकारांत आणि राज्य सरकारांतही काटकसरीला प्रारंभ होऊन चुकला होता.

जॉन मथाईंना मात्र यापुढे जवाहरलालांच्या नेतृत्वाखाली काम करावंसं वाटत नव्हतं. त्यांनी राजीनामा देऊन टाकला.

राष्ट्रपतिपदासाठी निवड करतेवेळची अस्वस्थता एव्हाना शमली होती. सरदारांची प्रकृती दिवसेंदिवस खालावत चालली होती. अलीकडे थुंकीतून रक्त पडू लागलं होतं. तपासण्या सुरू होत्या. कामाचा भार कमी करण्यासोबतच तणावापासून मुक्त राहण्याची डॉक्टरांची सूचना होती.

अशातच नवीन काँग्रेसाध्यक्षांची नेमणूक करण्याचा प्रश्न निघाला. १९४६-४७च्या स्वातंत्र्याच्या प्रारंभीच्या दिवसांत आचार्य कृपलानी काँग्रेसाध्यक्ष होते.

देशाला पंतप्रधानपदासाठी काँग्रेसच्या पंधरा प्रांतिक समित्यांपैकी तीन समित्यांनी कृपलानींचं नाव सुचवलं होतं, पण त्यानंतर जवाहरलाल पंतप्रधान आणि कृपलानी काँग्रेसाध्यक्ष झाले होते.

कृपलानींच्या अध्यक्षतेखालचा दीडएक वर्षांचा काळ जवाहरलाल काय किंवा सरदार काय, दोघांनाही फारसा अनुकूल ठरला नव्हता. पंतप्रधान जवाहरलाल असोत की उपपंतप्रधान वल्लभभाई असोत, दोन्ही पदं काँग्रेसाध्यक्षांच्या कार्यक्षेत्राखालीच येतात, असं कृपलानी मानत होते. जवाहरलालांच्या आणि सरदारांच्या कामात कृपलानींचा कुठेच फारसा संबंध येत नव्हता, त्यामुळे कृपलानी दोघांवरही काहीसे नाराज होते. एक काळ तर असा होता, की कृपलानींचा या दोघांबद्दलचा रोष कळसाला पोहोचला होता. या दोघांच्या अधिकारशाहीमुळे आणि बेशिस्तीमुळे काँग्रेस पक्ष दुभंगून जाईल, एवढंच नव्हे; तर आपणच आपल्या कार्यकालात काँग्रेसला पुन्हा संघटित करू, असं भाकित त्यांनी केलं होतं.

१९५० सालच्या नव्या काँग्रेसाध्यक्षाच्या नेमणुकीचा विचार होऊ लागला. पुन्हा एकदा हे पद मिळवण्यासाठी कृपलानी उत्सुक होते. काही झालं तरी कृपलानींच्या उमेदवारीला पाठिंबा द्यायचा नाही, असं जवाहरलाल आणि सरदार दोघांनी एकमेकांशी ठरवून टाकलं होतं. त्या वेळी पट्टाभी सीतारामय्या अध्यक्ष होते आणि बाबू पुरुषोत्तमदास टंडन यांच्या नावाचा सरदार विचार करत होते. जवाहरलाल पुरुषोत्तमदासांच्या नावाशी सहमत नव्हते. त्यांच्या मते काँग्रेसाध्यक्षपदासाठी शंकरराव देवांचं नाव अधिक साजेसं होतं. वेळ आलीच तर टंडनांविरुद्ध उमेदवारी नोंदवून स्पर्धेत उतरायची देवांची तयारी होती; परंतु मौलाना, रफी, गोपालस्वामी अय्यंगार इत्यादी जवाहरलालांच्या सल्लागारांनी पक्षाच्या सभासदांच्या मनातल्या भावनेची शंकरराव देवांना जाणीव करून दिली. शंकरराव देव टंडनांचा मुकाबला करू शकणारच नाहीत आणि देवांना पाठिंबा देता देता पंतप्रधान म्हणून खुद्द जवाहरलालांची प्रतिष्ठा धोक्यात येईल, असं या सगळ्या सल्लागारांनी त्यांना सांगितलं. जवाहरलालांना काय वाटेल ते झालं तरी टंडन अध्यक्ष व्हायला नको होते. जातीय प्रश्नांवर टंडनांचा कल हिंदूंच्या बाजूचा आहे. शिवाय ते सनातनी विचारांचा आग्रह धरणारे आहेत, असं जवाहरलालांचं मत होतं. टंडन काँग्रेसाध्यक्ष झाले, तर काँग्रेसचा निधर्मी चेहरा झाकोळला जाईल, असं त्यांना वाटत होतं. टंडनांच्या समोर शंकरराव देवांचा निभाव लागणार नसेल, तर एकवेळ कृपलानींना पाठिंबा द्यायचा; पण टंडनांना हरवायचंच, असं जवाहरलालांनी पक्कं ठरवलं होतं.

कृपलानींचं समर्थन करणारं जवाहरलालांचं धोरण वर्तमानपत्रात प्रसिद्ध झालं, त्यानं सरदारांना फार मोठा धक्का बसला. त्या वेळी ते अंथरुणाला खिळल्यागत होते. त्यांना प्रवास करायला मनाई होती. हालचालींवर खूप मर्यादा आल्या होत्या.

कृपलानींना पाठिंबा न देण्याचं आपण दोघांनी ठरवलं असतानाही आपल्याला अजिबात न सांगता सवरता जवाहरलालांनी स्वत:चा शब्द फिरवावा, हे त्यांना अगदी असह्य झालं. अंथरुणाला खिळले असता तशाही अवस्थेत त्यांनी निर्णय घेतला. मंत्रिमंडळात जवाहरलाल भलेही पंतप्रधान असोत; पण पक्षसंघटनेत असलेलं त्यांचं स्थान त्यांना जाणवून देण्याचा सरदारांनी निश्चय केला.

काँग्रेसाध्यक्षाच्या निवडणुकीच्या त्या धामधुमीच्या काळातच एक छोटीशी; परंतु जवाहरलाल आणि सरदार यांच्यातील दरी अधिकच रुंदावणारी घटना घडली. शेख अब्दुल्लांच्या पत्नी अमेरिकन होत्या. त्यांचे बंधू म्हणजेच शेख साहेबांचे मेहुणे कर्नल नेडाऊ इंदूरच्या महाराजांचे खासगी सल्लागार होते. राज्यांच्या विलीनीकरणाच्या वेळी इंदूरच्या महाराजांनी रियासती खात्याला सहकार्य केलं नव्हतं. भोपाळच्या नबाब हमीदुल्लाखानांच्या मैत्रीशून्य धोरणाला त्यांचा दुजोरा होता. फार काय, त्यांची समजूत घालायला गेलेल्या इतर देशी संस्थानिकांच्या प्रतिनिधी मंडळाशी बोलणी करायला या महाराजांनी नकार दिला होता. पुढे ज्याप्रकारे घटना घडत गेल्या आणि भोपाळच्या नबाबांनी जेव्हा सामीलनामा मान्य केला, तेव्हा इंदूरचे महाराजही नाइलाजानं भारत संघात सामील झाले.

मिजासी स्वभावाचा आणि इंदूर राज्यातल्या इतर सर्व कर्मचाऱ्यांना तुच्छ लेखणारा हा शेखसाहेबांचा मेहुणा कर्नल नेडाऊ इंदूरच्या महाराजांचा मात्र आवडता होता. राज्यातले सगळे कर्मचारी त्याच्यावर नाखूश होते. राजाशी हातमिळवणी करून हा कर्नल इंदूर राज्याचं कोट्यवधी रुपयांचं जडजवाहीर रजिस्टरमधून नोंदी काढून लंपास करण्याच्या बेतात गुंतला आहे, अशी माहिती इंदूर राज्याच्या कर्मचाऱ्यांनी व्ही.पी. मेननांना कळवली. मेनन स्वत: इंदूरला गेले. तिथे त्यांनी चौकशी केली आणि या कर्नलला राजाच्या सल्लागारपदावरून लवकरात लवकर काढून टाकण्याची शिफारस केली. शंकरांसह बसून संपूर्ण मामल्याचा सरदारांनी खोलात जाऊन अभ्यास केला. विलीन झाल्यानंतरसुद्धा इंदूरच्या राजाच्या मर्कटलीला संपलेल्या नाहीत आणि त्यांच्या मुळाशी कर्नलच आहे, असं सरदारांना वाटलं. कर्नलला ताबडतोब त्याच्या पदावरून काढून टाकण्याचा त्यांनी इंदूरच्या महाराजांना आदेश दिला.

कर्नलनं आपल्या मेहुण्याकडे म्हणजेच शेख अब्दुल्लांकडे तक्रार केली. शेख अब्दुल्ला जवाहरलालांकडे जाऊन थडकले. सरदारांचा हुकूम मागे घेण्यासाठी त्यांनी जोरदार आग्रह धरला. काश्मीर प्रश्नावर शेख अब्दुलांना आपल्या बाजूला वळवून घेण्यासाठी नेहरू काहीही करायला तयार होते. कर्नलच्या हातात निरोपाचा नारळ देण्याचा आदेश मागे घ्यावा, म्हणून त्यांनी सरदारांना समजावण्याचे खूप प्रयत्न केले; पण सरदार बधले नाहीत. त्यांचा निश्चय तसूभरही ढळला नाही.

"सरदार," आपलं मनोगत व्यक्त करत जवाहरलाल म्हणाले, "शेखांवाचून आपलं काश्मीरमध्ये काहीही चालणार नाही, एवढ्याशा मामुली मुद्द्यावर आपण त्यांना नाराज केलं, तर ते आपल्याला कठीण जाईल."

"तुम्ही नका चिंता करू जवाहरलाल," सरदारांनी उत्तर दिलं, "शेखच काय, कोणीही कितीही मोठा धुरंधर असला तरी काळाकडे त्याला पर्याय असतोच. कर्नलला इंदूर राज्याच्या चाकरीत परत घेता येणार नाही."

सरदारांच्या करारीपणामुळे जवाहरलाल अधिकच नाराज झाले. साक्षात पंतप्रधान असूनही शेख अब्दुल्लांसाठी काम करवून घेता न आल्यामुळे ते सरदारांपासून आणखीनच दूर गेले.

देशभरातून टंडनांच्या बाजूनं असणाऱ्या मतप्रवाहावरून त्यांचा विजय जवळजवळ नक्की असल्याची सरदारांना खात्री वाटू लागली. आपल्याजवळ वेळ फार कमी असल्याची त्यांना जाणीव झाली. प्रकृतिमान बघता आता फार काळ असंच ताणता येणार नाही, असं त्यांच्या लक्षात आलं. टंडन विजयी झाले, तर आपण पंतप्रधानपदाचा राजीनामा देऊ असं जवाहरलाल जाहीर करून चुकले होते. देव न करो; पण खरोखरच जवाहरलालांवर तशी पाळी आली, तर पक्ष आणि देश दोन्ही मोठ्या अडचणीत सापडणार होते. टंडन निवडून आल्यास ते कार्यकारिणीतसुद्धा राहणार नसल्याचा जवाहरलालांचा निरोप राजाजींनी कळवला. जवाहरलालांपुढे मोठी लाजिरवाणी परिस्थिती उभी राहणार आहे, असं सरदारांना वाटू लागलं. टंडनांचा विजय निश्चित असल्याचं कळल्यावर ते राजाजींना म्हणाले, "राजाजी, काँग्रेसाध्यक्षपदाच्या मुद्द्यावर आम्हा दोघांत मतभेद असले, तरी काँग्रेस पक्षाची तत्त्वं आणि धोरणं या बाबतीत आमचं एकमत आहे. जो उमेदवार निवडून येईल, तो काँग्रेसचाच असेल. त्यामुळे त्याला काँग्रेसच्या नीतीला अनुसरूनच निष्ठापूर्वक वागावं लागेल, असं आम्ही दोघं मिळून जाहीर निवेदन प्रसिद्ध करू. तुम्ही जवाहरला समजवा."

सरदारांचं म्हणणं नेहरूंनी राजाजींच्या कानावर घातलं, पण नेहरू समेटाच्या 'मूड' मध्ये नव्हते. त्यांना लढायचं होतं. पराभवाच्या संभाव्य लाजिरवाण्या परिस्थितीतून नेहरूंना वाचवण्याची सरदारांची धडपड चालली होती; पण नेहरू विजयाच्या धुंदीत होते. अंथरुणाला खिळलेले असल्यामुळे सरदार कुठेच जाऊ शकत नव्हते, त्यामुळे नेहरूंना कृपलानींच्या विजयाची खात्री वाटत होती.

संयुक्त निवेदनाला जवाहरलालांनी नकार दिल्याचं राजाजींनी सरदारांना सांगितलं. सरदार फक्त एवढंच बोलले, "राष्ट्रपतिपदाच्या उमेदवारीसंबंधात राजेन्द्रबाबूंच्या हातून त्यांनी एका गालावर थप्पड खाल्लीच आहे, आता टंडनांच्या हातून दुसऱ्या गालावर खाऊन घेतील."

झालं तसंच. काँग्रेसाध्यक्षपदाच्या निवडणुकीत टंडन विजयी झाले. कृपलानी

हरले आणि तिसरा उमेदवार म्हणून उभ्या राहिलेल्या शंकरराव देवांच्या पदरात फक्त महाराष्ट्रीयांचीच मतं पडली आणि ते तिसऱ्या क्रमांकावर राहिले.

निवडणुकीचा निकाल जाहीर झाल्याच्या दुसऱ्या दिवशी कार्यकारिणी तयार करण्याच्या संदर्भात राजाजी टंडनांना भेटले. त्यांच्याशी चर्चा करून झाल्यावर राजाजी सरदारांच्या निवासस्थानी गेले. त्यांचं स्वागत करून सरदारांनी हसत हसत विचारलं, "घ्या! टंडन तर जिंकले! आणलात का जवाहरलालांचा राजीनामा?" अन् मग म्हणाले, "राजाजी, अहो तीन दशकं आपण एकमेकांसोबत काम करतोय. जवाहरलाल कधीच राजीनामा देणार नाहीत, खात्री आहे माझी. प्रकृती धड असती अन् मी त्यांच्या वयाचा असतो, तर एकट्याहाती मी माझं सरकार सांभाळलं असतं."

"सरदार, जवाहरशी माझं बोलणं झालं त्यावरून त्यांना आता टंडनांबरोबर कार्यकारिणीत राहायचं नाही. पंतप्रधान स्वत:च कार्यकारिणीत नसतील, तर पक्ष आणि सरकार दोन्ही कसे चालवता येणार?"

"मी बोलतो टंडनांशी, जराशी समजूत घातली, की जवाहरलाल कार्यकारिणीतसुद्धा राहतील. तुम्ही खात्री बाळगा. त्यांची समजूत घालत राहा."

सरदारांनी म्हटलं त्याप्रमाणेच, थोड्या समजावण्यानंतर जवाहरलाल कार्यकारिणीत राहायला राजी झाले खरे; पण त्याच कार्यकारिणीत रफी अहमद किडवाईंनादेखील घेण्याचा त्यांनी आग्रह धरला. किडवाईंना कार्यकारिणीत घ्यायला टंडन आणि सरदार मुळीच तयार नव्हते. ते दोघं आपल्याला कार्यकारिणीत घ्यायला तयार नाहीत आणि आता जवाहरलाल मात्र कार्यकारिणीला जायला तयार झाले आहेत, हे कळताच किडवाई भयंकर चिडले. त्यांनी रागावून म्हटलं, "मला सोबत घेतल्याविना जवाहरलाल जर कार्यकारिणीत गेले, तर मी त्यांना दाखवूनच देईन काय ते!"

आपल्या पदाचा दुरुपयोग करून रफी जागोजागी आर्थिक गैरव्यवहार करत आहेत, अशा अनेक तक्रारी सरदारांकडे येत होत्या. सरदारांनी त्यांची खातरजमा करून घेतली होती. रफींना रक्कम देणाऱ्यांनी सरदारांसमोर ते कबूलही केलं होतं. 'नॅशनल हेराल्ड' या इंग्रजी दैनिकाकडून, तसंच नेपाळचे राणा आणि उद्योगपती परमपत सिंघानिया यांच्याकडून रफींनी लाखो रुपये मिळवल्याची सरदारांकडे माहिती होती. एका विशिष्ट कंपनीत आपल्या नावे शेअर्स खरेदी करायला त्यांनी गोंडलच्या राजाला भाग पाडलं असल्याचंही सरदारांना कळलं होतं. या सगळ्या कारणांमुळे खरं तर जवाहरलालांनी रफींना मंत्रिमंडळातसुद्धा ठेवू नये, अशी सरदारांची इच्छा होती; परंतु रफी आणि मौलाना आझाद जवाहरलालांचे जणू डावे-उजवे हातच होते. अशा परिस्थितीत रफींनी धमकी द्यायच्या भाषेत 'जवाहरलाल

मला न घेता कार्यकारिणीत गेले, तर मी त्यांच्या सगळ्या गोष्टी जाहीर करून टाकेन' असं म्हटलं, त्या वेळी टंडन आणि सरदार दोघांनी मोठ्या कणखरपणानं रफींना कार्यकारिणीत न घेण्याचा निश्चय पक्का करून टाकला.

त्या निर्णयाला जवाहरलालांनी तीव्र विरोध केला. रफींना सोबत ठेवण्यासाठी त्यांनी हरतऱ्हेनं सांगून पाहिलं. टंडनांनी जाहीर केलेल्या कार्यकारिणीतल्या कोणीच रफींच्या नावाला दुजोरा दिला नाही. अखेरीस नेहरूंनी आपला आग्रह सोडून दिला खरा; पण 'कसली ही कार्यकारिणी, शेंडा ना बुडखा' अशी टीका करायला ते चुकले नाहीत.

सरदार तिथेच होते. ते लगेच उद्गारले, ''खरंय तुमचं म्हणणं. या कार्यकारिणीत एखाद्या काळा चश्मा आणि पांढरा कुर्ता-पायजमाधारी व्यक्तीची भर पडली असती, तर शेंडा आणि बुडखा दोन्ही मिळाले असते!''

तेहतीस

विसाव्या शतकाच्या हिंदुस्थानाच्या इतिहासातला सर्वाधिक रोमांचक कालखंड समाप्तीच्या टोकाला पोहोचला होता. दिवसा सूर्याचा प्रकाश आणि रात्री चंद्राचं चांदणं देऊन अवघा देश देदीप्यमान करत असलेले महामानव सरदार आता महाकाळाच्या अस्ताचलाला पोहोचले होते. अखेरची दोन वर्षं प्रकृती साथ देत नव्हतीच; पण ज्या दिवशी त्यांच्या थुंकीतून रक्त पडलं, त्या दिवशी खुद्द सरदारही सावध झाले होते. हवापालट करण्यासाठी डेहराडूनमध्ये वास्तव्य, आवश्यक ते वैद्यकीय उपचार हे सगळं होतंच, तरी पण डॉक्टरमंडळी शंकरांना आणि मणिबेनना पुन्हा पुन्हा हलकेच सांगत होते, "हृदय अशक्त झालंय त्यांचं. मानसिक आघात सहन करायची शक्ती उरली नाहीये. शारीरिक दुखण्यापेक्षासुद्धा मनाचं हे दुखणं त्यांना आतून पोखरतंय."

अलीकडे डॉ. सुशीला नैय्यर बहुत करून सरदारांकडेच राहत असत. दिवसाच्या चोवीस तासात कोणत्या क्षणी औषधोपचारांची तातडीनं गरज लागेल, याचा अंदाज करणं अशक्य होतं. डॉ. सुशीलांना सरदारांबद्दल अपार आदर आणि आपुलकी होती. त्यांनी आपले इतर सर्व कार्यक्रम रद्द करून मणिबेनना मदत करण्यासाठी सरदारांच्या घरीच मुक्काम केला होता.

असं सगळं असलं तरी सरदारांचं रोजचं कामकाज शंकर अथवा मेनन यांच्या मदतीनं पूर्ववत सुरूच होतं. एके दिवशी शंकरांच्या लक्षात आलं, संभाषणादरम्यान सरदारांनी 'काय म्हणालात?' असं दोन-तीन वेळा विचारलं. हे काहीतरी वेगळंच होतं. एरवी प्रत्येकवेळी सरदार समोरच्याचं बोलणं इतक्या एकाग्रतेनं ऐकत, की शंकरांना स्वत:चं वाक्य दुसऱ्यांदा कधीच बोलावं लागत नसे. उच्चारलेल्या एका वाक्यामागची न उच्चारलेली दोन-तीन वाक्यंसुद्धा सरदारांच्या लक्षात येत. त्याऐवजी आता हे 'काय म्हणालात' नवीनच उद्‌भवलं होतं. शंकर बेचैन झाले. एकतर सरदारांची श्रवणशक्ती कमी झाली आहे किंवा मग त्यांचं लक्ष केंद्रित होऊ शकत

नाहीये, हे त्यांच्या ध्यानात आलं. आपला अनुभव आणि त्यामुळे वाटणारी चिंतेची भावना त्यांनी डॉ. सुशीला नैय्यरांना बोलून दाखवली.

त्यातच मणिबेनना आलेल्या शंकेची भर पडली. एके दिवशी रात्री पलंगावर पडल्या पडल्या एका कुशीवर वळून सरदार काहीतरी गुणगुणत असल्याचा मणिबेनना भास झाला. गेल्या कितीतरी दिवसांपासून मणिबेन रात्रीतून एक-दोनदा तरी उठून सरदारांच्या पलंगापाशी जाऊन बघून येत. त्या दिवशी सरदार दुसऱ्या कुशीवर वळून बारीक आवाजात काहीतरी पुटपुटत होते. मणिबेन कान देऊन ऐकू लागल्या. सरदार क्षीण आवाजात म्हणत होते, ''मारी लाज तमारे हाथ, सांभाळजो हरी!'' (लाज माझी तव हाती, सांभाळ रे हरी)

मणिबेन चक्रावून गेल्या. स्तंभित झाल्यागत जागीच खिळल्या. ना मागे फिरल्या ना पुढे सरल्या. ऐन मध्यरात्री इतक्या एकाग्रतेनं भजन म्हणताना त्यांनी सरदारांना कधीच पाहिलं नव्हतं. बराच वेळ त्या तशाच तिथे उभ्या राहिल्या. मग त्यांनी हळूच विचारलं, ''बापू, जागे आहात?''

सरदारांनी कूस बदलली. मणिबेनकडे पाहिलं. हसून म्हणाले, ''मी जागत नाहीये. जाग आणतोय.'' मग लगेच त्यांनी घाईघाईनं विचारलं, ''अगं, पण तू अजून जागी कशी?''

मणिबेननी काहीच उत्तर दिलं नाही. सरदारांच्या अंगावरची चादर नीट करून त्यांच्या कपाळावर हलकेच हात फिरवून त्या म्हणाल्या, ''शांत झोपा बरं बापू!''

सरदारांचा पंचाहत्तरावा वाढदिवस साजरा व्हायला मोजकेच दिवस उरले होते. वाढदिवसाच्या सोहळ्यासाठी सरदारांनी अहमदाबादला यावं असा अहमदाबादच्या त्यांच्या पूर्वीच्या सोबत्यांचा आग्रह होता. सरदारांचे तेव्हाचे एक मित्र नरहरिभाई परीखांनी सरदारांचं चरित्र लिहिलं होतं. ३१ ऑक्टोबरला सरदारांच्या वाढदिवशी सरदारांच्या हस्ते त्याचं प्रकाशन करून त्यांना पुस्तक अर्पण करावं, अशी नरहरिभाईंची मनीषा होती. एकदा अहमदाबादला जाऊन आपल्या पूर्वीच्या मित्रमंडळींना भेटावं असं सरदारांनादेखील वाटत होतं. अर्थात, ज्यांना भेटावंसं वाटत होतं त्यांपैकी फारच थोडे उरलेत, हा विचार त्यांच्या मनात डोकावल्यावाचून राहिला नाही. आपलं म्हणण्याजोगं घर आता अहमदाबादेत नव्हतंच. आजवर जेव्हा जेव्हा तिकडे जायची वेळ येई, तेव्हा सरदार डॉक्टर कानुगा या आपल्या खास मित्राचाच पाहुणचार घेत, त्यांच्याकडे राहत. डॉ. कानुगा आणि त्यांच्या पत्नी नंदूबेन दोघंही निधन पावले होते, तरी पण सरदारांनी अहमदाबादला जायचं ठरवलं.

पूर्ण पाच दिवस सरदार अहमदाबादला राहिले. अवघ्या अहमदाबादनं वाढदिवसाच्या निमित्तानं त्यांच्यावर प्रेमाचा वर्षाव केला. सरदारांनी साबरमती आश्रमाला भेट दिली. त्यांची प्रकृती पाहून 'ही भेट अखेरची तर ठरणार नाही ना?' असं भय सगळ्यांच्याच

मनात घर करू लागलं होतं. दिल्लीला परतताना स्वत: सरदारच रविशंकर महाराजांना म्हणाले, ''पुन्हा केव्हा भेट होतेय कोण जाणे!''

सरदार अहमदाबादहून निघाले, त्याच दिवशी चीननं तिबेटचा ताबा घेतल्याची बातमी वर्तमानपत्रात ठळक मथळ्यात प्रसिद्ध झाली होती. बातमी धक्कादायक होती. वर्षभरापूर्वी हेच सांगून त्यांनी जवाहरलालांना सावध केलं होतं आणि ते लक्षात घेऊन अतिशय जपून परराष्ट्र धोरण ठरवण्याचा सल्ला दिला होता. जवाहरलालांनी त्या वेळी ती धोक्याची सूचना कानाआड टाकली होती. आज ठीक एक वर्षानंतर चीन भारताच्या सीमेवर धडक द्यायला येऊन पोहोचला होता.

सरदार विमानतळावर उतरतात न उतरतात तोच मंत्रिमंडळाची तातडीची बैठक बोलावल्याची सूचना त्यांच्या हातात पडली. घरी जाऊन कागदपत्रं किंवा फायली गोळा करत बसायला वेळ नव्हता. ते विमानतळावरून तडक मंत्रिमंडळाच्या बैठकीला गेले.

चीननं रातोरात तिबेटवर कब्जा केल्यानं मंत्रिमंडळातले बहुसंख्य सभासद काळजीत पडले होते. 'चीन भारतावर कधी ना कधी हल्ला करेल' अशी शक्यता जवाहरलालांनी पुन्हा एकदा या बैठकीत धुडकावून लावली. शेकडो वर्षांपासून चीनचे तिबेटशी एक प्रकारचे श्रेष्ठत्वाचेच संबंध असल्याचा त्यांनी दावा केला. ब्रिटिश सरकारनं विसाव्या शतकाच्या प्रारंभीच तिबेटशी उत्तरेकडील सीमा निश्चित करणारा करार केला होता. चीन त्या कराराचा मान राखेल असा विश्वास त्यांनी व्यक्त केला.

जवाहरलालांचा एकूण दृष्टिकोन सरदारांना मुळातच पटत नव्हता, आवडलाही नव्हता. मंत्रिमंडळातले अन्य मंत्रीसुद्धा नाराज असल्याचं त्यांना दिसलं होतं. बैठकीत सरदार म्हणाले, ''शांततामय इराद्यांच्या घोषणा करून चीननं आपली फसवणूक केली आहे, असं माझं स्वत:चं स्पष्ट मत आहे. तिबेटच्या जनतेनं आपल्यावर विश्वास ठेवला होता, आपण मात्र त्यांचा विश्वासघात केला आहे. चीननं तर पाठीत खंजीर खुपसण्याचं बेशरम कृत्य केलं आहे. आपण स्वत:ला भलेही चीनचा मित्र मानत असलो, तरी हे चीनी आपल्याला त्यांचा मित्र मानत नाहीत. एक लक्षात घेतलंच पाहिजे, की ब्रिटिश सरकार आणि तिबेट यांच्यातला सीमाकरार चीननं त्या वेळी अमान्य केला होता, त्यामुळे चीन यानंतर कोणतं पाऊल उचलेल त्याबद्दल काहीही सांगणं कठीण आहे.

''इथून पुढे सिक्कीम, दार्जिलिंग, आसाम, कालिमपाँग अशा प्रदेशांत सीमाप्रश्न निर्माण होण्याची भीती आहे. सीमासुरक्षेबाबतीत आपल्या दृष्टीनं हे प्रदेश दुर्बल आहेत. तिथल्या जनतेच्या मनात आपल्याबद्दल निष्ठा किंवा विश्वास अजून प्रस्थापित झालेला नाही. त्या भागात कार्य करत असलेल्या युरोपियन मिशनऱ्यांची काम

करायची पद्धत, तिथल्या लोकांचा मंगोल संस्कृतीकडे असलेला कल, हे सर्व पाहता, त्यांना तिबेट अथवा चीन अधिक निकटचा वाटत असण्याची शक्यता आहे, हे आपण विसरून चालणार नाही. पाकिस्तानकडून असलेल्या धोक्यापेक्षासुद्धा चीनकडून असलेला धोका अधिक गंभीर आहे हे ओळखून, सुरक्षिततेसाठी ताबडतोब पावले उचलावीत, अशी पंतप्रधानांना माझी आग्रहाची विनंती आहे. शिवाय, युनोमध्ये प्रवेश मिळावा यासाठी चीन दावा करत आहे. त्याचं यापुढे आपण समर्थन करण्याची वा त्याच्या दाव्याला पाठिंबा देण्याची देखील गरज नाही.''

सरदारांनी आपलं भाषण आटोपतं घेतलं, तेव्हा त्यांचा श्वासोच्छ्वास खूप जलद होत होता. अधिक काही बोलण्याऐवजी भाषण संपवून ते खाली बसले. जवाहरलालांच्या चेहऱ्यावर नाराजी पसरली होती. बहुतांश सभासदांच्या चेहऱ्यावर मात्र सरदारांचा मुद्दा पटल्याचा भाव झळकत होता.

परराष्ट्र धोरण जवाहरलालांच्या अखत्यारीत होतं. एवढंच नव्हे, तर परराष्ट्रधोरणाचे सर्वाधिक जाणकार आपणच आहोत, असा त्यांचा दृढ समज होता. सरदारांना ते ठाऊक होतं. त्यामुळे परराष्ट्र धोरणासंबंधातल्या कोणत्याही गोष्टीत ते जवाहरलालांच्या निर्णयात सहसा आपलं मत मांडत नसत वा सल्ला देत नसत. आज मात्र त्यांना प्रकर्षानं वाटलं होतं, की चीनबद्दलचा आपला अंदाज स्पष्ट शब्दांत मांडला नाही, तर भविष्यकाळात देशाला फार मोठी किंमत मोजावी लागेल. कसल्याही पूर्वतयारीविना ते मंत्रिमंडळाच्या बैठकीला हजर राहिले होते. प्रकृती ठीक नव्हतीच. अशक्तपणा खूप वाढला होता, तरीसुद्धा चीनसंबंधी परराष्ट्रधोरणाविषयी त्यांनी इतकं मोठं भाषण दिलं होतं. जवाहरलालांना ही गोष्ट अजिबात आवडली नव्हती. परराष्ट्रखात्याच्या कारभारात सरदार विनाकारण नाक खुपसत आहेत, असं त्यांना वाटलं.

परराष्ट्र खातं पूर्णपणे जवाहरलाल सांभाळत असले, तरी परंपरेनुसार संसदेची एक 'फॉरेन अफेअर्स कमिटी' त्यांच्या मदतीला होती. सरदारांच्या भाषणानंतर जवाहरलालांच्या मनात एक विचार आला. परराष्ट्र धोरणासंबंधी आपले निर्णय ज्याप्रमाणे या फॉरेन अफेअर्स कमिटीपुढे ठेवले जातात आणि मग ती कमिटी त्यावर सूचना किंवा सल्ला देते, त्याप्रमाणे देशी संस्थानांच्यासंबंधी अशीच एक समिती नेमून सरदारांच्या कामावर काही नियंत्रण ठेवता आलं तर पाहावं, असं त्यांना वाटू लागलं. स्वातंत्र्य मिळाल्यानंतर ब्रिटिश शासनाच्या पोलीटिकल खात्याचे उत्तराधिकारी म्हणून स्वतंत्र रियासती खातं निर्माण झालं होतं. त्या खात्याचे सर्वाधिकार सरदारांच्या हातात होते. परराष्ट्रखातं पूर्णपणे आपल्या हाती असताना संसदेच्या फॉरेन अफेअर्स कमिटीला आपल्या कारभाराची चौकशी करण्याचा अधिकार असेल, तर रियासती खात्यातही सरदारांना हाच नियम लागू का होऊ नये, असा विचार जवाहरलालांच्या मनात डोकावू लागला. असा काही प्रस्ताव ठेवण्यानं

सरदारांशी सरळ सरळ संघर्ष ओढवून घ्यावा लागण्याचा संभव होता. सरदारांचं ढासळतं प्रकृतीस्वास्थ्य लक्षात घेता, 'त्यांचा कार्यभार हलका करण्यासाठी' अशा शाब्दिक उद्देशाची झूल चढवून जवाहरलालांनी आपली सूचना वेगळ्या रूपात पुढे केली.

पुढच्या आठवड्यात बोलावलेल्या काँग्रेस कार्यकारिणीच्या बैठकीत विचारात घेण्यासाठी हा प्रस्ताव मांडायचं त्यांनी ठरवलं. काँग्रेसाध्यक्ष टंडन यांनी जवाहरलालांच्या आग्रहावरून हा प्रस्ताव कार्यसूचीमध्ये सामील करून घेतला आणि १, औरंगजेब रोड या सरदार पटेलांच्या निवासस्थानी कार्यकारिणीची बैठक बोलावली.

वाटलं होतं तसंच झालं. अशा प्रकारची समिती नेमण्याची कल्पना सरदारांनी धुडकावून लावली. अशी समिती नेमण्यामागचा हेतू शुद्ध नाही, असं त्यांनी बोलून दाखवलं. त्यांच्या या टोमण्यानं जवाहरलाल भडकले. याविषयी आता कार्यकारिणीनंच काय तो निर्णय घ्यावा, आपण यातून अंग काढून घ्यावं हेच बरं, असं सरदारांना वाटू लागलं. अशी समिती नेमायला आपला विरोध आहे, तो स्वतःच्या सत्तेवर गदा येईल म्हणून नव्हे, तर संस्थानांसंबंधी बहुतेक सगळे प्रश्न सोडवले गेले असताना आता अशी समिती नेमणं निरर्थक आहे आणि निर्णयप्रक्रियेच्या या टप्प्यावर सत्तेचं विकेंद्रीकरण केल्यानं विनाकारणच गुंते निर्माण होतील म्हणून आहे, हे त्यांच्या मनात स्पष्ट होतं. कार्यकारिणीवर सगळा भार टाकून सरदार बैठक सोडून आपल्या दालनात निघून गेले.

बैठक सोडून सरदार निघून गेल्यानंतर त्यांच्या गैरहजेरीत निर्णय घेण्याबद्दल जवाहरलाल काहीसे साशंक होते. टंडनांसहित इतर सभासदांचं बहुमत आपल्या बाजूला नसलं, तर आपल्या प्रस्तावाची पार फजिती होईल, असं वाटून जवाहरलालसुद्धा सगळं सोडून देऊन बैठकीतून निघून गेले.

कार्यकारिणीच्या बैठकीचा असा अनपेक्षित निकाल लागला आणि रियासती खात्यासाठीच्या संसदीय समितीचा विचारही तेवढ्यावरच निकालात निघाला.

बापूंचं निधन झालं त्यानंतर दिल्लीचं बिर्लाहाऊस आणि मुंबईचं मणिभुवन ही बापूंच्या वास्तव्याची दोन्ही ठिकाणं त्यांचं स्मारक म्हणून जतन करण्यासाठी सरकारनं ताब्यात घ्यावीत, अशी मागणी पुढे आली होती. त्या मागणीमुळे सरदार तेव्हा अत्यंत व्यथित झाले होते. थोडी समजूत घालून थोडा कठोरपणा दाखवून सरदार त्या वेळी ती मागणी दडपून टाकू शकले होते; परंतु सरदारांना दुःखदायक ठरणारी आणखी एक मागणी राज्यांमध्ये जोर धरू लागली होती. स्वातंत्र्यसैनिकांना मानधन मिळालं पाहिजे, अशा विचारानं खुद्द काँग्रेसमध्ये काँग्रेसजनांमध्येच मूळ धरलं होतं. स्वातंत्र्यसंग्रामात ज्यांनी आपले कुटुंबीय गमावले होते अथवा तुरुंगवासामुळे

ज्यांची घरं उद्ध्वस्त झाली होती, अशा सर्वांना त्यांच्या झालेल्या हानीच्या मोबदल्यात अमुक इतकी जमीन देण्याची योजना मद्रास सरकार तयार करत होतं. मोबदला किंवा मानधन देण्याची योजना केवळ मद्रास सरकारच करत होतं असं नाही, तर मुंबई इलाख्याचं सरकार अशा स्वातंत्र्यसैनिकांना अथवा त्यांच्या कुटुंबीयांना सरकारी नोकऱ्यांमध्ये अग्रक्रम देण्याच्या विचारात होतं. अशा स्वातंत्र्यसैनिकांना पेन्शन मिळालं पाहिजे, या मागणीचा युनायटेड प्रॉव्हिन्स म्हणजेच उत्तर प्रदेशचं सरकार विचार करत होतं.

अंथरुणाला खिळलेल्या सरदारांपर्यंत या बातम्या पोहोचल्या आणि त्यांना अपार दुःख झालं. त्यांनी शंकरांना बोलावून घेतलं. त्या त्या प्रांताच्या मुख्यमंत्र्यांशी बोलून याबद्दल निश्चित माहिती गोळा करण्याचं काम त्यांनी शंकरांवर सोपवलं. त्यांनी सरदारांची सूचना तत्काळ अमलात आणली. स्वातंत्र्यसैनिकांसाठी पेन्शनच्या मागणीला काँग्रेसच्या लोकांचा आणि सरकारात सहभागी झालेल्यांचाही सहानुभूतीपूर्वक पाठिंबा असल्याचं शंकरांकडून कळल्यावर सरदारांच्या तोंडून नकळत वेदनेचा हुंकार बाहेर पडला, "अरेरे! आज बापू असते, तर त्यांना ही मागणी ऐकून काय वाटलं असतं!"

आपल्या अशक्तपणाकडे दुर्लक्ष करून सरदारांनी त्या सर्व मुख्यमंत्र्यांशी संपर्क साधला. या मुद्द्यावर अजून निश्चित असा निर्णय झालेला नाही, तथापि, हा मुद्दा विचाराधीन असल्याचं तिघांनीही सांगितलं. सरदारांनी त्यांना प्रश्न विचारला, "पहिली गोष्ट म्हणजे अशा प्रकारच्या कोणत्याही मानधनाशी अथवा मोबदल्याशी स्वातंत्र्यलढ्याचा संबंध जोडू नये. दुसरं म्हणजे तुम्ही कोणाकोणाला स्वातंत्र्यसैनिक म्हणणार? १९४२च्या भारत छोडो आंदोलनात ज्यांनी घरादाराचा होम केला त्यांना? १९३१ आणि १९२१च्या असहकाराच्या आणि सविनय कायदेभंगाच्या चळवळीत ज्यांनी सर्वस्वावर पाणी सोडलं त्यांना? आणि १९२१ पर्यंत जायचं असेल, तर मग १९०५ सालच्या वंगभंगाच्या लढ्यात ज्यांनी आपलं शिर अर्पण केलं असेल, त्यांचं काय? स्वातंत्र्यसैनिकांची गणना तुम्ही पार १८५७च्या स्वातंत्र्य संग्रामापर्यंत नेणार का? आणि समजा, तिसऱ्या चौथ्या पिढीतल्या त्यांच्या वारसदारांनी त्यासाठी दावा केला तर तुम्ही त्यांना काय सांगाल?"

सरदारांच्या प्रश्नाचं उत्तर तिघांपैकी कोणीच देऊ शकलं नाही. अखेरीस ती बाब निकालात निघाली, पण असा विचारसुद्धा काँग्रेसजनांच्या मनात यावा या जाणिवेनं सरदारांच्या मनावर फार मोठा आघात झाला तो झालाच.

सकाळी लवकर उठून फिरायला जाणं कधीच बंद झालं होतं. गेले काही दिवस सरदार सकाळी गाडीतूनच लोदी गार्डनपर्यंत फेरफटका मारून येत. बहुतेक वेळा

सोबतीला मणिबेन किंवा शंकर असत. अलीकडे मात्र गाडीत बसून लोदी गार्डनपर्यंत जाणं, काही मिनिटांपुरतं मोकळ्या हवेत फिरणंसुद्धा कठीण झालं होतं. सरकारी फायली रोज घरीच येत. कचेरीत जाण्यायेण्याचे कष्टदेखील सहन होण्यासारखे नव्हते.

दरम्यान, पंजाबकेसरी लाला लजपतरायांच्या निर्वाणदिनाचं दिल्लीत आयोजन होत होतं. सरदार त्या कार्यक्रमाला उपस्थित असतील असं आधी ठरलं होतं, पण आता ते शक्य नव्हतं. काँग्रेसाध्यक्ष टंडन सभेच्या वक्त्यांपैकी एक होते. सरदार हजर राहू शकत नसल्याचं शंकरांनी त्यांना कळवलं. सरदार प्रत्यक्ष हजर राहू शकत नसतील, तर सभेसाठी निदान त्यांचा संदेश तरी मिळावा म्हणून टंडन सरदारांकडे आले. त्यांचं म्हणणं ऐकल्यावर सरदार काही बोलले नाहीत; पण त्यांच्या चेहऱ्यावर नाराजी उमटलीच. सभेसाठी संदेश देण्याचा टंडनांनी पुन्हा एकदा आग्रह केला, तेव्हा सरदार म्हणाले, "शंकर, मला निजू द्या बरं! तुम्हाला जमेल ते तुम्ही लिहून द्या!"

सरदारांनी डिक्टेशन नाकारावं हा शंकरांचा पहिलाच अनुभव होता. शंकर आपल्या खोलीत गेले. थोड्याच वेळात संदेश लिहून घेऊन आले. पुष्टिपत्रावर ठेवलेला संदेशाचा कागद आणि फाउंटनपेन त्यांनी सरदारांसमोर धरलं. औषधांमुळे झोपाळू झालेले, पापण्या खाली ढाळलेले डोळे वरही न करता सरदारांनी त्या कागदावर किंचित कापऱ्या हातानं सही करून टाकली.

त्या रात्री मणिबेन आणि सुशीला नैय्यर दोघी सरदारांच्या पलंगापाशी उभ्या होत्या. सरदारांची काळजी घेण्यासाठी सुशीला नैय्यरांच्या सोबतच दोन प्रशिक्षित परिचारिकाही चोवीस तास हजर असत. सुशीलाबेननं सरदारांचा रक्तदाब तपासला. ताप मोजला. हृदयाच्या ठोक्यांची नोंद केली. केसपेपरवर सर्व लिहिलं. सरदार मुकाट्यानं सर्व काही बघत होते. मणिबेन आणि सुशीला नैय्यर या दोघींमध्ये फारसं सख्य नव्हतं. सरदारांना ते माहीत होतं. दोघींमध्ये यापूर्वी बेवनाव म्हणता येईल असे घडून गेलेले प्रसंग सरदारांना आत्ता एकाएकी आठवले. दोघींकडे आळीपाळीनं बघत ते हळू आवाजात पुटपुटले, "पोरींनो, तुमच्या दोघींत आता काही बिनसलेलं नाहीये ना? ठीक चाललंय ना आता सगळं?"

सरदारांचा प्रश्न ऐकताच मणिबेनचे डोळे भरून आले. पलंगाशेजारीच उभ्या असलेल्या सुशीलाबेननं डोळ्यांतील आसवं दिसू नयेत म्हणून नजर फिरवून टाकली. सरदारांनी डोळे मिटून घेतले अन् मग कबीराचं भजन गुणगुणू लागले, "मन लागो यार फकिरी में...!"

त्याच रात्री सरदारांना श्वास घेणं जड जाऊ लागलं. ताबडतोब त्यांना ऑक्सिजनवर ठेवण्यात आलं. डॉक्टर इंजेक्शन द्यायला सरसावले. सरदारांनी त्यांना मना केलं. "डॉक्टर नका देऊ ते इंजेक्शन. खूप दुखतं त्यानं!"

सकाळी ऑक्सिजन सिलिंडर काढून घेण्यात आला. रोजची आन्हिकं उरकून सरदार मोठ्या गोल तक्क्याला टेकून पलंगावर बसले. थोड्या वेळातच त्यांचे डोळे जड झाले अन् मग त्यांची तंद्रीच लागली. तंद्रीच्या त्या अवस्थेतच त्यांचे ओठ पुटपुटू लागले, "मंगल मंदिर खोलो दयामय, मंगल मंदिर खोलो...!"

सरदारांच्या तोंडून तेवढी एकच ओळ बाहेर पडली होती, तेवढ्यातच घनश्यामदास बिर्ला तिथे येऊन पोहोचले. प्रार्थनेची एक ओळ संपवून सरदारांनी डोळे उघडले. पलंगापाशी बिर्लाजी उभे असलेले त्यांना दिसले.

"सरदार," गंभीर झालेले वातावरण जरासं हलकं करण्याच्या उद्देशानं बिर्ला म्हणाले, "तुमच्यासाठी असं सहजासहजी उघडणार नाही ते मंदिर. दोन-दोन तीन-तीन कुलपं लावली आहेत त्याला!"

बिर्लांच्या बोलण्यातला अर्थ समजून सरदार किंचितसं हसले. मग म्हणाले, "दोन-तीनच काय, दहा-बारा असतील ना, तरी वेळ आली की उघडतीलच आपोआप!"

अंत:काळ जवळ आल्याची सरदारांना जणू प्रतीती झाली होती.

डॉक्टर नाथुभाई पटेल आणि डॉक्टर गिल्डर मुंबईहून आले होते. जे उपचार मुंबईला करता येतील, ते इथं दिल्लीत करता येणार नाहीत असं त्यांना वाटत होतं. सरदारांना लवकरात लवकर मुंबईला घेऊन जावं, असं दोघांनीही सुचवलं.

चौतीस

सरदारांना मुंबईला घेऊन जायची तयारी झपाट्यानं सुरू झाली. १२ डिसेंबरला सकाळी ९.०० वाजता दोन डाकोटा विमानं खास त्यासाठी तयार ठेवण्यात आली. एका विमानात सरदारांसाठी विशेष आरामशीर आसनाची सोय करण्यात आली. सरदार आता बरे होऊन परत सुखरूप परत येण्याची शक्यता नाही, हे सर्वजण मनोमन समजून चुकले होते. श्वास घेताना होणारा त्रास वाढत होता. हृदयाचे ठोके अनियमित झाले होते. एकाएकी शुद्ध हरपत होती. बोलता बोलता मधेच संदर्भ सुटत होता. चहूकडून अशुभाची चाहूल लागत होती... पण स्वत: सरदार मात्र शांतचित्त होते. भेटायला येणाऱ्या लोकांशी, डॉक्टरांशी गरजेपुरतं बोलत होते.

१० डिसेंबरच्या रात्री त्यांना झोप लागली नाही. मणिबेन, शंकर, सुशीलाबेन, डॉक्टर वगैरे सर्वच जण १, औरंगजेब रोडवर थांबले होते. दुसऱ्या दिवशी सकाळी रोजच्याप्रमाणे सरदारांनी सकाळची आन्हिकं आटोपली. काहीतरी थोडंसं ताजं खाल्लं. राष्ट्रपती डॉ. राजेन्द्रप्रसाद दोन दिवसांपूर्वी त्यांना भेटायला आले होते. सरदारांच्या पलंगाशेजारच्या टीपॉयवर त्यांना सरकारी फायली पडलेल्या दिसल्या होत्या. कोणतंही सरकारी कामकाज तूर्त सरदारांकडे पाठवू नये, असं त्यांनी त्या क्षणीच शंकर आणि मेनन दोघांनाही बजावलं होतं. त्यांच्या आदेशाची अंमलबजावणी झाली होती. दोन दिवसांपासून कोणत्याही फायली वा कामाची कागदपत्रं सरदारांकडे कोणी आणत नव्हतं.

सरदारांना भेटायला – एका अर्थी त्यांचं शेवटचं दर्शन घ्यायला – त्यांच्या दिल्लीतल्या सहकाऱ्यांची सतत रीघ लागली होती. मणिबेन आणि शंकर देखरेख करत होते. केवळ औपचारिक व्यवहार पाळायचा म्हणून कोणीच आले नव्हते, हे त्यांच्या चेहऱ्यावरूनच कळत होतं. प्रत्येकाच्या डोळ्यांत व्याकुळता साठली होती. पोरकं होऊ घातल्याची भीती चेहऱ्यावर दाटली होती.

सकाळी दहाच्या सुमारास सरदारांचे मंत्रिमंडळातले सहकारी डॉ. न. वि.

गाडगीळ तिथे पोहोचले. गाडगीळ नेहमीच सरदारांचं समर्थन करत. जवाहरांशी झालेल्या प्रत्येक वैचारिक संघर्षात गाडगीळांनी सरदारांना साथ दिली होती. गाडगीळ सरदारांच्या खोलीत आले. त्यांच्या पलंगापाशी बसले. डोळे उघडून सरदारांनी त्यांच्याकडे बघितलं. किंचितसं हसले व म्हणाले, "तुमची जबाबदारी वाढणार गाडगीळ!"

"ती कशी?"

"जवाहरलल म्हणजे मोतीलालांचं लाडावलेलं मूल आहे." एक एक शब्द सावकाश उच्चारत सरदार म्हणाले, "माझ्यामागे तुम्ही त्यांना एकटं टाकू नका. सांभाळून घ्या त्यांना."

सरदारांचं हे बोलणं गाडगीळांना अगदीच अनपेक्षित होतं. ते थक्क झाले. काय बोलावं हे क्षणभर त्यांना सुचेना. सरदार 'नसण्याची' ते कल्पनासुद्धा करू शकत नव्हते. सरदारांचा हात आपल्या हाती घेऊन ते म्हणाले, "सरदारसाहेब, मुळीच चिंता करू नका. डॉक्टर म्हणालेत, मुंबईला उपचार करून घेतल्यावर तुम्ही थोड्याच दिवसांत बरे व्हाल."

पुन्हा जरासं हसून सरदारांनी डोळे मिटून घेतले. मिटल्या डोळ्यांनीच पुटपुटले, "गाडगीळ, इतक्या लवकर विसरलात बापूंना? त्यांनी आपल्याला खरं बोलायला शिकवलंय."

गाडगीळांचे डोळे पाणावले. कितीतरी वेळ त्यांचा हात सरदारांच्या हातावरून हळुवारपणे फिरत राहिला.

थोड्याच वेळात जवाहरलाल आले. सरदारांच्या पायथ्याशी असलेल्या खुर्चीवर बसले. सरदारांचे डोळे मिटलेलेच होते. जवाहरलालांनी त्यांच्या पायावरून हात फिरवला. सरदारांनी डोळे उघडले. आपल्या पायाशी बसून पायावरून हात फिरवणारे जवाहर त्यांच्या दृष्टीस पडले. क्षणभर ते बघत राहिले. मग हलकेच पाय ओढून घेत म्हणाले, "जवाहर, तिथे नको, इथे या." उशाशी असलेल्या खुर्चीवर बसायला सरदार सांगताहेत हे जवाहरलालांनी ओळखलं. त्याप्रमाणे त्यांनी केलं.

"जवाहरलाल," सरदार बोलू लागले, "पुन्हा भेट झालीच तर तुमच्याशी एकट्याशी खूप काही मोकळेपणानं बोलायचंय."

"मलादेखील तुमच्याशी खूप गोष्टी बोलायच्या आहेत, सरदार!"

"कधी कधी मला वाटतं जवाहर, की हे जे स्वातंत्र्य मिळवलं, ते खरोखरच बहुजन हिताय, बहुजन सुखाय... बापू म्हणत असत तसं समाजाच्या शेवटच्या माणसांपर्यंत घेऊन जायच्या दिशेनं आपली वाटचाल आहे का?"

सरदारांच्या त्या व्याकूळ उद्गारांनी जवाहरलालांचं मन द्रवलं. हाच प्रश्न त्यांच्याही मनात दीर्घ काळ घोळत होता. भावनावश होऊन ते म्हणाले, "मलादेखील

तीच काळजी लागून राहिलीये सरदार! आपण सगळेच बदलून गेलो आहोत, हे आपण प्रांजलपणे मान्य करायला हवं. आत्मवंचना आणि दंभ हे जणू आपल्या वागणुकीचा भाग बनून गेलेत.'' उघड्या खिडकीतून बाहेर आकाशाकडे नजर लावून जवाहर जणू स्वत:शीच बोलत होते. ''आपण बोलतो एक अन् करतो दुसरंच... यात इतरांइतकाच मीसुद्धा दोषी आहे, हे मला माहीत आहे.''

आकाशाकडे लावलेली नजर मागे ओढत जवाहरलालांनी सरदारांकडे पाहिलं. सरदारांचे डोळे डबडबले होते. आपला उजवा तळवा जवाहरलालांनी त्या ओल्या डोळ्यांवरून फिरवला. सरदारांनी डोळे पुन्हा एकदा मिटून घेतले. काहीच बोलले नाहीत. काही काळ स्तब्धता पसरली. मग जवाहरलालांनीच बोलणं पुढे नेलं, ''आता आधी प्रकृतीला जपा सरदार. लवकर बरे व्हा. इकडची अजिबात काळजी करू नका. परत आलात की खूप बोलू आपण.''

सरदारांनी डोळे उघडले. उजव्या हाताची तर्जनी आकाशाकडे रोखून फक्त एवढंच म्हटलं, ''खूप उशीर झाला जवाहर, आता काय?''

थोड्याच वेळात राजाजी, राजेन्द्रप्रसाद, टंडन, मेनन, गोपालस्वामी... सगळे जण जमले. सरदारांच्या गैरहजेरीत कारभार ठप्प न व्हावा एवढ्यापुरती तात्पुरती व्यवस्था करण्याच्या दृष्टीनं थोडीफार चर्चा झाली. तूर्त कोणतेही धोरणात्मक निर्णय घेऊ नयेत. गृहमंत्रालयातल्या रोजच्या कामकाजाची कागदपत्रं जवाहरलालांच्या देखरेखीखाली ठेवावीत आणि रियासती खात्याच्या फायली गोपालस्वामी अय्यंगारांनी बघाव्यात असं राजेन्द्रप्रसादांनी सुचवलं. यावर अधिक काही बोलण्यासारखं नव्हतं. मान डोलावून जवाहरलालही स्वस्थपणे बसून राहिल्याचं बघून सरकारी कामकाजाची आवश्यक तेवढी व्यवस्था करून झाली आहे, असं सगळ्यांनी मानून घेतलं.

संध्याकाळी सरदारांची प्रकृती पुन्हा खालावली. त्यांना पुन्हा ऑक्सिजनवर ठेवावं लागलं. रात्री उशिरा त्यांचा डोळा लागला.

दुसऱ्या दिवशी सकाळी दिल्लीच्या विलिंग्डन एअरपोर्टवर दोन डाकोटा विमानं सज्ज होती. मणिबेन आणि डॉक्टर सरदारांसाठी खास व्यवस्था असलेल्या विमानात त्यांच्या सोबत बसले. विमानतळाबाहेर मोटारीतून उतरवून घेऊन सरदारांना व्हीलचेअरवर बसवलं आणि व्हीलचेअरवरूनच ते विमानापर्यंत आले. रस्त्यावरून त्यांची व्हीलचेअर विमानाकडे निघाली. विमानतळाचा अवघा परिसर थिजल्यासारखा स्तब्ध झाला होता. जणू श्वास रोखून दर्याद्र नजरेनं सरदारांकडे पाहत होता. राष्ट्रपती राजेन्द्रप्रसाद, पंतप्रधान जवाहरलाल, चक्रवर्ती राजगोपालाचारी, पुरुषोत्तमदास टंडन, सत्यनारायण सिन्हा असे अनेक मान्यवर सरदारांच्या शेवटच्या निरोपाचं दृश्य बघत होते, डोळ्यांत साठवून घेत होते.

शंकर आणि अन्य साहाय्यक दुसऱ्या विमानात होते. थोड्या वेळानं विमानाची

दारं बंद झाली. चाकांची घरघर सुरू झाली. आवाजाच्या कल्लोळातच विमानानं गती घेतली. या सगळ्यांपासून अगदी अलिप्त झाल्यागत सरदार डोळे मिटून पडून राहिले होते.

साडेचार तासांनंतर डाकोटा विमान मुंबईच्या जुहू विमानतळावर उतरलं. सरदारांच्या स्वागताला तिथे मुंबई इलाख्याचे मुख्यमंत्री बाळासाहेब खेर आणि गृहमंत्री मोरारजी देसाई हजर होते. व्हीलचेअरवरून सरदार बाहेर आले. बाळासाहेबांनी आणि मोरारजींनी हात जोडून त्यांचं स्वागत केलं. सरदारांनी डोळे उघडले, पण दोघांच्या स्वागताला काहीच प्रतिसाद दिला नाही. त्यांचे डोळे खोल गेले होते. चेहरा कोमेजला होता. प्रवासाच्या दगदगीनं ते पार थकून गेले होते. मुंबईला बिर्लाहाऊसमध्ये त्यांची राहायची व्यवस्था केली होती. सोबतच्या काफिल्यासह सरदार ताबडतोब तिकडे रवाना झाले. वैद्यकीय उपचारांच्या सर्व सोयींसह सरदारांसाठी तिथे खास दालन सज्ज होतं.

सरदार रात्रभर कण्हत होते. मधूनच तोंडावाटे रक्त पडत होतं. दोन्ही किडन्यांचं काम मंदावत चाललं असल्याचं सकाळी डॉक्टरांनी निदान केलं. सरदार पूर्णपणे शुद्धीवर होते खरे; पण त्यांनी स्वत:ला सर्वस्वी अंतर्मुख करून घेतलं होतं. तुरुंगात असताना बापूंकडून शिकलेले, स्थितप्रज्ञाची लक्षणं सांगणारे भगवद्गीतेतले श्लोक त्यांच्या स्मरणात होते. डॉक्टरी इलाज कोण्या त्रयस्थावरच होत असावेत, अशा तटस्थपणे स्थितप्रज्ञांची लक्षणं सांगणारे ते श्लोक सरदार हळू आवाजात म्हणत राहिले.

बिर्लाहाऊसवर भेटायला येणाऱ्यांची वर्दळ सतत सुरू होती. अहमदाबादच्या आपल्या अखेरच्या भेटीत ज्यांच्या घरी उतरून सरदारांनी पाहुणचार घेतला होता, त्या उद्योगपती कस्तुरभाई लालभाईंशी त्यांची आज दुपारी भेट ठरली होती. ठरल्या वेळी कस्तुरभाई सरदारांच्या भेटीला आले; परंतु भेट होऊ शकली नाही. पोटात असह्य वेदना होत होत्या. आजवर ठासून ठासून भरलेला मनातला भार कापऱ्या ओठांतून तुटक तुटक वाक्यांद्वारे बाहेर येत होता.

"... राजीनामा द्यायला हवा."

"... अशा तऱ्हेनं काम होऊ शकणार नाही."

"... आपण बापूंना काय सांगू?"

"... स्वातंत्र्याचं रक्षण करण्यासाठी आपल्याला जागरूक राहायला हवं."

शेजारी बसून मणिबेन हे सगळं ऐकत होत्या. भल्याभल्या संकटांना खंबीरपणे तोंड देणाऱ्या त्या 'पोलादी पुरुषा'ला असं बेशुद्धावस्थेत आणि कण्हत असलेलं पाहणं त्यांना फार जड जात होतं. त्यांनी तुपाचा दिवा लावला, जोडीला उदबत्ती लावली. आसवं भरल्या डोळ्यांनी, दाटून आलेल्या कंठानं त्या परमात्म्याची प्रार्थना

करू लागल्या, "हे प्रभू, त्यांना बरं कर अन् बरं करायचं नसलं, तर कृपा करून लवकर घेऊन तरी जा. आता माझ्याच्यानं त्यांचं दुःख आणखी पाहावत नाही."

दुपारी सरदारांना काहीतरी थोडंसं प्यायला दिलं. शरीराचं पोषण होईल असे इतर डॉक्टरी उपचार झाले. संध्याकाळपर्यंत वेदना थोड्या कमी झाल्या. एकाएकी त्यांनी शंकरांची आठवण काढली. शंकर जवळच उभे होते. आपला चेहरा सरदारांच्या तोंडाजवळ आणून त्यांनी हळुवारपणे म्हटलं, "सरदारसाहेब, काही सांगायचंय?"

सरदारांनी डोळे उघडले. शंकरांकडे बघितलं. ओठ हलले. पुटपुटत म्हणाले, "शंकर मला भय वाटतंय..."

"भय?" शंकर दचकून उद्गारले.

"मृत्यूचं नाही," सरदार म्हणाले. "या देशाला आपण स्वतंत्र केलं खरं, पण ज्याप्रकारे आपण देश सांभाळतो आहोत ते पाहता वाटतंय, हा देश आपण अखंड राखू शकू का?" सरदारांनी बोलणं थांबवलं. पुन्हा डोळे बंद करून घेतले. ओठ मिटून टाकले. शेवटचा निरोप घेत त्या महामानवानं जणू चाळीस कोटी जनतेला अखेरचा संदेश दिला. आपले उत्तराधिकारी म्हणवण्यासाठी कसं वागावं, याचं मार्गदर्शनच जणू त्या महामानवानं चाळीस कोटी जनतेला केलं. त्या थोड्याशा शब्दांतून, अखेरचा निरोप घेतेवेळच्या आपल्या चित्ताच्या व्यथित, पीडित आणि चिंतित अवस्थेचा संकेतच जणू त्यांनी चाळीस कोटी जनतेला दिला.

मुंबईत बिर्लाहाऊसमध्ये सरदार अंतिम घटका मोजत होते. सरदारांची अखेरची शंका यथार्थ ठरावी, अशी एक घटना घडत होती. दोन दिवसांपूर्वी सरदारांच्या राहत्या घरी, त्यांच्या उपस्थितीत गृहखात्याच्या आणि रियासती खात्याच्या कारभाराबद्दल ठरवली गेलेली हंगामी स्वरूपाची व्यवस्था पंतप्रधान जवाहरलालांनी मुळातच बदलून टाकली होती. सरदार आता बरे होऊन मुंबईहून परतणार नाहीत, हे सगळ्यांनाच ठाऊक होतं; परंतु सरदार जणू भूतकाळात जमा झाल्यागत जवाहरलालांनी त्यांच्या दोन्ही खात्यांची वाटणी करून टाकली. यापुढे रियासती खातं गोपालस्वामी अय्यंगार सांभाळणार होते आणि गृहखातं थेट पंतप्रधानांच्या नियंत्रणाखाली असणार होतं. अशी व्यवस्था केल्याचं त्यांनी रियासती खात्याचे मंत्री व्ही.पी. मेनन यांनासुद्धा कळवलं. हा निर्णय काहीसा उतावळा आहे आणि सरदारांना न कळवता त्याचा अंमल मी कसा काय करू, असा मेननांनी पंतप्रधानांना प्रश्न केला; पण आपला आदेश पाळला जावा असा पंतप्रधानांनी आग्रह धरला.

मेनन यांच्यापुढे कोणताही पर्याय उरला नव्हता. सरदारांना या नव्या परिस्थितीची जाण करून देण्यासाठी त्यांनी शंकरांना फोन केला. त्यांचं म्हणणं ऐकून घेतल्यानंतर शंकर म्हणाले, "सर, आत्ता सरदार जवळजवळ बेशुद्ध अवस्थेत आहेत. त्यांना आत्ताच काही सांगणं शक्य नाहीये. शुद्धीवर आल्यानंतर ही गोष्ट त्यांना सांगितली

तरीदेखील त्यांच्यावर फार मोठा आघात होईल. कदाचित तो जीवघेणाही ठरेल.''

शंकरांनी ही गोष्ट मणिबेनच्या कानावर घातली; पण सरदारांपर्यंत जाऊ दिली नाही.

भल्या पहाटे तीन वाजता सरदारांना हृदयविकाराचा तीव्र झटका आला. हृदयविकारावरचे उपचार सुरू झाले, परंतु जसजशी रात्र संपत होती तसतसा श्वास मंदावत होता. मणिबेननी त्यांना चमचा चमचा गंगाजल पाजलं. पुत्र डाह्याभाईंसह अन्य कुटुंबीय तिथेच होते. डाह्याभाईंनीसुद्धा सरदारांना गंगाजल पाजलं.

गंगाजलाचं पान करून, गंगापुत्र भीष्मांसारखाच एक महामानव आपल्यातून निघून काळगंगेच्या प्रवाहात मिसळून गेला, विलीन झाला.

सकाळी दहा वाजता शंकरांनी सरदार गेल्याची दुःखद बातमी पंतप्रधानांना दिली. कोसळलेल्या या संकटाची खबर पंतप्रधानांनी राजाजी, राजेन्द्रप्रसाद, सत्यनारायण सिन्हा इत्यादींना कळवली आणि संसदेतही ती जाहीर केली. ते म्हणाले, ''अत्यंत दुःखानं मला हे तुम्हाला सांगावं लागत आहे की, आपले राष्ट्रविधायक आणि संयोजक, सरदार वल्लभभाई पटेल आपल्या सगळ्यांना सोडून गेले आहेत. विजय आणि विपत्ती अशा दोन्ही प्रकारच्या कसोटीच्या क्षणी जे आपल्याला सतत योग्य मार्गानं घेऊन गेले, त्या सरदारांच्या वियोगामुळे आपण सर्वजण निराधार झालो आहोत. संसद भवनाच्या या बाकावर त्यांच्यासोबत दीर्घकाळ बसल्यानंतर आता त्या बैठकीकडे पाहताना जे रितेपण जाणवतंय, ते कसं भरून निघेल?''

एवढं म्हटल्यानंतर पंतप्रधानांनी सरदारांच्या अंत्यविधीत सहभागी होण्याबद्दलचं सरकारी धोरण सांगावं तसं म्हटलं, ''मी आणि राजाजी आत्ताच मुंबईला जाण्यासाठी निघत आहोत. पंतप्रधान आणि राष्ट्रपती या दोघांपैकी एकानं दिल्लीतच थांबणं योग्य आहे असं मला वाटतं, त्यामुळे राष्ट्रपतींनी दिल्ली सोडू नये, असं माझं त्यांना सांगणं आहे. आपण सगळेच सरदारांचे अगदी निकटचे आहोत, याची मला कल्पना आहे. त्यांच्या अंतिम दर्शनासाठी तुम्हा सर्वांनाच तिथे जायची उत्कट इच्छा असणार, पण सरदार कृतिशील 'कार्यपुरुष' होते. आपण सगळ्यांनी आपापलं काम सोडून त्यांच्या दर्शनासाठी जावं, हे त्यांना आवडलं नसतं. म्हणून माझं सांगणं आहे की, मी आणि राजाजी त्यांचे सर्वांत जुने सहकारी असल्यानं, तुमच्या सर्वांच्या वतीनं तुमची श्रद्धांजली आम्ही त्यांच्यापर्यंत पोहोचवू.''

राज्याच्या मुख्यमंत्र्यांना त्याचप्रमाणे गव्हर्नरांना पंतप्रधानांच्या कचेरीकडून असाच संदेश गेला. अर्थात, या संदेशाचं उल्लंघन करून राष्ट्रपती राजेन्द्रप्रसादांपासून मद्रासचे गव्हर्नर कृष्णकुमारसिंहजी यांच्यापर्यंत अनेक जण विमानाची वाट धरून सरदारांच्या अंतिम दर्शनासाठी बिर्लाहाऊसमध्ये पोहोचले होते.

नेपीयन सी रोडवर असलेलं बिर्लाहाऊस आणि त्याच्या आसपासच्या भागात

ओसंडलेला नि:स्तब्ध जनसागर सुन्नपणे स्तब्ध उभा होता. सरदारांचा अग्निसंस्कार मुंबईच्या सोनापुरात करण्याऐवजी चौपाटीवर, जिथे लोकमान्य टिळकांना अग्नी दिला होता तिथेच करावा, अशी तीव्र भावना तिथे हजर असलेल्या नेत्यांच्या आणि जनतेच्या मनात होती. सरदारांचा मृतदेह अंतिम दर्शनासाठी ठेवला होता, तेवढ्यातच याबद्दलची कडवट चर्चा सुरू झाली होती. मणिबेन आणि डाह्याभाई या सरदारांच्या दोघा अपत्यांनीच शेवटी तो विवाद आटोपता घेत म्हटलं, ''पत्नी झवेरबा आणि वडीलबंधू विठ्ठलभाई या दोघांवर जिथे अंतिम संस्कार झाले, तिथेच आपलाही अंत्यसंस्कार करावा अशी सरदारांची इच्छा होती.''

सरदारांची इच्छा मान्य झाली.

बिर्लाहाऊसहून ऑपेराहाऊस, ऑपेराहाऊसहून चर्नीरोड आणि चर्नीरोडवरून पुढे सोनापूर असा जवळपास सहा किलोमीटर लांब मार्ग कानाकोपऱ्यासकट, गर्दीनं खच्चून भरला होता. संपूर्ण रस्त्यावरच्या इमारतींच्या गॅलऱ्यांत, गच्च्यांवर शेकडो स्त्री-पुरुष दाटीवाटीनं उभे होते. स्मशानयात्रा चंदनवाडी स्मशानभूमीत पोहोचली तेव्हा चौपाटीच्या समुद्राच्या उसळत्या लाटांमागे, पलीकडच्या क्षितिजावर सूर्य मावळला होता. पश्चिमेचं आकाश लालतांबडं झालं होतं. चंदनवाडीत पेटलेल्या चितेचं दर्शन घेण्यासाठी जणू झुकलं होतं. डाह्याभाईंनी आपल्या पित्याचा देह पंचमहाभूतात विलीन होण्यासाठी अग्नीच्या स्वाधीन केला, तेव्हा तिथे जमलेल्या अलोट गर्दीनं सरदारांचा जयजयकार करत, आत्तापर्यंत आवरून धरलेल्या हुंदक्यांना मोकळी वाट करून दिली.

अवघ्या देशाच्या नकाशाला पहिल्यांदाच एकसूत्रात गुंफणारा कर्मयोगी संन्यासी, आपली पार्थिव जीवनयात्रा समाप्त करून अनंताच्या यात्रेला निघून गेला होता.

❖